Chết! Sập bẫy rồi!

Công ty Cổ phần Truyền thông Quảng Văn
rất mong nhận được góp ý của bạn đọc
Mọi ý kiến xin gửi về Email: publicationqvg@gmail.com

QuảngVăn
www.quangvanbooks.com

Biên mục trên xuất bản phẩm của Thư viện Quốc gia Việt Nam

King Kong Barbie

Chết! Sập bẫy rồi! / King Kong Barbie ; Dịch: Lục Hoa, Lucy. - H. : Dân trí ; Công ty Truyền thông Quảng Văn, 2011. - 544tr. ; 21cm

ISBN 9786049178009

1. Văn học hiện đại 2. Tiểu thuyết 3. Trung Quốc

895.1 - dc14

DTE0008p-CIP

Bản quyền: Trang Nguyễn
Biên tập Quảng Văn: Minh Tuấn - Thúy Thúy

King Kong Barbie

Chết! Sập bẫy rồi!

(Lục Hoa - Lucy *dịch*)

Tái bản lần thứ nhất

NHÀ XUẤT BẢN DÂN TRÍ

Mục lục

Chương 1: Đại học

Hít vào, thở ra, lại hít vào, lại thở ra.

Sau N lần hít vào thở ra, tôi chầm chậm đi về phía bục giảng. Sinh viên trong lớp đã về hết, chỉ còn lại một người đàn ông đang thản nhiên đứng chỉnh sửa gì đó trên bục giảng.

Tôi hắng giọng: "Thầy Tống".

Hắn ngẩng đầu lên, con mắt đen trầm tĩnh liếc qua tôi, tôi nghe tiếng tim mình đang đập dữ dội, khẽ cắn môi, tôi đánh cược, lớn tiếng tự giới thiệu: "Thầy, em là Tần Khanh lớp chín!".

Hắn im lặng, trong mắt hơi ẩn ẩn ý cười.

Tôi nuốt nước bọt, nắm chặt tay lại, ngẩng cao đầu, nói to: "Thầy, em yêu thầy!".

"Thế nào, thế nào? Kết quả sao?!".

Vừa trở lại ký túc xá, một đám người đã xông tới vây quanh.

Tôi đáp xuôi xị: "Tao nói rồi".

"Thế sau đó? Thầy Tống phản ứng thế nào?" Ánh mắt đám người vây quanh lóe sáng.

"A, ra thế à".

"Cái gì ra thế?".

Tôi xòe tay: "Đấy là phản ứng của lão ấy đó".

Nói chính xác hơn, hình như lúc đó hắn khẽ giật mình, sau đó vừa nhìn tôi vừa đáp với vẻ ngụ ý sâu xa: "A, ra thế à".

Tôi dựa đầu lên vai Tiêu Tuyết, ai oán nói: "Mày nói tao có phải đùa không hả?".

Tiêu Tuyết vừa dịu dàng vuốt tóc tôi, vừa an ủi theo kiểu "ra vẻ hiểu biết", "ra vẻ thông cảm": "Không sao, không sao, cùng lắm là học thêm một năm nữa, coi như học lại cho chắc thôi mà".

Lượn đi cho lành.

Tôi bơ nó, lăn lên giường, nhìn số năm mươi chín đỏ choe choét trên màn hình trong trang web của trường, để mặc những giọt nước mắt hối hận lăn trên gương mặt nghiêng bốn mươi lăm độ của mình.

Nhìn ba chữ Tống Tử Ngôn tên giảng viên đề bên cạnh môn học, tôi rầu tới thối ruột.

Nghe đồn hắn là một con rùa biển bơi về nước sau khi tốt nghiệp trường đại học nổi tiếng nào đó ở nước ngoài, nghe đồn hắn ngoài việc dạy ở trường này còn tự mở một công ty niêm yết, nghe đồn hắn vô cùng đẹp trai tài giỏi, khí chất hiên ngang, nghe đồn mỗi lần hắn đứng lớp, bất kể đó có phải là môn tự chọn hay không, sinh viên tới học đều đông nghìn nghịt - nhân khí quá vượng, hắn đi dạy chưa bao giờ điểm danh, bởi không có ai ngốc tới mức bỏ giờ của hắn.

Nghe đồn môn tự chọn năm nay vốn là sinh viên đăng ký qua lớp trưởng, rồi sau đó nộp danh sách lên thầy hướng dẫn, nhưng năm nay có quá nhiều sinh viên chọn lớp của hắn nên cuối cùng phải đăng ký lại một lần nữa. Để đảm bảo công bằng, trường quyết định cho đăng ký trên mạng, năm giờ chiều hôm đó mới mở hệ thống đăng ký, tới ba giờ hệ thống đã lag hết.

Tôi vừa lắc đầu thở dài trước sức mạnh mỹ nam, vừa liệt thêm tên mình vào biển người đăng ký mênh mông.

Không thể không tự hào rằng vận khí của tôi quá tốt được, toàn bộ tên của một trăm hai mươi mốt sinh viên cả lớp đều đạp lên trên tên tôi. Ngày có danh sách học, tôi lệ nóng quanh tròng, cảm động tới muốn khóc, hận không thể phi về nhà thắp ba nén nhang lên mộ phần tổ tiên.

Cảm tạ tổ tiên phù hộ, cuối cùng con cũng không cần nơm nớp lo sợ mỗi lần trốn học rồi!

Nhưng ai có thể nói tôi hay, tại sao tên thầy giáo chưa bao giờ điểm danh như hắn lại cho tôi 0 điểm chuyên cần chứ? Tại sao phải ban cho đứa sinh viên năm thứ tư như tôi thành tích thê thảm vậy? Tại sao đã cho tôi hạ cánh an toàn trước mấy môn chuyên ngành khó nhằn rồi lại ngáng chân cho ngã trước cái môn bé cỏn con này?

Căm nhất là môn tự chọn chỉ một học kỳ mới có, nghĩa là phải đợi thi lại, mà cũng chỉ có thể đợi sang năm thi lại với lũ sinh viên năm thứ ba, nói cách khác, tôi phải làm một đứa sinh viên bị lưu ban.

Lúc vừa hay tin, tôi còn chẳng thèm để tâm. Học tới năm thứ tư, có nhiều chuyện trường mắt nhắm mắt mở với lũ sinh viên chúng tôi, còn nhớ lớp sáu cạnh bên có sinh viên hoành tráng đi thi tiếng Anh cấp bốn, giám thị bắt được tên ấy đang giở tài liệu, hắn chỉ cúi đầu nói: "Thầy, em đã học năm thứ tư rồi", chỉ bằng câu nói ngắn gọn thế thôi đã đánh một đòn chí mạng vào lòng trắc ẩn của thầy giám thị, vậy là thoát được tội.

Chỉ cần khai giảng rồi đi xin thì sẽ không sao hết. Tôi cứ nghĩ lạc quan như thế.

Ngay sau ngày khai giảng, tôi mới biết ý nghĩ lúc đó của mình ngu ngốc bao nhiêu, ngây thơ bao nhiêu.

Nghe đồn, có em gái là hoa khôi của trường, hai mắt đẫm lệ, khóc sướt mướt cầu xin đau khổ, Tống Kim Quy vẫn dửng dưng lạnh lùng. Lại nghe đồn, có đàn anh vì môn học tự chọn mà để tuột mất học bổng hạng nhất, bèn kiên trì đuổi theo chặn đường giảng viên, Tống Kim Quy không nể mặt, vung tay múa bút sửa ngay tám mươi lăm điểm thành năm mươi lăm…

Đằng sau vẻ phong nhã thanh tú đẹp trai kia của Tống Kim Quy lại là một tâm hồn vô cùng ngang ngược và bạo lực.

Đến lúc này, tôi mới hối hận tới mức mất ngủ.

Đương rơi vào đường cùng, tự nhiên một cảnh trong phim "Friends" siêu nổi tiếng lóe lên trong óc, một học sinh nam đẹp trai thổ lộ với Ross: "Thầy, em yêu thầy!" Ross lúng túng, tuy rằng không nhận lời tỏ tình nhưng cũng lén giúp cậu học sinh kia sửa điểm.

Tôi luôn tin chân lý không phân biệt quốc gia, mặc kệ là sư ta hay sư Tây, cứ gõ mõ được là lập địa thành Phật ráo.

Thế nên mới có cái màn ở trên kia.

Nhưng sao Tống Kim Quy không có dấu hiệu rục rịch gì hết thế? Không lẽ dùng chiêu đó không xi-nhê gì với hắn sao?

Không, không thể nào. Cứ cho hắn không phải thầy giáo, nhưng có người tỏ tình thế, ít ra cũng nên đỏ mặt một tí chứ. Nhưng mà phản ứng của hắn từ đầu tới cuối chỉ có thể hình dung bằng hai câu thành ngữ, một là "đột nhiên hiểu ra", hai là "rất có hứng thú".

Tôi không dám tính tới phương án thất bại phải học lại thêm một năm nữa, hạ quyết tâm ngày mai chắc chắn phải châm thêm dầu, bỏ thêm lửa mới được.

Hôm sau tôi dậy sớm, bò ra khỏi giường, ra đứng trước cổng trường ôm cây đợi thỏ.

Từ xa đã thấy hắn đi tới, toàn thân chìm trong nắng sớm, cả người như phát ra một vòng hào quang, sải chân thong dong, tự tin, đúng là vô cùng có dáng dấp đàn ông nho nhã. Tôi nuốt nước bọt, vội xông ra.

Hắn gật đầu chào, hỏi: "Tần Khanh của lớp chín phải không, có chuyện gì?".

Tôi gật đầu như dập tỏi, lon ton đi theo sau, bóp méo giọng giả vờ lấy dáng e thẹn, nói: "Thầy, em chờ thầy ở chỗ này lâu rồi, cái này là bữa sáng em mua cho thầy ở căng-tin đấy".

Hắn dừng bước, đảo mắt suy tư nhìn tôi rồi cầm lấy.

Tôi hớn hở: "Nếu thầy thích, sau này hôm nào em cũng mua bữa sáng cho thầy".

Một hồi lâu sau, hắn mới trầm ngâm: "Chuyện ngày hôm qua em nói…".

Thanh âm trầm thấp như đang suy xét. Tôi không để cho hắn có cơ hội, lập tức mở mồm đánh ngay đòn phủ đầu: "Thầy, ngay từ lần đầu tiên gặp em đã thích thầy rồi, thích cặp lông mày, đôi mắt, cái mũi, thích miệng của thầy. Mỗi một câu thầy nói em đều nhớ mãi không quên, nghe được tiếng thầy thôi là đủ cho em thấy hạnh phúc rồi. Em thích thầy, thích đến sắp phát điên lên, rời xa thầy chắc chắn em không thể nào sống được, thầy là lẽ sống của đời em, là sao mai trong bóng đêm tăm tối, soi sáng đường cho em".

Nửa đoạn đầu đầy những nỗi chua xót, nửa đoạn sau thành đơn xin gia nhập Đảng, ý tứ bay loạn xạ, nước miếng bay tung tóe.

Hắn vẫn im lặng, chỉ nửa cười nửa không nhìn tôi, bỗng nhiên tôi có cảm giác mình chẳng khác nào con khỉ làm trò trên sân khấu, cũng ngượng ngùng không dám nói thêm câu nào nữa.

Một lát sau, hắn mới mở miệng: "Hóa ra trong tim em, tôi quan trọng như vậy".

Tôi gật đầu, gật đầu, lại gật đầu.

"Em đã thích tôi như thế". Hắn chậm rãi nói, nghe giọng như có ý cười: "Chúng ta hẹn hò đi".

"Kết quả thế là rõ quá rồi". Tiêu Tuyết vừa cắn hạt dưa vừa chốt hạ: "Thầy ấy muốn bẫy mày".

"Hở? Nghiêm trọng thế sao?" - Tôi đưa hai tay che trước ngực, hoảng hốt hỏi lại.

"Chóc!". Một hạt dưa bị ném vào đầu, Tiêu Tuyết nhìn tôi bằng vẻ khinh thường: "Đừng có giả làm dân nữ bị ác bá cưỡng bức đi, trong trường này chẳng thiếu con gái muốn bị Tống Tử Ngôn bẫy đâu".

Tôn Vân Vân nằm ở giường trên "hừ" một tiếng lạnh lùng: "Là Tần Khanh thì chỉ sợ người ta không thèm bẫy ấy".

Cái này có tính là an ủi trá hình không nhỉ? Kệ đi.

Tiêu Tuyết đứng dậy, trèo lên giường tôi, hạ giọng thần bí nói: "Sau này đừng nói với ai chuyện mày với Tống Tử Ngôn nhé, chúng nó ghen đó".

Tôi nghi hoặc: "Thế chuyện đi tỏ tình hồi đó không phải do lũ chúng mày xúi tao làm à?".

Nó cốc tôi một cái: "Đó là vì không ai ngờ được chuyện lại thế này, chúng nó không dám làm nên mới muốn mày làm thử chứ sao, có nằm mơ cũng không ngờ được Tống Tử Ngôn lại có ý với mày".

Lại đả kích… Tôi rầu rầu nghĩ tới sức mê hoặc của thiếu nữ bị người ta khinh thường, iu xìu hỏi: "Hóa ra tao bị xem thường hả?".

"Cũng không phải thế, chẳng qua nhìn mày thì không có cảm giác bị uy hiếp thôi." Nó an ủi tôi: "Ai lại không biết trong lòng mày có Tô Á Văn chứ?".

Trong lòng lại nhói đau, tôi im lặng không đáp. Sợ bị Tiêu Tuyết nhận ra, tôi vội vàng lảng sang chuyện khác: "Tống Kim

Quy còn bảo chiều mai chờ hắn trước cổng trường, mày bảo coi tao có nên đi không?".

Tiêu Tuyết đáp: "Cái này tự mày quyết định đi, thực ra tao nghĩ Tống Tử Ngôn không tệ lắm đâu". Thấy tôi còn cau mày do dự, nó nhướn mày hỏi: "Có phải mày còn vì người nào đó không hả?".

Tôi vốn đang do dự, nghe nó nói xong bèn hạ quyết tâm luôn: "Tao đi".

Tiêu Tuyết trèo lại về giường, tôi mở mắt nhìn chăm chăm lên trần nhà quét vôi trắng của ký túc xá, trước mắt hiện lên gương mặt đẹp trai tươi cười của Tô Á Văn. Anh rất hay cười, còn nhớ lần đầu tiên gặp nhau là khi tôi tham gia đoàn leo núi, anh là sinh viên của trường bên sang giao lưu với chúng tôi. Xe từ từ lăn bánh, anh đứng ở đầu xe, cười nói với mọi người: "Chào mọi người, anh là Tô Á Văn, phụ trách hoạt động lần này của đoàn, nói cách khác, ba ngày này anh hoàn toàn là người của các em".

Hàm răng trắng, vóc người cao lớn cùng gương mặt tuấn tú khiến người ta vừa nhìn đã thấy có cảm tình, chỉ cần anh cười tươi thì cả gương mặt ấy bừng lên như được ánh mặt trời chiếu sáng, cái câu "là người của các em" khiến chúng tôi vốn dĩ còn ngại ngùng đã phải cười nghiêng ngả.

Một nam sinh viên hỏi: "Có chuyện gì thì có thể hỏi anh sao?".

"Có thể chứ, đương nhiên rồi". Anh làm bộ nghiêm túc: "Có chuyện cứ hỏi, không có chuyện, chuyện bịa ra cũng cứ hỏi".

"Thế, anh Tô, anh đã có bạn gái chưa?" Một giọng nữ trong trẻo vang lên, cả xe nhất thời rơi vào im lặng.

Rất không may, người nói ra câu đó là tôi.

Dưới ánh mắt kinh ngạc của anh cùng những cái nhìn chằm chằm từ mọi người, tôi chậm chạp thu người lại, hận không thể chui xuống cái lỗ nào cho rồi.

Mấy ngày sau tôi đều tìm cách tránh anh, lúc anh qua dặn dò chúng tôi, tôi đều cúi đầu ngắm ngón chân mình. Thực ra chuyện này cũng chẳng có mấy ai để tâm, thứ nhất căn bản vì chúng tôi không nhớ mặt nhau, thứ hai vì mọi người ai cũng ưa náo nhiệt. Thực ra lần đầu gặp, Tô Á Văn cũng chỉ hơi hơi đẹp trai thôi, còn tôi thì chẳng hiểu sao mình lại to gan thế, mất mặt thế.

Tất cả mọi người đều hào hứng, nói là leo núi, nhưng thực ra chỉ là lên ngọn núi ở ngoại thành chơi thôi. Trên núi có một cây cầu treo, trên cầu treo là những ván gỗ xếp liền nhau, bên dưới còn chăng cả lưới để đảm bảo an toàn, bước chân lên có cảm giác lắc lư thú vị nhưng cũng rất an toàn. Tất cả mọi người đều chơi đùa vui vẻ, duy chỉ có tôi là mặt trắng bệch, cả người đổ mồ hôi lạnh.

Tôi bám chặt lấy dây đi chậm từng bước nhỏ, mặc dù biết an toàn nhưng lúc nãy nhìn xuống khe suối sâu rất sâu, tự nhiên lại bật ra ý nghĩ mình bị rớt xuống. Tôi vừa run run lết từng bước chậm chạp, vừa tự giễu mình, đã mắc chứng sợ độ cao còn đi leo núi, không tự rủa mình thì thật vô cùng có lỗi với bản thân.

Tô Á Văn ở phía trước bỗng dừng lại, bước tới bên tôi, nắm chặt lấy tay tôi, nói: "Đừng nhìn xuống dưới, đi theo anh".

Bàn tay anh vừa to vừa ấm áp, nắm chặt lấy tay tôi, cố ý bước chậm lại. Tôi không thấy sợ như ban đầu nữa, trong lòng đã bình tĩnh trở lại. Nhưng chẳng hiểu sao đầu óc lại quay cuồng, tim đập càng ngày càng nhanh, tôi lẩm bẩm tự nói với mình: "Nắm tay còn kích thích hơn so với chứng sợ độ cao".

Tôi nói rất nhỏ, không ngờ anh vẫn nghe được. Tô Á Văn quay đầu lại nhìn tôi, khóe miệng kéo lên thành một đường cong đẹp tuyệt, đôi mắt đen lấp lánh.

Nhìn viền mắt thâm đen của mình trong gương, tôi thở dài đánh sượt, cuối tuần rồi, phải lết ra khỏi giường lúc mười hai giờ trưa đúng là quá quá quá quá quá tàn nhẫn!!! Tuy rằng đối tượng hẹn hò rất kỳ lạ, quá trình cũng kỳ lạ, nhưng với lòng tôn trọng và cũng hơi vui vui với cuộc hẹn này, tôi quyết định cũng nên chọn cái gì mặc cho nghiêm túc một chút.

Vừa tới cổng trường đã thấy có một chiếc xe đậu ở đó, thiết kế thon dài, thân xe lấp loáng ánh mặt trời, tôi nghiêng đầu nhìn logo phía trước, thầm chép miệng cảm thán. Chậc chậc, toàn bộ tài sản của tôi chắc cũng chả mua nổi lấy một cái bánh xe. Mãi tới khi đi tới gần, tôi mới cười toe sung sướng.

Tống Tử Ngôn nghiêng người dựa vào thành xe, điếu thuốc đang cháy kẹp giữa ngón tay, gương mặt bị khói thuốc che lấp, duy có đôi mắt là vẫn trong suốt trầm tĩnh, vừa thấy tôi đã cười cười, hỏi: "Tới rồi à?".

Chỉ cần đứng cạnh chiếc xe này thì dù tên đàn ông đó có tầm thường cỡ nào cũng trở nên ưa nhìn, huống chi đứng cạnh nó giờ là người đàn ông đẹp trai như Tống Tử Ngôn. Mà người phụ nữ nào có đàn ông đứng chờ sao lại không thấy vui chứ, huống hồ một đứa ưa hư vinh như tôi, tôi nở nụ cười ngọt ngào hiền lành thục nữ vô cùng hiếm hoi: "Vâng, để thầy đợi lâu rồi".

Hắn nâng cổ tay lên nhìn đồng hồ, nghiêm giọng nói: "Lần sau nhớ tới đúng giờ đó".

Sao mà mất hứng thế cơ chứ, tôi đảo mắt nhìn qua chiếc xe và gương mặt hắn, quyết định không thèm so đo nữa.

Xe chạy êm ru, ngồi trong xe gió lùa mát mẻ, cạnh bên là một người đàn ông đẹp trai dáng vẻ đường hoàng, tuy hắn vẫn tiếp tục giữ trạng thái im lặng trầm mặc nhưng trong lòng tôi vẫn tự thấy rất "happy".

Chỉ là nhạc trong xe có hơi quái dị, giai điệu đơn điệu dạo tới dạo lui mỗi một đoạn, tôi có lòng tốt nhắc: "Đĩa này có bị xước không thầy, sao chỉ nghe được mỗi nhạc dạo mà không có người hát ạ?".

Hắn quay đầu lại liếc mắt nhìn tôi, giọng đều đều: "Đây là một loại nhạc ở Bắc Âu".

Tôi yên lặng cúi đầu xuống. Diệu Ngọc đã từng nói với Đại Ngọc: "Ngươi đúng là tục nhân". Còn tôi thì chỉ thấy mình giống hệt già Lưu[1]. Tuy vẻ mặt của hắn không thay đổi, ngữ khí cũng bình thường, nhưng sao mà tôi lại tự thấy như mình đang bị khinh thường vậy trời?

May mà hắn cũng mở miệng nói trước: "Em không thích nghe thì thôi, chúng ta đổi cái khác".

Tôi nhìn vào hộp đựng CD, toàn là tiếng nước ngoài, hình như cái nào cũng na ná như nhau, đành nói: "Thôi kệ đi ạ".

---

(1) Diệu Ngọc, Đại Ngọc và già Lưu: Ba nhân vật trong tiểu thuyết "Hồng lâu mộng" của Tào Tuyết Cần. Tần Khanh ví mình quê mùa như già Lưu (BTV).

Hắn nói: "Thực ra tôi cũng không thích lắm, nghe là muốn ngủ".

Hóa ra hắn cũng không phải "Dương xuân Bạch tuyết[2]" gì, tôi có cảm giác đã tìm được đồng minh, hào hứng đề xuất: "Nếu đã thế, lần sau em sẽ mang cho thầy mấy cái đĩa, loại cực kỳ "bốc" ấy."

"Không cần". Hắn đáp.

"Thầy đừng khách khí, em có nhiều lắm".

"Không phải là tôi khách khí với em, mà là tôi không cần." Hắn hờ hững liếc nhìn tôi, chậm rãi nói: "Xe này là tôi đi mượn".

Xe này là đi mượn, tôi thừa nhận mình bị lời này ép cho nghẹn sắp chết.

Tôi nên nói hắn hư vinh hay nên khen hắn thành thật đây trời, cuối cùng vẫn phải gắng gượng nói mỗi một câu: "Ai da, thầy, xe thầy mượn cũng có phong cách ghê".

Im lặng một lát, tôi lại tìm được một chủ đề an toàn hơn để tán: "Quần áo thầy hôm nay nhìn đẹp quá."

Rất thoải mái, đơn giản, so với quần tây áo sơ mi khi hắn đi dạy thì nhìn còn đẹp hơn mấy phần.

Hắn cười: "Yên tâm, quần áo này không phải hàng mượn đâu".

Muốn ép người nghẹn chết hay sao, tôi chẳng biết nói gì, chỉ im lặng, lần đầu tiên phát hiện, muốn hai người nói chuyện mà chỉ toàn những câu khách sáo là chuyện khó tới nhường nào.

---

(2) Dương xuân Bạch tuyết: Tên một khúc cổ cầm, nghĩa bóng chỉ những người có trình độ thưởng thức nghệ thuật hết sức uyên thâm (BTV).

Khóe miệng hắn khẽ nhếch lên khiến lông tóc tôi dựng lên phòng bị hết ráo, chỉ nghe bên tai tiếng nói: "Nếu là lần đầu tiên hẹn hò, tôi cũng nên nghiêm túc một chút".

Bấy giờ tôi mới từ trong mơ tỉnh lại, bỗng nhiên nhớ ra mục đích tại sao mình lại tới đây, vội vã cúi đầu vặn vặn tay giả vờ e thẹn: "Thầy không cần như thế, chỉ cần thầy vui vẻ là được rồi". Cố nén acid đang trào dâng trong dạ dày, tôi ném sang bên cạnh một cái liếc tình.

Hắn liếc mắt qua, hỏi: "Phải không?".

Tôi hạ cằm xuống một góc bốn mươi lăm độ, lúc này nên im lặng thì hơn.

"Vậy không cần phải khách khí như thế". Giọng hắn nhẹ nhàng tới kỳ dị: "Gọi tôi là Ngôn Ngôn đi".

Ngôn Ngôn... có thể gọi một người đàn ông như thế sao[3]? Một dòng điện tĩnh từ trên trời giáng xuống ngay đầu tôi, chạy từ đỉnh đầu tới ngón chân, dựng hết cả tóc gáy, hồn vía xém lên mây luôn.

Tôi cười khan hai tiếng: "Em... em không quen gọi thế".

"Từ từ rồi sẽ quen". Hắn thản nhiên nói: "Gọi thử một tiếng nghe xem nào."

Tôi cố ép mình mở miệng nói ra lời: "Ngôn Ngôn... ấy, thôi để em gọi tên thầy đi, Tống Tử Ngôn".

Hắn giật mình, trong mắt lóe lên một tia sáng đáng ngờ, khóe môi lập tức nhếch lên: "Được".

---

(3) Ở Trung Quốc, cách gọi láy tên thường chỉ dùng trong trường hợp thân mật, phần nhiều dùng để gọi trẻ em (BTV).

Xe dừng lại bên đường dành riêng cho người đi bộ, hôm nay là cuối tuần, người qua người lại không ít, một đám gái lớn gái bé ăn mặc hợp mốt, trang điểm xinh đẹp, cứ lượn qua lượn lại trước mắt.

Không thể không nói, tôi nhìn đến phát ghen lên được.

Nhưng may là người đàn ông bên cạnh tôi đây rất đẹp trai, đi trên đường thu hút không ít ánh mắt nhìn theo, trong lòng tôi tự nhiên thấy vênh vang đôi chút. Cảnh tượng đẹp đẽ biết bao nhiêu, một người đàn ông tuấn tú nho nhã dạo bước cùng một cô gái đầy nét duyên ngầm, đi giữa dòng người tấp nập, nắm chặt tay nhau.

Nắm tay nhau! Liếc nhìn vẻ mặt vẫn như thường của Tống Tử Ngôn, tôi thầm cắn răng: Không phải chỉ là nắm tay thôi sao? Vì một học phần, lão nương đây liều mạng!

Nhưng lòng bàn tay tôi cứ liên tục đổ mồ hôi, dường như hắn cảm nhận được, cúi đầu: "Nóng lắm hả?".

Tôi cười cứng ngắc: "Người đông quá".

Người rất đông, Phật dạy, kiếp trước phải ngoái đầu năm trăm lần mới chỉ đổi lại một lần gặp thoáng qua ở kiếp này, nhưng để đi với hắn có gần nửa tiếng ngắn ngủi này thôi, chắc kiếp trước cổ của tôi phải gãy mất tiêu rồi.

Hắn liếc mắt nhìn tôi, sau đó, rất tự nhiên, lấy tay choàng qua eo, kéo tôi vào lòng. Mùi thuốc lá nhàn nhạt cùng một mùi hương nhẹ nhàng vấn vương bên mũi, tôi hơi choáng váng, mãi tới lúc bình tĩnh lại mới lúng túng tách người ra, cười gượng: "Thầy... Tống Tử Ngôn, thực ra không cần đâu mà".

Hắn nói: "Chúng ta đang hẹn hò, không phải nên thế sao?".

Tôi lại cắn răng, vì một học phần, lão nương đây liều mạng!

Cứ đi thế tới cửa rạp chiếu phim, hắn nói: "Đi coi phim đi".

Dù sao thì cũng đã đánh cược rồi, chỉ cần không phải là khách sạn thì dám đi tuốt, tôi khí phách bừng bừng, gật đầu cái rụp: "Đi!".

Rạp đang chiếu bộ phim "Họa bì" ra từ năm ngoái, bộ phim này tôi đã tải về coi hết, ngồi mê mẩn ngắm đôi mắt to tròn ngây thơ với cái cằm nhọn xinh xinh của Châu Tấn. Quả nhiên coi phim rạp với coi phim trên máy khác nhau hoàn toàn, nửa đầu phim tôi ngồi coi rất say mê, nửa sau tự dưng nhận ra Tống Tử Ngôn càng ngày càng dịch sát vào mình, trong bóng tối, tôi nhìn gương mặt hắn qua ánh sáng hắt từ màn hình lúc sáng lúc không, mặt hắn ở gần mặt tôi như vậy, gần tới nỗi có thể cảm thấy hơi thở của hắn.

Não tôi hơi đơ đơ, nháy nháy mắt mấy cái nhìn hắn.

Hắn cũng nháy nháy mấy cái nhìn lại, khóe miệng khẽ nhếch lên thành nụ cười nhạt, vuốt tóc tôi, nói: "Tôi ra ngoài một lát".

Mãi tới khi hắn đi ra ngoài rồi, đầu óc tôi mới bắt đầu hoạt động lại, lúc nãy hắn hắn hắn hắn hắn... không phải muốn hôn mình đấy chứ?!

Lẽ nào mình thực sự chỉ vì một học phần này thôi mà để hắn bẫy thế sao? Đúng là không có chí khí rồi, cùng lắm thì đi học thêm một năm nữa thôi, sao phải chịu thiệt thế chứ? Tuy hắn đẹp trai thật đó, nhìn gần còn thấy đôi mắt đen sâu, lông mi dài thật dài... Xì! Đẹp trai cũng không thể làm lý do để mình sa đọa thế được!

Ý nghĩ phải đi hay ở lại đánh nhau chí chóe trong đầu, còn đang phân vân thì đệm chỗ ngồi bên cạnh bỗng lún xuống khiến tôi khẽ giật mình. Hóa ra là Tống Tử Ngôn đã quay lại, còn cầm thêm nước ngọt và bỏng ngô.

Hắn đưa nước ngọt cho tôi, trước lúc tay tôi chạm vào bỏng ngô đã nhẹ giọng nói: "Đừng động đậy, để tôi đút cho em".

Hắn nhìn tôi cười dịu dàng, rồi lại dịu dàng đút bỏng ngô tới tận miệng, tôi cố đè nén khao khát muốn chạy trốn xuống. Kết quả là... hắn đút tới lần thứ hai, thứ ba, lạnh lưng tới mức da gà da vịt gì trên người tôi nổi lên hết ráo. Trong cảnh sống không bằng chết như thế, trong lòng tôi trỗi lên ý chí chiến đấu, chuyện buồn nôn sến súa tới cỡ nào đã làm hết rồi, một là không làm, hai là cứ làm tới, chưa thấy quan tài chưa đổ lệ, chưa vào khách sạn chưa chịu dừng.

Lúc ra khỏi rạp chiếu phim, trời đã xâm xẩm tối, đèn đường cũng vừa được bật lên. Ngồi vào một bàn trên tầng bảy của quán ăn Tứ Xuyên, tôi vừa nhìn sắc trời lúc hoàng hôn vừa cảm khái: "Tuy tình tiết hơi rời rạc, nhưng nhạc phim khá hay".

Hắn nói: "So với mấy bộ phim được coi là nghệ thuật của Trung Quốc còn hay hơn".

Tôi phản đối: "Nhưng mà so với "Sắc. Giới" còn kém đôi chút".

Hắn cười như có như không, nheo mắt nhìn tôi: "Là bản đã cắt chỉnh hay bản chưa cắt chỉnh?".

Có người nói đàn ông sáng sớm và buổi tối đều là cầm thú, sao tự nhiên tôi lại mang cái đề tài này ra nói hả trời. Tôi vội vàng nói lảng qua chuyện khác: "Thầy thích Vương phu nhân hay Tiểu Duy?".

Hắn lắc đầu: "Không thích ai cả".

"Phải thích một người chứ".

"Cả hai đều rất thông minh, tôi không thích phụ nữ quá thông minh".

"Vậy thầy thích người ngốc sao?".

Hắn nhìn tôi, mỉm cười: "Dạng người như em đó".

Câu trả lời của hắn kỳ thực là đang sỉ nhục chỉ số thông minh của tôi, lẽ nào tôi không thông minh sao? Nhưng tôi không uất nghẹn, cũng không nghiến răng, nhìn ánh mắt trầm tĩnh mang theo ý cười của hắn, trong đầu tôi hiện ra một đôi mắt đen láy khác.

Lúc đó cắm trại trên núi, mọi người ngồi quanh lửa trại, ăn uống xong xuôi, có người đề nghị chơi trò sát nhân. Tôi rất không may, vô cùng xui xẻo, có lẽ nên nói là Tô Á Văn may mắn, quá may mắn. Chỉ cần tôi là cảnh sát, anh là sát thủ, nhất định tôi sẽ bị anh đâm cho một dao. Nếu tôi là sát thủ thì còn thảm hơn, bất kể anh là cảnh sát hay người dân, nhất định tôi sẽ là người đầu tiên bị tóm.

Càng chơi, mọi người càng quên đi mục đích ban đầu của trò này, chỉ chăm chăm làm nhân chứng cho hồ sơ tử vong của tôi.

Tôi mếu máo kêu to: "Sao chứ? Sao chứ? Sao lần nào cũng là tớ chứ?". Nhìn bộ dạng khùng khùng của tôi chẳng khác nào giáo chủ thét gào.

Tô Á Văn cả cười: "Ai bảo em rõ ràng như thế, liếc mắt nhìn cũng đoán được. Làm sát thủ thì giả bộ cúi đầu thật thấp, làm cảnh sát thì chắc chắn nhìn rất hí hửng, làm người dân thì nói rõ nhiều".

Mọi người cười lớn.

Tôi ỉu xìu: "Em ngốc thế sao?".

Ngọn lửa trại màu xanh lam nhảy múa trong đôi mắt đen của Tô Á Văn, anh nói: "Không sao, cũng có người thích em như thế mà".

Tôi nghĩ món ăn Tứ Xuyên ở đây hơi cay, rất cay, cay tới mức khiến người ta phải rơi nước mắt. Tôi cúi gằm mặt cố gắng ăn hết bữa, không dám ngẩng đầu.

Nụ cười của Tống Tử Ngôn nhạt dần, chỉ lẳng lặng châm thuốc hút.

Lúc bước ra khỏi quán thì trời đã tối, tôi ngồi trong xe nhìn ra ngoài, nhìn những ngọn đèn đường trôi nhanh về phía sau. Trường tôi ở vùng ngoại thành, cách trung tâm chẳng xa cũng chẳng gần, đường đi có hơi vắng vẻ, dân cư thưa thớt. Trên đường về trường, hai người chúng tôi đều im lặng, không ai nói chuyện với ai.

Tới cổng trường, tôi thở phào nhẹ nhõm, tháo dây an toàn, lần đầu tiên nở nụ cười thật lòng: "Thầy... à, Tống Tử Ngôn, tạm biệt".

"Chờ một chút...". Hắn đặt một cánh tay lên cánh cửa sau lưng tôi, tôi bị kìm chặt giữa cửa xe và lồng ngực của hắn. Hắn cúi đầu xuống, hơi thở lướt qua trên mặt tôi, tôi nhìn cặp mắt đối diện dần tối đen lại, lắp bắp: "Gì, gì, gì đó?".

Hắn mỉm cười: "Tiễn bạn gái về nhà, lúc nào cũng phải có một nụ hôn tạm biệt chứ".

Tôi méo miệng cười: "Th... thầy, thầy đừng có đùa mà".

Tay hắn lướt qua môi tôi, thanh âm như ướt đẫm mê hoặc: "Không phải em yêu tôi sao? Không phải em thích tôi tới phát điên sao? Thế nào? Tôi hôn em khiến em không vui sao?".

"Vui, vui chứ". Tôi gật đầu trả lời vô thức, rồi lại vội vàng lắc đầu: "Không, không vui".

Hắn nhìn tôi, ánh mắt thâm trầm khó lường, không làm gì cả, chỉ nhìn chằm chằm vào gương mặt tôi. Trong đôi mắt đó, tôi thấy được hình ảnh đang hoảng hốt của mình.

"Ha ha ha!", bỗng nhiên Tống Tử Ngôn cười to, một tay để trên vô-lăng, cười tới mức hai vai run run. Thấy tôi ngây người ra, hắn càng cười dữ hơn.

Một lát sau, hắn mới mở miệng, giọng đầy giễu cợt: "Tần Khanh, chiêu này là em coi ti vi học được hay tự mình nghĩ ra thế?".

"Dạ?". Tôi chớp mắt.

"Bỏ đi, bỏ đi". Hắn xua tay, rồi rút ra một điếu thuốc, châm lửa, làn khói mỏng từ từ lan ra: "Thế em đã bỏ mấy tiết môn của tôi rồi? À không, phải hỏi là em đã đến học giờ của tôi được mấy tiết rồi mới đúng".

Tôi chợt hiểu, nhất định hắn đã biết, không đúng, chắc chắn đã biết ngay từ lúc đầu. "Friends" là phim nước nào, là phim của đế quốc Mỹ! Tống Tử Ngôn là ai, là một con rùa biển vàng lóng lánh. Còn tôi là điển hình của việc múa rìu qua mắt thợ. Hắn cố ý làm ra mấy cái trò vừa sến súa vừa buồn nôn để lợi dụng tôi, để làm cái gì chứ, chính là muốn thử coi tôi chịu đựng được tới bao giờ. Tôi chẳng khác nào con khỉ bị đùa giỡn, chẳng trách sao hắn lại cười vui vẻ đến như thế.

Hắn là người chịu ảnh hưởng của chủ nghĩa tư bản quá sâu, hoàn toàn không có tí tinh thần giản dị chân thành vĩ đại của nhân dân Trung Hoa!

Hắn lại hỏi: "Em không muốn đi học giờ tôi dạy thế cơ à? Trừ tiết đầu tiên tới điểm danh cho có, sau đó không hề thò mặt tới lớp đúng không?".

Tôi há hốc miệng: "Cả cái này thầy cũng biết sao?". Trước đôi mắt sắc bén của hắn, tôi hùng hồn: "Giờ học của thầy Tống tuyệt đối là thứ hiếm ai muốn bỏ lỡ, các sinh viên trong trường phải đấu đá dữ lắm mới được học môn của thầy dạy. Nghe vua nói một câu, còn hơn mười năm đọc sách chính là để nói về thầy đó. Mỗi lần nghĩ sẽ bỏ lỡ giờ học của thầy là em lại thấy tiếc tới nghẹn lời, cơm nuốt không trôi".

Miệng hắn hơi giật giật, ánh mắt vẫn sắc bén: "Lý do".

Nói thế mà vẫn không thoát nổi, tôi cúi đầu đáp: "Môn tự chọn toàn là vào tiết đầu tiên của thứ bảy".

"Cho nên?".

Tiếng đáp lại nhỏ như muỗi kêu: "Em không dậy được".

Sáng ngày cuối tuần là thời gian vô cùng thoải mái, tối hôm trước ngồi coi tiểu thuyết tới tận khuya, sáng hôm sau ngủ tới chừng nào muốn dậy thì dậy. Muốn coi một người có hạnh phúc hay không thì chỉ cần xem người đó là tự nhiên tỉnh giấc hay phải dậy vì có áp lực.

Tôi vô cùng đồng ý.

"Trời trong xanh đợi cơn mưa bụi, còn anh vẫn đợi em...", giọng hát ngọt ngào thấm tận tâm can của Châu Kiệt Luân cất lên, nhưng giọng ca đó vang lên lúc sáu giờ sáng thì chẳng khác nào tiếng lợn bị chọc tiết. Tôi ngờ rằng mình hãy còn nằm mơ, với tay ấn nút tắt di động rồi xoay người ngủ tiếp.

Cuối cùng, không thể chịu được nữa, tôi nằm sấp trên giường, ai oán kêu: "Mèng ơi! Mệnh ta sao mà khổ như vầy nè!".

Một cái gối của Tiêu Tuyết bay qua: "Thôi đi mày, sáng sớm nào cũng được hẹn hò với anh Tống đẹp trai để giao lưu tình cảm, còn kêu khổ cái gì há?!".

Tôi hỏi: "Đổi lại là mày, sáng nào cũng phải dậy trước sáu giờ, chạy hùng hục như trâu hơn một ngàn mét, mày còn muốn giao lưu tình cảm nữa không?".

Ánh mắt nó chuyển sang đồng tình rõ rệt: "Nén bi thương đi, nghĩ lại thì chỉ cần dậy sớm hơn một tháng là có thể đổi lại một năm học lại, rất có giá đó".

Tôi ôm đầu: "Cái gì mà hơn một tháng chứ, từ đây tới lúc tốt nghiệp còn những bốn tháng, bốn tháng lận, lẽ nào ngày nào tao cũng phải chịu khổ như trâu bò thế này!! Mày coi đi, coi thử đi, ngay cả bụng dưới tao cũng chả còn, không có bụng dưới sao tao có thể làm Tần Khanh đích thực đây há?".

Nó nhìn tôi bằng ánh mắt kỳ quái, "Chẳng lẽ mày không biết?".

"Biết cái gì?".

"Tống Tử Ngôn đã nghỉ dạy rồi, cả trường này đều biết, không lẽ lão ấy không nói cho mày biết?".

Một luồng khí nóng bốc lên trong ngực, tôi nắm chặt tay nó, hỏi lại thật cẩn thận: "Mày nói thật chứ?".

Nó hạ giọng: "Tao còn tưởng lão ấy coi trọng mày chứ, sao cả chuyện này mà cũng không nói với mày?".

Tiêu Tuyết đã hạ giọng nói nhưng vào tai tôi thì chẳng khác nào sét đánh ngang tai, tôi quay người, vội vàng chạy tới phòng làm việc của Tống Tử Ngôn. Trong ngực có thứ gì đó nóng nóng chảy tràn khắp cơ thể, thúc giục, hận không thể chạy nhanh hơn, nhanh hơn nữa, bay ngay tới trước mặt Tống Tử Ngôn.

Tôi thở hổn hển đẩy cửa ra, Tống Tử Ngôn đang thu dọn đồ trong phòng làm việc, thấy tôi tới thì ngạc nhiên hỏi: "Sao em lại tới đây?".

Tôi không đáp, chỉ dùng ánh mắt nóng rực nhìn Tống Tử Ngôn, vô thức vươn tay ra nắm chặt lấy áo hắn: "Có phải không, có phải thầy định rời trường không?".

Hắn nhìn sâu vào mắt tôi: "Em tới là muốn hỏi tôi cái này hả?".

Tôi kiên quyết gật đầu: "Thầy trả lời em có phải hay không?".

Trong mắt hắn dường như phủ một làn nước mỏng dịu dàng: "Hôm nay tôi tới đây từ chức".

Tôi nhìn hắn, không dám tin: "Thật sao?".

Hắn gật đầu.

Mắt tôi nóng lên, viền mắt chuyển sang màu đỏ: "Tại sao thầy không nói cho em nghe sớm hơn?".

Hắn nắm lấy vai tôi: "Tần Khanh, em nghe tôi nói này…".

Tôi lắc đầu, bước giật lại phía sau: "Không, không, thầy không phải nói gì cả". Tôi gạt tay hắn ra rồi quay đầu chạy nhanh ra ngoài.

Bên ngoài nắng to, tim tôi nóng tới không thể tưởng tượng được, căng đầy trong lồng ngực, nước mắt từ khóe mắt chảy xuống lấp lánh dưới ánh nắng.

Tôi biết, đó là những giọt nước mắt hân hoan, là nước mắt vui mừng, là niềm hạnh phúc như khi giai cấp nông dân được giải phóng cất cao bài ca chúc mừng. Từ nay về sau, sẽ không còn tiếng chuông báo thức buổi sáng dã man, không còn một ngàn mét chết tiệt, không còn ba từ "Tống Tử Ngôn" dọa người nữa...

Thói quen của con người thực sự là một chuyện rất đáng sợ, rõ ràng hôm quá vì quá sướng mà thức rất khuya, thế mà sáng nay mới năm giờ tự nhiên lại thức giấc. Ký túc xá rất yên tĩnh, sinh viên năm thứ tư rất ít khi phải lên lớp, bên ngoài hành lang cũng không một tiếng động. Trường còn chưa bật điện, trong phòng vẫn còn tối, qua lớp rèm cửa sổ không thể nào nhìn được sắc trời bên ngoài. Nhưng tôi có nhắm mắt lại cũng có thể biết được khung cảnh bên ngoài như thế nào, người làm ở căng-tin đang chuyển rau cải vào trong, còn có đôi vợ chồng người Nhật tóc đã bạc trắng hay vào trường cùng nhau chạy thể dục, mỗi lần thấy chúng tôi, họ sẽ vui vẻ chào bằng tiếng Nhật, nụ cười rất hiền. Tống Tử Ngôn nhìn theo bóng lưng bọn họ chạy dần xa, mỉm cười: "Được như thế thì tốt biết bao". Ánh nắng mai phủ lên gương mặt hắn thứ không khí nhàn nhạt vô cùng bình yên.

Nghĩ đến đó, bỗng nhiên tôi có cảm giác hụt hẫng, như đã đánh mất thứ gì đó thân thuộc lắm, tự nhiên thấy tiếc tiếc.

Căng-tin lúc hơn ba giờ chiều khá vắng, tôi với Tiêu Tuyết ngồi tán dóc: "Cái lão Tống Tử Ngôn này cũng tuyệt tình dữ, nói sao thì hai người chúng mày sáng nào cũng đi với nhau tới kiệt sức, sao lão đi rồi cũng không thèm gọi điện thoại tới hả?".

Sáng nào cũng đi với nhau tới kiệt sức? Đại tỷ của tôi ơi, dù rằng mày học khoa tiếng Anh, nhưng làm con dân Trung Quốc thì đừng nên nói cái câu nhiều nghĩa này ra có được không? Tôi uể oải đáp: "Sao lão ấy phải gọi điện cho tao?".

Nó nói: "Ngoại trừ giờ lên lớp thì Tống Tử Ngôn có để ý tới ai nữa đâu, lúc đó lão ấy cứ từng bước ép sát mày, tao còn tưởng lão ấy có ý gì ấy chứ".

Từng bước ép sát? Tuy "ép" cũng đúng đấy, nhưng vẫn là từ đa nghĩa, tôi nhìn nó chằm chằm: "Mày nhìn cái mặt tao đi, đẹp không?".

Nó lắc đầu.

"Ngây thơ không?".

Nó lắc đầu càng dữ hơn.

Tôi hoảng hồn trước độ ngu của nó: "Căn bản chuyện này là kinh nghiệm nhờ đọc nhiều sách thôi, kiểu người như Tống Kim Quy mà nói, muốn lão nảy sinh ý nghĩ đen tối với sinh viên nữ thì chỉ có hai loại thôi, một là loại đẹp ngất ngây thông minh ngất giời, vớ vớ vẩn vẩn cũng có thể mở một công ty quốc tế lớn, hoặc là làm sát thủ gì đó, còn một loại nữa là trẻ trung đáng yêu, đi đường sẽ ngã, bị người đè trên giường còn ngây thơ dở hơi nói sao trên người anh nhiều thịt thế. Hiểu chưa há?".

Nó giơ ngón cái lên: "Hiểu rồi!".

Tôi mãn nguyện nhận ánh mắt tán thưởng, vờ khiêm tốn gật đầu rồi tổng kết lại: "Nói ngắn gọn thì lão ấy không có ý với tao, mà tao cũng không có hứng với lão ấy".

Tiêu Tuyết nghiêng người nhìn ra sau tôi, sắc mặt bỗng nhiên thay đổi, tôi quay đầu lại nhìn theo ánh mắt nó, Tống Tử Ngôn đã đứng ở đó từ khi nào, khóe miệng nhếch lên, thản nhiên.

Chương 2: Xin việc

Tim tôi kêu rắc một cái, quả nhiên không thể nói sau lưng người ta được, con người này cả tháng không có tin tức gì, sao lại xuất hiện lúc này chứ, nhưng bản thân vẫn theo quán tính giơ một tay lên chào hỏi nhiệt tình: "Hi, em chào thầy ạ".

Hắn chỉ im lặng nhìn, mãi tới khi tay tôi cứng đờ mới chịu chuyển tầm nhìn, ánh mắt vẫn như thường, không có chút tình cảm gì, đảo mắt nhìn xung quanh như không thấy tôi, rồi quay người đi ra ngoài.

Tim tôi nhói lên, chỉ cảm thấy trời nghiêng đất ngả, tuyệt vọng dâng tràn, tôi nắm chặt lấy tay Tiêu Tuyết, lay cật lực: "Tại sao? Tại sao? Thế này là vì sao?".

Tiêu Tuyết nheo mắt hỏi: "Mày với bà Cùng Dao[4] có họ hàng với nhau à?".

Mặt tôi xám ngoét như tro: "Tim tao đau quá, hoảng quá, khó chịu quá".

---

(4) Cùng Dao: Ngôn ngữ mạng chỉ Quỳnh Dao vì phát âm hai từ Cùng Dao và Quỳnh Dao giống nhau, đều đọc là "qiong yao". Từ "Dao" cũng có một từ nghĩa là "lay, lắc", ý nói Tần Khanh lắc người Tiêu Tuyết nhiều quá (BTV).

Tiêu Tuyết tính đưa tay ra vỗ đầu an ủi tôi.

Tôi yếu ớt hỏi lại nó: "Mày nói coi, Tống Kim Quy sẽ không vì mấy câu nói của tao mà sửa điểm lại đấy chứ?".

Tiêu Tuyết giật mình, tay hạ xuống đập bốp lên đầu, làm cả mặt tôi úp vào bát mì.

Sau tôi mới biết, hôm ấy vì phải xử lý mấy chuyện còn lại sau khi nghỉ dạy nên Tống Tử Ngôn mới quay lại. Một tuần trời từ ngày đó, ngày nào tôi cũng chường mặt tới chỗ thư ký khoa, tra bảng điểm mà mồ hôi lạnh đổ ròng ròng. Sau đấy, trong trường xuất hiện tin đồn tôi với thầy thư ký khoa có quan hệ bất chính, ngày nào cũng diễn trò "sau giờ học" ở phòng làm việc thần thánh trang nghiêm. Thế nên tôi hứng đủ thứ ánh mắt nghi ngờ của nhân dân toàn khoa, ông thầy kia còn bị thầy hướng dẫn gọi lên phê bình tác phong làm việc.

Gặp nhau riết thành quen, thầy thư ký kia vừa hút thuốc vừa hậm hực nói với tôi: "Thật ra có quan hệ mập mờ với sinh viên cũng là một cách khẳng định sức quyến rũ của tôi, chỉ cần không bị người ta nắm được nhược điểm thì tôi cũng chả để tâm. Nhưng sao lại phải dính với cô chứ? Làm giá trị con người tôi xuống dốc không phanh".

Nghe đồn có hôm từ phòng ông thầy đó còn phát ra tiếng nam nữ rên rỉ thở dốc khiến người nghe phải mặt đỏ tim run. Ngay hôm sau, trên cổ và cánh tay của lão ta xuất hiện mấy dấu hôn lẫn vệt sưng đỏ khả nghi, khiến cho danh tiếng của tôi càng ngày càng bay cao bay xa.

Đương nhiên, với sự quan tâm nhiệt tình này của quần chúng, tôi sẽ không để trong lòng, chỉ có chuyện duy nhất cần phải lưu tâm là cách đây nửa tháng, thành tích của tôi là sáu mươi mốt điểm, cuối cùng cũng có thể ngủ ngon được rồi.

Sống có gian nan, chết mới an nhàn, đợi kiếp này tôi phải sống khó khăn thì không có cửa đâu, chết an nhàn thì còn có thể.

Nếu một người bị Tiêu Tuyết coi thường thì chắc chắn cuộc sống của người đó đã sa đọa triệt để rồi. Đương ôm máy tính nghe Toko hát thì Tiêu Tuyết đã rút phụt cái phích cắm ra, trừng mắt nhìn tôi lạnh lùng: "Để không cho mày chết trên giường, tao quyết định vác theo mày tới hội chợ việc làm".

Ở ký túc xá lâu lâu, tôi thực sự cũng nên đi hít thở không khí, hơn nữa, tuy bố mẹ có thể sắp xếp công việc cho tôi, nhưng tôi cũng muốn tự lập một lần, bèn rời giường đi với Tiêu Tuyết. Nhưng tới hội chợ việc làm, tôi mới hối hận, cũng cảm nhận được vô cùng sâu sắc mấy chính sách cơ bản của Trung Quốc - kế hoạch hóa gia đình tuyệt đối không được thực hiện triệt để. Vốn đã tưởng căng-tin trường buổi trưa là nơi có mật độ dân số đông nhất thế giới, mấy đứa con gái mua cơm trước cửa bán là người hoành tráng nhất trên thế giới, tới đây mới biết tầm nhìn của mình thiển cận, hạn hẹp quá.

Công ty có thông báo tuyển dụng cũng không nhiều, có khoảng hai mươi công ty xếp thành một hàng, mà phần lớn toàn là tuyển ở bộ phận tiêu thụ của công ty bảo hiểm. Nói dễ nghe thì là tiêu thụ, còn nói trắng ra là tiếp thị bảo hiểm. Tôi nhủ thầm: "Một con sinh viên như mình mà đi tiếp thị bảo hiểm thì có phải là hơi bị coi thường không chứ". Vừa nhủ xong thì thấy tờ sơ yếu lý lịch trên cùng của chồng hồ sơ ở công ty bảo hiểm, tôi lập tức ngậm miệng lại. Vô ý thấy con dấu đỏ chót của trường đại học XX thần thánh lẫy lừng trên tờ sơ yếu lý lịch đó, trừ việc cúi đầu ra, tôi chẳng thể làm gì hơn nữa.

Thứ thừa nhất ở thế kỷ hai mươi mốt là gì?

Nhân tài!

Thứ thiếu nhất là gì?

Việc làm.

Tôi rất muốn đi về, nhưng tinh thần dũng sĩ của Tiêu Tuyết lại chọn lúc này mà bùng phát, dũng cảm nhìn thẳng vào nhân sinh ảm đạm này, hăng hái xông pha, sơ yếu lý lịch trong tay bay lả tả như tuyết rơi. Chắc mỗi công ty phải nhận được ba tờ là ít.

Tôi liếc nhìn năm bản sơ yếu lý lịch trên tay mình, trên đó dán cái ảnh tôi đang sụp mắt lờ đà lờ đờ, trong lòng tự nhiên thấy xấu hổ vô cùng. Hai đứa học hành chả đâu vào đâu như nhau, sao lại khác biệt dữ vậy? Thế nên tôi hạ quyết tâm phải thoát khỏi cái vỏ tự ti không có chí tiến thủ của mình, dũng cảm bước tới trước một bước. Từ cao tới thấp, từ khó tới dễ, tôi đi tới chỗ tụ tập nhiều người nhất, đi tới, rồi lại đi tới.

Ngồi tại bàn tuyển dụng là hai bà chị nhìn rất đẹp, vẻ mặt rất nghiêm túc. Tôi mỉm cười lấy lòng một cái, cẩn thận đưa bản sơ yếu lý lịch của mình cho họ, cười giả lả hỏi mấy chuyện của công ty. Tôi hỏi mười câu, hai bà chị kia cũng chẳng thèm trả lời lại lấy một câu, ngay cả một cái liếc mắt lấy lệ cũng chẳng có, tôi tròn mắt nhìn bản sơ yếu lí lịch của mình bị họ tiện tay nhét vào chồng lý lịch cao tới năm mét, cảm thấy mình đã ném ra một cái bánh bao thịt, mà hai bà chị kia tới ngửi một tí cũng chẳng thèm.

Trước khi được nếm mùi vị chết đói, tôi hãy còn có khí khái bất khuất, năm bản sơ yếu lý lịch đều nộp vào những công ty có tiếng tăm lớn chứ không thèm nộp cái nào cho mấy công ty bảo hiểm kia. Tiêu Tuyết chê tôi quá ngốc quá ngây thơ, cứ lao đầu nộp hồ sơ cho mấy công ty to, căn bản là khó mà được chọn, có khi người ta vừa nhìn vào hồ sơ, thấy trường tôi tốt nghiệp đã ném veo vào thùng rác rồi.

Chẳng ngờ bỗng nhiên hôm sau lại nhận được điện thoại từ công ty hoành tráng nhất, công ty mà tôi nghĩ là khó có cơ hội nhất.

Thế nên tôi lựa quần áo rất cẩn thận, còn mượn thêm đôi giày cao gót, xiêu vẹo đi tới nơi phỏng vấn.

Lúc vào công ty tôi mới thấy mình xong đời rồi, không nói tới chuyện tư thế, từ lễ tân tới nhân viên công ty, chỉ cần nhìn đám người toàn là những tinh anh đang đứng ở hành lang kia, bỗng chốc tôi có ảo giác mình biến thành mấy cái lá cây xanh mướt, còn họ là những bông hoa muôn hồng nghìn tía.

Một cô nàng sắc mặt hơi tai tái giống tôi tới bắt chuyện: "Này, chị học ở trường nào thế?".

Tôi tự giới thiệu rồi hỏi lại: "Thế còn chị?".

"Đại học XX". Lời vừa ra khỏi miệng, tôi đã xếp ngay cô vào cái đám hoa rực rỡ bên kia. Cô cau mày nói: "Chắc lần này tôi không được tuyển rồi, nãy tôi vừa gặp mấy người là tiến sĩ, nghiên cứu sinh ở trường".

Tôi nuốt nước bọt, bắt đầu có cảm giác cô nàng đang ngồi nói chuyện với mình đây biến thành đám lá cây xanh tươi, còn bản thân mình thì biến thành bãi phân trâu bốc mùi.

Cô ta cứ thế ngồi than thở giải tỏa hết lo lắng trong lòng, còn bồi thêm: "Vốn dĩ tôi còn hơi tự tin, nhưng không biết sao hôm qua lại có tin truyền ra, nói tổng giám đốc công ty này đích thân phỏng vấn".

Tôi hỏi: "Thế không tốt à?".

Cô đáp: "Tổng giám đốc công ty này mới từ nước ngoài về, phát âm của tôi để hù người ngoài nghề còn được, chứ ở trước mặt ông ta thì dùng sao đây?".

Tôi im lặng, lừa người ngoài nghề tôi còn làm không nổi, huống hồ là người trong nghề. Lúc cô nàng kia cứ oán hận mình không chạy được thì tôi bò còn chưa vững nữa là.

Cô ta nhìn tôi cười ngượng ngùng: "Phiền chị cầm giùm tôi một lát, tôi vào toilet".

Tôi ôm túi xách, tay cầm quyển sổ ghi chú nhỏ của cô ta, quyển sổ tự mở ra, đúng vào cái trang ban nãy cô ta vừa xem, trên đó là một dòng chữ: "Đáp án chuẩn bị phỏng vấn bằng Tiếng Anh". Tôi khẽ ngó nghiêng, áng chừng cô ta còn chưa về, vội vàng cúi xuống lén học thuộc mấy câu tiếng Anh.

Một đống người đi vào, rồi lại một đống người đi ra.

Thực ra con người ta sợ nhất không phải là kết quả, mà là quãng thời gian chờ kết quả cơ, chết cùng lắm chỉ là một cái chớp mắt, nhưng chờ chết chắc chắn là chuyện khiến ta sợ hãi nhất.

Cho nên lúc tên mình được gọi vào phỏng vấn, tôi lao ngay vào trong phòng với tinh thần chết sớm siêu thoát sớm.

Xui sao, tôi quên béng mình đang đi giày cao gót, vội lao vào suýt nữa là bị đo đất, may là nhanh tay đè được lên cạnh ghế. Tôi lén thở phào, nhanh chóng chỉnh lại tư thế ngồi đoan trang nhất. "Phì!" - có người cười tôi, tiếng cười này nghe sao quen tai quá, tôi ngẩng đầu nhìn người phỏng vấn.

Tống Tử Ngôn đã lâu không gặp, áo quần chỉnh tề đang ngồi trước mặt, nhìn tôi, nửa cười nửa không.

Tình... tình hình này là sao?

Một người đã hói nửa đầu, tuổi cỡ trung niên ngồi ngay cạnh hắn đã dùng hành động để trả lời cho câu hỏi của tôi, ông ta nghiêng người về phía Tống Tử Ngôn, cung kính nói: "Tổng giám đốc, bắt đầu thôi".

Mắt tôi tý nữa thì lời luôn ra ngoài, oan gia ngõ hẹp, đúng là oan gia ngõ hẹp, nhưng mà kiểu này có thể tính là một loại duyên phận không nhỉ? Tôi lại bắt đầu suy tưởng hão huyền, dù sao chúng tôi đã từng trải qua hơn một tháng trời mệt nhọc đẫm mồ hôi ở bên nhau. Mà ai cũng biết rồi đó, đãi ngộ ở công ty này tốt tới mức làm người ta phát rồ lên.

Đương nhiên, Tống Tử Ngôn không có suy nghĩ giống tôi, hắn cúi đầu lật lật sơ yếu lý lịch của tôi, trông vẻ như đang xử lý việc công. Hắn đọc lý lịch, chân mày hết nhíu lại rồi giãn ra, vừa như nghi ngờ, vừa như đang mắc cười, sau đó chậm rãi đọc lên: "Tính tình thật thà, nhiệt tình giúp đỡ người khác, hạnh kiểm trong trường rất tốt, thành tích xuất sắc, tính cách cởi mở, có quan hệ tốt với thầy giáo và các bạn trong trường…". Hắn khẽ cười một tiếng, ngẩng đầu nhìn tôi: "Cô Tần, thực tình với lý lịch này của cô tôi có chút nghi vấn".

Vốn dĩ lúc nghe hắn đọc cái sơ yếu lý lịch đó lên tôi đã thấy rất xấu hổ rồi, với lý lịch đó, tôi nghĩ mình có đảm nhiệm luôn công việc của George Bush cũng chẳng thành vấn đề. Nhưng nghe hắn hỏi thế, tự nhiên tôi lại thấy nóng máu. Lý lịch xin việc so với ngực nữ minh tinh còn giả tạo hơn, mà đâu chỉ có mình tôi làm thế, nhòm qua cái lý lịch của Tiêu Tuyết thì hết nhận ra nó luôn, có khi còn tưởng nhầm là bài phát biểu của Obama không chừng. Hắn thế thì bảo tôi chịu sao cho được? Tôi bực mình đáp: "Những điều tôi viết trong sơ yếu lý lịch này đều là sự thật hết".

Cái gì mà cởi mở chân thành, vui vẻ giúp đỡ người khác, coi ai có thể đi kiểm chứng nào?

Hắn hắng giọng: "Cao một mét sáu tám?".

Tôi đỏ mặt: "Ẩy, là khi đi giày".

Hắn đảo mắt nhìn lên đầu tôi, tôi chịu thua: "Giày năm phân không được sao?".

Hắn nhìn lại lý lịch, hỏi tiếp: "Thông thạo ba ngôn ngữ?".

Tôi cúi đầu, mắt dán vào sàn nhà: "Trung, Anh, Nhật".

"…*^()(_$%#&%O(_+*&^&*%" - Hắn tuôn ra một tràng dài.

Tôi ngầm tán thưởng trong lòng, dễ nghe quá à, quả nhiên là người đã học ở nước ngoài, phát âm nghe còn hay hơn cả phát âm của thầy giáo mình, chỉ tiếc mỗi điều, tôi nghe không hiểu lấy một chữ.

Hắn chậm rãi nói lại một lần nữa, rồi mỉm cười nhìn tôi: "Lần này nghe rõ chưa?".

Tôi giả đò đã hiểu, gật đầu.

Hắn đan hai tay, ngả người dựa vào ghế, nheo mắt nhìn tôi: "Vậy mời cô trả lời".

Tôi hắng giọng, cố gắng nhớ lại mấy đáp án học lén khi nãy, tuy chả hiểu hắn nói gì, nhưng là phỏng vấn mà, chắc cũng na ná như thế thôi, với những chuyện như thế này tôi rất tự tin.

Cả căn phòng rơi vào im lặng, mấy người ngồi phỏng vấn há hốc mồm, chỉ có hai người duy nhất còn bình thường là tôi và Tống Tử Ngôn. Tống Tử Ngôn gật đầu: "Rất tốt, trả lời rất tốt".

Mấy người ngồi bên nghe vậy cằm rớt hết xuống ngực.

Hắn không để ý, nói tiếp: "Vấn đề cuối cùng, mời cô hãy nói vài câu tiếng Nhật thông dụng".

Tiếng Nhật tôi khá thông thạo, có thể nói, giờ đưa tôi một bộ phim Nhật, chắc chắn tôi có thể dịch ra ngay. Điều kiện tiên quyết, phim đó phải là nam nam quần nhau trên giường. Nói mấy câu tiếng Nhật, hay là tôi nói "yamette" nhỉ? Tôi nghiêm túc suy nghĩ một hồi, bỗng nhiên nhớ lại mấy câu chào hỏi của đôi vợ chồng người Nhật trong những ngày tháng cực khổ trước kia, tuy không biết nghĩa cụ thể, nhưng vẫn phát âm theo.

Tống Tử Ngôn ngây người ra như bị thất thần, trong mắt dường như có sóng nước dịu dàng đang chuyển động, cứ thế nhìn tôi thật lâu, tới lúc cả người tôi bị hắn nhìn tới cứng đơ, Tống Tử Ngôn mới mỉm cười: "Chúc mừng, cô đã trúng tuyển".

Tôi đờ người ra, có chút không thể tin được, mấy người phỏng vấn cằm rớt lộp bộp xuống đất.

Tới khi hoàn hồn, tôi mới vội vàng cúi đầu: "Cảm ơn, cảm ơn". Sung sướng đứng lên ra về. Tới lúc đến gần cửa, giọng nói lạnh lùng của Tống Tử Ngôn lại vang lên: "Còn một chuyện nữa".

"Chuyện gì ạ?" - Tôi quay đầu lại hỏi.

Hắn lại tuôn ra một tràng nữa, nghe rất quen tai, là câu ban nãy hắn mới hỏi tôi đây mà. Tôi nghi hoặc nhìn hắn, không lẽ muốn mình trả lời lại lần nữa?

"Câu này có nghĩa là, cô có biết trang phục của mình hôm nay rất xấu không?". Hắn thản nhiên nói, khóe miệng nhếch lên trước ánh mắt tức giận của tôi: "Còn nữa, câu này là tiếng Pháp".

Tuy rằng rất mất mặt, nhưng chính thức được nhận vào công ty khiến lòng tôi lâng lâng, chút mây đen nho nhỏ này sao che nổi ánh dương xán lạn. Tuy rằng bị Tiêu Tuyết ấm ức chê là đồ tiểu nhân đắc chí, nhưng đắc chí kiểu này thì bảo tôi đi làm tiểu nhân cũng được. Tôi nghĩ căn bản không phải ở mình, then chốt chính là Tống Tử Ngôn, tuy mồm miệng ác ý một chút, lòng dạ đen tối một chút, nhưng cũng có lòng chiếu cố tới học sinh cũ của mình. Dựa vào tình nghĩa bạn bè lâu năm của tôi với Tiêu Tuyết và thái độ của nó với tôi sau này, tôi bèn gọi điện cho thầy giáo cũ, sếp của sếp của sếp mới: "Thầy Tống, à không tổng giám đốc".

Giọng hắn nghe uể oải: "Có chuyện gì không?".

Tuy hắn không thấy tôi, nhưng tôi vẫn nở nụ cười rất nịnh nọt: "Không có chuyện gì, lâu ngày không gặp nên rất nhớ thầy thôi".

Hắn im lặng một lát rồi mới nói: "Cô cũng biết lâu ngày rồi, sao giờ mới gọi điện tới hả?".

Tôi tìm lý do: "Chỉ vì dạo này em hơi bận thôi, nhưng nỗi nhớ thầy trong em vẫn cuồn cuộn chảy như nước sông Trường Giang".

Hắn nghiêm túc hỏi: "Nhớ tôi cái gì, muốn tập thể dục buổi sáng lại chứ gì?".

Lần thứ hai tôi bị hắn làm nghẹn họng.

Hắn lại hỏi: "Nếu nhớ tôi, sao lâu thế mà vẫn không thèm gọi điện cho tôi hả?".

Hắn chắc chắn có vấn đề về giao tiếp, mỗi lần mở miệng đều khiến người nói chuyện với mình á khẩu nói không nên lời.

Im lặng một lúc, hắn lại nói: "Không có chuyện gì thì tôi cúp máy đây".

Tôi cảm thấy rất khó mở lời, không còn cách nào khác, đành lờ tịt Tiêu Tuyết ở bên đang nháy mắt ra hiệu: "Vậy tạm biệt tổng giám đốc".

Hắn ừ một tiếng.

Tôi run rẩy buông di động xuống đã thấy ngay cặp mắt tức giận của Tiêu Tuyết: "Tần Khanh!".

Tôi giơ tay lên: "Không phải tao không muốn nói, mày cũng nghe rồi còn gì, căn bản là lão ấy không cho tao cơ hội mở mồm mà".

"Thế cũng không được!". Tiêu Tuyết nheo mắt: "Không có điều kiện cũng phải vượt khó mà đi, dưới đạn khói quân thù nói chuyện nhân tình".

Tôi đau khổ: "Tao cũng muốn thế, nhưng mà thực không mở miệng được, nếu không mai tao lại gọi điện tiếp, thế được không?".

Nó cụt hứng quay về giường: "Chỉ có thể thế thôi".

Khủng hoảng tài chính đụng trúng đầu chúng tôi, vận số Tiêu Tuyết đen đủi không được như tôi, đương nhiên là buồn rồi. Nhìn nó nằm trên giường, nhớ lại mấy tháng trước hai đứa còn sống vô lo vô ưu, tự nhiên thấy buồn vu vơ, cũng từ từ ngồi xuống giường. Bây giờ mới để ý màn hình di động vẫn sáng như cũ, hóa ra ban nãy tôi quên ấn nút kết thúc cuộc gọi.

Thế sao Tống Tử Ngôn vẫn không cúp máy?

Tôi áp di động vào tai, lên tiếng: "A lô?".

Bên kia trả lời lại rất nhanh, giọng đanh mà lạnh lùng: "Có phải bạn của cô cũng muốn tới công ty tôi làm việc?".

Tự hắn nói ra, tôi vội vàng nói tiếp: "Vâng, vâng, thầy Tống, đều là sinh viên của thầy cả mà, thầy sắp xếp chút đi".

Một lát sau, hắn mới chậm rãi hỏi: "Cô gọi điện cho tôi là vì chuyện này hả?".

Tôi thuận thế nịnh nọt thêm: "Thầy đúng là anh minh cơ trí…". Lời còn chưa dứt, di động đã vang lên mấy tiếng "tút, tút, tút" kéo dài.

Chậc chậc, lần này cúp máy nhanh thật.

Ôi chao ơi, thầy cũ sếp mới của tôi, anh cứ hỉ nộ vô thường thế làm cái gì?

Tuy nhủ thầm trong lòng như thế, nhưng nỗi sung sướng lần đầu đi làm đã đè chết bài học đau thương trong dĩ vãng, ba ngày sau, tôi vận bộ đồ công sở mầu đen tới công ty.

Lần này công ty tuyển rất nhiều nhân viên mới, cũng phải trên hai mươi người, có thể nói lần này là thay máu, thế nên lúc chúng tôi tới nhận việc, công ty còn mở ra cái gì đó đại khái là đại hội động viên. Mấy vị sếp lớn mặc đồ Âu, đi giày da ngồi trên khán đài, tuần tự đứng dậy phát biểu, nói đi nói lại cũng chỉ loanh quanh mấy chuyện như là nền kinh tế toàn cầu hiện nay ảm đạm tới mức nào, thế mà lũ nhân viên mới như chúng tôi có thể vào làm việc trong một công ty hiện đại tốt đẹp cỡ này là may mắn biết bao, vân vân và mây mây.

Đúng là toàn những câu buồn ngủ, nhiều người đã lôi di động ra ngồi ngay đó chơi điện tử hoặc chat QQ. Là nhân viên mới, tôi còn muốn giữ lại chút hình tượng tốt đẹp về mình, cố nhịn cái tay ngứa ngáy, ngồi nghiêm chỉnh, hai mắt sáng ngời giống con mèo đen nhạy cảm. Tống Tử Ngôn cũng ăn mặc trang trọng ngồi trên khán đài, ngay đúng chỗ bắt mắt nhất, hắn ngồi giữa một đám lão già bụng to đầu hói trông chẳng khác nào trăng giữa bầy sao.

Hình như hắn cũng hơi chán, cúi đầu nhìn tờ giấy trong tay, quay quay cây bút. Đèn sân khấu rọi thẳng vào người hắn, đúng là minh chứng tốt nhất cho mấy chữ "trẻ tuổi tài cao, dung mạo đẹp đẽ". Rõ ràng không hề thay đổi, nhưng cảm giác nhìn Tống Tử Ngôn ở đây hoàn toàn khác với lúc nhìn hắn ở trường, trầm tĩnh mà sắc sảo, khí phách nhưng vẫn thản nhiên. Thế này hắn không còn là thầy giáo đã từng đốt cháy tâm hồn của bao sinh viên trong trường, mà đã trở thành con quỷ hút máu chuyên bóc lột nhân dân lao động!

Ngay lúc bao tử của mọi người đã bắt đầu kêu ọt ọt phản đối, cái lão giám đốc đang phát biểu mới rề rề nói: "Sau đây mời tổng giám đốc công ty lên phát biểu".

Tiếng dạ dày kêu réo cùng với tiếng vỗ tay hợp lại nghe ra cũng khá là sôi nổi.

Tống Tử Ngôn đứng dậy nói: "Những gì cần nói thì mọi người đã nói hết rồi, tôi chỉ bổ sung thêm một chuyện quan trọng nhất nữa thôi".

Boss lớn nhất mở miệng vàng, mọi người ai cũng nín thở đợi chờ.

Yên lặng ba giây, hắn mỉm cười đảo mắt nhìn quanh một vòng: "Lần này công ty chi tiền, mời mọi người tới nhà hàng XX ăn tiệc đón nhân viên mới".

Tiếng vỗ tay vang lên như sấm, mắt rưng rưng, tôi cũng vỗ theo tới đỏ cả hai tay.

Giữa tiếng vỗ tay vang dội, Tống Tử Ngôn phóng khoáng bước đi, cô nhân viên mới được tuyển vào cùng tôi đứng cạnh mặt đỏ lên: "Tổng giám đốc của chúng ta đúng là quá đẹp trai!".

Tôi từ từ tỉnh ngộ, trước tiên làm cho người ta khó chịu, đợi đến khi ai cũng thất vọng bất mãn tới cực điểm, hắn mới lên đài giả làm người tốt. Người này quá biết mua chuộc nhân tâm, quả nhiên là tên gian thương do đế quốc Mỹ đào tạo!

Công ty hoành tráng bỏ tiền ra bao cả nhà hàng mời mọi người đi ăn. Lúc vào nhà hàng, khi Tống Tử Ngôn tùy ý chọn lấy một cái bàn ngồi xuống, những người khác mới dám lục tục ngồi theo. Ngồi cùng bàn với hắn toàn là giám đốc lên phát biểu lúc nãy, bàn vẫn còn chỗ mà chả ma nào dám mon men tới đó ngồi. Nhưng cho dù là nhân viên mới hay cũ, tuy hai bên đều nhường chỗ ngồi cho nhau, nhưng thực ra ai cũng muốn được ngồi gần với trung tâm quyền lực một chút. Những người liên quan ngồi quây quanh hành tinh Tống Tử Ngôn thành hệ mặt trời.

Tôi vô cùng đồng cảm với những người đó, cái tên khốn Tống Tử Ngôn này, bình thường đã làm người ta nghẹn họng, tới lúc ăn vẫn làm người ta nghẹn chết đi được.

Trân trọng sinh mạng, tránh xa yêu nghiệt.

Tôi ngồi vào bàn cách bàn của Tống Tử Ngôn xa nhất, có lẽ vì cách xa quá mà bàn cũng chỉ có ba người ngồi. Trừ tôi ra thì còn một nam một nữ nữa, nam nhìn qua chắc hơn hai mươi, nhỏ hơn tôi một chút, tóc nhuộm vàng, mặc quần jean rộng thùng thình, lọt thỏm giữa cả phòng toàn Âu phục giày da, trông rất lạc lõng. Nữ độ ba mươi, mặc đồ công sở, kính gọng kim loại, xem ra chức vụ cũng bình thường.

Bàn rất lớn, chúng tôi ngồi cách xa nhau, im lặng chờ thức ăn bưng lên.

Bởi khách cũng chỉ có đám người công ty tôi nên thức ăn cũng được mang lên nhanh chóng. Phục vụ tươi cười nhẹ nhàng đặt đĩa thức ăn lên trên bàn, rồi mới từ từ mang món canh tới…

Vốn dĩ cái bàn tôi đang ngồi đây có một chân bị nghiêng, chỉ cần đè nặng lên một chút là rung rung, lắc lắc. Phục vụ nhìn chúng tôi, cười hối lỗi: "Xin lỗi, bàn này không được chắc chắn lắm, hay là mọi người đổi sang bàn khác đi".

Người tóc vàng coi bộ hơi sốt ruột, nói: "Tìm thứ gì chèn vào chân bàn là được rồi".

Phục vụ đáp: "Vâng, vậy xin quý khách đợi một lát".

Đương muốn đi tìm thì bà chị nhìn bình thường kia đã mở miệng nói: "Không cần tìm đâu, tôi có đây rồi".

Sau đó lấy một miếng băng vệ sinh từ trong túi ra, đưa cho phục vụ...

Trong giây lát, tôi đần ra, phục vụ cũng sững sờ.

Thấy không ai có phản ứng gì, chị ta hỏi lại: "Sao? Có phải không đủ không?". Rồi lại đưa tay vào túi xách, định lấy thêm.

Phục vụ đỏ bừng cả mặt, vội nói: "Đủ rồi, đủ rồi".

Run run nhận lấy miếng băng, phục vụ vội vàng chèn lại chân bàn rồi quay người đi như lướt ra khỏi chỗ tôi.

Hai hàng nước mắt chảy thầm trong lòng, người ở công ty này rốt cuộc là người thế nào đây?

Đừng trông mặt mà bắt hình dong, người càng nhìn bình thường thì càng biến thái không à, người có vẻ ngoài nho nhã như Tống Tử Ngôn là điển hình, còn như bà chị nhìn qua rất bình thường đây lại là kinh điển. Nghĩ tới đây, tôi không nhịn quay sang cười cười với người có vẻ mặt rất kỳ quặc kia. Người bình thường, không dễ đâu.

Cậu ta nhìn tôi một cái, hỏi: "Cô là nhân viên mới?".

Tôi gật đầu.

Lại hỏi tiếp: "Có bạn trai chưa?".

Tôi lắc đầu.

Cậu ta nói luôn: "Thế đêm nay tới nhà tôi đi".

"Phụt!". Ngụm rượu trong miệng tôi phun hết ra ngoài.

Cậu ta nói: "Đừng nên vui quá, dù lúc ấy chúng ta xảy ra chuyện gì thì cũng không có nghĩa là tôi với cô có quan hệ lâu dài đâu".

Tôi nhổ vào, con mắt nào của cậu thấy tôi vui vẻ hả? Tôi nhìn kỹ lại cậu ta, dù mặt trắng trắng ra chiều không khỏe mạnh lắm, nhưng vẻ mặt rất nghiêm túc, mắt có quầng thâm, nhưng ánh mắt rất trong sáng.

Nói cách khác, cậu nhóc này không hề nói đùa, mà là nghiêm túc muốn mời tôi.

Bốn hàng nước mắt chảy thầm trong lòng, người ở công ty này rốt cuộc là người thế nào đây?

Đương nhiên là tôi cự tuyệt: "Không đi".

Cậu ta liếc mắt nhìn tôi một cái: "Cô đừng có giở cái trò lạt mềm buộc chặt ra đây, tôi không kiên nhẫn nổi với phụ nữ đâu".

Nhìn gương mặt như sắp chịu hết nổi của cậu nhóc kia, tự nhiên trong tôi dâng trào ý muốn được làm nghiên cứu khoa học. Chỉ hận không thể bổ đầu cậu ta ra coi có khối u gì trong đấy mà dám tự tin quá đáng như thế. Cuối cùng lý trí cũng chiến thắng tình cảm, tôi bịa đại ra một lý do: "Tôi rất ghét người tóc vàng".

Cậu nhóc cào cào tóc, nghi ngờ hỏi lại: "Thật à?".

Tôi gật đầu cái rụp.

Cậu bĩu môi: "Thế quên đi".

Tuy rất biến thái, nhưng được cái không dây dưa lằng nhằng, tôi thở phào nhẹ nhõm một cái. Lúc này ở hệ mặt trời bên kia, nhờ tác dụng của cồn mà bầu không khí từ câu nệ đã nhảy sang náo nhiệt. Tiếng tâng bốc của cánh đàn ông cùng âm thanh nũng nịu ngọt ngào của các chị thi nhau vang lên, tất cả cùng chung vì một mục tiêu, bắt Tống Tử Ngôn hát.

Chối, rồi lại nài nỉ, rồi lại chối, lằng nhằng tới gần nửa tiếng, tôi sung sướng hả hê nhìn Tống Tử Ngôn rơi vào biển cả chiến tranh nhân dân rộng lớn mênh mông, kẻ luôn chịu thất bại như tôi nhịn không được mà cười đắc ý, rất đắc ý. Đang cười thì thấy Tống Tử Ngôn lia mắt qua đây, tôi vội vàng thu lại nụ cười, bày ra bộ mặt kiên quyết ủng hộ hắn. Khóe miệng hắn nhếch lên thành nụ cười nhạt, căn cứ vào hiểu biết của tôi, lúc hắn cười như thế thì tôi thường không sống thoải mái nổi.

Quả nhiên, ngay sau đó, hắn chậm rãi cất giọng: "Tần Khanh, cô qua đây".

Tôi đi qua vô vàn ánh mắt ngạc nhiên lẫn hoài nghi của mọi người, một giọng nữ kỳ quái vang lên ngay bên tai: "Trí nhớ của tổng giám đốc thật tốt, tên nhân viên mới vào cũng nhớ được".

Tống Tử Ngôn chỉ cười không nói, cũng không có ý định giải thích. Tôi hiểu rồi, hắn không thèm công khai mối quan hệ thầy trò vô cùng thuần khiết thiêng liêng giữa hai chúng tôi, mà lợi dụng tính hiếu kỳ của mọi người để lôi kéo sự chú ý hướng vào tôi.

May là so với một lá chắn thông thường, tôi còn biết mở miệng giải thích được: "Tổng giám đốc trước là thầy của tôi".

Chuyện Tống Tử Ngôn trước kia làm giảng viên có người biết, cho nên đám người ồ lên một tràng dài.

Tống Tử Ngôn đưa mic cho tôi: "Vậy thì đây coi như cơ hội cô báo đáp công dạy dỗ của tôi, thay tôi hát một bài đi".

Tôi cự nự: "Em hát không hay".

Hắn nói: "Không sao, hát cái gì cũng được".

Tôi tự xưng là tiểu master, mặc dù có hơi xấu hổ nhưng vẫn không hề luống cuống, nhận lấy mic ngay.

Tống Tử Ngôn chậm rãi nói: "Cô là sinh viên xuất sắc khoa tiếng Anh, thế thì hát tiếng Anh đi".

Hắn cố ý, tuyệt đối là cố ý! Rõ ràng biết đến khẩu ngữ của tôi cũng chỉ tàm tạm mà còn bắt tôi hát. Vết thương đã liền miệng không đau, không ghi nhớ kinh nghiệm đau thương trong quá khứ, thả lỏng cảnh giác trước kẻ địch là lỗi của tôi. Tôi thật thà khai: "Tiếng Anh của em không tốt lắm".

Hắn cười rất hiền lành: "Đừng nên khiêm tốn quá, môn chuyên ngành học không giỏi thì làm sao công ty tôi tuyển cô vào được".

Tổng giám đốc đã lên tiếng, có ai dám không gật.

Tôi đảo mắt một vòng, ai cũng như gà con mổ thóc, chỉ có tên nhóc tóc vàng ngồi trong góc là khoanh tay nhìn tôi. Tôi thầm kêu khổ trong lòng, sớm biết thế đã theo nó về nhà quách cho rồi, chắc nó mời mình đến nhà chỉ để tâm sự chuyện đời người, chuyện lý tưởng, chuyện Obama thôi, có sao cũng không tới mức phải rơi vào tình cảnh này.

Nhưng nếu đã bị đưa lên Lương Sơn thì tôi cũng đành phải giở chiêu chó cùng dứt giậu thôi, tôi hỏi: "Tổng giám đốc, em được tự chọn bài chứ ạ?".

Hắn nheo mắt nhìn tôi như Tôn Ngộ Không làm sao thoát nổi Ngũ Chỉ Sơn, vô cùng khoan dung độ lượng: "Tùy cô".

Hắn đúng là đã quá coi thường tôi rồi, không ngờ rằng trên thế giới này còn một bài hát tiếng Anh mà nhắm mắt tôi cũng có thể hát được.

Tôi quay đầu nói với phục vụ: "Bật cho tôi bài Happy Birthday!".

Nhạc chúc mừng sinh nhật trong nhà hàng dùng khi khách có sinh nhật, giai điệu cứ lặp đi lặp lại. Tôi đứng giữa một đám người đang há hốc miệng mồm ra hát đủ năm lần. Nhạc dừng, tôi buông mic, nhìn sắc mặt mọi người đang đờ ra, tự cảm thấy mình thật bi tráng biết bao nhiêu.

"Bốp bốp bốp!". Tiếng vỗ tay của Tống Tử Ngôn vang lên đầu tiên.

"Bốp bốp bốp!". Tiếp theo là tiếng vỗ tay của tên nhóc tóc vàng.

Boss lớn đã hạ lời khen, mọi người đều vỗ tay theo, bầu không khí lại náo nhiệt như lúc đầu.

Một ông hói đầu bụng phệ giơ ngón tay cái lên với Tống Tử Ngôn, nói dối không chớp mắt: "Không hổ là sinh viên của tổng giám đốc, tới hát cũng xuất sắc như thế!".

Tôi xém chút nữa là té xuống đất, đây là sỉ nhục kiêm nịnh nọt nhân viên, nhưng có thể van ông khen cái gì nó thực tế hơn được không, bài này trẻ con năm tuổi nó cũng có thể hát được đó. Mà xét lại, cho dù hôm nay tôi có hát bài khác, thế thì liên quan gì tới chuyện thầy giáo hả.

Không ngờ Tống Tử Ngôn còn nghiêm túc gật đầu: "Người của tôi mà, đương nhiên là không tồi".

49

Một câu làm cả nhà hàng kinh ngạc, nam nghe xong toàn thân chấn động, nữ nghe xong mặt liền biến sắc. Sau đó đồng loạt lia mắt qua nhìn, tôi nhất thời trở thành tiêu điểm chú ý của mọi người. Nhìn ánh sáng tinh quái lóe lên rồi biến mất trong mắt Tống Tử Ngôn, tôi chỉ biết, rốt cuộc hôm nay mình cũng phải mang cái thân này làm lá chắn rồi…

Không nằm ngoài dự tính, kế đó tôi bị điệu tới ngồi cạnh Tống Tử Ngôn, được hưởng một con tôm to bự chảng do chính tay hắn gắp cho và ánh mắt tự cho là trong sáng của bàn dân thiên hạ.

Năng lực tổng hợp càng trong tình huống này càng thử thách được cá nhân vượt khó đi lên. Vốn dĩ tới công ty Tống Tử Ngôn làm việc là muốn được hưởng bóng quan lớn, nhưng coi tình hình hôm nay, hắn không hại tôi là đã cảm tạ trời đất lắm rồi chứ đừng nói chuyện được nhờ bóng nhờ gió gì nữa. Nhưng nhìn xem giờ tôi ngồi ở đâu? Trung tâm quyền lực của công ty! Vơ đại một người ngồi ở đây cũng có thể trở thành bóng cây đại thụ cho tôi nương nhờ rồi. Trời cho cơ hội tốt, phải biết chớp ngay mới được.

Tôi cười tủm tỉm nhìn bà chị giám đốc bộ phận đang ngồi đoan trang nghiêm túc ở bàn bên, giở cái giọng nịnh nọt khoa trương ra: "Thực ra em cứ muốn hỏi chị mãi, chị dùng cái gì để dưỡng da thế, sao da đẹp như vậy?".

Chị ta khiêm tốn đáp: "Ngày nào đi làm cũng rất bận, sao có thời gian chăm sóc được?".

Nhưng nhìn khóe miệng bất giác nhếch lên của bà chị kia, tôi biết cái chiêu nịnh hót này của mình vô cùng hữu dụng. Phụ nữ mà, ai mà chẳng thích nghe người khác khen mình đẹp, tuy biết tỏng đối phương khen thế được mấy phần thật. Ví dụ như tôi, nếu giờ có người bảo tôi còn đẹp hơn cả Trương Bá Chi, ngoài miệng thì sẽ nói "anh đừng có giỡn", nhưng miệng thì đảm bảo sẽ ngoác tới tận mang tai.

Tôi còn lôi cả di động ra làm bộ ghi lại để tăng thêm hiệu quả chân thật: "Thì chị cứ nói mấy sản phẩm hay dùng là được rồi, em dùng mà da tốt được phân nửa như chị là đủ lắm rồi".

Chị ta bèn lên nói ra tên mấy sản phẩm, rồi rụt rè hỏi lại: "Da của tôi nhìn đẹp sao? Đây là lần đầu tiên tôi nghe người ta nói thế đó".

Tôi liếc nhìn làn da sạm và mấy nếp nhăn mờ chỗ khóe mắt của chị ta, tự dối lòng mà khen lấy khen để: "Đúng vậy, nhìn rất trẻ trung đó chị, nhìn sao cũng không giống người đã hơn ba mươi tuổi".

"Phụt!". Lần này là Tống Tử Ngôn phụt ra.

Còn bà chị giám đốc kia mặt từ đỏ chuyển thành xanh, rồi lại từ xanh chuyển sang trắng, đôi đũa trong tay phát ra tiếng kèn kẹt. Tôi nhòm ánh mắt của chị ta đằng đằng sát khí, cứ như muốn xé xác tôi ra ăn tươi nuốt sống vậy.

Nhìn Tống Tử Ngôn đang nín cười lộ liễu, còn những người khác thần sắc vô cùng kỳ quái, tôi bỗng nhiên cảm thấy bầu không khí yên tĩnh này rất lạ.

Yên lặng một hồi lâu, bà chị đó mới mở miệng: "Cô Tần, ngày ba mươi tháng sau mới là sinh nhật của tôi".

"Vậy chúc mừng sinh nhật chị trước vậy".

Chị ta nói lạnh tanh: "Là sinh nhật thứ hai mươi bảy tuổi của tôi".

Năm giây sau, tôi ngượng ngùng cúi đầu uống nước, uống, rồi lại uống liên tục, ngay cả nước mắt lên cũng không dám.

Nhấp nhỏm như ngồi trên ổ kiến lửa cỡ hơn tiếng gì đó, cuối cùng tiệc cũng tàn, tôi vội vàng chạy ra khỏi cái chỗ quái quỷ này, vừa tới cửa đã có người kêu lại.

Là một ông chú trông cử chỉ rất có phong độ, là người trước khi nhận việc ở công ty ai cũng phải gặp qua để báo danh, giám đốc Điền của bộ phận nhân sự.

May là không phải Tống Tử Ngôn, tôi thở phào nhẹ nhõm.

Giám đốc Điền đi tới, thái độ rõ ràng là cấp trên gần gũi quan tâm tới cấp dưới: "Tôi nhớ trường cô ở vùng ngoại thành, đã trễ thế này rồi, con gái con đứa như cô về một mình không hay lắm - để tôi lấy xe công ty đưa cô về".

Khắp chốn nhân gian có chân tình, tôi rưng rưng nước mắt, tâm trạng cả một buổi tối như ngồi trong tủ lạnh giờ mới cảm nhận được chút khí xuân ấm áp.

Đương lúc vui sướng ngập tràn thì nghe tiếng giám đốc Điền la lên: "Tổng giám đốc!".

Tóc gáy tôi dựng hết cả lên, cả người cứng còng, quay đầu lại.

Tống Tử Ngôn nghiêng người dựa vào cạnh xe, nhìn tôi, nụ cười như có như không.

Hóa ra tôi bị giám đốc Điền coi như tình nhân mà đưa về, tôi ngửa mặt lên trời thở dài, lệ rơi đầm đìa, xã hội này đúng là quá xấu xa rồi.

Đầm đìa hết, thở dài xong, tôi lại trưng ra bộ mặt thân thiện đáng yêu dối trá quay sang gọi ngọt ngào: "Tổng giám đốc".

Hắn ừ một tiếng, ngồi vào trong xe, từ cửa kính đã được hạ xuống một nửa nói vọng ra: "Lên xe".

Bây giờ tôi mới chú ý tới chiếc xe, cái này thực sự là quá tuyệt vời. Nếu nói chiếc xe lần trước hắn mượn được là phong cách, thì cái lần này phải nói là quá "tanh tưởi". Ngồi trong xe ngắm thật kỹ nội thất bên trong, tôi run run đưa hai tay sờ bên này một tí, đụng bên kia một tẹo, sau đó bất giác nuốt nước bọt ực một cái.

Tống Tử Ngôn khởi động, vừa quay xe, vừa hỏi: "Xe này đẹp không?".

Tôi gật đầu: "Quá đẹp". Đẹp tới mức khiến hạng bình dân chân đất mắt toét như chúng tôi chỉ hận không thể cào cho cái xe hai phát...

Hắn lại hỏi: "Rất thích?".

"Thích thì thích". Tôi nói cam chịu: "Nhưng có đem bán em đi chắc cũng không mua nổi".

"Cái này thì không chắc". Hắn thản nhiên liếc nhìn tôi: "Còn phải xem là bán cho ai nữa".

Tôi sững người ra mãi mới hiểu được, đây cũng là một loại khẳng định giá trị con người của tôi! - Tần Khanh tôi cũng có thể bán đi được! Lần đầu tiên trong suốt hai mươi hai năm, có người chịu nghiêm túc thừa nhận giá trị bản thân tôi, ấn tượng với Tống Tử Ngôn nhất thời tốt lên rất nhiều. Mà con người tôi nếu đã có ấn tượng tốt với người khác rồi thì bầu không khí cũng đỡ gượng gạo hẳn đi.

Tôi hỏi: "Tổng giám đốc, xe này không phải lại là đồ mượn đó chứ?". Vấn đề này tương đối an toàn, có lẽ không ai rửng mỡ tới mức đem cái xe này cho người khác mượn, nếu thật có người như thế - tôi sẽ ghi lại tên, chọn hôm nào đấy bịt mặt tới cướp.

Hắn gật đầu: "Ừ, mới mượn hôm qua, tôi không mua mấy loại xe giống thế này".

Trên cửa kính ô tô hiện lên gương mặt uất nghẹn của tôi, tổng giám đốc của tôi ơi, rốt cuộc ngài làm ăn thế nào mà có mỗi cái xe cũng không mua được, suốt ngày chạy đi mượn cơ chứ.

Đối xử với đàn ông không thể để lộ ra sự đồng tình của mình, tôi ngầm an ủi hắn: "Thực ra ngồi cái xe này lâu cũng không có gì hay, cảm giác cũng na ná như ngồi taxi loại nhỏ ấy".

Hắn hồ nghi liếc qua nhìn tôi: "Thật à?".

Tôi tích cực củng cố thêm lòng tin cho hắn: "Đương nhiên là thật rồi, thực ra chiếc xe này cũng như đàn ông, kệ bề ngoài có ra sao, cứ cởi quần áo ra tắt đèn đi một cái thì ai chả như ai?".

Tống Tử Ngôn nghe lời khuyên chân thành của tôi, mặt đen mất phân nửa.

Giao tiếp giữa hai chúng tôi lần thứ hai gặp phải trở ngại.

Tôi nghĩ kỹ lại một lần nữa, tuy lời mình nói là sự thực, nhưng hình như hơi xúc phạm tới sĩ diện đàn ông của hắn thì phải. Xem ra Tống Kim Quy này không chỉ là kẻ chỉ biết tới tư lợi, là cầm thú trong ngoài bất nhất, mà còn là đồ lừa đảo. Nể mặt hắn là sếp của sếp của sếp, tôi cố chêm thêm câu nữa: "Thực ra em nói không chính xác, đàn ông bề ngoài đẹp cũng rất hữu dụng".

Phân nửa mặt còn lại của hắn đen nốt.

Cắt dây đàn, ôi cắt dây đàn, làm sao mà không thể hiểu nhau chứ[5]. Hầu hạ khó thế này, thật tình là tôi không thể nào đỡ được nữa, đành phải ngồi im re ngoan ngoãn, chuyên tâm nhìn đường xá dần trở nên vắng vẻ. Trường tôi nằm ở khu ngoại ô, trước đây mỗi lần từ thành phố về là phải đi qua một vùng đất hoang, lần nào đi qua cũng cảm thấy giống như đang quay về nhà tù, nhưng tự nhiên giờ nhìn nó lại thấy thân thiết lạ lùng, tôi thà chịu cảnh đi bộ giữa vùng đồng không mông quạnh này còn hơn ngồi trong chiếc xe đắt tiền cùng với gương mặt như Trương Phi kia, nhìn cũng thuận mắt đó, chỉ tiếc là không thưởng thức nổi.

Tiếc rằng chuyện không như người ta vẫn mong, tôi cau mày, cau mày, rồi lại cau mày, nhẫn nại, nhẫn nại, nhẫn nại thêm chút nữa, rốt cục không nhịn nữa đành phải lên tiếng: "Tổng giám đốc, có thể dừng lại ở nhà nào đó được không?".

Giọng hắn trầm xuống như mưa đá: "Làm gì?".

Tôi đau khổ: "Em muốn đi vệ sinh".

Lúc nãy ngồi trong nhà hàng lỡ lời hơi nhiều nên tôi chỉ có thể cúi đầu uống nước, kết quả là uống vào bụng cả đống nước.

Hắn im lặng, nhưng tốc độ xe tăng lên.

Sự thật chứng minh rằng trường tôi nằm ở nơi rất hẻo lánh, xe chạy như bay một hồi mà không tìm lấy nổi một căn nhà. Tôi đồ rằng cứ chạy kiểu này thêm một hồi nữa chắc nước tràn ra mất thôi, thế nên càng không ngừng hối: "Có thể chạy nhanh thêm một chút nữa không?".

_____

(5) Câu này nhắc đến tích Bá Nha Tử Kỳ tri âm tri kỷ. Sau khi Tử Kỳ mất đi, Bá Nha cắt đứt dây đàn vì không còn ai hiểu mình. Ở đây Tần Khanh than thở nói chuyện với Tống Tử Ngôn không sao hiểu được nhau (BTV).

Xe phanh két lại, tôi ngơ ngác nhìn xung quanh, chỗ này là vùng đất trống mà, quay lại nhìn hắn nghi ngờ.

Tống Tử Ngôn mấp máy môi: "Xuống xe".

Mẹ ôi, không lẽ hắn sợ tôi tè ngay trên cái xe mượn này, muốn ném tôi lại chỗ hoang vu hẻo lánh sao?

Trước vẻ tức giận của tôi, hắn tắt máy, mở cửa xe rồi nói với tôi: "Hết cách rồi, chỗ này có gầm cầu, tôi đứng ở trên canh giúp cô, cô...". Hắn ngập ngừng không nói tiếp nữa.

Vốn dĩ khó có thể thấy được bộ dạng này của hắn, tôi nên ngầm nhảy múa hát ca mới đúng, nhưng người mất mặt nhất hết lần này tới lần khác lại là tôi. Cơ mà giờ tôi chả thèm để ý coi có mất mặt thêm nữa hay không, lập tức lao ra khỏi xe.

Giờ đang là mùa khô, lòng sông đã cạn hết nước, khô nứt, muốn có tí nước làm ướt chân cầu cũng không có. Sắc trời rất tối, dưới gầm cầu còn tối hơn, căn bản là không ai nhìn thấy gì được. Tôi lặng lẽ thở dài một hơi, nhưng thuận thế mở van xả nước. Hoàng hôn yên tĩnh ngày cuối xuân, dường như có tiếng côn trùng vang lên quanh đây, trên cánh đồng hoang vu trống trải tối tăm vùng ngoại ô, có những sinh mệnh mới chờ được nẩy mầm đội đất chui lên, xa xa vọng lại tiếng tàu hỏa đi trên đường ray, còn có tiếng nước chảy của một con sông nhỏ gần đây.

Không cần phải nói cũng biết, tôi đang ở đầu nguồn.

Âm thanh dưới gầm cầu vang vọng nghe rất rõ ràng, có lẽ đứng phía trên kia còn nghe rõ hơn.

Mặt tôi nóng bừng lên, hôm nay đúng là mất mặt quá đi! *(Giờ cô biết cái gì gọi là mất mặt à, thế lúc nãy hát chúc mừng sinh nhật thì sao?)*

Ra khỏi gầm cầu, tôi cúi đầu nhìn đường, rồi len lén liếc mắt nhìn Tống Tử Ngôn, cảm giác mặt hắn cũng hơi hơi ửng đỏ. Hóa ra ai cũng ngượng cả thôi, thế này coi như huề cũng được.

Ôm ý nghĩ hai người cùng chung hoạn nạn, tôi lên xe trở về cũng cảm thấy ấn tượng về hắn tốt hơn trước rất nhiều. Từ hình tượng một tên bề ngoài nhã nhặn bên trong hiểm ác đáng sợ mặt người dạ thú, trở thành một người khẩu xà tâm phật nội tâm ưa thẹn thùng. Bởi vậy tôi quyết tâm mở miệng vàng, phá vỡ bầu không khí đang đóng băng: "Tổng giám đốc, sau này em được phụ trách làm việc gì ở công ty vậy?".

Hắn đáp: "Cái này còn chưa quyết định, phải coi sắp xếp của công ty đã".

Tôi nịnh nọt: "Vậy công ty sắp xếp cho em, công ty không phải là của sếp sao, dựa vào những hiểu biết của sếp về em, chắc chắn sẽ tận dụng hết khả năng".

Hắn trầm ngâm một hồi rồi nói: "Phải tận dụng hết khả năng của cô, thực sự tôi thấy cũng hơi khó nghĩ".

Đây là châm chọc hay là khen tặng đấy, tôi mặc định là vế sau vậy.

Hắn liếc mắt qua nhìn tôi: "Mà cô thử nói coi cô am hiểu cái gì?".

---

(6) Những đoạn trong ngoặc đơn chính là lời cảm thán của tác giả King Kong Barbie (BTV).

Tôi nghĩ một hồi lâu rồi đáp: "Em chạm tới nhiều lĩnh vực lắm, nhất thời không nghĩ ra sở trường nhất là món nào. Nhưng mà em cũng như bạch kim, đặt đâu là sáng đó, thôi thì cứ theo sắp xếp của công ty vậy".

Hắn ném cho tôi cái nhìn khinh bỉ: "Đến lúc đó ngàn vạn lần đừng có nói cô là sinh viên của tôi".

Nói tới sinh viên, tự nhiên tôi nhớ ra Tiêu Tuyết, vội vàng nói: "Thầy, trong ký túc xá nữ bọn em có một bạn đặc biệt sùng bái thầy, cũng muốn tới công ty thầy cống hiến".

Hắn hừ mũi: "Là cái cô sinh viên lần trước gọi điện hả?".

Hắn đã biết thì càng dễ nói hơn rồi, tôi gật đầu: "Đúng đúng, là nó đấy, tuy điều kiện của nó có kém em một chút, nhưng so với những người khác thì khá hơn nhiều, nếu sếp bỏ qua người như thế thì đúng là tổn thất lớn đó".

"So với cô còn kém một chút?" Hắn lặp lại một lần nữa rồi kiên quyết đáp: "Không được!".

Để thuận hơn, tôi không tiếc công hạ thấp mình: "Kém em là nó tự nói thôi, thực ra em thấy hai đứa cũng ngang ngang nhau mà".

Hắn lại càng kiên quyết hơn: "Vậy lại càng không được!".

Người này sao mà trước sau cứ đánh nhau chan chát vậy, nói kém tôi bảo không được, nói ngang ngang tôi cũng vẫn từ chối. Tôi bực mình: "Tại sao chứ?".

Hắn nhìn tôi, chậm rãi nói: "Vì sắp xếp cho mình cô thôi cũng đã đủ khiến tôi đau đầu lắm rồi".

"Thế thêm người nữa thì thầy đừng để ý, không phải đều là học trò của thầy sao?".

Hắn liếc nhìn tôi bằng ánh mắt quái gở, chầm chậm nói: "Công ty tôi không phải chỗ thu nhận mấy thứ vứt đi".

Tuy hắn chửi tôi như vậy, nhưng tôi tốt bụng không tính toán với hắn làm gì. Căn bản là không khí đang rất dễ chịu, đường rộng vắng vẻ không một bóng người, xe chạy êm ru mà thoải mái, người đàn ông nho nhã anh tuấn ngồi bên, trong xe còn phảng phất hương chanh ngòn ngọt thơm mát. Bỗng nhiên tôi có cảm giác, muốn ngồi như thế này đi xa, thật xa...

Suy nghĩ một hồi, trong lòng tôi dần cảm thấy ấm áp an tâm lên rất nhiều, sự căng thẳng lúc ngồi ở buổi tiệc trôi đi mất, cảnh vật nhìn qua cửa kính ô tô trở nên nhạt nhòa, cuối cùng tất cả đều rơi vào bóng tối...

Bỗng nhiên Tô Á Văn xuất hiện, anh dang rộng hai tay đi về phía tôi, tôi vui vẻ định ôm lại anh, nhưng anh đi lướt qua tôi, kéo người khác vào lòng ôm chặt. Tôi tức giận chạy đến, hét toáng lên với cả hai người họ: "Xã hội này không phải là của loài người các ngươi, là của họ cua đồng[7] tà ác như chúng tôi!!!".

---

(7) Trung Quốc chủ trương xây dựng "xã hội hài hòa". Xã hội hài hòa được định nghĩa là một xã hội dân chủ dưới chế độ pháp trị, dựa trên công bằng và pháp lý. Nhưng có rất nhiều người cho rằng chính sách này thủ tiêu tin tức về một số mặt trái của xã hội, không đảm bảo tự do ngôn luận nên châm biếm nó bằng một từ đồng âm là "cua đồng". Từ này xuất hiện chủ yếu ở Trung Hoa đại lục (BTV).

Sặc, thế nào mà tôi lại nói mấy lời này, vừa cúi đầu nhìn thì thấy mình đã biến thành con cua từ lúc nào, quơ quào lung tung hai cái càng lớn. Mắt Tô Á Văn nổi lên vằn đỏ, lạnh lùng: "Mày dám đánh cô ấy, mày dám đánh cô ấy!". Một chiếc đũa giơ lên gắp tôi bỏ vào một cái miệng rộng, thật rộng.

Hai gò má tê tê, tôi giật mình mở mắt ra, trước mặt không phải đôi mắt như bốc hỏa của Tô Á Văn, mà là gương mặt trầm tĩnh như nước của Tống Tử Ngôn, thấy tôi tỉnh lại, hắn nói: "Tới rồi".

Đầu óc hãy còn chút mơ hồ, tôi chỉ ừm một tiếng, chưa mở dây an toàn đã muốn xuống xe.

"Ngồi im". Hắn nhoài người qua giúp tôi tháo dây.

Tôi cúi đầu nhìn đôi lông mi đang rủ xuống gần trong gang tấc, tới cái mũi thẳng, đầu óc càng cảm thấy mơ hồ. Mãi tới lúc hắn ngẩng đầu lên, tôi mới giật mình vội vàng thu ánh mắt lại, cười giả tảng: "Tổng giám đốc, em đi đây, mai gặp ở công ty".

Hắn "ừ" một tiếng, vừa mở cửa xe ra đã nghe tiếng hắn gọi lại: "Tần Khanh".

"Dạ?".

"Đừng quên việc nói lần trước".

"Nói cái gì ạ?".

Hắn gõ tay lên vô-lăng:"Cái xe này không có đĩa nhạc, mai mang cho tôi mấy cái đĩa".

Giờ tôi mới nhớ ra, không sợ sếp mượn đồ, mà phải sợ sếp chẳng thích mượn gì, tôi vội vàng gật đầu: "Được được được".

Hắn gật đầu: "Vậy về đi".

Về ký túc xá thì chỉ còn gần nửa tiếng nữa là tới giờ tắt đèn, tôi lục tung đồ đạc tìm đĩa CD. Tiêu Tuyết nằm giường trên ló mặt ra khỏi rèm, hỏi thăm: "Cái gì đấy mày, dọn nhà hả?".

Tôi không thèm quay đầu lại: "Tìm CD đút lót".

Nó nhìn tôi nghi ngờ: "Mày đúng là đồ nghèo kiết xác, nhưng so với việc mày dùng mỹ nhân kế thì khả năng thành công còn lớn hơn".

Tôi cầm "Không gian bảy độ[8]", vung tay lên: "Tục nhân, mày thì biết cái gì, như chúng tao đây là đang giao lưu tinh thần đấy".

Nó lắc đầu: "Được, tao còn tưởng mày sẽ mang theo mấy cái đĩa ghẻ với Tô Á Văn xuống mồ luôn chứ, không ngờ chúng nó còn có ngày lại được thấy ánh mặt trời".

Con ranh này giỏi nhất là nhắc tới những việc người ta muốn tránh, nhưng những cái nó nhắc tới lúc nào cũng làm người ta đau tim.

Cầm mấy cái đĩa CD Châu Kiệt Luân, nhạc phim Naruto, tôi nhớ lại ngày trước đã từng tự nhủ sẽ đem tất cả đi đốt sạch sau khi tốt nghiệp.

Ngày đó hình như có tuyết rơi nhưng tiết trời cũng không quá lạnh, sau lần tôi thi trượt đợt kiểm tra tiếng Anh cấp bốn, anh vờ lấy cớ là tới an ủi tôi để đến ngắm con gái trong trường.

---

(8) Không gian bảy độ: Tên một nhãn hiệu băng vệ sinh nổi tiếng của Trung Quốc (BTV).

Lúc đó hai đứa đứng dưới khu ký túc xá nữ, nhìn sinh viên nữ đi tới đi lui, trong lòng tôi ghen muốn chết, nhưng ngoài miệng vẫn giả vờ như không để tâm: "Giờ đã biết rồi chứ, mỹ nhân trường em nhiều tuyệt đối không phải là tin vịt, sao, anh có thích cô nào không?".

Anh nói: "Đương nhiên là có rồi, không có thì anh cứ chạy tới chạy lui qua trường em làm gì?".

Tôi cảm thấy mũi mình lạnh tới mức khó chịu, giọng nói cũng ong ong: "Vậy sao anh còn chưa theo đuổi người ta đi?".

Anh nói: "Giờ anh đang theo đuổi đây này. Trời ạ, giúp anh cái coi, nói xem con gái bọn em thích dạng con trai nào?".

Tôi hậm hực đáp: "Mỗi người một sở thích, em làm sao biết người khác thích thế nào".

Anh chuyển mắt nhìn qua cổng ký túc xá nữ, lơ đãng hỏi tôi: "Thì em nói xem em thích dạng con trai nào".

Tôi nói: "Như Kakashi[9]".

"Cái này độ khó hơn ác đó". Anh quay sang nhìn tôi bằng ánh mắt sáng rực: "Còn ai nữa?".

Ánh mắt của anh như muốn hút người đối diện vào, đầu óc tôi váng vất, hạ giọng thì thào đáp: "Như Inu Yasha[10]".

Mặt anh như méo đi, giọng cũng to lên: "Thế còn đời thực?".

Tôi đáp mông lung: "Châu Kiệt Luân".

---

(9) Kakashi: Tên nhân vật trong "Naruto" (BTV).

(10) Inu Yasha: Tên nhân vật chính trong truyện tranh "Inu Yasha" của Nhật, còn gọi là Khuyển Dạ Xoa (BTV).

Anh trừng mắt nhìn tôi, tôi cũng đần người ra nhìn lại, nhìn một lúc lâu, bỗng nhiên anh bật cười, cười tới nỗi phải gập người xuống. Một lát sau, anh mới ngừng cười, đưa tay vuốt tóc tôi, tuyết trên tóc rơi xuống khiến tôi nhìn không rõ. Mãi tới khi nhìn rõ được thì tôi đã ở trong lòng anh.

"Đúng là khờ". Anh thở dài, cười nhẹ, lồng ngực hơi rung lên, "Nhưng làm sao mà anh lại thích một người khờ như em chứ?".

Tim tôi đập trật một nhịp.

Có đôi khi đoạn ký ức rất ngắn mà vô cùng rõ ràng, rõ ràng tới mức làm người ta không thể nào trốn được. Hồi xem phim "Phấn đấu", Mễ Lai nói sẽ không bao giờ ăn kem nữa, Tiêu Tuyết bảo cô ta chỉ bốc phét. Thực ra đó không phải là bốc phét, chỉ là một dạng tự bảo vệ bản thân, trong luật có một loại thương tổn, gọi là thương tổn lặp lại, dùng để chỉ loại thương tổn khiến người bị hại không chỉ khi tòa án tra hỏi mà ngay cả lúc bình thường cũng liên tục lặp đi lặp lại những ký ức kinh khủng một cách tàn nhẫn.

Với tôi mà nói, đau khổ chỉ là nhất thời, còn hạnh phúc chỉ càng khiến con người ta đau khổ hơn.

Đã lâu rồi tôi chưa nghe lại Châu Kiệt Luân, chưa xem lại Naruto; đã lâu rồi không đi uống ở quán nước đối diện trường, đã lâu không đi chơi ở ngọn núi gần trường, đã lâu không đi karaoke hát mấy bài của Beyond và Trần Dịch Tấn... có rất, rất nhiều chuyện đã lâu rồi không làm, không muốn, mà cũng không dám làm.

Một lần yêu, tôi nghĩ mình có thể khai quật được khí chất mãnh liệt giống văn nhân, thương xuân, buồn thu, toàn thân thấm đẫm nỗi chua xót như hũ cải thảo muối chua của mình. Nhưng sự thực chứng minh rằng tôi tuyệt đối là người theo chủ nghĩa hiện thực.

Mà thôi, quăng cái ngày xa xưa đó đi.

Vì một tiền đồ tươi sáng, vì muốn lấy lòng sếp, tôi mò từ trong đáy hòm ra mấy thứ này làm của đút lót.

Thế giới này đã quá xấu xa rồi, thế nên tôi cũng không cần làm bạch kim thanh cao tự phát sáng làm gì.

Bỏ đồ vào trong túi, tôi còn không quên nhắn cho Tống Tử Ngôn một cái tin lấy lòng: "Tổng giám đốc, tìm được CD rồi, toàn là những thứ em thích nhất, hy vọng tổng giám đốc cũng thích". Ngẫm lại thấy mình cũng nên bày tỏ yêu cầu hàm súc một chút, thế nên hí hoáy nhấn thêm mấy chữ vô cùng hàm súc: "Nhớ ngày mai phân em vào chỗ nào tốt tốt!!!".

Bấm gửi tin nhắn, tôi chăm chắm chờ tin trả lời.

Tin nhắn trả lời của Tống Tử Ngôn gần như tới ngay sau đó, chỉ là một chữ vô cùng ngắn gọn: "Được".

Tống Tử Ngôn nói: "Được".

Quyền lực tối cao ở công ty chúng ta nói: "Được".

Rốt cuộc cái được này là được kiểu gì đây, tôi vô cùng háo hức.

Sáng hôm sau, tôi mang theo tâm trạng "gió xuân phơi phới" đến công ty, đầu tiên là tới bộ phận nhân sự nghe sắp xếp. Giám đốc Điền đọc xong danh sách còn dặn dò lại: "Mọi người đi gặp giám đốc các bộ phận báo danh đi, Tần Khanh, cô ở lại một chút".

Mấy người kia nhìn tôi bằng ánh mắt ẩn chứa hoài nghi, rồi im lặng đi ra. Tới khi trong phòng làm việc chỉ còn lại hai người, giám đốc Điền nhìn tôi bằng ánh mắt rất kỳ quái: "Tần Khanh, chuyện của cô, tôi đã nghe tổng giám đốc nói rồi".

Quả nhiên Tống Tử Ngôn làm việc không tồi, tôi gật đầu rất "happy": "Vâng".

Giám đốc Điền tiếp tục nhìn tôi với vẻ kỳ quái: "Tổng giám đốc đã đặc biệt sắp xếp cho cô vào bộ phận đó, cô phải làm việc cho tốt, không nên phụ kỳ vọng của tôi và tổng giám đốc".

Ông thì kỳ vọng cái quái gì! Lần trước dám đem tôi ra làm vật hy sinh, nhưng tôi vẫn nhe răng ra cười nịnh bợ: "Nhất định, nhất định".

Ông ta vẫn nhìn tôi lom lom: "Vậy cô đi tới chỗ giám đốc Tôn báo danh đi".

Tôi vọt tới cửa nhanh như chớp, với cái bộ mặt già khọm giả nhân giả nghĩa đó, lão ta có nhìn thế hay nhìn nữa cũng không làm tôi thấy hứng thú nổi, chỉ có một mong muốn mãnh liệt đang âm thầm nảy nở trong lòng là được xông lên đạp bẹp đối phương…

Bộ phận nhân sự ở tầng sáu, bộ phận thị trường của tôi nằm ở tầng năm, tôi đi thang máy xuống phòng giám đốc. Hắng giọng, nhìn bóng mình qua tấm kính sửa sang lại một chút rồi mỉm cười, gõ cửa.

"Vào đi". Một giọng nữ rất quen.

Tôi cúi đầu, mắt dán xuống đất, đẩy cửa đi vào rồi nhẹ nhàng đóng cửa lại.

Trong phòng đã có ba người vào công ty cùng lúc với tôi đang đứng thành hàng trước bàn làm việc chắn cả tầm nhìn, tôi vội vàng tiến tới, cười ngọt: "Giám đốc Tôn, em là Tần Khanh, hôm nay mới tới báo danh".

Chiếc ghế da đen bóng lộn chậm rãi xoay lại, một người nheo mắt nhìn tôi cười cười: "Chúng ta thật có duyên, Tần tiểu thư".

Là là là là là là chị ta! Là bà chị bên trong mới hai mươi bảy, bên ngoài đã bốn mươi bảy!!!

"Sét đánh ngang tai" là câu nói để biểu thị tâm trạng của tôi bây giờ, tóc gáy dựng hết cả lên, giọng cũng run run: "Kh... kh... khéo quá".

Chị ta gật gù: "Mong rằng sau này chúng ta sẽ làm việc với nhau vui vẻ".

Tôi cố kìm chế để không run lên, vẫn giữ thái độ bình thường: "Đương nhiên, đương nhiên là vui rồi".

Chị ta chậm rãi đứng lên, chậm rãi đi qua mặt mấy nhân viên mới chúng tôi, tiếng giày cao gót nện cộp cộp xuống sàn: "Các bạn đã tới bộ phận này thì cũng nên tuân theo quy định của tôi. Các bạn là nhân viên mới, còn đang trong giai đoạn học tập, cho nên tôi cũng không yêu cầu các bạn có thành tích xuất sắc gì, nhưng những việc được giao, các bạn phải hoàn thành tốt. Nếu không...". Lúc đi ngang qua tôi, chị ta dừng lại, "Đừng có kiếm cớ đổ lỗi, hoặc kiếm ai đó tới gây áp lực với tôi, ai tôi cũng đối xử công bằng hết".

Hách dịch ơi là hách dịch, đúng là giọng hách dịch điển hình.

Chị ta đối xử với mọi người công bằng thật, không chỉ riêng mình tôi, bất cứ ai không làm xong việc đều bị chị ta cho một cái trừng mắt lạnh thấu xương. Nhưng chuyện này có phải hơi quá đáng so với những gì chị ta vừa nói không, nhìn cái đống giấy tờ tôi ôm ra từ phòng làm việc của chị ta, rồi đi so với đống của ba người kia đi, tức điên cả người, cái này căn bản là mượn chuyện công trả thù riêng!

Số giấy tờ của tôi còn hơn cả ba người kia gộp lại!

Những ngày sau này chắc chắn mình không được sống yên ổn rồi, tôi ngậm ngùi tiếc thương. Đang lúc mặc niệm ủ ê, một giọng nói lạnh lùng từ sau đám giấy tờ cao hơn đầu người kia vang lên: "Tránh ra một chút đi, đừng có cản đường".

Chốn công sở đoàn kết thân ái là then chốt, tôi mang hết bản lĩnh Ngu Công dời núi ra dùng, tiếc là động tác hơi vụng, nên chỉ có thể tròn mắt nhìn đống giấy tờ trắng trắng đổ về phía trước, bộp bộp mấy tiếng, một người đã bị mớ giấy tờ đổ ụp lên, ngã xuống đất.

"Xin lỗi, xin lỗi!". Tôi vội vàng ngồi xuống thu dọn, luôn miệng xin lỗi.

"Chân với chả tay thế đấy, cô ăn băng vệ sinh mà sống à?". Một giọng nữ giận dữ giữa những trang giấy vang lên.

Cái giọng này nghe cũng hơi quen quen, trong lòng bỗng trỗi dậy một dự cảm không hay, tôi cứng người, cúi thấp đầu xuống, gương mặt suốt đời cũng khó quên hiện ra trước mắt tôi, chính là băng vệ sinh tỷ tỷ hôm qua!

Chị ta đã đứng dậy, hung hăng lườm tôi, tôi vừa luôn miệng xin lỗi, vừa nhanh tay nhặt đống giấy tờ rơi lung tung trên đất.

"Bỏ đi, bỏ đi". Có lẽ cũng thông cảm với tôi nên chị ta chỉ khoát tay: "Sau này để ý một chút là được".

Tôi hơi giật mình, gật đầu.

Chị ta liếc nhìn tôi, rồi quay sang nhìn xấp giấy tờ đã được tôi nhặt lại, để lên trên bàn, như sợ tôi lại tái phạm lần nữa, bèn chia đôi cái bàn ra: "Sau này chúng ta coi đây là giới hạn, được không?".

Chị ta phân chia cũng công bằng, thế nên tôi gật đầu đồng ý.

"Được rồi". Chị ta vừa nói vừa mở ngăn kéo, thản nhiên lấy ra một miếng băng vệ sinh, để lên trên, dặn dò: "Lấy cái này để đánh dấu nhé".

Tôi tròn mắt, há hốc miệng nhìn miếng băng vệ sinh trắng trắng nằm trên mặt bàn gỗ, yên lặng gật đầu, gật đầu, lại gật đầu.

Hôm nay, ngày đi làm đầu tiên, sổ tay bí quyết sinh tồn trên vạn chữ của tôi giờ rút lại chỉ còn có một chữ.

Nhẫn.

Đối với sếp có tư thù riêng với mình, phải nhẫn.

Đối với đồng nghiệp lúc nào cũng làm tổn thương tâm hồn mình, phải nhẫn.

Đối với đống giấy tờ chồng chất lên cao như núi, cũng phải nhẫn.

Nhưng đống giấy tờ này mà chỉ dựa vào nhẫn thôi vẫn còn thiếu, còn phải liều nữa. Chuyện ở công ty thực ra cũng không nhiều lắm, tám giờ ba mươi đi làm, tới mười giờ rưỡi, mấy đồng nghiệp đã làm xong việc nhàn rỗi tụ tập đi uống café. Chỉ có mỗi mình tôi phải chống đôi mắt đỏ quạch, sát khí đằng đằng, cạp giấy tờ, múa ngón tay lên bàn phím đánh chữ ầm ầm.

Hơn mười hai giờ một chút, tới khi tôi đã phá thông cái quả núi nho nhỏ đó thì cả phòng làm việc chỉ còn lại mỗi mình tôi. Ngón tay co rút lại thành móng gà, dán mắt vào màn hình vi tính quá lâu, đâm ra nhìn xung quanh thấy mắt hoa hết cả lên. Cứ thế lảo đảo đi xuống căng-tin của công ty, tôi mới phát hiện một việc cần phải nhẫn nại nhất.

Đó là bị xa lánh.

Nếu như có quan hệ nghiêm chỉnh, ví như nói tôi là em gái, cháu gái gì gì đó của Tống Tử Ngôn, có lẽ người người đều kéo tới nịnh bợ tôi rồi. Nhưng thân phận của tôi lại chẳng rõ ràng gì, kiểu quan hệ nhập nhèm tồn tại trong mắt người khác có chút khó xử. Nữ thì ghen ty, nam thì sợ gây sự. Bởi vậy mà tôi vừa vào căng-tin, bầu không khí liền đổi khác.

Tôi bưng khay cơm đi tới đâu, người ở đó vội vàng ăn hết cơm rồi tản đi, hòa vào nguyện vọng chính thức tan biến của cách mạng tập thể. Sau khi chịu đủ sự xua đuổi, tôi ngượng ngập tìm một bàn không người, ngồi xuống.

Xung quanh ồn ào tiếng nói chuyện, chỉ có tôi đơn thân lẻ bóng.

Rất thê lương.

Đang ăn, bỗng nhiên có một bóng đen phủ trước mặt mình, tôi vừa ngẩng đầu lên đã thấy có thằng nhóc đang bê khay cơm đứng ngay trước mặt. Tôi hiếm khi thấy có đứa nhóc nào nghiêm chỉnh thế này, rất đẹp trai, mấy thằng nhóc mười tám, mười chín tuổi hầu hết là giống lũ lưu manh hư hỏng, ít đứa nào đẹp trai thế, chỉ riêng mái tóc vừa gọn gàng vừa mềm mại kia đã đáng để người ta thấy thích rồi.

Cậu ta nhìn tôi cười, đẹp trai tới mức gái già như tôi cũng phải nhe răng cười đáp lại.

Cậu ta bưng khay cơm ngồi xuống phía đối diện, nheo nheo mắt nhìn tôi, nói: "Đêm nay tới nhà tôi đi".

"Phụt!". Tôi phun miếng cơm trong miệng ra, kinh ngạc: "Là cậu à?".

"Cô nhận ra rồi à?". Cậu ta đắc ý nói, rồi kéo kéo mái tóc đen của mình: "Cô nói không thích tóc vàng nên tôi nhuộm lại thành đen, hôm nay tới nhà tôi đi".

Tôi im lặng vuốt ngực, thằng nhóc này rốt cuộc cố chấp muốn mang con gái về nhà tới mức nào đây?

Cậu ta bĩu môi: "Sao cô nói mà không chịu giữ lời thế?".

Tuy rằng cậu bĩu môi nhìn rất đáng yêu, nhưng tim chị đây là tim của King Kong đó, tôi hỏi: "Tôi nói cái gì mà bảo không giữ lời hả? Tôi nói tôi không thích tóc vàng, có nói cậu nhuộm lại tóc đen thì sẽ làm gì gì đó đó với cậu đâu?".

Cậu ta chớp chớp mắt: "Gì gì đó đó là sao?".

Nhìn cái mặt ngây thơ đó, niềm tin sắt đá với bản thân bấy lâu nay của tôi cũng phải dao động, tôi nghiêng người qua, thấp giọng hỏi: "Thế cậu kêu tôi về nhà cùng cậu là muốn làm gì hả?".

Cậu ta đáp: "Xem phim kinh dị, coi một mình sợ thấy bà".

Cái thằng ranh này, tôi trợn trắng mắt nhìn cậu ta: "Thế sao cứ thích rủ tôi đến nhà buổi tối?".

"Buổi tối coi mới có không khí à". Đáp lại tỉnh rụi.

Sặc, đây mới là đáp án chính xác sao? Tuy nói là xã hội ngày nay nhìn đâu cũng thấy kẻ háo sắc, nhưng lần này tôi đã nhìn nhầm thật rồi, tôi lắc đầu, thì thào: "Hóa ra không phải là 419[11] à".

Không ngờ nói nhỏ thế mà tên nhóc kia cũng nghe được, cậu ta cười hì hì, nhìn tôi: "À, hóa ra cô muốn 419 với tôi à?".

"Ai bảo thế!". Tôi cãi lại: "Là tại cậu nói chuyện không rõ ràng, có ai vừa gặp mặt đã mời ngay một thiếu nữ thanh xuân phơi phới tới nhà mình vào buổi tối không?".

Cậu ta nhìn tôi kỳ quái: "Cô có thể đừng dùng ngón chân mà suy nghĩ được không, tôi mà tùy tiện mời con gái làm 419 hả? Hơn nữa, nếu có mời thật, cũng sẽ không mời cô đâu".

Cái giọng kiểu như đương nhiên là thế của cậu ta làm máu nóng của tôi dồn lên, tôi tức, đập bàn đứng dậy: "Tôi thì làm sao? Cậu dựa vào cái gì mà không làm 419 với tôi?".

Ánh mắt cả căng-tin thoáng chốc dồn hết vào bàn tôi, tôi một chân đạp lên ghế, đảo mắt nhìn xung quanh một vòng, tất cả đều há hốc mồm ra nhìn tôi, có mấy người cơm đã rớt ra khỏi miệng mà vẫn không để ý.

Im lặng rón rén hạ chân xuống, tôi bưng hai tay che mặt, rồi vội vàng chạy nhanh ra khỏi căng-tin, sau lưng còn vọng tới tiếng cười của tên tiểu quỷ vô lương tâm đó.

---

(11) 419: Đọc lên đồng âm với for one night (tình một đêm) (BTV).

Ăn cơm cũng không xong, tôi ôm cái dạ dày héo quắt trở lại phòng làm việc.

Mọi người lần lượt trở về phòng làm việc, tôi lại bị người ta nhòm ngó, còn không quên lên diễn đàn Tianya xem có người tán chuyện về đứa con gái như tôi không. Tới hai giờ chiều, bụng tôi đã trống rỗng, bắt đầu kêu òn ọt biểu tình dữ dội.

"Bốp!". Đầu đau nhói lên, hóa ra là bên đối diện ném qua một hộp bánh nhỏ.

Nhìn băng vệ sinh tỷ tỷ ngồi đối diện đang chăm chú nhìn màn hình vi tính như không có chuyện gì, trong lòng tôi thầm cảm kích, dù người ta có cổ quái cỡ nào thì cũng không thể gạt đi tấm lòng tốt đẹp của họ. Cũng như tôi, tuy đã làm mếch lòng không ít người, nhưng vẫn không thể phủ nhận được vầng hào quang của bản thân.

Tôi cất hộp bánh quy vào ngăn kéo, thừa cơ không có ai để ý mới dám bẻ bánh ra ăn, "một miếng khi đói bằng cả gói khi no", ngọt lạ lùng.

Nhờ vào mấy miếng bánh cầm cự được tới giờ tan tầm, tôi liếc mắt nhìn bóng mình trong cái gương nhỏ, thấy mặt mày vàng ệch như đang hấp hối. Lê cái thân xác như mất hồn ra cửa công ty, có người vỗ vào vai tôi, Tóc Vàng đang cười hì hì nhìn tôi.

"Bỏ tay ra". Tôi thều thào nói.

Cậu ta rụt tay lại, đưa cho tôi cái túi: "Của cô bỏ quên ở căng-tin".

"Ừ". Tôi cầm lấy cái túi, lê cái thân như xác chết của mình đi tiếp.

Cậu nhóc đi theo tôi: "Cảm ơn chỉ bằng một chữ thôi à?".

"Cảm ơn". Tôi đáp gọn lọn, vẫn bước đều.

"Đi nhanh thế làm gì đó?".

"Bắt xe bus, cậu mà còn làm phí thời gian của tôi thì bắt cho tôi cái taxi đi". Sợ cậu ta nghĩ nhầm, lại bổ sung thêm: "Cậu trả tiền".

Cậu nhóc đáp: "Bắt taxi làm gì, tôi lái xe đưa cô về là được rồi".

Vừa nghe xong, tôi vội vàng thay đổi sắc mặt, thanh âm nhẹ nhàng như nước chảy: "Ầy, em trai có chuyện gì cứ việc nói với chị đây".

Cậu nhíu mày: "Tôi không phải em trai gì cả, tôi là Triển Dương".

Tôi thèm vào biết cậu là ai, chỉ cần biết cái xe, nhưng vẫn phải gật đầu ra vẻ hiểu rồi: "Triển Dương phải không, có chuyện gì tìm chị đây hả?".

Cậu ta lại nhíu mày, đối với bà chị là tôi đây rõ ràng là không tôn trọng, nhưng cũng không sửa lại lời tôi, chỉ rầu rĩ nói: "Cũng chẳng có chuyện gì".

"Ha ha, không sao…". Tôi cười gian, rồi lập tức kéo tay cậu ta lôi tới bãi đậu xe: "Không có chuyện gì thì mau đưa tôi về đi".

Đương nhiên là cậu không thể thích ứng nổi với tuyệt kỹ thay đổi sắc mặt như trở bàn tay của tôi, cứ để tôi kéo tuột tới bãi đậu xe, ngoan ngoãn đi lấy xe. Tôi nhìn đã thấy vui, chiếc xe này không phải là chiếc hôm qua Tống Tử Ngôn lái sao? Tôi đang tính bóc mẽ cậu, ai dè cậu đã mở cửa ra rất tự nhiên.

Bỏ đi, mặc kệ cậu ta trộm hay cướp được cái xe này, giờ tôi mệt tới mức chỉ muốn nhanh chóng quay về ký túc xá để được nằm vật ra giường.

Ngồi vào xe, đọc địa chỉ xong là tôi thấy buồn ngủ. Tóc Vàng ngồi cạnh cứ luôn miệng lải nhải, tôi nghiêm mặt nhắc: "Lúc lái xe phải chú ý, không được nói chuyện linh tinh!".

Hình ảnh cái mặt nhỏ nhắn ấm ức, cái miệng cũng nhỏ nhắn đang trề ra mông lung, tôi nhắm hai mắt lại.

"Trời trong xanh chờ cơn mưa bụi…". Tiếng nhạc chuông lại vang lên thánh thót, tôi uể oải đặt bên tai: "Ai đó?".

"Tần Khanh, cô được lắm". Giọng nói lạnh như băng của Tống Tử Ngôn vang lên khiến tôi tỉnh táo ngồi thẳng người lên ngay lập tức (thành phản xạ có điều kiện mất rồi) tuy rằng hắn không nhìn thấy gì, nhưng mặt tôi vẫn tự động chuyển thành dáng vẻ nịnh nọt: "Chào tổng giám đốc, xin hỏi tổng giám đốc có dặn dò gì ạ?". Nhóc Tóc Vàng ngồi cạnh vừa lái xe vừa liếc qua nhìn tôi.

"Đĩa nhạc của tôi đâu?". Hắn nói.

"Em mang tới rồi, nhưng hôm nay không gặp được sếp, giờ đang trên đường về, để ngày mai em mang cho sếp được không?".

Thanh âm lạnh lùng của hắn lại vang lên rành rọt: "Quy định thứ nhất ở công ty, chuyện hôm nay không để ngày mai".

Tôi nghi ngờ: "Công ty mình chôm mấy câu thành ngữ từ khi nào vậy ạ?". Hôm qua tôi mới coi lại sách vở mà.

"Hôm nay tôi mới thêm vào, có ý kiến sao?".

"Không, không, đương nhiên là không rồi". Tôi đáp lấy lòng: "Nhưng hôm nay em đã về rồi, để ngày mai em mang cho sếp, dù sao sếp cũng chỉ nghe muộn có một hôm thôi mà".

"Giờ tôi đang muốn nghe". Hắn chẳng thèm để ý gì, nói ngang luôn: "Giờ cô đang ở đâu thế?".

"Đang trên xe đi về, đã tới trước bệnh viện Đệ Tam rồi".

Hắn ra lệnh dứt khoát: "Xuống xe, đứng nguyên tại chỗ chờ tôi". Nói rồi ngắt cuộc gọi ngay lập tức.

Di động chỉ còn những tiếng tút tút kéo dài, tôi im lặng, tự cảm nhận được nguy cơ vô cùng khủng khiếp của công ty mình, dính phải một vị tổng giám đốc bốc đồng thế này, nhất định sẽ bị cơn bão khủng hoảng đánh cho tơi tả mất.

Nhưng vẫn còn sợ uy quyền của hắn, tôi quay lại nói với Tóc Vàng: "Cậu dừng ở đằng trước một lát, tôi phải xuống xe".

Khóe miệng cậu ta khẽ nhếch lên, mặt sưng lên giận dỗi.

Hầu hạ boss rồi, lẽ nào mình còn phải đi hầu hạ cái tên nhóc này? Tôi nâng giọng mình lên thêm một quãng: "Tôi phải xuống xe!".

Xe dừng lại ở ven đường, tôi xuống xe. Cậu ta nhìn tôi qua cửa sổ xe, mắt ngần ngận nước như bị oan ức lắm. Tự dưng tôi lại thấy mềm lòng, là tôi đã cố tình cự tuyệt lòng tốt muốn chăm sóc tôi của người ta, bèn cúi người, nói qua cửa kính an ủi: "Không sao, hôm nay không thể đưa tôi về cũng không sao, sau này cơ hội còn nhiều mà, đưa tôi số di động của cậu đi, về nhà tôi gọi lại cho".

Cậu ta nhìn tôi chằm chằm, rồi nhấn ga, lao vù đi ngay.

Tôi lảo đảo suýt nữa té xuống đất, đúng là đồ nhóc con xấu xa, không đáng yêu chút nào.

Đứng thẳng người lên, tôi sửa sang bộ dạng, hôm nay gặp rõ nhiều chuyện đáng sợ, giám đốc Tôn, băng vệ sinh tỷ tỷ, còn có cái thằng nhóc xấu xa ấy nữa. Nhưng tôi biết người mình sắp phải đối mặt tới đây mới là ác liệt, nhất định phải vô cùng thận trọng phấn đấu vượt qua gian khổ, không thì rất có thể chỗ tôi tới tiếp sau đấy chính là bệnh viện tâm thần Gia Tinh đằng sau mình đây.

Nói tới bệnh viện, bỗng nhiên tôi nhớ ra một chuyện, vội vàng chạy tới hiệu thuốc đối diện với bệnh viện mua hai lọ thuốc trợ tim, sau này trước khi đi làm uống một viên, đỡ sinh chuyện.

Ra khỏi hiệu thuốc đã thấy Tống Tử Ngôn đang đứng lơ ngơ trước cổng bệnh viện nhìn xung quanh.

Tôi vội vàng chạy ngược vào trong hiệu thuốc, xin nhân viên bán hàng cốc nước, uống một viên rồi lại trưng bộ mặt nịnh nọt điển hình chạy ra.

"Ở công ty thế nào?". Đây là câu hỏi đầu tiên của Tống Tử Ngôn khi thấy tôi.

Răng tôi ngứa lên vì hận, nhưng vẫn phải giả bộ ngây thơ hỏi: "Ha ha, tổng giám đốc, về chuyện phân việc của em… có phải đã nhắn nhủ gì đó làm giám đốc Điền hiểu lầm không ạ?".

Không dám hỏi trực tiếp tổng giám đốc, tôi đành phải lôi giám đốc Điền ra làm bia đỡ đạn.

Hắn đảo mắt nhìn qua: "Thế nào? Không hài lòng à?".

"Sao lại không ạ?". Tôi vẫn cứng họng nói: "Hài lòng, quá hài lòng, hài lòng tới mức không thể hài lòng hơn được nữa!".

Hắn mỉm cười: "Hài lòng cái gì? Nói tôi nghe chút xem".

Tôi tỏ vẻ tán đồng một cách trịnh trọng: "Đầu tiên, nội dung làm việc rất phong phú; *(Giám đốc Tôn dặn dò lắm thứ như thế, ngay cả đi toilet cũng phải hoãn lại, có thể không phong phú sao?)* thứ hai, đồng nghiệp rất thú vị *(thực sự là quá thú vị ấy chứ)*".

Hắn gật đầu tán thành: "Khó có nhân viên làm trong một ngày đã cảm nhận được sức mạnh của công ty chúng ta, nhưng cũng phải lưu ý thêm một chút mới được".

"Sao lại thế? Công ty quy tụ toàn nhân viên thập toàn thập mỹ như thế còn phải lưu ý thêm chỗ nào chứ?". Tôi tròn mắt nhìn nghi ngờ.

"Tác phong, là vấn đề tác phong". Hắn lườm tôi: "Nhất là vấn đề tác phong chốn công cộng của một số người khi đi ăn ở nhà hàng".

Bà nó! Lòng vòng quanh co mãi cũng quàng sang người tôi. Hắn biết tỏng, chỉ là muốn xem phản ứng của tôi thôi, có lẽ sắp xếp để tôi làm ở bộ phận của giám đốc Tôn cũng đã là tận tâm tận lực lắm rồi! Lúc đó thế quái nào mà tôi có thể mù mắt chó đi tin được chứ, báo ứng ơi là báo ứng!

May lúc nãy đã uống thuốc trợ tim, thế nên giờ vẫn có thể tiếp tục tỉnh bơ mặt dày gật đầu tiếp: "Dạ, chuyện này đúng là bức thiết".

Hắn cười nhạt, không nói tiếp nữa.

Tôi chỉ coi đây là bóng đêm trước bình minh, không dám lơi lỏng, tiếp tục sẵn sàng nghênh đón quân địch.

Lúc nói chuyện, xe đã chạy rất xa, tôi thường đi lại bằng xe bus nên không thuộc đường lắm, nhưng vẫn có thể khẳng định là đã đi lạc sang chỗ khác rồi. Lý do rất đơn giản, đường từ công ty về trường tôi càng đi càng vắng, người càng ngày càng ít, cây càng ngày càng nhiều, nhưng giờ xe càng chạy càng thấy sầm uất.

Tôi nhìn xung quanh: "Tổng giám đốc, có phải chúng ta lạc đường rồi không?".

Hắn đáp: "Không phải cô mang đĩa nhạc cho tôi sao?".

Giờ tôi mới nhớ ra, vội vàng lấy đĩa từ trong túi, dâng lên ngang mày.

Hắn lại nói tiếp: "Có qua có lại mới toại lòng nhau, cô đã mất công tìm đĩa, vậy tôi cũng nên mời cô một bữa cơm cho phải phép".

"Không cần, không cần". Tôi xua tay liên hồi, đi ăn với anh thì sơn hào hải vị có bày trước mắt cũng ăn chẳng thấy vị. Ăn không vào là thứ yếu, cái chính là ảnh hưởng tới sức khỏe bản thân, tiêu hóa không nổi đã đành, nghẹn mà chết cũng rất có khả năng.

Huống hồ hắn là kẻ không có chuyện cũng kiếm cớ hãm hại tôi làm niềm vui, giờ lại chủ động muốn đối tốt với tôi? *(Cô đã từ chó biến thành gà rồi đó, trong mười hai con giáp còn thua mười con nữa, cố gắng lên)*.

Vẫn là câu châm ngôn cũ, quý trọng sinh mạng, tránh xa yêu nghiệt.

Đáng tiếc yêu nghiệt này đạo hạnh cao thâm, một câu nói nhẹ nhàng: "Cô cứ tìm trăm phương ngàn kế khiến tổng giám đốc của mình phải thiếu nợ ân tình, tính làm gì hả?", đã đủ đánh nock out tôi rồi.

Xe dừng lại ở một nhà hàng khá sang trọng, tôi ôm quyết tâm sống mái theo hắn đi vào.

Trong nhà hàng đang mở bản hòa tấu piano và violin, lại đặt cả đài phun nước hoạt động liên tục, tạo nên cảnh tượng tự nhiên mà thanh cao. Một cô gái mặc váy trắng đang đứng sâu bên trong nhà hàng, thoạt trông chẳng khác nào nàng tiên, cúi đầu một góc bốn mươi lăm độ, chỉ có đôi mắt sáng là vẫn liếc nhìn Tống Tử Ngôn.

Lại thêm một người nữa bị vẻ bề ngoài che mắt rồi!

Tống Tử Ngôn chắc cũng bắt được sóng, sải chân bước tới chỗ kia, rõ ràng đàn ông cũng là loại động vật bị vẻ ngoài hấp dẫn, còn tôi thì chỉ biết cun cút chạy theo sau. Tới bên bàn ăn, Tống Tử Ngôn mới khẽ gật đầu: "Chào cô Lý".

Tiên nữ cười e thẹn, bà cô béo đi cùng tiên nữ đang đứng ngay cạnh cũng gật đầu với chúng tôi: "Cậu chính là cậu Tống mà dì Vương vẫn hay nhắc phải không?".

Tống Tử Ngôn gật đầu, hai người trao đổi thêm mấy câu nữa rồi tất cả ngồi xuống.

Tôi chăm chú nghe hết mấy câu, dựa thêm vào trí thông minh của mình thoáng cái đã đoán ra được ngay đây là đi xem mặt. Chẳng trách Tống Tử Ngôn lại có lòng tốt mời tôi đi ăn thế này, hóa ra là muốn đem tôi ra làm bia đỡ đạn, ăn lộc của vua thì phải gánh nỗi lo của vua, giả làm bạn gái so với những chuyện làm người ta tức chết của Tống Tử Ngôn thì còn thoải mái chán vạn. Thế nên tôi cứ chuyên tâm cúi đầu nhìn bóng mình lờ mờ phản chiếu trên mặt kính đen của cái bàn, khóe miệng cũng kéo lên thành một nụ cười e thẹn tương xứng.

Bà cô béo đi cùng tiên nữ tò mò nhìn tôi, hỏi: "Cậu Tống, vị này là...?".

Tôi đang tính chờ hắn trả lời xong sẽ khẽ khàng nép mình qua đó như chim non nho nhỏ thì giọng nói lạnh lùng của Tống Tử Ngôn đã vang lên: "À, đây là cháu họ xa của tôi, đầu óc không được tốt lắm, để nó ở nhà một mình lại thấy lo nên dẫn đi cùng".

Vị tiên nữ kia mở miệng nói câu đầu tiên: "Cậu Tống đúng là người chu đáo". Rồi lại cúi đầu e thẹn.

Cái đầu "không được tốt lắm" của tôi ngẩng phắt lên, lẽ nào tôi đoán nhầm, lần này không phải tới phá việc xem mặt của Tống Kim Quy sao? Nhìn tiên nữ đang ngồi đối diện, tôi thầm mặc niệm trong lòng, kiếp này bị Tống Tử Ngôn coi trọng, chắc chắn kiếp trước cô phải là nhân vật đẳng cấp cỡ Hitler rồi.

Đang nghĩ linh tinh, nhân viên phục vụ đã cầm menu đi tới: "Quý khách muốn gọi gì ạ?".

Tống Tử Ngôn nói: "Được rồi, để chúng tôi xem thực đơn rồi gọi món".

Nhân viên phục vụ đặt menu xuống, Tống Tử Ngôn với tay qua lấy luôn, chú ý, chính xác là "giật" lấy chứ không thèm nhường cho đối phương, hai người ngồi bên kia mặt tối sầm lại, mím môi không nói câu nào.

Tống Tử Ngôn chậm rãi lật menu, năm phút sau chỉ chỉ vào món nào đó trong ấy: "Chúng tôi gọi mấy món này".

Thực đơn được nhân viên thu lại, hắn gọi gì chúng tôi cũng chẳng rõ, còn tôi chỉ biết cả ngày nay chỉ ăn có mỗi hộp bánh quy nhỏ, dạ dày đã sớm teo quắt lại rồi. Nếu Tống Tử Ngôn đã định cái thân phận cháu gái cho tôi thì cũng chẳng cần ăn uống e thẹn làm gì, bèn lấy ngay đôi đũa, vừa nghịch, vừa chờ.

Đương lúc Tống Tử Ngôn với tiên nữ trao đổi qua lại mấy câu tìm hiểu khách sáo thì thức ăn đã được bưng lên.

Trên bàn là hai cái đĩa, đĩa này là cải xào xanh xanh, đĩa kia là đậu phụ trắng trắng, rất chay rất tốt. Chờ món chính bưng lên, tôi gắp mấy đũa nhai từ tốn, bên kia cũng động đũa một chút gọi là. Tất cả nhìn qua đều thấy rất tốt đẹp, nhưng… nhưng… món chính có phải là làm quá chậm rồi không?

Tôi giơ tay gọi nhân viên phục vụ: "Chị có thể vào bảo với nhà bếp làm món chính nhanh hơn một chút được không?".

Nhân viên phục vụ nhìn Tống Tử Ngôn một cách kỳ quái rồi đáp: "Anh đây đã gọi hai món kia rồi đấy ạ".

Ánh mắt còn có chút khinh thường, đối với tính keo kiệt của Tống Tử Ngôn, pha thêm chút khó hiểu, đối với bộ dạng chỉnh tề sang trọng của hắn.

Tôi cũng thấy khó hiểu, nhưng không dám hỏi nhiều, chỉ "a" lên một tiếng đầy thất vọng rồi buông đũa xuống. Tiên nữ và bà cô béo đi cùng mặt cũng hơi biến sắc, buông đũa theo.

Tống Tử Ngôn nhìn chúng tôi, hỏi lại rất ngây thơ: "Không đủ ăn hả?".

Tôi đánh mắt qua cho hắn biết đáp án.

Hắn do dự một lát rồi nói với nhân viên phục vụ: "Cho chúng tôi gọi thêm hai món nữa".

Dưới ánh mắt chăm chú của mấy người chúng tôi, cuối cùng hắn cũng gọi thêm được hai món nữa - Ngư Hương Nhục Ti và Cung Bảo Kê Đinh[12].

Mặt tiên nữ cứng lại, nhưng hãy còn coi trọng tướng mạo của hắn mà ngoan ngoãn ngồi im tiếp.

Bầu không khí lành lạnh, món ăn được bưng lên nhanh chóng, nhưng nếu cho tôi cơ hội được chọn lựa, tôi thà ăn xong mấy món chay lạnh tanh trên bàn rồi lập tức quay về trường úp mì tôm ăn chứ không thèm ngồi ở đây thêm phút nào nữa.

Món ăn vừa được đặt xuống, Tống Tử Ngôn đã phát huy khả năng tốc độ ít người bì kịp của mình, rất nhanh bưng cái đĩa xoay một góc chín mươi độ vô cùng hoàn mỹ, trút tới nửa đĩa thức ăn vào trong bát của tôi. Tay này vừa buông đĩa ra, tay kia đã vội vàng bê nốt đĩa thức ăn còn lại, xoay người, và lại trút tiếp nửa đĩa vào…

Ba người chúng tôi ngồi im tròn mắt há hốc miệng ngạc nhiên nhìn tiết mục biểu diễn không ngừng của hắn.

Hắn đặt đĩa xuống, vỗ nhẹ lên đầu tôi, nói vẻ cưng chiều: "Ở nhà không phải vẫn cằn nhằn là không được ăn thịt sao? Hôm nay muốn ăn bao nhiêu thì cứ ăn đi".

---

(12) Ngư Hương Nhục Ti: Là một món ăn đặc trưng của Tứ Xuyên, gồm có nước sốt được làm bằng đường, dấm, xì dầu, hành, bột ngọt, nước luộc thịt và thịt lợn thái chỉ, xào chung với măng, mộc nhĩ, ớt tươi, đảo thịt chung với nước sốt. Gọi là "Ngư Hương" vì cách chế biến tương tự giống với cách người Tứ Xuyên chế biến cá, còn thực chất trong thành phần nguyên liệu không có cá.

Cung Bảo Kê Đinh: Cũng là một món ăn Tứ Xuyên, gồm có thịt gà thái hạt lựu, rán sơ rồi xào lẫn với ớt, lạc và thêm các gia vị vào (BTV).

Tôi nhìn đống thức ăn trong bát to gấp ba lần cái dạ dày mình, lén nuốt nước bọt, bỗng nhiên thấy nhìn thôi đã đủ no rồi. Cái tay vuốt đầu tôi của hắn ngầm thêm lực, ngoài miệng thì cười nhưng trong lòng lạnh tanh: "Đừng có giả bộ nữa, ăn ngoan đi".

Tôi rùng mình một cái, vội vã cúi đầu cắm mặt ăn.

Bàn ăn im lặng, chỉ có tiếng nhai nuốt trâu bò của tôi vang lên. Cả cuộc đời tôi, lần đầu tiên nghĩ rằng ăn cơm là cực hình lớn nhất của nhân loại, hồi xưa ngồi trong căng-tin trường gặm bánh màn thầu đầy miệng thì cái ý nghĩ đó chả chịu nhảy ra bao giờ. Mỗi lần tôi muốn dừng lại thì đều cảm thấy bàn tay của Tống Tử Ngôn đang đặt trên đầu mình lại nhấn xuống.

Mãi tới khi tôi đã no phát ói ra rồi, tiên nữ mới chịu gạt gạt chướng khí do tên mặt dày Tống Tử Ngôn phát ra, cười yếu ớt: "Anh Tống, hôm nay chúng tôi có việc phải về trước".

Tống Tử Ngôn giữ lại: "Đợi một lát đã, cháu gái tôi còn chưa ăn no mà".

Tôi vừa nghe thấy, bất chấp việc bị hắn nhấn đầu xuống bát, vội vã xua xua tay muốn bảo mình đã no lắm rồi.

Tiên nữ quả nhiên là người hiểu ý: "Xin lỗi, hôm nay thực sự tôi có việc gấp".

Tống Tử Ngôn trầm ngâm một hồi rồi nói giọng tiếc nuối: "Thế thôi vậy". Rồi ngoắc tay: "Phục vụ!".

Nhân viên phục vụ đi tới, vẻ mặt cung kính nhưng vẫn chưa bỏ được nét khinh thường: "Tổng cộng là sáu mươi sáu tệ rưỡi".

Mọi người im lặng, Tống Tử Ngôn cũng im lặng, chỉ ngồi im re nhìn tiên nữ.

Đợi mãi chả thấy ai có động tĩnh gì, Tống Tử Ngôn mới mở miệng: "Chia đôi đi, chúng ta mỗi người chịu một nửa, cô Lý, của cô là ba mươi ba tệ hai mươi lăm xu, chín bỏ làm mười, tổng cộng là ba mươi lăm tệ".

Cả tiên nữ lẫn bà béo còn chưa ăn tới một phần tư của tôi mà hắn cũng dám mặt dày nói chuyện chia đôi? Lại còn chín bỏ làm mười nữa? Tôi cứng người, tổng giám đốc của tôi là dạng người gì vậy, xe đã đi mượn rồi, đi xem mặt còn làm thế nữa...

Hai người bên kia bối rối, bà cô béo đi cùng nói châm chọc: "Chín bỏ làm mười, cậu cứ nói ba mươi lăm tệ làm tròn bốn mươi tệ là được!".

Tống Tử Ngôn "a" lên một cái như bừng tỉnh đại ngộ, ánh mắt sáng lên kiểu như muốn nói: "Sao tôi lại không sớm nghĩ ra?". Tiên nữ chắc cũng thấy mất mặt quá, bèn vội rút trong ví ra tờ một trăm tệ, kín đáo đưa cho nhân viên phục vụ: "Tôi trả hết là được!", sau đó hùng hổ quay đi.

Tống Tử Ngôn ở đằng sau còn la lên: "Cô Lý, lần sau gặp lại!".

Bước chân tiên nữ càng nhanh hơn, gần như lướt trên mặt đất.

Đợi tới khi hai người kia đã đi mất tăm, Tống Tử Ngôn mới quay lại nhìn tôi, chậm chạp đứng lên: "Đi thôi".

Tôi ngồi im không nhúc nhích - thật sự là no tới mức không đứng dậy nổi.

Hắn lại còn hỏi: "Ngồi đó làm gì?".

Tôi tức giận đáp: "Chú, cháu đang đợi nhân viên trả tiền lẻ để mua thịt về nhà ăn".

Hắn cười cười: "Không cần phiền thế đâu, trên bàn không phải vẫn còn đó à?".

Tôi theo lời hắn nhìn lại mấy món trên bàn, mùi hương xộc vào mũi khiến dạ dày cuộn lại, thức ăn đưa lên tận cổ, tý nữa là ói ra sạch sẽ, bèn phải vội vàng đứng dậy đi ra ngoài.

Ra ngoài nhà hàng, hít thở không khí ngoài trời mới khá hơn một chút, nhưng đi phải ưỡn bụng ra.

Tống Tử Ngôn liếc nhìn cái bụng nhô ra rõ ràng của tôi, xoa cằm hỏi: "Ăn no thế cơ à?".

Tôi đưa tay đặt vào chỗ cổ mình: "Đã tới tận chỗ này rồi".

Hắn hoài nghi đưa tay vuốt vuốt cổ tôi, và hậu quả là tôi ợ thẳng vào hắn.

Tuy có mất mặt thật, nhưng nhìn vẻ mặt kinh ngạc của hắn, tôi lại thấy sướng ngầm.

Hắn lui ra sau hai bước, nói: "Để tôi đưa cô về trường".

Tôi xoa xoa bụng, xua tay: "Thôi ạ, thế này em không ngồi xe được rồi, cứ để em đi bộ cho tiêu cơm đi". Nghĩ tới việc đợi đến lúc hết xe bus, phải bắt taxi về, tim tôi nhói lên một cái, ngẩng mặt lên hỏi hắn: "Tổng giám đốc, em thế này có tính là tai nạn lao động không ạ?".

Hắn nghiêm túc: "Không tính, đây là chuyện tư".

Tôi no tới mức gan cũng nở ra, tự dưng phản bác lại: "Dựa vào cái gì ạ, chuyện này rõ ràng là chuyện tư của sếp! Sếp không muốn xem mặt thì sao không tìm cách khác đi, cứ mang em ra làm công cụ là sao?".

Hắn liếc mắt lạnh lùng: "Quy định thứ hai của công ty, giải quyết ưu tư cho tổng giám đốc là bổn phận của mọi nhân viên!".

Không cần phải nói, cái này chắc chắn là hắn mới thêm vào.

Tôi còn chưa được kết nạp vào Đảng, vô tổ chức vô cương lĩnh, đã định trước là không thể nào đấu lại với tên tư bản tàn ác như hắn, tôi mặc kệ, một mình chậm rãi đi bộ dọc bên đường.

Không ngờ đi bộ loăng quăng cũng tới được một quảng trường cách nhà hàng vừa ăn chỉ chừng năm, sáu trăm mét. Ở đó có mấy người đang tập thể dục, phần lớn là người già và con nít. Một chị gái đang mang bầu cùng đi dạo với chồng, vừa trông thấy tôi đã dừng lại, la lên mừng rỡ như vừa gặp được đồng hương: "Này, em được mấy tháng rồi?".

Tôi phải cố gắng lắm mới không té ngã, nhưng lại nghĩ nếu nói bụng thế này là vì ăn no quá độ thì mất mặt chết, đành phải đáp bừa: "A, cũng hơn ba tháng rồi ạ".

Chị kia tò mò nói: "Ấy, ba tháng mà bụng đã to dữ thế, em tới bệnh viện khám chưa? Là thai đôi há?".

Vừa nghe chị ta nói xong, tôi chỉ hận không thể nào lăn ra đất cho xong. Nhưng đã tới nước này rồi cũng đành gật đầu chiếu lệ: "Dạ, nghe bảo là thai long phượng chị ạ".

Chị ngạc nhiên thốt lên: "Tốt quá, là một cặp trai gái à". Rồi quay sang nói với chồng: "Sau này chúng ta phải sinh một bé gái mới được".

Anh chồng gật đầu ra vẻ cưng chiều.

Dưới ánh hoàng hôn, người phụ nữ mang bầu khuôn mặt đỏ hồng cùng vẻ mặt yêu chiều của người chồng, lại thêm cảm giác yên bình của bọn họ, nhìn sao cũng thấy vô cùng đẹp. Tôi thực sự ước ao, lại có chút chua xót, không khỏi nhìn tới thất thần.

Chị ta lại hỏi: "Em làm sao thế?".

Tôi cười: "Em ước được như chị đó, có chồng đi dạo cùng".

Chị ta nói khó hiểu: "Ước cái gì chứ, chồng em không phải đang đi phía sau sao?".

Ớ, chồng tôi á? Tôi thì móc đâu ra chồng?

Vừa quay đầu lại đã thấy Tống Tử Ngôn đang đứng đằng sau cách tôi ba mét, nhoẻn miệng cười.

Mắt tôi tí nữa bị rớt ra ngoài luôn, sao hắn lại đi theo cơ chứ?

Chị gái mang bầu chớp mắt nhìn tôi vẻ hiểu biết lắm: "Là vợ chồng son cãi nhau phải không, lúc mang thai tính tình thường không được tốt. Chị bảo, em đừng giận chồng nữa, em xem anh ta vẫn quan tâm đi theo em kia kìa, hơn nữa còn đẹp trai thế".

Khóe miệng tôi giật giật thay câu trả lời.

Tạm biệt bà bầu kia, tôi đứng nguyên tại chỗ, tức giận nhìn Tống Tử Ngôn.

Hắn chầm chậm đi tới, trên mặt là nụ cười tươi rói rói không thể giấu nổi: "Ba tháng, thai long phượng, Tần Khanh, cô cũng thật có năng lực, có thể so được với thánh mẫu Maria rồi đấy".

"Không được sao?". Tôi chỉ chỉ sang bên trái bụng: "Bên này là con trai, tên là Cung Bảo Kê Đinh". Chỉ qua bên phải: "Bên này là con gái, tên là Ngư Hương Nhục Ti". Rồi trừng mắt lườm hắn: "Bố chúng nó tên là Tống Tử Ngôn!".

Hắn nhìn tôi một cách cổ quái, môi vẽ thành nụ cười: "Được đó, chỉ cần sinh được hai đứa nó thì tôi sẽ nuôi, đừng nói hai đứa, cả cô tôi cũng thuận tay nuôi luôn".

Từ trước tới giờ tôi mà đấu khẩu với hắn thì chưa lần nào chiếm được lợi thế, lần này cũng không là ngoại lệ.

Có nói thêm nữa cũng chỉ tổ làm tăng huyết áp, tuy rằng đã uống thuốc trợ tim, nhưng giờ thuốc giả tràn lan nhan nhản, tôi quyết định tốt nhất là "mắt không thấy, tim không mệt", hắn thích theo thì cứ theo, thích cười thì cứ cười, nhất quyết không thèm để tâm tới, cứ coi như hắn là khói xe ô tô thôi.

Tôi tiếp tục vác bụng đi bộ, ánh hoàng hôn trải dài trên đường, người đi vội vã, gió thổi hây hây, đèn hai bên đường dần dần được bật lên. Giận dỗi trong lòng cũng từ từ tan biến, thay vào đó là cảm giác thê lương trong buổi chiều tà. Tuy không quay đầu lại, nhưng tôi biết Tống Tử Ngôn đang theo sau mình, lúc nào cũng giữ khoảng cách ba mét. Tôi dừng hắn cũng dừng, tôi đi hắn cũng đi, tôi nhanh hắn cũng nhanh, tôi chậm hắn cũng chậm.

Tuy im lặng, nhưng vẫn đi theo tôi giữa phố xá đông người, không nhanh, không chậm, không tức giận, vừa nghĩ tới, tự nhiên trong lòng nhất thời dấy lên một cảm giác kỳ quái.

… Bỗng dưng thấy mình như chó được hắn dắt đi dạo…

Tôi nhìn xung quanh rồi chật vật lê thân tới bồn hoa bên cạnh quảng trường, ngồi xuống, đúng là rất mệt, cảm giác như cả người bị rút lại, thức ăn trong dạ dày xông lên đến tận miệng, tôi duỗi thẳng hai chân, ngửa người ra sau như đang nửa nằm nửa ngồi. Lia mắt nhìn xung quanh, lần này Tống Tử Ngôn không đi theo.

Đúng là may quá, tôi mau mắn rút ví ra kiểm lại tiền. Giờ đã hết xe bus rồi, chỉ còn cách cắn răng bắt taxi về, trường tôi cách khu trung tâm thành phố khá xa, tới lúc trả tiền taxi cho tài xế xong thì chỉ có nước gặm màn thầu, uống nước sôi cầm hơi mất.

Đúng lúc ấy, một luồng gió lạnh thổi qua, cuốn theo mấy chiếc lá rụng bay xuống trước mặt, cảm giác thê lương tăng thêm bội phần.

Đương thê lương, đầu đau nhói lên một cái như có cái gì đập vào! Trên mặt đất là một lọ thuốc đang lăn lăn, trên nhãn có đề ba chữ: Thuốc tiêu thực!

Tôi ngẩng đầu lên, lại là tên Tống Tử Ngôn âm hồn bất tán.

Hồi còn học cấp ba rất mê xem Hoàn Châu Cách Cách, nhưng trong phim có một đoạn tôi cứ không hiểu. Đó là lúc Hoàng A Mã đánh mắng Tiểu Yến Tử, nhưng lại cho người đưa tặng thuốc quý, nói mấy câu chẳng được tính là dễ nghe, thế mà Tiểu Yến Tử lại khóc sướt mướt. Tôi vẫn nghĩ đây là chi tiết vô lý nhất, giờ đi dỗ dành người ta thì chi bằng trước đó đừng có đánh, giờ thấy cảm động như thế sao không nhớ tới lúc sợ hãi đau đớn khi phải chịu đòn. Chuyện này đã từng được đem ra làm đề tài khẩu chiến thâu đêm ở ký túc xá, rốt cuộc tôi chiến thắng một cách rất vẻ vang.

Sách lược dùng gậy đánh người rồi lại cho kẹo đối với tôi cũng vô dụng mà thôi, huống chi cái này còn chả phải là kẹo!

Mà cái quan trọng nhất là, kẻ trước mặt đây chính là thủ phạm khiến tôi sắp phải khuynh gia bại sản!

Những người quen tôi đều biết, chỉ cần là chuyện liên quan tới tiền, nhất định tôi sẽ biến thành con nhím.

Bởi thế, tôi gạt phắt ấn tượng đầy quyền uy của Tống Tử Ngôn trong đầu, liếc nhìn lọ thuốc trên mặt đất, hừ một tiếng rồi quay ngoắt đầu sang chỗ khác.

Tống Tử Ngôn làm như không thấy vẻ hờn dỗi của tôi, chậm rãi ngồi xuống bên cạnh, rồi hạ giọng nói: "Tối nay tôi bận nhiều việc lắm".

Hừ, anh vội thì có liên quan gì tới tôi...

"Có nhiều việc phải làm cho xong".

Cho cái đồ tai họa nhà anh mệt chết đi.

"Cô vốn là sinh viên của tôi, giờ lại là nhân viên".

Thế sao anh còn hại tôi thế hả?

"Trời lại tối thế này rồi".

Nhờ anh ban cho đấy!

"Vốn dĩ tôi muốn bớt chút thời gian đưa cô về trường, nhưng cô đã không chịu nhận tấm lòng của tôi thế thì...". Hắn lắc đầu tiếc nuối, đứng dậy bước đi.

Nhận tấm lòng của anh chắc chắn tương lai sẽ chết rất thảm!

Hở? Đợi đã, đưa tôi về á? Tôi vội vàng đứng lên, quay người tí tởn chạy đuổi theo, cười hớn hở như ong thấy mật, như ruồi thấy phân: "Tổng giám đốc, tổng giám đốc!".

Hắn quay đầu lại, nhìn tôi nghi hoặc: "Có chuyện gì thế?".

Tôi lập tức chạy lại nhặt lọ thuốc còn nằm lăn lóc trên mặt đất, cẩn thận dùng tay áo chùi sạch đất bám trên lọ, cầm bằng cả hai tay, rưng rưng nhìn hắn, nói: "Tổng giám đốc một ngày bận

trăm công ngàn việc mà còn quan tâm tới sức khỏe của nhân viên như thế, khiến em vô cùng cảm động!".

Hắn nhíu mày: "Nhưng lúc nãy có người không nghĩ như thế".

"Có người thế à?". Tôi mặt dày trừng mắt quát to: "Trên thế giới này lại có người không biết tốt xấu vậy sao?".

"Không biết tốt xấu?". Hắn chậm rãi nhắc lại từng chữ, miệng cong lên thành nụ cười: "Nói rất hay".

Tôi gật đầu lia lịa: "Cái ấy em đã giác ngộ được rồi, nhưng vẫn còn chưa hiểu lắm, chi bằng tổng giám đốc từ từ chỉ dạy thêm cho em trên xe?".

Hắn nhìn tôi một lát, thấy cái miệng cười của tôi sắp tới mức rút gân, mới chậm rãi xoay người đi. Tôi thấp thỏm đứng yên tại chỗ, thế này thì rốt cuộc là có đưa tôi về không hả? Rốt cuộc tôi có nên đuổi theo hay không?

Đang tính toán phân vân thì tiếng hắn đã vang lên: "Chẳng lẽ còn muốn tôi lái xe tới đây đón cô à?".

Tôi lập tức tuân lệnh, chạy vội theo Tống Tử Ngôn.

Lúc về tới ký túc xá đã khuya lắm rồi, đành phải kêu cô ở dưới lầu ra mở cổng cho đi vào. Một cước đá văng cửa phòng, tôi chẳng còn đủ sức mà đi đánh răng rửa mặt nữa, lăn ngay lên giường nằm, mệt xác, mệt tim quá à!

Mấy đứa cùng phòng còn chưa ngủ, đứa nào cũng dán mắt vào màn hình chiến đấu hăng hái, Tiêu Tuyết không thèm đếm xỉa tới tôi, nói: "Tần Khanh, tuần sau chuẩn bị kịch bản đi".

Tôi vẫn nhắm nghiền hai mắt: "Kịch bản gì?".

"Tiết mục đặc biệt cho ngày mùng một tháng năm, mỗi lớp phải có một tiết mục, lớp chúng ta đăng ký diễn kịch, phòng chúng ta phụ trách kịch bản".

"Thế dựa vào cái gì mà bắt tao viết kịch bản hả?".

Nó thản nhiên đáp lại tỉnh bơ: "Đây là kết quả sau khi mọi người đã bàn bạc và thống nhất".

Tôi trừng mắt nhìn mấy đứa con gái không biết thẹn là gì kia, cái được gọi là kết quả sau khi mọi người bàn bạc chỉ đơn giản là đứa nào cũng chối đây đẩy, rồi đổ vấy hết lên cái đứa không có mặt lúc đó là tôi đây. Tôi nghiến răng nói: "Không viết! Chúng mày không thấy tao nhọc như xác chó chết queo đấy à? Chúng mày có còn lương tâm không hả, để chó ăn hết rồi hả?".

Tiêu Tuyết vẫn thản nhiên: "Lương tâm bọn tao mày đã ăn hết rồi đó, giờ lương tâm mày lớn thế thì đi phục vụ nhân dân đi!".

Tự mang đá thả vào chân mình, cuối cùng tôi cũng lãnh hội được rồi.

Hôm sau, vì đã uống thuốc trợ tim, tôi vô cùng bình tĩnh tới công ty. Mới ngồi xuống, băng vệ sinh tỷ tỷ đã đưa qua một miếng băng vệ sinh trắng trắng.

Mặc dù đã chuẩn bị đầy đủ, giọng tôi vẫn hơi run run: "Đây… đây là gì ạ?".

Chị ta nói: "Đây là số di động giám đốc Triển bên bộ phận khai thác kỹ thuật bảo đưa cho cô".

Tôi cầm miếng băng nhìn một cái, há, trên đó quả nhiên có một dãy số viết bằng bút mực. Hóa ra miếng băng này cũng có công dụng thay thế được cho giấy, một thứ đa dụng, băng vệ sinh tỷ tỷ, chị thực sự đã được quán triệt quá triệt để rồi! Nhưng giám đốc Triển là ai? Sao lại đưa số di động cho tôi? Không lẽ... không lẽ...

Mặc dù tôi cũng tự biết mình rất là xuất sắc, nhưng không ngờ tình lại tới nhanh như thế.

Nhất thời đỏ mặt lên.

Tôi vẫn hay mơ mộng về một câu chuyện tình công sở, nhất là với giám đốc Triển lấp lánh ánh vàng kia, khiến tôi vừa nghe thấy thôi đã có cảm giác tim đập loạn lên. Mơ tưởng vẩn vơ hết cả buổi sáng, tới giờ ăn cơm trưa tôi cũng chẳng để ý bị người khác xa lánh, bưng khay cơm mà người cứ nhẹ lâng lâng.

Vừa ngồi xuống đã thấy Tóc Vàng đi tới.

Tôi kêu: "Ôi trời, tới vừa đúng lúc, tôi đang tìm cậu đây".

Trong mắt cậu nhóc phát ra tia vui mừng: "Tìm tôi? Có phải tối nay muốn tới nhà tôi không hả?".

Em trai Tóc Vàng! Cuộc sống của em rốt cuộc chán tới mức nào mà thành người như thế này, lại còn cố chấp quyết kéo người khác tới nhà coi phim kinh dị mới được là như thế nào hả!

Nhưng mà vẫn có việc phải hỏi nên thái độ của tôi hãy còn rất hữu hảo: "Chuyện đó thì... chúng ta nói sau đi, giờ tôi hỏi cậu người này trước đã".

"Ai?".

"Giám đốc Triển bộ phận khai thác kỹ thuật".

Tóc Vàng nhìn tôi kỳ quái: "Cô hỏi anh ta làm gì?".

Phật dạy: không thể nói, tôi sáp lại gần, hạ nhỏ giọng xuống: "Trông anh ta như thế nào hả?".

Cậu nhóc nghĩ một lát rồi nói: "Không khác tôi là mấy".

"Cao lắm à?".

"Không thua tôi là mấy".

"Tuổi tác thế nào?".

"Không hơn tôi là mấy".

"Bốp!". Tôi lấy đũa gõ vào đầu cậu ta một cái: "Cái gì mà không khác là mấy, nói thẳng ra cậu là giám đốc Triển được rồi".

Tóc Vàng vẫn dùng ánh mắt kỳ quặc nhìn tôi, chậm rãi nói: "Tôi ở bộ phận khai thác kỹ thuật, bộ phận ấy có một người họ Triển".

Ý nghĩ nhảy bật ra tức thì, hai người này có quan hệ gì sao? Với lại tôi cũng đâu có biết cậu ta họ gì!

Cậu nhóc nghiêng đầu nhìn tôi như đang chờ coi trò vui, xem tôi có phản ứng như thế nào, tôi chớp mắt nghi hoặc nhìn lại. Mặt cậu ta từ từ trầm xuống, cuối cùng vẩy đũa đứng dậy đi mất.

Đồ nhóc con thất thường!

Mà thôi, chuyện tình ái đào hoa có thể bàn lại sau, giờ quan trọng nhất là cái kịch bản chết tiệt kia. Chiều cũng khá rảnh rỗi, tôi vừa ngồi làm bảng báo cáo, vừa ngồi nghĩ sườn kịch bản, tới lúc hết giờ làm việc đã làm xong phần khung, chỉ cần thêm thắt vào chút đỉnh là được. Tôi vươn người duỗi chân tay, bây giờ mới để ý thấy đồng nghiệp trong phòng đã về gần hết, đi thang máy

xuống tầng một, mới ra khỏi cổng công ty đã thấy Tống Tử Ngôn dựa người trước xe hút thuốc phì phèo.

Chuông báo động réo lên, tôi vội vàng ép người vào tường rồi từ từ đi ra ngoài.

"Tần Khanh". Ác ma cất giọng, tôi vội vàng cười trừ: "Ầy, tổng giám đốc, khéo quá trời".

Hắn liếc nhìn bảng hiệu ở cửa công ty, trầm mặc.

Một lát sau mới vỗ vỗ lên xe: "Lên xe".

Acid trong dạ dày dâng cao, lưỡi run run: "Tổng giám đốc, không phải đi xem mặt nữa chứ ạ?".

"Không phải".

"Vậy sếp có chuyện gì khác không ạ?". Biết người biết ta, trăm trận trăm thắng, biết lần này mà làm quân cảm tử thì còn biết đường đi mua thuốc trước.

Hắn nhướn mày lên hỏi: "Thế không có chuyện thì không thể tìm cô à?".

"Có! Đương nhiên là được rồi!". Chỉ sợ anh tìm tôi toàn là chuyện xấu.

"Lên xe". Hắn nói ngắn gọn, tôi nơm nớp lo sợ ngồi vào bên trong, vừa thắt dây an toàn xong, nhìn qua kính chiếu hậu đã thấy bóng tên nhóc Tóc Vàng đang đứng trước cổng công ty lạnh lùng nhìn tôi.

Giờ ai ở cái công ty này cũng có thể làm mình làm mẩy với tôi, ngay cả một thằng nhóc xấu xa cũng có thể, chết mất!

Xe nhẹ nhàng chạy thẳng về trường, tôi suýt nữa thì không tin được có việc an bình thế này. Nghi ngờ liếc nhìn Tống Tử Ngôn một cái, lẽ nào hắn đặc biệt đến đưa tôi về? Ý nghĩ vừa nảy ra trong đầu đã bị tôi bóp chết ngay từ lúc còn trong tế bào não, tuyệt đối không thể vì vết thương đã lành sẹo mà quên đi nỗi đau. Nhưng hôm nay hắn bình thường tới khác thường, tôi cũng chậm rãi thả lỏng cảnh giác, bắt đầu suy nghĩ tiếp mấy chi tiết nhỏ cho kịch bản.

"Nghĩ gì đấy?". Hắn hỏi.

Tôi thành thật đáp: "Đang nghĩ kịch bản".

"Hở? Kịch bản?".

Tôi gật đầu, nhớ tới lũ con gái vô lương tâm, nhịn không nổi lại nghiến răng ken két: "Em phải viết một kịch bản ngược tới chết mới được".

"Ngược?". Hắn khẽ nhíu mày, hiển nhiên là không hiểu.

Tôi giải thích cặn kẽ: "Ngược nghĩa là ngược đãi".

"Là hành hạ về mặt thể xác hả?".

"Đó cũng là một loại trong ấy, nhưng em lại có xu hướng thích hành hạ ngược tâm hơn, là hai người yêu nhau tới chết đi sống lại, chết lại sống đi, hết lần này tới lần khác cũng không thể được ở bên nhau". Tôi bỗng nhiên hung hăng hẳn lên.

Hắn nhìn tôi qua kính hậu: "Bệnh quá".

Tôi tỉnh bơ: "Em bệnh, em thích thế".

Một lát sau, hắn nói: "Kể sơ qua kịch bản của cô đi".

Tôi hắng giọng: "Kịch bản của em là viết về chuyện tình của Hoàng Thế Nhân và Bạch Mao Nữ".

Cái rãnh giữa hai hàng lông mày Tống Tử Ngôn càng lúc càng sâu thêm: "… Chuyện tình của Hoàng Thế Nhân và Bạch Mao Nữ?".

Tôi gật đầu: "Kịch bản chuẩn nhất là phải sáng tạo, với lại, em sáng tạo hoàn toàn dựa vào sự thật. Trước hết, Hoàng Thế Nhân là ai, là kẻ thuộc giai cấp thống trị thời bấy giờ, mà Bạch Mao Nữ là ai, là một thiếu nữ cô đơn ốm yếu, cái này cơ bản là dựa trên cốt truyện của Cô bé Lọ Lem. Rồi Hoàng Thế Nhân gia thế hiển hách chỉ một lần nhìn lướt qua gương mặt đẹp đẽ lạnh lùng của Bạch Mao Nữ mà đã khắc ghi trong lòng, nhưng hắn không biết rằng đây là tình yêu, chỉ có thể dựa vào quyền thế của mình mà cướp lấy nàng. Thậm chí còn khiến cha con Bạch Mao Nữ phải chia lìa, nhưng cái này cũng là để chứng minh rằng dục vọng chiếm hữu của Hoàng Thế Nhân với Bạch Mao Nữ vô cùng mạnh mẽ. Cả cuộc đời nàng chỉ được phép có một người đàn ông duy nhất là hắn, trừ hắn ra, nàng không được phép nghĩ về ai, ngay cả người cha của mình".

"Cầm thú". Tống Tử Ngôn kết luận.

Tôi không để ý, tiếp tục say sưa kể: "Mãi tới khi Bạch Mao Nữ bước chân vào gia đình, Hoàng Thế Nhân mới bắt đầu ngược đãi cô. Hoàng Thế Nhân là người đàn ông có vị trí, phụ nữ qua tay nhiều vô kể nhưng chưa từng động lòng, đối với sự quật cường, không cam chịu khuất phục của Bạch Mao Nữ vừa yêu vừa hận, mà những người đàn bà khác trong nhà đều đã nhìn ra tình cảm đặc biệt hắn dành cho Bạch Mao Nữ, bèn hùa nhau cấu kết để hãm hại thiếu nữ lẻ loi kia. Bị các ả xúi giục, thêm vào tính cách của Hoàng Thế Nhân, hắn bắt đầu hành hạ thể xác Bạch Mao Nữ, đánh đập, chửi bới nàng chẳng hề nương tay. Nhưng mỗi lần hành hạ nàng, trong lòng hắn cũng đau đớn khôn nguôi".

"Biến thái". Tống Tử Ngôn lại nhận xét.

"Tèn tén ten - tới rồi, Bạch Mao Nữ mang thai con của Hoàng Thế Nhân mà hắn không hề hay biết, đã thế lại còn bị lũ đàn bà đứng đằng sau gièm pha khiến hắn bực mình với Bạch Mao Nữ, trong một lần cãi nhau tới mức động tay chân đã khiến nàng bị sẩy thai. Bạch Mao Nữ buồn khổ không thôi, hồng nhan qua một đêm tóc đã bạc trắng, Hoàng Thế Nhân lúc này gần như phát điên, đập phá hết đồ đạc trong nhà, mọi người thấy vậy cũng sợ hãi, không ai dám bước ra khuyên ngăn. Nhưng cho dù có thế nào chăng nữa cũng không thể có lại trái tim của Bạch Mao Nữ. Lúc này mới xuất hiện người làm đã thầm mến nàng từ lâu - tên là Trường Công. Được sự giúp đỡ của cậu ta, Bạch Mao Nữ thoát khỏi nơi đã giày vò tâm trí nàng, rời khỏi người đàn ông khiến nàng vừa hận lại vừa yêu kia. Hoàng Thế Nhân có hối tiếc cũng không kịp nữa rồi, ngày ngày đều mượn rượu giải sầu, ngày ngày nếu không phát điên mà đi tìm Bạch Mao Nữ thì cũng là ngủ mê mà gọi tên nàng".

Tống Tử Ngôn không bình luận nữa mà dùng ánh mắt như trông thấy người ngoài hành tinh nhìn tôi.

Tôi giảng giải: "Đừng có nhìn em như thế, con gái giờ thích cái ấy lắm đó, nói văn hoa thì là ngược luyến tình thâm, càng ngược càng yêu. Đàn ông càng đối xử tệ hại, càng lạnh lùng băng giá giận vui bất thường lại càng khiến phụ nữ không thể nào rời xa". Kịch bản này muốn nổi tiếng thì phải ngược, ngược từ đầu tới đuôi, từ ngoài vào trong, từ thể xác tới

Chết! Sập bẫy rồi!

tinh thần, không ngược không thành văn, không ngược không thể sống!

Hắn nhìn tôi một lát, tự lẩm bẩm: "Hóa ra cô thích như thế".

Rồi lại hỏi tiếp: "Bình thường tôi đối xử với cô thế nào?".

Tôi nhân thể nịnh nọt luôn: "Tổng giám đốc đối xử với em tốt, quả thực là rất tốt! Ở nhà cậy nhờ bố mẹ, ra ngoài phải dựa vào tổng giám đốc anh rồi".

Nghe thế, hắn ra chiều suy nghĩ lắm: "Xem ra tôi đi nhầm hướng rồi".

Không đợi tôi kịp có phản ứng, hắn đã dừng xe lại bên đường: "Xuống xe".

Ớ? Tôi lại đắc tội gì tới hắn vậy? Tôi ngây người ra.

Hắn lạnh lùng lặp lại một lần nữa: "Xuống xe".

Uy quyền bộc phát, tôi chỉ có thể run rẩy làm theo.

Rồi sau ấy, Tống Tử Ngôn quay đầu xe, phóng mất dạng.

Hử, tôi lại vừa trêu ai chọc ai hay sao đây?

Chương 3: Hẹn hò

May là xe dừng cách bến xe bus không xa lắm, tôi đành cuốc bộ qua đó, đợi một lát đã có xe tới. Đứng giữa đám người chen lấn anh đẩy tôi kéo, toàn mùi khó chịu, tôi bắt đầu quên đi nỗi tức giận mà nhớ nhung Tống Tử Ngôn.

Tôi vừa xuống bến xe bus ở trước cổng trường thì di động đổ chuông. Tôi nghe máy, hóa ra là Tiêu Tuyết, nó nói vô cùng bình thản: "Nghiêm Bằng tới, bọn tao chờ mày ở chỗ cũ".

Hai chữ "chỗ cũ" như muốn ép nước mắt người ta ra, tôi muốn nói dối mình đang ở thành phố, không về được. Nhưng bà cô Tiêu Tuyết tiếp tục cầm bình nước sôi dội cho tôi phải bỏng: "Đừng hòng trốn, bọn tao thấy mày rồi".

Tôi ngẩng đầu lên, quả nhiên Tiêu Tuyết đang vẫy tay chào tôi đằng sau tấm kính hàng cháo đối diện. Tôi nói: "Được, giờ tao qua đó".

Lúc vào quán, hai đứa nó đã ăn quá trời rồi, Nghiêm Bằng vẫn rất chăm sóc Tiêu Tuyết, Tiêu Tuyết cũng đối tốt với Nghiêm Bằng, chỉ tiếc là không phải cái tốt mà Nghiêm Bằng muốn. Trước đây tôi thường hay than thở, bảo Nghiêm Bằng vừa đẹp trai vừa nhiều tiền, sao Tiêu Tuyết vẫn không ưng? Mỗi lần như vậy, Tô Á Văn lại bực mình hỏi, Nghiêm Bằng đẹp trai có tiền thế sao em không yêu nó đi?

Tôi xùy một tiếng, anh lớn thế rồi sao lại hẹp hòi, để ý nhiều thế, ghen đấy à?

Thực ra khi nói những lời ấy, trong lòng cũng thấy ngọt ngào.

Thực ra hồi đó người lòng dạ hẹp hòi nhất là tôi, lúc mới yêu Tô Á Văn, mấy anh em của anh còn gọi tôi là em dâu, chị dâu, sau đó bọn họ đều đổi sang tên khác, gọi tôi là Cái Đuôi. Vì ngày nào tôi cũng bám lấy Tô Á Văn.

Bọn con trai thích luyện ma thú suốt đêm, tôi cũng xí xớn tham gia, lúc đó bọn họ đã rút ra được một kết luận, tôi cùng tổ với ai thì người đó chắc chắn sẽ thua. Cái chính là chiến thuật của tôi khá thận trọng, trước khi tạo ra được binh sĩ mạnh nhất sẽ không xuất quân, nhưng tới lúc tạo ra được rồi thì đại quân bên kia đã kéo sang áp đảo tới mức không thể làm gì được nữa. Hồi đó nửa đêm trong quán net, câu thường nghe nhất là câu gầm rú của bọn họ: "Em ra đây đi, cứu, cứu, cứu anh, mẹ nó!".

Sau bọn họ tuyệt vọng, bắt đầu chơi game 3C, cứ tưởng chơi cái này sẽ không bị ảnh hưởng nhiều lắm, nhưng bi kịch vẫn tiếp diễn như cũ. Hồi đó nửa đêm ở trong quán net, câu thường nghe nhất là câu gầm rú đã được đổi sang phiên bản khác: "Văn, mày coi Cái Đuôi nhà mày ấy, tiền bị nó tiêu hết sạch rồi!!!". Mắng thế oan tôi quá, bọn họ đi trước đánh quái, tôi không dám xông lên, trừ việc đứng đằng sau mua sách tiêu tiền thì còn làm được gì nữa đây?

Bọn họ cứ la hét thả cửa, nhưng Tô Á Văn chỉ cười, bất kể bọn họ có gào tới mức nổi gân trên trán, kêu gào anh là đồ trọng sắc khinh bạn, anh cũng vẫn chỉ cười. Bọn họ đá anh ra khỏi đội, anh lại chơi cùng tôi, còn phải rất khổ cực để tôi thắng. May sau này tôi sửa được thói quen, chuyển sang mê đọc tiểu thuyết, anh mới không phải để tôi bám theo mấy người bọn họ chém giết.

Nhưng tôi cũng có thói quen là đọc tới chỗ nào hay thì phải kéo người bên cạnh cùng xem, hồi đó đang đọc "Thầy giáo cầm thú", cứ cách ba phút tôi lại kéo anh qua đọc một đoạn cho nghe, anh không hề thấy phiền, rõ ràng đọc giữa chừng chả hiểu gì cũng cười theo. Mỗi lần tôi vừa đọc một đoạn tâm đắc thì từ tai nghe đã loáng thoáng tiếng anh hùng chết trận kêu thảm thiết, sau đó tiếng anh em của anh quát tháo ầm cả hàng net: "Tô Á Văn, mày không có mắt à? Đứng ì ra cho chúng nó chém!".

Anh nói nhìn màn hình nhiều rất hại mắt, mua cho tôi một bộ tiểu thuyết, buổi tối, tôi ngồi cuộn tròn cạnh anh trong quán net coi truyện, nghe tiếng anh nhấn chuột "click, click" rất nhanh.

Nói hơi lạ một chút, tôi có cảm giác những âm thanh ấy chính là bản sonate hạnh phúc.

Tiêu Tuyết hay nhìn lúc tôi tràn ngập suy tư: "Rốt cuộc mày có điểm gì đáng để Tô Á Văn động lòng, đáng để anh ta đối xử tốt tới phát bực như thế hả?".

Phải, tôi cũng không biết.

Không phải ngay lần đầu tiên gặp gỡ tôi đã phải lòng vẻ ngoài của anh hay sao? Nhưng cách anh đối xử với tôi bây giờ rất tốt. Tôi từng chút từng chút tình nguyện rót xuống, rót xuống hố rồi mới phát hiện ra, anh cũng đang đứng ở trong hố, nhưng cái hố anh đứng là của người khác, không phải của tôi.

Ngày đó anh nói: "Tần Khanh, em tốt, anh rất thích em, nhưng anh yêu cô ấy, yêu mười năm rồi".

Tôi không tức không khó chịu không đau khổ, tôi chỉ thấy kỳ lạ, anh không yêu tôi, tại sao lại đối tốt với tôi như vậy? Nếu anh đối tốt với tôi như thế tại sao lại không yêu tôi?

Câu hỏi này với câu gà đẻ ra trứng hay trứng nở ra gà đã trở thành hai câu hỏi khó có lời giải nhất thế kỷ đối với tôi.

Nghiêm Bằng không hề thay đổi, vẫn nam tính ngời ngời, chỉ có cái vẻ thư sinh là bớt đi nhiều, vừa thấy tôi đã kêu lên: "Cái Đuôi".

Mũi tôi cay cay phải giả vờ quay đi cởi áo khoác ngoài, từ từ qua đó rồi mới hỏi: "Cánh Lớn, cậu phát tài ở chỗ nào đó, có thể mang tớ theo không hả?".

Nghiêm Bằng hỏi: "Không phải cậu vào làm ở công ty XX rồi sao? Chỗ ấy là công ty khoa học kỹ thuật nhất nhì ở thành phố chúng ta đấy".

Đãi ngộ thì tốt, nhưng áp lực lại quá lớn, tôi hoa chân múa tay thêm mắm dặm muối đem những đãi ngộ vô nhân đạo mình phải chịu ra nói một lần. Nghiêm Bằng với Tiêu Tuyết bốn mắt nhìn nhau, lúc nghe tôi kể hôm nay Tống Kim Quy dám đá một cô nương như hoa như ngọc là tôi đây xuống ven đường thì Nghiêm Bằng lắc đầu có chút xúc động: "Ngay cả Cái Đuôi cũng đã tìm thấy mùa xuân thứ hai rồi".

Sặc! Cứ nói như tôi là góa phụ, gái đã ly hôn không bằng, mà điểm quan trọng nhất là, dùng mùa xuân để hình dung Tống Kim Quy là quá đơn điệu rồi, hắn phải là bốn mùa, tuyết mùa đông, mưa đá đầu xuân, mưa rào mùa hè, sương lạnh mùa thu, cứ gặp hắn là phải đề phòng nhỡ đâu có sét lớn đánh cho không còn mảnh giáp, thăng thiên tắp lự.

Tôi sụt sịt ra vẻ đáng thương nhìn Nghiêm Bằng: "Cánh Lớn, nể tình quan hệ của hai ta, cậu nhất định phải vớt tớ ra khỏi biển lửa!!!".

Cậu ta cười ha hả: "Chắc chắn, chắc chắn, chỉ cần lúc tớ có khả năng mà cậu còn sống là được".

Tôi xụ mặt xuống, vùi đầu vào ăn uống. Thực ra cũng là cho cậu ta một cơ hội, người thông minh chỉ nhìn qua cũng hiểu Nghiêm Bằng tới là để thăm Tiêu Tuyết, Tiêu Tuyết lại giả vờ không biết.

Giữa lúc hai người kia nói chuyện câu được câu chăng, cơm nước cũng ăn xong. Ra khỏi nhà hàng, chúng tôi chia tay nhau, đang định quay người đi thì Nghiêm Bằng đã gọi giật lại: "Tần Khanh".

"Hửm? Không nỡ xa tớ à?". Tôi quay lại cười hì hì.

Nghiêm Bằng mấp máy môi mấy cái, mặt buồn rười rượi, cuối cùng mới nói: "Cậu ta về rồi".

Nếu là trong ti vi, trong tay tôi lại vừa có sẵn chén trà gì đó, chắc chắn sẽ đánh rơi xuống đất vỡ nát. Tiếc rằng đây không phải ti vi, cho dù phải, thì kẻ đóng vai phụ làm nền cho chuyện tình yêu đẹp đẽ như tôi có lẽ cũng chả kiếm được một cảnh mà ló mặt lên.

Thế nên tôi cười tươi rói rói: "Về thì tốt, về thì tốt, vứt bỏ chủ nghĩa tư bản độc ác, trở về cống hiến cho công cuộc kiến thiết tứ hóa[13] của nước ta".

Cậu thở dài, nhẹ nhàng vuốt tóc tôi.

Vốn dĩ tôi không muốn khóc, nhưng nhìn ánh mắt thông cảm của cậu ta, tự dưng mắt lại hoe đỏ.

Mơ hồ về tới ký túc xá, Tiêu Tuyết đưa khăn cho tôi: "Lau mặt đi".

Thất tình không xấu hổ, xấu hổ chính là vì còn nhớ anh mãi không quên, không quên được anh không xấu hổ, xấu hổ là vì cái người mình cứ nhung nhớ kia sớm đã có vợ yêu cạnh bên rồi.

Nghĩ cảnh bạn bè gặp mặt nhau coi, mình thì một mình đơn chiếc, chúng nó thì cứ quấn quýt anh anh em em, lúc thấy mình còn không quên hỏi đểu một câu: "Tần Khanh, mày vẫn một mình à?".

Tôi chỉ hận không thể lấy khăn ép mình chết ngạt đi!

Thực ra ngẫm lại, thấy bản thân mình cũng đâu có tồi, sắp tốt nghiệp đại học, được nhận vào làm trong một công ty khối kẻ ao ước, lại được hưởng sự ưu ái của sếp, từ lúc rời xa anh tới giờ tôi đã tốt hơn rất nhiều, ít nhất là về mặt tiền tài công danh. Lúc yêu anh, lúc nào anh cũng mang tôi theo sát bên, cái gì cũng làm thay, ngay cả ăn cam cũng được anh bóc vỏ giùm.

Vừa nghĩ tới đó mắt lại rưng rưng! Tôi lập tức ngừng nhớ lại quá khứ, hướng tới hiện tại, giờ tôi đang thiếu cái gì, không phải

_____

(13) Tứ hóa tức hiện đại hóa nông nghiệp, hiện đại hóa công nghiệp, hiện đại hóa quốc phòng, hiện đại hóa khoa học kỹ thuật (BTV).

là bạn trai sao?! Tôi cười nhạt một tiếng, móc trong túi ra miếng băng vệ sinh có số điện thoại, lôi di động ra bấm số gọi.

"A lô?". Có tiếng trả lời rất nhanh.

Tôi hét to: "Tôi là người hôm nay anh đã để lại số điện thoại - Tần Khanh".

Bên kia sửng sốt, có chút do dự: "À...".

Không để anh ta có cơ hội trả lời, tôi lập tức hạ lệnh: "Từ giờ trở đi anh là bạn trai của tôi, ngày mai tan làm đứng trước cửa công ty chờ tôi!".

Thanh âm từ bên kia mang theo ý cười: "Làm gì?".

Tôi gân cổ hét vào di động: "Hẹn hò!".

Hôm sau tôi diện nguyên bộ đồ mới, hăng hái tới công ty làm việc, ôm nhiệt huyết dâng tràn đợi đến lúc hết giờ làm. Lúc sắp hết giờ làm, Tống Tử Ngôn gửi cho tôi một tin nhắn cụt lủn: "Cửa, đợi".

Nhưng tôi xem kỹ rồi, Tống Tử Ngôn là người đã từng ra nước ngoài du học, có lẽ là người tôn trọng nhân quyền nhất, tôi run run bấm tin nhắn trả lời: "Tổng giám đốc, hết giờ làm hôm nay em có hẹn, hôm sau anh mà có chuyện em nhất định sẽ giúp liền".

Đợi mãi không thấy tin nhắn lại, chắc là ngầm đồng ý rồi, tôi lôi gương ra chải sơ lại tóc, nóng lòng chờ tới lúc ra về.

Sắp hết giờ làm, giám đốc Tôn vào phòng thông báo: "Mọi người ngừng tay một chút nghe tôi nói".

Tất cả ngừng lại, ngẩng đầu nhìn giám đốc.

"Xét thấy biểu hiện gần đây của các nhân viên vô cùng xuất sắc, tối nay tổng giám đốc mời mọi người cùng đi liên hoan".

Ba ngày hai bữa liên hoan, công ty này đãi ngộ đúng là tốt thật, nhưng cái giờ tôi muốn không phải đãi ngộ, mà là bạn trai! Tôi giơ tay lên hỏi: "Giám đốc, xin hỏi có thể xin nghỉ không ạ?".

"Có chuyện thì nghỉ cũng được".

Tôi thở phào.

"Nhưng sinh viên của tổng giám đốc phải có mặt". Chị ta ngoài mặt cười cười nhưng lòng lạnh tanh: "Đây là nguyên văn lời tổng giám đốc".

Người đi không nhiều, vì lúc có thông báo, nhiều người có gia đình, có bồ bịch, có hẹn hò đều không tới được, chỉ những người buổi tối rảnh rang không đi đâu chơi mới đến. Đương nhiên, phải nói rõ hơn là cũng có người có hẹn mà không thể trốn được, ví dụ như tôi.

Tôi ngồi trước bàn ăn dài kiểu Tây, bắt đầu nốc rượu giải sầu. Có những thứ vốn đã bị chôn sâu, nhưng chỉ một câu nói của Nghiêm Bằng hôm qua đã đủ bới nó lên, lôi nó ra nắng phơi khô cho kỳ được. Tôi uống rượu nhanh chẳng khác gì uống nước lã.

Mượn rượu có thể tiêu sầu nổi không, tôi không biết, nhưng rượu có thể khiến người say thì đã thành chân lý rồi. Chỉ một lát sau, bóng người trước mắt tôi đã nhập nhòe. Tôi cố lắc đầu cho tỉnh lại, hình bóng Tống Tử Ngôn đang ngồi ở vị trí chủ tọa chao đảo, nhập lại thành một với người ngồi cạnh hắn, nhưng ánh mắt lạnh lùng của hắn tôi còn nhận rõ, chỉ mới liếc qua đã suýt làm tôi đóng băng. Vội vàng chuyển ánh nhìn, ánh mắt tên nhóc Tóc Vàng ngồi bên kia cũng lạnh như tuyết.

Sao tôi lại bị như thế? Sao ai cũng dùng ánh mắt lạnh lùng đó với tôi?

Thế nên tôi lại cặm cụi quay về với công cuộc uống rượu giải sầu, đang uống thì người ngồi cạnh đã kéo kéo áo, khẽ giọng nói: "Tới lượt cô rồi đó".

"Hở?". Tôi líu lưỡi hỏi lại: "Đến lượt tôi cái gì?".

Cô ta hạ giọng nhắc: "Lúc nãy tổng giám đốc bảo từng người đứng lên nói về mục tiêu của mình".

"Hả, mục tiêu à, tôi có, tôi có". Tôi lảo đảo đứng lên, lè nhè cất giọng: "Mục tiêu của tôi là mau chóng tìm được bạn trai!".

Phía dưới cười rộ lên, có người còn đùa: "Đã tìm được chưa?".

Khinh tôi à! Tôi bực mình đáp: "Ai bảo tôi không tìm được! Vốn dĩ hôm nay tôi đi hẹn hò! Mấy người nghe rõ cho tôi, bạn trai tôi là giám đốc Triển bên bộ phận khai thác kỹ thuật!!! Đã rõ chưa? Giám đốc Triển đó là của tôi, sau này các cô các chị tránh xa anh ấy ra!". Nghĩ nghĩ một lát lại bổ sung thêm: "Đàn ông cũng phải tránh ra xa một chút!".

"Cạch!" một tiếng, chén rượu rơi xuống bàn, tôi hét toáng lên: "Ai? Ai dám ngắt lời thổ lộ tình cảm của tôi hả?". Trừng mắt nhìn mới phát hiện ra là Tống Tử Ngôn.

Mặt hắn nhìn khó ngửi chẳng khác nào cống thoát nước, nhìn tôi vẻ không thể tin được.

Đồng nghiệp ngồi quanh ai cũng nhìn tôi như không thể tin được, chỉ có tên nhóc Tóc Vàng là người duy nhất không như thế.

Trong ánh mắt còn lấp lánh tia vui mừng rõ ràng, chăm chú nhìn tôi.

Đồng nghiệp ngồi cạnh cẩn thận kéo ống tay áo tôi, hạ giọng nhắc: "Cô uống say rồi, không biết mình đang nói gì đâu".

Tôi cố hết sức gật cái đầu đang quay mòng mòng của mình: "Đương nhiên biết chứ, đấy là tôi công khai tỏ tình lãng mạn đó". Rồi như muốn chứng minh gì đó, mỗi từ tôi nói ra đều đặc biệt vững vàng: "Tôi rất thích giám đốc Triển, cực kỳ thích giám đốc Triển, ai tôi cũng không để mắt tới. Mục tiêu của tôi là hôm nay yêu giám đốc Triển, ngày mai kết hôn cùng anh ấy luôn!".

Tống Tử Ngôn im lặng, chỉ lạnh lùng nhìn tôi bằng bộ mặt vô cảm. Tôi cũng trừng mắt đọ với hắn, cuối cùng hắn chỉ mấp máy môi, không nói nổi nên lời.

Đây là lần đầu tiên tôi đấu khẩu với hắn mà giành được thắng lợi, thật đáng để ăn mừng.

Tôi tự rót cho mình một chén rượu, vừa đưa lên miệng đã bị người khác giật lấy.

Tóc Vàng đứng trước mặt tôi, nheo mắt nhìn: "Tôi đã biết cô không thể không thích tôi mà".

Tôi với tay qua cướp lại chén rượu: "Cậu làm cái gì đó?".

Cậu ta nghiêng người tránh tay tôi: "Vừa nãy cô tỏ tình làm tôi xúc động lắm, tuy rằng cô có hơi kém một chút, nhưng tôi quyết định đồng ý".

"Rồi, chị đây không cần nhóc đồng ý, chỉ cần đưa chén rượu đây cho chị, rồi biến đi xa xa một chút trước khi chân chị đây làm trò thân mật với mông nhóc, được không?". Tôi tốt bụng nhắc nhở.

Cậu nhóc cười híp cả mắt: "Tôi biết cô tức để chữa thẹn mà, không sao, tôi không để ý đâu".

Chữa thẹn? Nhìn đôi mắt cười tít của tên đối diện, tôi nghi hoặc hỏi lại: "Giữa chúng ta hình như có hiểu lầm gì đó phải không nhỉ?".

Cậu nhóc nắm lấy tay tôi: "Tôi thật không ngờ cô lại có dũng khí tỏ tình công khai với tôi như thế".

Một giả thuyết nổi lên trong óc, tôi rùng mình một cái, giọng run run: "Cậu cậu cậu cậu cậu là...?".

Cậu ta dịu dàng nở nụ cười: "Tôi là giám đốc Triển của bộ phận khai thác kỹ thuật!".

Tôi trợn mắt há hốc mồm nhìn khuôn mặt non choẹt của cậu ta, nhìn đủ mười phút.

Mười phút sau, tôi ngất xỉu.

Vừa lơ mơ mở mắt ra, đã thấy một nữ quỷ tóc dài xõa xượi che khuất khuôn mặt đang từ từ tiến lại phía mình, đôi mắt thô lố như mắt cá chết nhìn chằm chằm vào tôi…

"Aaaaaaa!!!!". Tôi nhảy dựng lên, hét ầm lên.

"Aaaaaaaaaaaaaa!!!!", một tiếng hét khác còn to hơn, to tới điếc cả tai.

Tôi nghiêng đầu, hóa ra là tên nhóc Tóc Vàng hôm qua, cậu ta đang ngồi bên cạnh, khuôn mặt nhỏ nhắn sợ tới mức trắng bệch. Tôi quay đầu nhìn xung quanh, màn hình ti vi to rộng, đầu DVD bên dưới đang chạy, trên màn hình là ma nữ ban nãy, còn nghe thấy những âm thanh đặc trưng trong phim kinh dị tạo ra hiệu ứng ma quái.

Trong nháy mắt, tôi đã hiểu ra.

Cuối cùng Tóc Vàng đã mang tôi về nhà, chẳng làm cái gì, chỉ dựa hơi người của tôi, chống cự nỗi sợ phim kinh dị đáng thẹn từ tận đáy lòng. Vấn đề là, cậu ta đạt được ước muốn như thế nào chứ?

Thế nên, động tác ngay sau đó của tôi là xách tai tên kia: "Nói! Chuyện này là sao hả? Rõ ràng vừa nãy tôi còn trong nhà hàng mà, sao bỗng nhiên giờ lại ở đây?".

Cậu nhóc la oai oái: "Không phải cô uống say tới ngất xỉu sao? Mọi người không ai biết cô ở đâu, tôi thấy tình cảm thắm thiết cô dành cho tôi như thế, cho nên đưa cô về đây trước, cô yên tâm, tôi chưa làm gì cả mà".

Tôi nhìn lại tư thế của hai đứa, chiếc giường rất rộng, cậu ta nằm trên giường - chính xác hơn là nằm co lại trên giường, một tay còn nắm chặt tay tôi, lòng bàn tay toàn là mồ hôi. Đối diện với giường là chiếc ti vi siêu lớn đang chiếu phim kinh dị, cúi đầu kiểm tra lại quần áo, không có gì xô lệch thất thố. Có lẽ cậu nhóc nắm tay tôi vì sợ quá, tôi là đồ chống sợ hãi mà thôi.

Tôi thở phào nhẹ nhõm, sau đó tăng thêm lực, kéo tai càng mạnh thêm, hung hăng mắng nhiếc: "Cậu có phải là đàn ông con trai không hả? Mang một thiếu nữ say như chết về nhà mà dám ngoan ngoãn ngồi yên coi phim kinh dị! Có chút xíu chuyện cầm thú cũng không dám làm, cậu đúng là không bằng cầm thú!".

Cậu ta la lên xin tha: "Nhẹ chút, nhẹ chút, lần sau tôi làm bù được không?".

Tôi lại càng ra sức kéo tai: "Nghĩ hay quá nhỉ, ranh con được tý tuổi đầu mà dám có ý đồ với chị đây à, chị đây thiếu nữ trong sáng thuần khiết há lại để tên cầm thú như cậu làm nhúng chàm sao?".

Xách tai cậu ta được một lát, tôi cũng thấy thấm mệt, rượu bốc lên làm đầu tôi đau như búa bổ, một cước đạp thằng nhóc xuống giường: "Giờ tôi buồn ngủ rồi, cậu biến qua chỗ khác đi!".

Chân trần đứng trên đất, Tóc Vàng nhìn tôi oan ức: "Đó là giường tôi mà".

Tôi chỉ vào chiếc sofa trong phòng: "Thế đó không phải sofa của cậu à? Cậu cứ nhất bên trọng nhất bên khinh thì sofa nó khóc cho đấy".

Tôi quay đầu tính đi ngủ, cậu ta đứng cạnh lại kéo kéo chăn.

"Trước khi tay chị nhẹ nhàng in dấu ấn lên mặt cưng, cưng có ba phút để biến đi". Tôi tốt bụng nhắc nhở.

Cậu xụ mặt xuống, nói: "Cô có thể tắt ti vi trước được không?".

"Tay cậu dài thế dùng làm gì hả?".

Tóc Vàng như cô vợ nhỏ bị bắt nạt, cúi đầu ấp úng: "Tôi không dám".

Nhìn cậu ta như thế, có lẽ nếu không tắt tôi sẽ không được ngủ mất, thế nên đành phải tung chăn ra, loẹt xoẹt mấy bước tới trước ti vi tắt phụp cái màn hình còn đang chiếu mấy hình ảnh

112

rùng rợn, quay đầu lại đã nhận được ánh mắt sùng bái của Tóc Vàng, tôi hất hàm ra lệnh: "Ngủ!".

Mấy ngày trước vẫn còn bị người ta bắt nạt, khó có được cơ hội bắt nạt lại người khác như hôm nay, tôi ngủ vô cùng ngon giấc. Lúc tỉnh dậy trời đã sáng, mùi sữa đậu nành thơm phức len vào phòng, tôi gãi gãi mớ tóc rối bung đi vào phòng khách thì thấy Tóc Vàng đang bận rộn chuẩn bị bàn ăn.

Tôi ngáp một cái: "Chào".

Cậu ta cũng cười đáp lại: "Chào". Nắng sớm mai chiếu vào người cậu nhóc, mái tóc mềm mại, nụ cười trong sáng, thực sự là một anh chàng đẹp trai, sáng sớm nhìn thật bổ mắt, tôi âm thầm hạ quyết tâm sau này nhất định phải đẻ được thằng con trai như thế, để nó có thể quyến rũ từ thiếu nữ tới ông già trong thiên hạ này.

Tôi đi vào toilet, bất thần quay đầu ra: "Cậu, nhe răng ra".

Cậu nhóc giật mình, nhưng vẫn ngoan ngoãn nghe lời nhe răng ra.

Ừm, hàm răng đều đặn, khá giống răng của mấy quảng cáo kem đánh răng, tôi yên tâm quay lại làm công việc vệ sinh buổi sáng.

Cậu nhóc rất nhanh đã qua chỗ tôi, gương mặt từ khó hiểu chuyển thành kinh ngạc: "Sao cô lại dùng bàn chải đánh răng của tôi?".

"Vì tôi không mang theo". Tôi trả lời tỉnh bơ: "Yên tâm, tôi vừa nhìn răng cậu rồi, cũng được đó, tôi không chê đâu".

Cậu ta cứng họng không đáp lại được, nhìn cái miệng đầy bọt kem đánh răng của tôi, bỗng nhiên mặt đỏ lựng lên như đánh má hồng, lúng túng quay ra ngoài.

Tới khi tôi sửa soạn xong đi ra, cậu đã chuẩn bị sẵn cho tôi ly sữa đậu nành, bánh mì, thêm mấy thứ khác nữa, nhiệm vụ duy nhất của tôi chỉ là ăn no. Uống một ngụm sữa đậu nành nguyên chất thơm phức, nhớ tới cái thứ chất lỏng màu trắng cùng tên loãng gấp N lần bán ở trường, trong lòng tự nhiên thấy cảm động. Tôi nói: "Cậu thật lợi hại, đàn ông con trai mà sống được như thế này".

Cậu cụp mắt không nhìn tôi, đáp: "Vốn dĩ tôi đã quen sống một mình ở nước ngoài, việc gì cũng phải học làm".

Thế quái nào mà giờ mọi người rủ nhau kết bè kết cánh ra nước ngoài hết thế, tôi hung hăng cắn một miếng bánh mì.

Đương lúc tôi cạp bánh mì giải hận, cậu đã đem tiểu sử cuộc đời mình ra nói sạch bách.

Tóc Vàng, tên thật là Triển Dương, năm nay hai mươi tuổi, mười tám tuổi đã tốt nghiệp thạc sĩ tại một trường đại học nổi tiếng ở nước ngoài (lần thứ hai cạp mạnh vào bánh mì!), giờ giữ chức giám đốc bộ phận khai thác kỹ thuật (lại cạp nữa!), cha mẹ và chị gái đã di dân, chỉ còn lại một mình cậu ta lẻ loi cô quạnh sống trong nước, không ai quan tâm chăm sóc, tới xem phim kinh dị cũng không có người chịu xem cùng... (tôi hung hăng cạp tay cậu ta một cái!).

Tôi vốn dĩ là loại dân đen chân đất mắt toét, thấy người nào là thần đồng, nhất là nhà thần đồng lại giàu có thì nhất định sẽ thổn thức cảm thán, thực sự là giỏi quá trời là giỏi. Nhưng điều kiện tiên quyết là người như thế chỉ nên tồn tại trên báo, internet hoặc tạp chí, tự nhiên xuất hiện một người như thế ngay trước mắt mình, lòng tôi bỗng nhiên trỗi lên ngọn lửa ghen ty hừng hực, nhìn người trước mặt mình bằng ánh mắt đố ky.

Nếu là trước đây, nhất định sắc mặt của tôi sẽ trở nên rất khó coi, nói toàn lời khó nghe, nhưng đã là người đi làm, nhất là vào làm ở một công ty biến thái như công ty tôi, thì thực sự đã thoát khỏi cái thời kỳ mê muội, tiến tới cảnh giới thay da đổi thịt! Mặt mày tươi rói như hoa, tôi dùng ánh mắt lấp lánh nhìn cậu ta: "Cưng tuổi còn trẻ thế này mà đã có tiền, có nhà, lại có xe, bản lĩnh quả không tồi nha!".

Mặt cậu nhóc đỏ tưng bừng: "Tôi không giỏi lắm đâu, thực ra anh rể tôi mới là giỏi".

Tôi lắc đầu: "Không cần quan tâm tới người khác làm gì, trong lòng chị, cưng mới là người tài giỏi nhất!".

Hai vành tai cậu như sắp bốc cháy tới nơi.

Tôi uốn lưỡi ngọt nhạt: "Giờ chuyện giữa đôi ta đã thế này rồi, chị đã hạ quyết tâm cho cưng một danh phận, cưng có chịu không nào?".

Cậu cúi gằm nhìn mặt bàn, giọng nhỏ rí: "Cô nói gì cũng được hết".

"Được!", tôi nhoài người sang bên kia bàn vỗ vai cậu: "Sau này cưng là em trai chị. Cưng có chuyện gì, kiểu như viêm ruột thừa phải nằm viện, làm phẫu thuật cần có người ký tên, vân vân và mây mây thì cứ tới tìm chị!". (Nếu cưng không may gặp phải thế).

Cậu ngẩng đầu lên, nhìn tôi không chớp mắt, nhìn tới mức khiến tôi hơi chột dạ. Tôi cười tươi, vỗ vỗ lên má cậu: "Chuyện xong rồi nhé".

Cậu lại cụp mắt xuống.

Vì thức dậy trễ nên dù cậu nhóc có vượt đèn đỏ mấy bận nhưng cả hai vẫn tới công ty muộn.

Vốn dĩ tôi cũng chẳng mơ lấy được giải thưởng nhân viên chăm chỉ, nhưng từ lúc bước chân vào công ty, bầu không khí rất kỳ quặc, lẽ nào nền nếp ở đây tốt đến thế, chỉ tới trễ có tí thôi mà cũng bị để ý?

Sáng vào WC đi vệ sinh, vừa định đứng dậy thì nghe bên ngoài có người nhắc tới tên tôi.

"Các cô biết Tần Khanh bên bộ phận thị trường không?".

"Biết chứ, không phải là cái cô nhân viên mới lần trước hát Happy Birthday à?".

"Cái cô Tần Khanh đó ấy à, hôm qua đi tiệc liên hoan làm chuyện mất mặt lắm".

"Kể nghe coi nào".

"Lúc đang ăn tiệc liên hoan, cái cô Tần Khanh đó tự nhiên đứng dậy tỏ tình với giám đốc Triển, sau bữa tiệc, hai người cùng biến mất, kết quả là sáng hôm nay không những hai người cùng nhau đi làm, mà quần áo cô Tần Khanh kia cũng toàn là nếp nhăn, cứ như sợ người khác không biết đêm qua mình làm gì ấy". Tôi cúi đầu nhìn lại quần áo mình, đúng là hơi nhăn nhúm thật, tin đồn này cũng không tính là oan được.

"Không tới mức đó chứ, giám đốc Triển mới có nhiêu tuổi nào? Mà không phải bữa liên hoan lần trước cô ta còn bám chặt lấy tổng giám đốc sao?". (Tức nha! Tôi bám hắn hồi nào!!!)

"Cô ta muốn lắm ấy chứ, nhưng tổng giám đốc làm sao có thể để mắt tới người như cô ta được". (Vinh hạnh vinh hạnh!)

"Nói như thế thì do tổng giám đốc đá cô ta trước, cô ta mới quay sang giám đốc Triển sao?".

"Sao tôi nghe nói giám đốc Triển với cái cô Tần Khanh kia vốn là bạn thanh mai trúc mã, sau khi giám đốc Triển ra nước ngoài, tổng giám đốc chiếm đoạt tình yêu. Kết quả người tính không bằng trời tính, hai người họ tình cũ không rủ cũng tới. Các cô không để ý hôm qua tổng giám đốc nghe Tần Khanh tỏ tình thì mặt sầm lại đó à?".

"Chắc chắn là đồn vớ vẩn, tổng giám đốc cũng từ nước ngoài về đó". (Conan số một xuất hiện.)

"Theo tôi thấy, Tần Khanh này có thể là một gián điệp thương mại, tổng giám đốc với giám đốc Triển ngầm thỏa thuận dùng mỹ nam kế giả vờ trở mặt với nhau, sau đó đợi tới khi cô ta tưởng kế hoạch của mình thành công sẽ quay mũi giáo trả thù". (Sức tưởng tượng mạnh thế không biết...)

"Không có khả năng lắm, cô ta nhan sắc không có, dáng người càng không, có sếp nào muốn tuyển chứ?". (Conan số hai ngang nhiên đoán mò...)

"Thực ra các cô đều nghĩ quá phức tạp rồi, Tần Khanh cùng lắm chỉ là một nhân viên mới muốn đi cửa sau để được trèo cao thôi, trước quấn lấy tổng giám đốc, sau lại dính với giám đốc

Triển, đàn ông mà, thịt đã tới miệng ai lại không ăn? Có là thịt mỡ thì họ cũng chẳng bỏ qua đâu".

"Ừm, chắc là như thế rồi".

"Đúng đúng đúng, vừa nhìn cái bản mặt cô Tần Khanh kia đã thấy rõ là muốn quyến rũ các sếp rồi".

"Phải đó, từ lần đầu tiên nhìn cô ta đã thấy khó ưa rồi".

Mấy bà tám cứ liên tục đưa ra giả thuyết, phủ nhận, rồi lại đưa ra giả thuyết, rồi lại phủ nhận, cuối cùng đều đồng thanh nhất trí dồn hết đả kích lên cái thân tôi. Tới khi bọn họ đi hết, chân của tôi đã tê rần. Tôi run rẩy lê lết về phòng làm việc, khi đã yên vị trên ghế rồi mới dám than thở: cái đám bà tám ấy không đi TVB[14] làm biên kịch thực đúng là lãng phí nhân tài.

Nhưng lời đồn quả có sức mạnh, lúc làm việc, băng vệ sinh tỷ tỷ vẫn im lặng như thường, nhưng lại quăng qua một miếng băng, trên đó viết: "Giờ thân phận của cô là, thanh mai trúc mã của giám đốc Triển, nhằm lúc cậu ta đi du học thì quyến rũ tổng giám đốc ở trường đại học, tốt nghiệp xong thì được công ty khác thuê làm gián điệp, giờ đang bị tổng giám đốc và giám đốc Triển đùa bỡn trong tay như một miếng thịt".

Băng vệ sinh tỷ tỷ là người có bề ngoài lạnh lùng nhưng thực sự là người duy nhất trong cái công ty lạnh lẽo này khiến tôi cảm thấy ấm áp, vốn dĩ còn có Tóc Vàng, nhưng tới chiều thì cậu ta lại bị điều ra nước ngoài công tác. Tội cho tôi, vốn dĩ đang khấp khởi chờ mong cậu ta sẽ lái xe đưa về, nhưng nghĩ cũng thấy bực, rõ

(14) TVB: Hãng phim nổi tiếng của Hồng Kông (BTV).

ràng là người bên bộ phận khai thác kỹ thuật, đi nước ngoài ký hợp đồng làm gì? Cậu cho cậu là miếng băng đa dụng của băng vệ sinh tỷ tỷ sao? Nhưng nhớ ra Tóc Vàng đi công tác cùng Tống Kim Quy, trong lòng cũng thấy nhẹ nhõm hơn.

Sau đó đúng là nhẹ nhõm thật, tuy rằng sức lực bị giám đốc Tôn vắt kiệt, nhưng không bị đàn áp tinh thần, cuộc sống cũng coi như là có hương có vị. Mấy ngày gần đây nghe nói hợp đồng Tống Kim Quy ký với công ty nước ngoài có chút vấn đề, chúng tôi phải phân người trực đêm để nhận điện thoại từ bên kia.

Lúc phân người trực, giám đốc Tôn một lần nữa lại thể hiện sự đàn áp của mình với tôi. Bộ phận tôi có mười ba người, hai người một ngày, nhất định sẽ lẻ ra một người, không ngoài dự đoán, người bị lẻ ra đó là tôi. Tuy biết rõ kết quả sẽ là như thế, nhưng tôi vẫn cố giãy giụa ý kiến: "Giám đốc Tôn, trong bộ phận ta cũng có nhân viên nam, sao lại để em là nữ mà phải trực đêm một mình?".

Chị ta "xùy" một cái rồi đáp: "Thế cô tìm một người đồng ý trực đêm với cô đi, tôi sẽ đổi lại ca trực".

Tôi nghĩ một lát, cuối cùng chỉ có thể vác bộ mặt xám xịt đi ra khỏi phòng.

Kết quả là ngày thứ sáu, tôi đã thấy tên mình được viết thật to, dán trên bảng thông báo của bộ phận, Tần Khanh - chủ nhật.

Độc ác, thực là quá độc ác, trực ban là đã đủ rồi, còn chọn đúng ngày chủ nhật hiếm có.

Không thể nhịn thêm được nữa! Thế nên... tôi thầm hung hăng hỏi thăm tổ tiên của chị ta.

May là thân làm trạch nữ, tôi cũng biết cách tự sướng tự giải sầu, huống hồ trong công ty có máy tính, có mạng, có nước, có WC, bốn yếu tố lớn này là đủ tạo nên cuộc sống của tôi rồi.

Nửa đêm, hai giờ, công ty, trước máy vi tính.

Tôi tập trung tinh thần, quên cả cắn hạt dưa trong tay, mặt đỏ hồng, mắt lóe sáng. Một chút nữa, thêm một chút nữa là ra rồi! Tôi gần như nín thở...

Sắp tới khoảnh khắc nguy hiểm, bỗng nhiên đèn trong phòng bật sáng! Tôi kinh hãi quay đầu lại, nửa đêm nửa hôm đèn bỗng nhiên bật sáng, tình huống này sao quen quá vậy? Tuy gan tôi cũng lớn, nhưng vẫn sợ tới phát run, run rẩy quát lên: "Ai?".

Không có tiếng đáp lại ngoài tiếng quát của tôi, có lẽ phải nói rằng, trừ tôi ra không còn người nào khác...

Tôi nhắm mắt lại, bị phanh bụng còn đỡ hơn là bị hù chết, hai ngón trỏ giao nhau làm thành hình thập tự, miệng không ngừng lẩm bẩm: "Nói cho chúng mày biết, ta không sợ chúng mày đâu! Ta xem phim kinh dị còn nhiều hơn mày xem phim khiêu dâm, ta theo đạo Chúa có đu theo đạo Phật, mẹ ta mỗi ngày đều thắp hương quỳ lạy, các người dám động tới ta sẽ không được chết toàn thây! A di đà Phật, lạy thánh Ala, các ngươi mau tìm một gia đình tốt mà đầu thai đi, giờ siêu sao mang thai nhiều lắm, các người đi đầu thai còn có thể mang hạnh phúc tới đám báo lá cải, học tập tấm gương đạo đức Lôi Phong, trung với cách mạng, trung với Đảng, nếu trời có tình đã già đi, nhân gian này vốn chỉ là một hồi bể dâu...".

Tôi nghe có tiếng thở, ma có thể thở được sao? Tôi lén lén ti hí mở mắt nhìn, Tống Tử Ngôn đã đứng trước mặt tôi từ lúc nào, hai tay khoanh trước ngực, thản nhiên nhìn tôi.

Tôi vỗ vỗ ngực, thở phào ra một hơi: "Tổng giám đốc, anh suýt chút nữa là là dọa chết em rồi".

Hắn cười khinh bỉ: "Ngu ngốc, mê tín".

Tôi không cãi lại, nhìn dáng vẻ mệt mỏi của hắn bây giờ tôi tò mò hỏi: "Tổng giám đốc, không phải ngày mai anh mới về sao?".

Khóe miệng hắn nhếch lên thành nụ cười nhạt: "Cô nắm rõ lịch làm việc của tôi quá nhỉ".

Có thể không nắm rõ sao? Trên lịch treo tường khoanh một vòng tròn đỏ lớn, nhắc tôi từ ngày mai trở đi phải uống lại thuốc trợ tim. Tôi kiên quyết gật đầu: "Đương nhiên là rõ chứ, phải nắm rõ là đằng khác, một ngày không được gặp tổng giám đốc em thấy dài như ba thu, chỉ mấy ngày ngắn ngủi thôi mà cảm giác cả đời này đã trôi qua". Ít nhất là khoảng thời gian hạnh phúc ở kiếp này đã trôi qua rồi.

Hắn xoa xoa đầu tôi như xoa đầu thú cưng: "Tốt".

"Tổng giám đốc trẻ thế này còn tới công ty sao?".

Hắn "a" một tiếng, nhìn quanh phòng rồi mới nói: "Tôi qua lấy giấy tờ".

Có chuyện là phải nịnh, không có chuyện cũng phải cố ra mà nịnh, tôi được đà: "Tổng giám đốc đúng là quá khổ cực rồi, mới từ nước ngoài về, không kịp nghỉ ngơi đã vội vàng quay lại công ty tiếp tục tham gia vào sự nghiệp kiến thiết đất nước vĩ đại, đây là tinh thần gì? Đây là…". Đang nói dõng dạc, tự nhiên lại bí từ.

Hắn nheo mắt cười cười: "Cô ấy, đã không phải người thông minh thì cũng đừng có học đòi theo người ta, đỡ phải mất mặt xấu hổ".

Tôi gật đầu: "Cảm ơn tổng giám đốc đã chỉ bảo, em nhất định sẽ khắc cốt ghi tâm chuyện này".

Hắn nhìn tôi một lát rồi thở dài sườn sượt, lảng sang chuyện khác: "Cô đang làm gì đó?".

Nhắc tới đó, tôi đột nhiên sực nhớ ra lúc nãy mình đang làm gì, vội vàng hít một hơi thật sâu, rồi nhanh chân đứng dậy chắn ngang màn hình, cười nịnh: "Em đang trực, là trực đêm đó, để công ty có một ngày mai tươi sáng, em có trách nhiệm và cũng có quyền lợi phải trực đêm thật tốt. Tổng giám đốc, anh không cần phải can thiệp vào, cầm giấy tờ rồi nhanh về nhà nghỉ ngơi cho sớm đi".

Hắn im lặng, chỉ nhìn tôi nghi ngờ, mãi tới lúc trán tôi đầy mồ hôi lạnh mới chịu mở miệng: "Đi xa thế có hơi khát nước, cô rót cho tôi cốc nước đã".

May là bình nước đặt ngay cạnh bàn, tôi đứng im tại chỗ, chỉ rướn người vươn tay qua rót nước. Nhưng tôi quên béng mất, máy vi tính của công ty vốn dĩ không có headphone nên tôi phải mang headphone của máy MP3 ra dùng tạm, lúc rướn người sang bên cạnh, giắc cắm của headphone cũng bị tung ra.

Sau đó, "ưm… ưm... a… a…". Âm thanh vang khắp phòng làm việc.

Trong nháy mắt, tôi nín thở, giọng nói u ám của Tống Tử Ngôn đập vào tai tôi: "Tránh ra".

Tôi phản ứng ngay, nhào cả người qua ôm cứng lấy màn hình vi tính cố thủ.

Hắn nghiến răng rít lên: "Tránh ra!".

Tôi vẫn ôm cứng không buông.

Hắn nhấn mạnh từng chữ: "Tần Khanh, đừng để tôi phải nói tới lần thứ ba".

Tại sao Tống Kim Quy chết tiệt lại chọn đúng cái ngày này mà về nước, mà sớm không tới, muộn không tới, lại chọn đúng lúc khuya khoắt để lấy cái mớ giấy tờ của nợ chứ?

Đối mặt với khuôn mặt hầm hè cứng như thép của Tống Tử Ngôn, tôi ủ rũ cúi đầu xuống, mắt nhìn mũi, mũi nhìn ngón chân.

May là sau khi hắn hít vào thở ra mấy bận, giọng đã dịu xuống: "Nói đi".

"Nói gì ạ?". Tôi ngẩng đầu nhìn hắn.

Hắn chỉ tay vào hai anh trai khí thế ngất giời đang quần nhau kịch liệt trên màn hình vi tính: "Tôi cần được giải thích".

Tôi đứng nhìn bức tranh lao động miệt mài trên màn hình, trong lòng nghi hoặc, giải thích bộ phim kia á?

Tống Tử Ngôn tức không nhịn nổi, đập bàn: "Nói nhanh!".

Tim gan tôi nhảy nhót lộn tùng phèo, vội vàng giải thích ngay lập tức: " Đây là phim nam nam, hay còn gọi là phim G".

123

Lần thứ hai mặt hắn có thể đem đi so sánh với đít nồi rang cháy, lời nào lời nấy lạnh như băng: "Cái tôi muốn nghe không phải là cái này".

Càng ngày sắc mặt của Tống Tử Ngôn càng xanh lét lẹt, ngực phập phồng lên xuống dữ dội, hai tay đặt trên bàn liên tục nắm mở, mở nắm, nếu giây tiếp theo mà hai bàn tay ấy có bóp lấy cổ tôi thì tôi cũng chẳng lấy làm lạ.

Tôi lập tức ôm đầu ngồi xổm xuống, liên tục cầu xin: "Phản đối bạo lực! Phản đối bạo lực! Xã hội giờ hài hòa!!!".

Ôm đầu ngồi xổm hồi lâu, thấy hắn đứng yên một lúc thật lâu, rồi sau đó, đôi giày da chuyển động, hắn đã đi ra ngoài.

Tôi ngồi trên ghế, không ngừng bốc đồ ăn vặt, vừa ăn vừa hối hận, tôi hối hận quá...

Tính đi tính lại tôi mới làm việc ở đây chưa đầy hai tuần, chờ tới mai Tống Tử Ngôn ban cho cái quyết định nghỉ việc, chắc một đồng lương cũng không được nhận mất, hối hận chết đi được. Sớm biết có ngày như thế này, tôi đã không cần phải lăn lộn ở đây tới tận mười ngày rồi! *(Hóa ra không phải hối hận vì đã coi phim G ở công ty à? Não cô kỳ quái quá!!!).*

Càng nghĩ càng thấy đau khổ, càng nghĩ càng thấy đau lòng, giữa nỗi đau khổ và đau lòng, tôi chìm dần vào giấc ngủ...

"A a a a a a a!". Tiếng hét chói tai làm tôi giật mình tỉnh dậy, còn tưởng đang xem tiểu phẩm mừng xuân của Sái Minh, tôi mở mắt, trời đã sáng bảnh, còn hoa khôi bộ phận chúng tôi - Tiết Diễm Diễm đang nhìn tôi bằng vẻ mặt kinh hoàng - chính xác mà nói là nhìn áo trên người tôi.

Hoa khôi chỉ chỉ cái móng tay dài ngoằng sơn màu đỏ chóe vào tôi: "Cái... cái áo này cô lấy đâu ra đó?".

Tôi cúi đầu mới nhận ra là mình đang khoác một cái áo vest màu xám, ơ? Tôi ngẩn người ra: "Hớ? Cái áo này ở đâu ra ấy?".

Mọi người trong phòng đều nhất loạt trưng ra bộ mặt đăm chiêu kỳ quái.

Hoa khôi vẫn kích động: "Đừng có giả ngây nữa đi. Có phải cô trộm không hả?".

Tôi bực mình: "Có cô mới trộm ấy, cả nhà cô đi trộm".

Giọng cô ta càng đanh hơn: "Không phải do cô trộm được sao? Không lẽ anh ấy đưa cho cô?".

"Anh ấy? Ai là anh ấy?". Tôi vẫn chả hiểu mô tê gì cả.

Bấy giờ giám đốc Tôn nghe tiếng cãi nhau ầm ĩ mới đi ra, nhìn lướt qua chiếc áo vest trong tay tôi, rồi nhìn tôi bằng ánh mắt khó hiểu, cuối cùng nói: "Tới giờ làm việc rồi!".

Tiết Diễm Diễm ghen tức về chỗ, đám người tụ tập vểnh tai nhướn mắt chờ coi kịch vui cũng quay lại làm việc.

Kỳ quái! Đúng là tai bay vạ gió, bình thường xa lánh kỳ thị tôi đã đủ lắm rồi, tự nhiên còn chèn ép tôi ngay trong giờ làm. Nhưng nói cũng lạ, áo vest trên người tôi đây là của ai? Sao ngoài tôi ra, ai cũng có vẻ đã biết hết rồi thế nhỉ?

Không lẽ là... Tôi toát mồ hôi lạnh, len lén đẩy một mẩu giấy qua cho băng vệ sinh tỷ tỷ: "Tầng mình không có ma đấy chứ chị? Kiểu như ma háo sắc, đêm qua lén tới chăm sóc cho em ấy?".

Càng nghĩ càng thấy phải, chẳng có người nào làm, hơn nữa ai cũng có vẻ mặt rất kỳ cục. Nhìn thế nào cũng thấy giống công ty bị ma ám trong mấy bộ phim của Hồng Kông, những nhân viên lâu năm ở đây đều biết nhưng vẫn cố giấu diếm nhân viên mới. Chẳng trách Tóc Vàng lại sợ ma tới như thế, tôi vội vàng hẩy cái áo vest ra xa.

Băng vệ sinh tỷ tỷ nhìn tôi với vẻ kỳ lạ, viết lại: "Cái áo vest đó là của tổng giám đốc".

Hả? Đêm qua lúc hắn ta đi rõ ràng là rất tức giận mà, bước chân như bay thế kia, chẳng lẽ đã đi rồi còn quay lại?

Tôi ngồi nghĩ mãi cũng không luận ra nổi, nhưng tự nhiên lại nhận ra lần này băng vệ sinh tỷ tỷ dùng giấy chuyền lại, bèn tò mò hỏi: "Sao hôm nay chị không dùng băng vệ sinh nữa?".

Câu trả lời rất ngắn gọn: "Cháy túi rồi".

Buổi trưa ở căng-tin, tôi cùng Tóc Vàng đi lấy cơm, tôi có trách nhiệm ăn cơm, cậu ta có trách nhiệm lấy cơm.

Ngồi ăn cơm, tôi cũng quan tâm hỏi cậu ta mấy câu: "Cậu về lúc nào thế? Sao không điện cho tôi biết?".

Mắt Tóc Vàng lấp lánh sáng rỡ: "Cô muốn đi đón tôi sao?".

Là muốn biết khi nào Tống Kim Quy về nước còn sớm phòng bị thôi, nhưng tôi vẫn tự dối lòng gật đầu một cái.

Cậu ta cười đến là dịu dàng: "Không cần đâu, chỉ cần biết cô muốn tới đón là tôi đã vui lắm rồi, nhưng hôm qua tôi về lúc một giờ hơn, cô không đi đón được đâu".

Hơn một giờ sáng? Vậy là Tống Kim Quy không về nhà mà từ sân bay tới thẳng công ty sao?

Càng nghĩ càng chắc chắn một điều, con rùa này đúng là khắc tinh của tôi, vừa trở về đã khắc tôi ngay lập tức. Nhưng vẫn phải xác nhận lại một chút: "Cậu về chung với tổng giám đốc à?".

Nụ cười trên mặt Tóc Vàng nhạt đi: "Phải".

Hừ, quả nhiên là khắc tinh trời sinh mà!

Nhưng suốt từ sáng nay tới tận giờ này chẳng thấy có động tĩnh gì, rốt cuộc là vì Tống Kim Quy quá bận mà không thèm để ý tới tôi, hay ở nước ngoài lâu tư tưởng cũng cởi mở nên căn bản không thèm để tâm chuyện hôm qua? Tôi trầm mặc suy tư.

Tóc Vàng hiểu nhầm ý tôi: "Cô không cần tìm tổng giám đốc đâu, anh ấy bị bệnh, hôm nay không tới công ty".

"Bị bệnh?". Tôi tròn mắt.

Tóc Vàng lạnh nhạt nói: "Ở nước ngoài công việc rất gấp rút, vốn dĩ lịch trình kín đặc đã phải rút bớt hai ngày, vội vội vàng vàng bay về, mà nghe nói đêm qua anh ấy về còn bị nhiễm lạnh nữa, giờ đang nằm nhà ấy".

Nhiễm lạnh? Không lẽ vì không có áo vest? Người thế mà yếu đuối, phải tẩm bổ thêm mới được.

Nhưng mà... bị ốm? Thế này có được coi là cơ hội không nhỉ?

Mắt tôi sáng rực lên ngay tức khắc!

Quay lại phòng làm việc, tôi cầm lấy áo vest phóng vèo lên bộ phận nhân sự xin nghỉ.

Vốn dĩ nhân viên bộ phận nào muốn nghỉ thì chỉ cần xin phép với giám đốc bộ phận đó là được, nhưng giám đốc Tôn cứ khăng khăng bắt tôi phải làm theo đúng quy định, tức là phải có giấy nghỉ phép của bộ phận nhân sự mới xong. Ngay cả việc này cũng tính toán chi li thế, đúng là lúc phụ nữ thích hành hạ người khác thì sẽ nhỏ nhen biết bao! Vào bộ phận nhân sự, tôi chỉ nói xin phép nghỉ, còn chưa kịp trình bày lý do đã thấy giám đốc Điền cười ha ha rồi ký giấy cho nghỉ luôn, ông ta nhìn cái áo vest trong tay tôi, còn dặn dò thêm: "Nhớ hỏi thăm tổng giám đốc giùm tôi".

Đúng là người thông minh!

Tôi nghỉ làm, cắn răng bỏ bốn mươi tệ đi taxi, dọc đường đi mắt không rời khỏi đồng hồ tính tiền đang nhảy liên hồi, để giữ được việc làm, hy sinh chút ít đó có đáng gì, không thì chờ hắn khỏi bệnh quay lại công ty làm việc là tôi hết đời luôn. Cứ chăm chắm nhìn đồng hồ tính tiền mãi khiến tài xế taxi cũng phải liếc tôi mấy phát, tới nơi, đợi tôi vừa ra khỏi xe đã vội vã phóng đi ngay nhanh như chớp.

Tôi ngẩng đầu nhìn khu nhà Tống Kim Quy ở, kìm lòng không đặng mà rủa một câu: "Đồ tư sản ác độc!".

Tôi khinh thường dân tư sản, nhưng bảo vệ của dân tư sản lại khinh thường tôi, tôi giải thích lý do mãi vẫn không chịu cho tôi vào.

Tôi bực mình: "Cháu đâu phải không quen biết anh ấy đâu, cháu là nhân viên của Tống Tử Ngôn, dựa vào cái gì mà không cho cháu vào!".

Bảo vệ thản nhiên: "Cháu gái ơi, người tới tìm cậu Tống nhiều lắm, nhưng bác vẫn chưa thấy ai được cậu ấy cho vào cả". Nói rồi quét mắt nhìn tôi một lượt từ trên xuống dưới, thở hắt ra một hơi: "Huống hồ lại là người như cháu?".

Như tôi là như cái gì hả? Tôi càng bực hơn!

Bác ta còn tò mò chèn thêm một câu: "Sao cháu không trang điểm?".

Sặc, tôi không trang điểm thì ảnh hưởng tới bộ mặt đô thị chắc?

Ông bác lắc lắc ngón tay, dùng giọng điệu từng trải ra giảng giải: "Cháu thế này mà muốn tới tìm cậu Tống thì chỉ có hai từ thôi, không được! Vẫn là nên trang điểm cho đẹp một chút rồi hẵng tới thì tốt hơn".

Tôi rất muốn chửi ầm lên, nhưng thứ nhất, mình vẫn đang còn phải nhờ cậy người ta, thứ hai, bác ta nói bằng giọng rất nghiêm túc, rất chân thành, là thật lòng suy nghĩ cho tôi, không hề có ý muốn châm chọc.

Nhưng như thế mới khiến người ta tức!!

Hết cách, tôi mới đành giơ cái áo vest ra: "Bác à, bác có biết cái áo này không, cháu thật sự quen tổng giám đốc mà".

Bác ta nheo mắt nhìn một lát, rồi nói: "Ấy! Đúng là áo của cậu Tống rồi. Để bác gọi điện báo giùm cháu".

Quá đáng thật, chỉ cần một cái áo cũng làm thẻ qua cửa được!!!

Bác bảo vệ nhấc điện thoại lên, nói mấy câu, rồi kêu tôi ngẩng mặt lên nhìn camera ở phía trước, nghe nói là để người bên kia xác nhận lại, mấy cái công nghệ cao gì gì đó tôi nghe không hiểu cho lắm. Nhưng khi đã cúp máy, bác quay đầu lại nói với tôi: "Cậu Tống cho cháu vào".

Vào thì vào, nhưng vẻ mặt bác có nhất thiết phải như vừa thấy con chuột tông chết con voi thế không?

Vừa bước chân vào thang máy, bác bảo vệ đã hỏi luôn: "Cháu gái này, bác nhìn cháu mà không đoán ra nổi, cháu năm nay bao nhiêu rồi?".

"Hai mươi hai ạ". Tôi thuận miệng đáp liền.

"Thế quan hệ của cháu với cậu Tống là thế nào?".

Câu này càng nghĩ càng thấy khả nghi, tôi nhìn gương mặt đầy nếp nhăn không giấu nổi vẻ hưng phấn ngay bên cạnh mình, lát sau không kìm nổi mà lắc đầu, báo lá cải đã là cái gì hả! Cao nhân giữa đời thường được nói tới chính là người này đây! Không lẽ lại muốn khai thác gì ở tôi?

Tôi đáp: "Bác à, cháu là nhân viên của công ty, bác đừng nghĩ linh tinh nữa".

Bác ta cười ngượng: "Thực ra bác chỉ là tò mò thôi mà, từ trước tới giờ chỉ có cháu là con gái mà cậu Tống cho vào thôi đó".

Trong lòng tôi bỗng nhiên kích động, mí mắt không kìm được giật giật, máu sôi lên, bèn quay sang hạ giọng hỏi thật cẩn thận: "Vậy trước nay chỉ toàn cho nam vào phải không ạ?".

May là thang máy đã sắp tới, tôi không cần phải nhìn gương mặt như hóa đá của bác bảo vệ thêm nữa. Cửa đang mở sẵn, tôi bước vào phòng khách, nhìn trái nhìn phải được ba giây lại cảm thán thêm câu nữa: "Đồ tư sản độc ác". Rồi nặn ra gương mặt tươi rói như hoa mùa xuân đi vào phòng ngủ.

Tống Tử Ngôn đang nằm trên giường, hai mắt nhắm nghiền, phi công tôi bày ra gương mặt tươi cười cỡ này.

Tôi hạ quyết tâm phải cứu được công việc, mặt đầy tình cảm đọc diễn văn: "Lúc mọi người biết tổng giám đốc bị bệnh, ai cũng rất lo lắng, giờ này cả công ty đều chìm trong không khí đau buồn...".

"Còn cô?". Hắn ngắt lời.

"Hả?". Tôi đương chìm trong bầu không khí đau thương, không kịp phản ứng lại.

Hắn mở đôi mắt lạnh lùng, sáng rực, nhìn thẳng vào tôi: "Mọi người rất lo lắng cho tôi, vậy còn cô?".

Tim tôi nhảy nhót như điên, nhìn thẳng vào mắt hắn, ngay cả thở cũng không dám thở mạnh, một lúc lâu sau, tôi mới sực nhớ ra đây là cơ hội bày tỏ tốt nhất, bèn vội vã khẳng định: "Em lo lắng nhất! Em buồn nhất!".

Hắn nhìn tôi một lát, bị nhìn chằm chằm khiến tôi đứng ngồi không yên, không phải là sợ, mà là bất an, chỉ bất an mà thôi. Thấy dáng vẻ chật vật ấy của tôi, hắn nhếch miệng lên thành một nụ cười yếu ớt: "Cô ấy à..." rồi lắc đầu: "Bỏ đi".

Tôi chợt nghĩ ra đứng ở chỗ này hơi nguy hiểm, bèn nói: "Em ra ngoài rót cho sếp cốc nước". Rồi vắt chân lên cổ chạy ra ngoài phòng khách, lúc này mới phát hiện tim mình đập rất nhanh, tôi hít vào mấy hơi để bình tĩnh lại rồi mới rót cho hắn cốc nước, mang vào phòng.

Hắn ngồi dậy uống được mấy hớp rồi buông cốc ra, nói: "Tôi mới uống thuốc, giờ buồn ngủ lắm".

Là sao đây, tôi không muốn, cũng không dám ở đây lâu, vội nói: "Vậy em về trước đây".

"Không được về". Hắn lạnh lùng uy hiếp: "Đợi tôi tỉnh, lúc đó cô đi cũng được".

Tôi nhìn hắn chậm rãi nhắm hai mắt lại, từ tình huống tới thăm đã biến thành bị nhốt lại, xấu hổ nhất là do tôi tự đưa mình vào tròng! Giương mắt nhìn trời xanh, đúng là tự mình làm bậy không thể sống mà!!!

Đi qua đi lại trong phòng đông sờ một tý, tây động một tẹo, thời gian trôi qua như rùa bò, mà phòng to thế có mỗi cái ti vi còn không có chứ đừng nói tới máy vi tính, chả có cái gì được gọi là món ăn tinh thần cả, chán muốn chết, thêm việc đêm qua phải ở lại công ty trực đêm, tôi nằm ngay trên sofa đánh một giấc. Lúc tỉnh dậy, trời đã tối, Tống Tử Ngôn vẫn ngủ li bì trên giường, bụng tôi biểu tình kêu ồn ọt, tôi bèn mò vào nhà bếp.

Nhà bếp rất sạch sẽ, gia vị cũng đầy đủ, nhưng chẳng có thứ đồ ăn gì, chỉ có mỗi một hộp trứng gà mua ở siêu thị vẫn chưa bóc, thêm nửa thùng mì tôm nữa.

Người không thể làm khó ta, ta lại càng không thể tự làm khó mình, thế nên, tôi quyết định tự túc là hạnh phúc. Bởi bố mẹ tôi có tinh thần giác ngộ cách mạng rất cao, một người bận đi chơi bài, một người bận đi chơi mạt chược, cho nên mới rèn luyện được một đứa con nấu ăn giỏi thế này. Dù nguyên liệu nấu ăn ít tới muốn khóc, dù chỉ là mì tôm đơn giản, tôi cũng có thể nấu ra món ăn thơm nức mũi!

Không ngờ bốn năm ở trọ học đại học, tay nghề vẫn chưa giảm sút, ngồi vào bàn, hít một hơi thật sâu, híp mắt lại say sưa hưởng thụ, tôi quyết định động đũa!

"Thơm quá". Giọng Tống Tử Ngôn từ cửa vọng tới, có lẽ là vừa mới tỉnh, tóc hãy còn rối, nhìn mặt cũng ngây ngây.

Tôi đứng dậy, nịnh nọt nhường ghế cho hắn: "Tổng giám đốc, anh tỉnh rồi à?".

Hắn ngồi xuống như Lão Phật gia, chờ tới khi kéo bát mì của tôi tới trước mặt mới bắt đầu làm động tác ăn tao nhã.

Tôi cười khan: "Tổng giám đốc, anh tỉnh rồi à?".

Hắn đáp: "Ờ, mới tỉnh".

Mới tỉnh dậy đã cướp đồ ăn của tôi à? Nhưng mà ăn mì nhớ kẻ nấu mì, một bát mì tôm đổi lại việc làm, đáng! Tôi chỉ có thể nuốt nước bọt chờ Tống Tử Ngôn chậm rãi ăn hết. Mãi tới lúc hắn lấy khăn tay lau miệng, tôi mới tranh thủ thời gian bắt chuyện.

Tôi còn chưa mở miệng, hắn đã nói trước: "Hôm nay cô tới thăm tôi, tôi rất vui".

Tôi cuống quýt gật đầu: "Thân là nhân viên công ty, quan tâm tới sức khỏe của tổng giám đốc là đương nhiên rồi. Sau này anh mà bị ốm nữa, chỉ cần còn là nhân viên của công ty, chắc chắn em sẽ tới thăm!". Cho nên đừng có sa thải tôi! Tôi không muốn thất nghiệp đâu!

"Rất tốt". Hắn gật đầu, miệng nở nụ cười thờ ơ, cái kiểu cười này tôi rất quen, mỗi lần nụ cười này xuất hiện có nghĩa là có người phải gặp chuyện xui xẻo, mà giờ trong phòng này chỉ có hai người là tôi và hắn.

Quả nhiên, hắn cất tiếng: "Giờ chúng ta qua đây nói cho rõ chuyện của cô".

Tôi cúi mặt một góc bốn mươi lăm độ, lúng túng nói: "Tổng giám đốc, em sai rồi…".

Tống Tử Ngôn đan mười ngón tay vào nhau, khẽ gật đầu: "Tiếp đi".

Trông sắc mặt hắn đã dịu xuống, tôi cũng vững dạ hơn, được đà tiến tới tự kiểm điểm: "Công ty là chỗ nào, là nơi mọi nhân viên cố gắng làm việc, dốc hết sức vì tổng giám đốc, là thánh địa thuần khiết tràn ngập nhiệt tình và cố gắng, là nơi mọi người cùng nỗ lực phấn đấu vì công ty, vì nền kinh tế quốc dân... Nói tóm lại là, em không nên coi phim G ở công ty!".

Hắn nhìn tôi một lát, giọng đều đều: "Cái sai của cô chỉ là không nên coi phim G ở công ty thôi à?", chẳng hiểu tôi có nghe nhầm hay không, mà ba chữ "ở công ty" được hắn nói bằng giọng nhẹ nhàng, rất nhẹ nhàng, nhẹ tới mức khiến da đầu tôi tê dại.

Tránh không nổi nữa rồi, tôi quyết định thú nhận hết tội trạng, lấy thái độ thành khẩn ra để đổi lại lượng khoan hồng, nhỏ giọng tự thú: "Trong giờ làm việc còn lén ăn vặt".

"Ừm hừm". Hắn lơ đãng gật đầu.

"Trong giờ làm việc còn online QQ".

Hắn nghiêng đầu, im lặng.

Giọng tôi càng lúc càng nhỏ: "Còn lén lấy bút của công ty về".

Miệng hắn giật giật, nhưng vẫn im lặng như cũ.

Tôi trợn tròn mắt: "Không lẽ sếp còn biết luôn cả chuyện em viết mấy câu chửi rủa sếp lên cửa WC nữ?".

Mặt hắn chuyển sang u ám khó coi còn hơn cả cống thoát nước, nghiến răng trèo trẹo, nói: "Tần Khanh, cô giỏi thật đó".

Lời này tuyệt đối không chỉ để hù dọa, tôi van vỉ: "Tổng giám đốc, anh nể mặt em là học trò yêu của anh mà tha em đi!".

"Học trò yêu?". Tống Tử Ngôn lẩm bẩm nhắc lại, sắc mặt dịu đi ít nhiều, lúc ngẩng đầu lên nhìn tôi, trong ánh mắt còn lóe lên một tia nhìn kỳ quái nhất quyết không buông tha. Nhìn sắc mặt hắn đã dịu đi, tôi hạ quyết tâm rèn sắt ngay khi còn nóng, rót một cốc nước nóng bê qua. Tống Tử Ngôn chậm rãi uống một ngụm, vẫn nhìn tôi một cách kỳ cục: "Cô đã biết mình là học trò yêu... của tôi, vậy nói xem lúc vào công ty thấy tôi thế nào?".

Đương nhiên tôi phải ra sức nịnh bợ: "Vốn dĩ sếp ở trường đại học là giảng viên nho nhã nhất, giờ ở công ty lại là vị tổng giám đốc thành công mà giàu lòng nhân ái nhất, sếp còn trẻ mà đã thành đạt, phong độ không kể, đẹp trai khỏi bàn, phong lưu phóng khoáng, sếp là người cao quý thanh tao tuyệt đỉnh, chim hót hoa nở, liễu biếc hoa tươi...".

"Được rồi". Hắn nheo mắt cười, ngắt lời tôi: "Cô nghĩ với chỉ số thông minh của cô, trừ khi tôi chịu tin, thì tỷ lệ cô có thể lừa được tôi là bao nhiêu?".

Tôi ỉu xìu: "Trăm phần trăm... là không thể".

Hắn cười nhưng lòng lạnh tanh: "Vậy nói thật đi".

Tôi hạ thấp giọng tới mức bản thân cũng không nghe rõ: "Em có cảm giác, sếp là Hoàng Thế Nhân thời hiện đại".

Nói hắn là Hoàng Thế Nhân là còn vinh dự cho họ Hoàng lắm lắm, Hoàng Thế Nhân chỉ bóc lột sức lao động, chứ Tống Kim Quy còn có tiêu chí vắt kiệt tuyệt đối.

"Hoàng Thế Nhân?". Ngón tay hắn gõ nhẹ lên mặt bàn: "Nói thế thì cô là Bạch Mao Nữ hả?".

"Giờ vẫn chưa phải, nhưng cũng chả khác là bao". Từ lúc vào công ty tới giờ, tóc tôi rụng cả nùi, có lẽ bạc trắng tóc như Bạch

Mao Nữ thời xưa thì tôi không làm được, nhưng Cát Ưu[15] thời nay thì chính là hình ảnh tương lai của tôi sau này.

Hắn nhìn tôi, sắc mặt hết sức kỳ quái, miệng nhếch lên thành nụ cười nhạt: "Rất tốt".

Bị người ta mắng là Hoàng Thế Nhân còn nói tốt, Tống Kim Quy quả nhiên là kẻ lòng dạ hiểm độc. Nhưng nhìn hắn vui vẻ, tự nhiên tôi cũng thấy vui lây: "Tổng giám đốc, anh đại nhân đại lượng, tha cho em nhé". Tôi chỉ vào cốc mì rỗng trước mặt hắn, kể công: "Coi như nể tình anh ăn mì của em đi".

"Mì của cô ấy hả?". Hắn nhướn lông mày lên, rồi chậm rãi nhấc tay chỉ về phía nhà bếp: "Nước là của tôi, mì tôm là của tôi, gia vị là của tôi, bếp cô dùng cũng là của tôi nốt, tôi ngồi trong nhà mình, ăn đồ của mình, sao lại biến thành của cô được hả?".

Còn có thể bỗng nhiên ra thế à? Tôi nhìn trân trối.

Hắn vuốt vuốt cằm: "Nhắc mới nhớ, không được cho phép đã dám tự tiện động vào đồ của tôi". Hắn nhìn tôi hạ câu chốt: "Tội thêm một bậc".

Ặc, sao lúc anh ngồi ăn không mở mồm ra chê tôi bới đồ nhà anh đi!

Mắt tôi chắc tóe lửa, nhưng lời ra khỏi miệng vẫn dịu dàng như nước: "Tổng giám đốc, lúc đó em nghĩ dạ dày anh không tốt

---

(15) Cát Ưu: Một diễn viên nổi tiếng của Trung Quốc, các bộ phim nổi tiếng mà Cát Ưu tham gia như: "Phải sống", "Dạ yến"... Diễn viên Cát Ưu để đầu trọc, ý của Tần Khanh ví mình rụng nhiều tóc sắp bị trọc đầu đến nơi (BTV).

lắm, thế nên mới không để ý... anh nên thông cảm cho tấm lòng lo nghĩ đến sức khỏe của anh chứ".

Hắn nghiêm túc gật đầu: "Có thể thông cảm". Tôi vừa thở phào nhẹ nhõm, hắn lại cho thêm câu nữa: "Nhưng không thể tha được".

Xét đạo hạnh của tôi mà muốn phân cao thấp với hắn, thì chẳng khác nào Trung Quốc đá bóng với Brazil, không nói tới thắng thua vội, tim cứ phải gọi là "xoắn khó đỡ".

Tôi cũng chẳng dài dòng gì, cúi đầu hỏi ngay: "Tổng giám đốc, anh đừng sa thải em mà, nếu thực sự không được, em sẽ không làm phí thời gian của anh nữa, về làm ngay bản lý lịch mới, tìm việc ở công ty khác".

"Đầu tiên là cô đã làm trái quy định của công ty, sau đó lại tự tiện sử dụng tài sản cá nhân của tôi". Giọng hắn đều đều. Ặc, có mỗi một cốc mì mà cũng trở thành tài sản cá nhân rồi sao?

Nhưng tôi không dám tức giận, những điều hắn vừa nói tôi nghĩ là không hề đùa, chỉ bĩu môi tính tới việc đi về.

"Nhưng...", câu vừa chuyển, tôi đã lập tức ngước hai mắt sáng rực lên nhìn hắn, "Cô đã là học trò cưng... của tôi, tôi sẽ cho cô một cơ hội, nhưng có nắm bắt được cơ hội này không thì còn phải xem biểu hiện sau này của cô nữa".

Tôi cuống quýt gật đầu, tôi nhất định sẽ biểu hiện thật tốt, thật thật tốt!

Sếp nói, thân thể sếp không khỏe mạnh sẽ ảnh hưởng tới tinh thần của toàn thể nhân viên, mà tinh thần của nhân viên lại ảnh hưởng trực tiếp tới hoạt động của công ty, mà hoạt động của công ty không thuận lợi sẽ dẫn tới việc năng lực cạnh tranh giảm sút, mà năng lực cạnh tranh giảm sút sẽ phải giảm biên chế, nếu công ty muốn giảm biên chế thì tôi nhất định sẽ là đứa đầu tiên lên thớt, cho nên tôi nhất định phải chịu trách nhiệm chăm sóc cái thân sếp thật tốt.

Tóm lại là, trong lúc sếp hãy còn bệnh, mỗi ngày, sau giờ làm, tôi phải tới nhà sếp để chăm sóc sếp.

Tại sao suy luận rất hợp lý và logic ở trên lại dẫn tới một kết luận như thế?

Sau giờ làm... tới nhà sếp... chăm sóc thân thể...

Nội dung quá A, quá H[16].

Thế nên, ngày đầu tiên, tôi nơm nớp lo sợ.

Vừa vào khu nhà Tống Tử Ngôn, đã bị bác bảo vệ tới bắt chuyện như đôi ta đã quen nhau được nửa đời người, đưa tôi vào tận thang máy, trong thang máy còn ra vẻ bâng quơ hỏi: "Sao hôm qua cháu về muộn thế?".

Tôi nói chuyện lung tung với bác ta nên quên cảnh giác, thành thực đáp lại: "À, cháu ngủ quên mất, mãi sau mới tỉnh".

Vẻ mặt bác ta lập tức trở nên gian xảo khó tả, ánh mắt nhìn tôi u ám vô cùng, còn móc từ trong túi quần ra cây bút, viết viết rất nhanh vào lòng bàn tay.

---

(16) A, H: Ám chỉ chuyện liên quan đến tình dục, rất mờ ám (BTV).

Tự nhiên tôi lại có cảm giác thông cảm với những người thuộc giới giải trí từ tận đáy lòng.

Tuy đã sắp vào hạ, thời tiết càng lúc càng nóng, nhiệt độ cao nhất ngày hôm nay là hai mươi sáu độ, nhưng tôi vẫn mặc nguyên một cây quần áo thể dục kín cổng cao tường hết mức có thể, lại bỏ thêm chai nước xịt phòng vào túi xách, để phòng gặp phải lưu manh. Hít một hơi thật sâu rồi đi vào, Tống Tử Ngôn đang nằm trên sofa xem tạp chí, vừa thấy tôi tự nhiên lại giở giọng nói dỗi: "Sao tới muộn thế hả?".

Tôi thầm rớt nước mắt, tôi đã phải tốn một mớ tiền để kêu taxi tới đây rồi đó!

Nhưng hắn cũng chỉ nói dỗi thế thôi, rồi ngồi dậy, nói với tôi: "Chúng ta bắt đầu đi".

Bắt đầu? Bắt đầu cái gì? Lẽ nào hắn thực sự lợi dụng lúc nhân viên tới nhà mà giở trò gì gì ấy ấy? Mắt tôi ngập tràn sự hoảng sợ, len lén thò tay vào túi xách, nắm chặt bình xịt phòng, chuẩn bị tinh thần ra tay ngay nếu hắn qua đây.

Tống Tử Ngôn bước vào nhà bếp, quay đầu nhìn lại vẫn thấy tôi đứng yên tại chỗ, nhíu mày: "Cô còn không mau qua đây à?".

Ở nhà bếp sao?...

Tôi nuốt nước bọt, chỗ đó rất đặc biệt nha.

Hắn sốt ruột: "Nhanh lên chút coi!".

Tôi vừa lê xác qua chỗ hắn, vừa lải nhải: "Tuy em rất muốn làm việc đó, nhưng mà…".

Nói được nửa câu, tôi đần người ra.

Phòng không nhìn ba ngày đã khác.

Cái này mới chỉ qua một ngày thôi mà nhà bếp hôm nay đã không còn là cái nhà bếp hôm qua nữa rồi. Bếp hôm qua gọn gàng tới mức chả có gì, cả căn phòng rộng mà chỉ có mỗi một tủ bát, nửa thùng mì tôm với một hộp trứng gà. Nhưng bếp hôm nay cái gì cũng có, thực sự là... cái gì cũng có.

Trong căn phòng rộng chừng hai mươi mét vuông để đầy nguyên liệu nấu ăn, bí đỏ nằm lăn lóc dưới sàn nhà, rau chân vịt để trong góc, trong tủ bát nhét đầy ớt xanh, trong bồn rửa bát còn có hai con cá đang mở miệng nhả bóng nước, hắn... hắn dời cả cái chợ qua đây sao?

Mặt tôi cứng đờ: "Đây... đây là sao ạ?".

Hắn hậm hực đáp: "Là chờ cô chứ gì, tôi chưa ăn cơm".

Tôi vội vàng nói: "Giờ em xuống dưới nhà mua cho sếp".

Hắn nhíu mày: "Đồ ăn mua ngoài đắt lắm, tiết kiệm đi!".

Èo, dù có cảm động vì anh đã chuẩn bị cả một phòng toàn thức ăn cho tôi, nhưng cũng không thể vì muốn tiết kiệm tiền mà đem người ta ra làm osin chứ. Bị bố mẹ huấn luyện được thế này, nhưng tôi bản tính trời sinh chẳng thích dính lấy cái bếp, liếc mắt nhìn khắp phòng, cuối cùng cũng moi ra được lý do: "Tổng giám đốc, em không có tạp dề, hỏng quần áo em thì làm sao?".

"Ừm, cô chờ một chút". Hắn chạy vào phòng ngủ một lát rồi quay ra, ném cái áo thun chui đầu cho tôi: "Dùng tạm cái này trước đi".

Tôi nhìn nhãn hiệu cái áo, thầm khóc trong lòng, sếp ơi, anh muốn tiết kiệm tiền thật à? Một cái áo này thôi cũng đủ để anh ăn trong cả tháng đó. Nhưng vì công việc, tôi ráng nhịn xuống, tròng cái áo vào: "Tổng giám đốc, anh muốn ăn gì?".

"Giờ cũng muộn rồi, làm cái gì đơn giản thôi". Hắn nghĩ nhanh rồi nói: "Cứ làm ba món mặn, một món canh là được".

Tôi suýt chút nữa là ngã.

Trong lòng đau đớn thầm kêu khóc, tôi nhón chân bước vào bếp, đúng là phải nhón chân mà đi, bởi vì trên sàn nhà bếp toàn là thức ăn với mấy cái gì gì đó, trừ phi đứng im tại chỗ, không thì di chuyển kiểu gì cũng gây thương tích được. Tôi như diễn viên ballet, đứng nhón gót nhảy qua nhảy lại làm cơm, cơm nước xong xuôi thì hai chân cũng tê rần. Nhưng may là vẫn hoàn thành nhiệm vụ, tôi mở to đôi mắt tràn ngập chờ mong nhìn tổng giám đốc đang ngồi trầm ngâm phía đối diện.

Ngồi vào bàn lâu thế mà hắn vẫn chưa thèm động đũa.

Hay là quen ăn cơm Tây, khinh món nhà chúng tôi rồi hả? Tôi cẩn thận hỏi: "Có phải món ăn không hợp khẩu vị không ạ?".

Hắn nhướn mày, hỏi: "Mấy món này là những thứ cô thích ăn à?".

Tự nấu thì đương nhiên là nấu món mình thích rồi, tôi gật đầu.

Mày hơi chau lại, nhưng Tống Tử Ngôn chỉ nói ngắn gọn: "Ăn đi".

Hắn gắp thức ăn đưa vào miệng, qua làn khói mỏng bốc lên từ thức ăn, dường như tôi nhìn thấy được vẻ khổ sở trên khuôn mặt hắn. Tôi vội vàng cúi đầu, giả bộ không thấy gì hết. Nói không phải tự sướng chứ, ở quê, đồ ăn do tôi nấu cũng nổi tiếng lắm đó, đúng là cái đồ không biết thưởng thức. Tôi làm việc cả ngày, bụng đói meo đói mốc, thế nên cứ mặc kệ hắn, tự mình gắp đồ ăn lia lịa.

Mãi tới khi tôi hạ đũa xuống, hắn đã ăn xong trước, đang nhìn tôi.

Giờ tôi mới phát hiện, thức ăn có tới phân nửa là vào bụng mình, Tống Tử Ngôn ăn rất ít, chỉ uống canh là nhiều.

Không lẽ hắn chê tôi là khách mà dám ăn nhiều hơn chứ? Tôi cuống quýt nói: "Tổng giám đốc, anh đi nghỉ đi, để đó em dọn cho".

"Đợi một lát". Hắn chậm rãi đứng dậy, giơ cánh tay lên, từ từ vượt qua cái bàn, chạm lên mặt tôi, nhẹ nhàng vuốt qua bên mép.

Mà ánh mắt hắn tĩnh lặng không lấy một gợn sóng, sâu thẳm như hồ nước.

Tôi ngây người ra như bị trúng tà rồi thình lình đứng phắt dậy, khiến chiếc ghế đổ rầm trên mặt đất, run giọng hỏi: "Tổng giám đốc, có phải anh đang bị sốt cao không?". Bị sốt cao thì đầu óc mới bất bình thường như vậy!!!

Cánh tay Tống Tử Ngôn dừng giữa khoảng không rồi từ từ thu lại, môi mím thành một đường mảnh, im lặng đi vào phòng ngủ.

Nhớ tới ánh mắt trầm tĩnh ban nãy của hắn, tôi chợt rùng mình, hắn lúc nãy kỳ lạ quá, không khí lúc nãy quái dị quá! Tôi run run vội vàng thu dọn bát đĩa, định rửa cho mau còn về nhà gấp, thế nên cũng chẳng quản những thứ linh tinh trên sàn nhà bếp, cứ dẫm lên mà đi. Tới khi tôi bước ra khỏi nhà bếp, hiện trạng trong đó còn thảm hại hơn lúc đầu.

Tôi tới trước cửa phòng ngủ Tống Tử Ngôn tính chào một tiếng rồi về: "Tổng giám đốc, nhà cửa dọn dẹp xong rồi, em về trước đây".

Không có tiếng trả lời. Tôi cao giọng hơn: "Tổng giám đốc, vậy ngày mai gặp lại nhé?".

Bên trong có tiếng thở dốc.

Tôi nhẹ nhàng đẩy cánh cửa đang khép hờ, Tống Tử Ngôn đang nằm co quắp trên giường, đầu toàn mồ hôi.

Tôi nghĩ bụng: "Quả nhiên là bị sốt nặng rồi". Nhưng vẫn chạy vào phòng, nắm chặt lấy hai vai hắn lay mạnh: "Tổng giám đốc, anh làm sao thế? Làm sao thế? Nói em nghe, rốt cuộc là anh bị làm sao vậy?".

Trán đầy mồ hôi lạnh, Tống Tử Ngôn nghiến răng: "Cô cứ thử lay tôi nữa xem".

Đúng là đồ mù nghệ thuật, phải lay vai như thế mới có thể biểu hiện được hết tình cảm mãnh liệt trong lòng chứ, tôi ngượng ngượng rút tay lại, hạ giọng hỏi thêm một câu rất nhảm: "Tổng giám đốc, anh thấy khó chịu ở đâu à?".

Hắn cười khổ: "Vừa uống thuốc rồi".

"Hay chúng ta đi bệnh viện nhé?".

Hắn đúng là cái đồ ốm chết rồi còn cứng cổ, nhất quyết lắc đầu.

Nhưng nhìn hắn ốm đau thế tôi cũng không nỡ về, chỉ có thể ngồi lại đắp khăn ướt cho hắn, nửa tiếng trôi qua, tôi bắt đầu nghĩ, cứ như thế này cũng không phải biện pháp hay. Bệnh tình của Tống Tử Ngôn mãi vẫn không khá lên, mình không thể cứ ngồi đần ra được, cứ xách hắn tới bệnh viện mới là thượng sách.

Thế nên, với tình cảm tràn trề, tôi liều mạng bấm mình một cái thật đau cho ra nước mắt: "Tổng giám đốc, anh coi mặt anh đã tái nhợt ra rồi, cứ đi bệnh viện khám xem thế nào đi".

Hắn nhìn tôi nước mắt rơm rớm, đành gật đầu: "Được".

Không thể lái xe, tôi đành phải gọi xe cấp cứu, lúc đưa Tống Tử Ngôn vào xe cứu thương, tôi loáng thoáng nghe thấy tiếng ông bác bảo vệ đang đứng tán phét với mấy người khác: "Lúc mới thấy cái cô đó đã biết là người có năng lực rồi, chưa tới hai ngày đã khiến cho cậu Tống tinh tráng thế kia phải vào bệnh viện".

Vào bệnh viện, bác sĩ phòng cấp cứu vừa nhìn thấy Tống Tử Ngôn đã lộ ra khuôn mặt vô cùng phấn chấn: "Đến đây".

Mặt Tống Tử Ngôn đen mất một nửa: "Sao lại là ông?".

Vỏ quýt dày có móng tay nhọn, tôi nhất thời có cảm tình với vị bác sĩ già này. Ông đảo mắt qua nhìn tôi một cái, lập tức cười híp cả mắt, tốc độ chuyển thái độ còn nhanh hơn cả tôi, ông hỏi: "Cháu có quan hệ gì với bệnh nhân?".

"Cấp dưới ạ".

"Cấp dưới?". Bác sĩ nhìn liếc qua Tống Tử Ngôn đang nằm trên giường bệnh, hỏi bằng giọng nghi hoặc: "Trẻ thế này còn gặp nhau?".

Sợ bị hiểu lầm, tôi vội vàng xua tay: "Tổng giám đốc công ty cháu bị ốm, cháu chỉ tới nhà để làm cơm thôi ạ".

Bác sĩ nhíu mày: "Làm món gì?".

Tuy câu hỏi này có hơi lạc đề, nhưng dường như có một thứ gì đó hết sức uy nghiêm khiến tôi không dám không trả lời: "Thịt bò luộc, thịt xào ớt, đậu hũ Ma Bà".

"Cháu gái rất thích ăn cay nhỉ!". Ông bác sĩ nói, nhưng ánh mắt nhìn Tống Tử Ngôn lại có phần ám muội.

Tống Tử Ngôn nghiến răng nén đau, giục: "Bác sĩ, ông có thể qua đây khám bệnh trước được không?".

Tôi cuống quýt gật đầu: "Bác sĩ, có thể khám cho tổng giám đốc chúng cháu trước được không?". Rõ ràng là khoa cấp cứu, nhưng tôi đứng ở đây tới tận mười lăm phút rồi vẫn thấy bác sĩ chỉ lo nói chuyện lung tung, quẳng bệnh nhân nằm chèo queo là như nào?

Ông bác sĩ xoa xoa đầu tôi: "Cháu hình như rất quan tâm tới tổng giám đốc hả". Rồi ung dung ngồi xuống ghế, hai chân duỗi ra thoải mái gác lên trên bàn làm việc, vui vẻ nói: "Nó tự làm tự chịu, cứ để nó đau thêm một chút, lần sau mới nhớ kỹ lời dặn".

Ông bưng chén trà ngồi dựa vào lưng ghế, vừa rung đùi vừa ngâm nga hát Kinh kịch.

Mà những người khác trong phòng cấp cứu đều giống y chang tôi, tức là đứng trơ ra, nhìn nhau chẳng biết làm gì.

Chỉ có bệnh nhân Tống Tử Ngôn sắc mặt càng ngày càng tái nhợt nằm trên giường bệnh.

Đành rằng thấy Tống Tử Ngôn bị đối xử như thế, tôi cũng hơi sung sướng, nhưng nói sao đi nữa thì hắn vẫn là người nắm tiền lương của tôi, ngộ nhỡ có chuyện không hay xảy ra, sau này tôi lại mất đi chỗ dựa, thế nên đành phải bước lại gần bàn: "Bác sĩ, tổng giám đốc chúng cháu nhìn ốm thế rồi, ông có thể qua đó khám trước rồi hẵng trở lại hưởng thụ quốc túy không ạ?".

Ông bác sĩ lơ đễnh khoát tay: "Yên tâm đi, không chết được đâu. Nó còn chưa nôn mà, đợi nôn ra máu rồi hẵng khám cũng chả sao".

Tôi bực mình: "Ông làm bác sĩ mà thế à? Có phải bệnh anh ấy càng nặng thì bệnh viện này càng thu được nhiều tiền thuốc hơn không? Người mặc blouse trắng như ông sao lòng dạ lại đen tối thế?".

Ông khẽ cười liếc mắt qua nhìn Tống Tử Ngôn, rồi lại đảo mắt nhìn tôi một cách kỳ quái: "Cháu gái đây nói không lọt tai tẹo nào đâu, ta làm thế này không phải như cháu mong muốn sao?".

"Cái gì mà bảo như cháu mong muốn? Cháu không cho ông khám bệnh hay sao?".

"Ông nội, ông đừng có bày trò nữa!". Vị bác sĩ kia vừa định nói, Tống Tử Ngôn đã nặng nề lên tiếng ngắt lời.

Ông... ông nội? Tôi quay đầu lại nhìn Tống Tử Ngôn, rồi quay qua bên kia nhìn vị bác sĩ đang nhàn nhã nhòm tôi, lập tức đổi sắc mặt. Tôi xẹt người qua đỡ lấy chén trà trong tay ông, nở nụ cười siêu nịnh nọt: "Ông à, để cháu rót cho ông thêm chén nữa".

Ông bác sĩ nhìn tôi nửa cười nửa không: "Cháu gái đúng là rất thú vị, nể mặt cháu, ta sẽ qua khám cho cái thằng cháu nội xấu xa kia".

Rồi cầm lấy ống nghe ung dung đắc ý đứng lên.

Cuối cùng tôi cũng đã hiểu tính cách ác liệt của Tống Tử Ngôn từ đâu mà ra rồi. Đây đúng là gene di truyền!

Tôi mắt chữ O mồm chữ A nhìn Tống Tử Ngôn hết bị bắt há miệng rồi bị banh mắt, kế đó nữa là đo huyết áp rồi tới đo nhịp tim, trông chả khác nào con cá nằm trên thớt bị người ra lật qua lật lại tới hơn nửa tiếng lận. Mà trông mặt ông nội hắn rõ ràng là vui tới chết, còn mặt Tống Tử Ngôn thì càng lúc càng xanh mét, nhưng vẫn rất nhẫn nại không nổi giận, sức chịu đựng quả nhiên là đáng nể. Mãi tới khi ông cụ hứng khởi đưa cho tôi một tờ giấy, bảo: "Cháu gái này, đợi lát nữa dẫn nó qua bên khoa phụ sản làm siêu âm nhé". Tống Tử Ngôn mới cười lạnh lùng nhắc nhở: "Lần trước về nhà, cháu còn nhớ trên bàn có một bình hoa tam sắc đời Đường phải không ạ?".

Ông cụ rùng mình, vội vàng nói: "Kiểm tra xong rồi, là bệnh loét dạ dày tái phát thôi".

Quả nhiên con hơn cha là nhà có phúc.

Nhưng mà loét dạ dày á? Loét dạ dày?

Ba chữ như ba trái núi to vật đè lên đầu tôi.

Tôi còn nhớ hồi xưa, mẹ tôi hăng say miệt mài chơi mạt chược lâu ngày mà tích bệnh, trong đó có bệnh loét dạ dày. Ngày đó tôi còn nhỏ, chỉ nhớ mẹ phải nằm viện rất nhiều ngày. Nhưng ấn tượng sâu sắc nhất trong tôi là lúc bà về nhà, cơm nước nhà tôi đều trở thành một xanh hai trắng, không còn cái cảnh cả bàn ăn đều một màu đỏ, khiến đứa thích ăn cay như tôi thấy rất ấm ức! Lúc ấy tôi còn quá nhỏ, với chuyện ăn uống không được như ý thì vẫn bất hiếu phản đối. Mỗi lần như thế, mẹ tôi đều đeo bộ mặt lạnh như băng buông một câu thuật ngữ y học: "Thức ăn cay kích thích lên mặt vết loét, làm lượng acid trong dạ dày tăng lên".

Thức ăn cay kích thích lên mặt vết loét, làm lượng acid trong dạ dày tăng lên.

Câu này thốt ra chữ nào chữ nấy đều nặng tựa ngàn cân, nói cách khác, bệnh loét dạ dày của Tống Tử Ngôn tái phát lần này đều do công của tôi.

Vốn dĩ việc làm đã không thể giữ được, có cơ hội để biểu hiện thật tốt thì lại khiến tổng giám đốc vào phòng cấp cứu. Lần này chắc chắn là không còn đường thoát rồi, có lẽ còn phải bồi thường chi phí khám chữa bệnh cho người ta nữa... Càng nghĩ càng thấy quẫn, viền mắt tôi đỏ lên.

"Tần Khanh". Tống Tử Ngôn nằm trên giường khám cất tiếng gọi, tôi buồn rười rượi nhìn qua đó.

Vẫn là đôi mắt trầm tĩnh như nước lúc ăn cơm tối, chỉ khác là đáy mắt lóe lên tia vui mừng kỳ lạ, hắn nhìn cặp mắt sưng đỏ của tôi, nhẹ nhàng nắm lấy tay: "Đừng sợ, tôi không sao đâu".

Tôi chớp đôi mắt hoe đỏ: "Thật chứ?".

Tống Tử Ngôn mỉm cười: "Thật".

Nhìn sắc mặt hắn thế này thì chắc không có việc gì đâu, bỗng nhiên sực nhớ ra công ty mình đã mua bảo hiểm cho mọi người rồi, thế nên tôi vững dạ, cũng cười toe toét lại với hắn.

Hắn cười với tôi, tôi cười với hắn, mọi người cùng cười mới thật là vui.

Giữa lúc bầu không khí vui vẻ tưng bừng, một khuôn mặt già nua xuất hiện, ông cụ lò dò đi vào, cười tủm tỉm hỏi thằng cháu: "Cháu trai, chừng nào về nhà đó, để ông còn báo trước cho chúng nó".

Tống Tử Ngôn tới ngước mắt lên nhìn cũng không thèm, hạ giọng nhắc nhở: "Bình hoa tam sắc đời Đường…".

Chỉ trong nháy mắt, ông cụ đã biến mất khỏi phòng cấp cứu, nhanh như chớp giật.

Nếu bệnh của Tống Tử Ngôn tái phát vì lỗi của tôi, thì tôi nào có thể mặt dày vô lương tâm mà bỏ đi được. May là hắn không phải phẫu thuật, chỉ cần nằm viện truyền dịch đôi ba ngày là được. Tôi ngồi bên cạnh hầu hạ, trong phòng bệnh có ti vi, đúng lúc chiếu phim giờ vàng, tôi dán mắt vào coi phim của Tiểu thái gia[17]. Đương lúc bị cái miệng ác độc của Tiểu thái gia chọc cho cười thì màn hình bỗng nhiên chuyển thành bộ phim Đài Loan ái tình sướt mướt.

Tôi quay đầu lại nhìn thủ phạm đang cầm điều khiển ti vi, nhăn mày hỏi: "Sếp chuyển kênh làm gì?".

Hắn nhìn chăm chăm vào màn hình: "Tôi thích coi phim này".

"Nhà anh làm gì có ti vi, làm sao coi phim được cơ chứ?". Đây rõ ràng là hành vi bắt nạt người, xâm phạm tới lợi ích cá nhân!

Hắn không thèm chuyển mắt nhìn: "Bộ phim này tôi vừa xem đã thích".

Tức! Tôi tức nhưng không dám nói! Chỉ có thể vừa tức vừa xem phim với hắn, trong bộ phim, nữ diễn viên chính mang khuôn mặt nửa đau thương nửa phẫn nộ, bi thương nhìn thẳng

---

(17) Tiểu thái gia: Nick name của nam diễn viên Trương Dịch (BTV).

vào nam diễn viên chính, gào lên: "Anh nói! Anh nói! Anh nói đi! Tại sao lại có thể đối xử với tôi như thế?". Nam diễn viên chính cau mày, trong mắt tràn đầy sự đau đớn: "Em nghe anh giải thích đã!". Nữ diễn viên chính tâm thần phân liệt vốn dĩ muốn người ta giải thích thì giờ hai tay bịt chặt lấy tai, điên loạn lắc đầu: "Tôi không nghe! Tôi không nghe! Tôi không nghe!".

Đôi bên im lặng, tôi lẳng lặng lén nhìn Tống Tử Ngôn có vẻ đang chăm chú nhìn vào màn hình.

Đã thành thói quen, trời có đánh xuống tôi cũng ngủ, tôi tội nghiệp nằm úp xuống bên giường bệnh. Lúc tỉnh lại thì trời đã sáng, Tống Tử Ngôn cũng thức dậy, tôi chạy xuống tầng dưới mua bữa sáng. Tôi và hắn ngồi ăn đối diện nhau, chiếc bàn để trên giường bệnh hơi nhỏ, hai chúng tôi ngồi xếp bằng, giống như đang ngồi bàn sưởi trên giường vùng Đông Bắc. Tôi đùa đùa: "Tổng giám đốc, em thấy chúng ta cũng giống hai vợ chồng trong Nhị nhân chuyển[18] phết đấy".

Khóe miệng hắn nhếch lên: "Thế à?".

Lại là ánh mắt thâm trầm đó, bỗng nhiên tôi thấy hơi choáng váng, bầu không khí tự dưng mờ ám hẳn lên. Chắc tôi có bệnh gì đó rồi, không khí vừa dịu xuống một cái là chân tay cứ như đồ thừa, huống hồ đối tượng lại là Tống Tử Ngôn... Nhất thời thấy cả người rét run... Giả vờ nhìn xung quanh để trấn tĩnh lại, tôi cười ngu: "Hề, tổng giám đốc, trời hôm nay hình như hơi âm u, ha ha, ha ha ha ha".

---

(18) Nhị nhân chuyển: Loại hình nghệ thuật hát, múa, diễn trò gồm có hai người, một nam một nữ (BTV).

Tống Tử Ngôn chậm rãi uống một hớp sữa đậu nành, rồi mới thong thả nói: "Đó là vì cô không bật đèn".

Giờ tôi mới phát hiện hôm qua mình tự tay tắt đèn phòng, hôm nay quên mở... đúng là xấu hổ quá.

"Phụt". Tiếng cười phì từ ngoài cửa truyền vào, tôi nhảy xuống giường mở tung cửa chính, một bóng người mất đà ngã vào. Hóa ra là ông nội Tống Tử Ngôn, tôi vội vàng đỡ dậy, phủi phủi bụi đất vô hình trên áo: "Ông cẩn thận một chút".

Tống Tử Ngôn lạnh lùng nhìn ông cụ: "Ông tới làm gì?".

Ông cụ xấu hổ nhìn quanh phòng rồi đứng thẳng người dậy, kéo kéo chỉnh chỉnh lại áo blouse: "Kiểm tra phòng! Ông tới kiểm tra phòng".

"Thứ nhất, bác sĩ phòng cấp cứu không phụ trách kiểm tra phòng". Tống Tử Ngôn chậm rãi liệt kê: "Thứ hai, kiểm tra phòng buổi sáng quy định là từ tám giờ, giờ mới có bảy giờ mười lăm. Thứ ba, cũng là chuyện quan trọng nhất, ông đi kiểm tra phòng mà không mang theo sổ ghi chép".

Ông cụ bị vạch trần nhưng mặt vẫn không đổi sắc: "Ông tới thăm cháu nội mà cũng không được à?".

Tống Tử Ngôn: "Thăm xong rồi, không tiễn".

Người già nhướn mày trợn mắt: "Đồ cháu bất hiếu!".

Tiểu nhân vẫn nhởn nhơ: "Bề trên không làm gương".

Chậc chậc, giáo dục của nhà này...

Ông cụ tức giận bỏ đi, trong lòng tôi ít nhiều cũng thấy đỡ tủi thân, ngay cả ông nội mình mà còn đối xử như thế thì cách đối xử với đứa sinh viên cũ như tôi cũng chẳng quá đáng cho lắm. Cơm nước xong xuôi, tôi mang cặp lồng cơm đi rửa, lúc về phòng đã thấy y tá đang chuẩn bị truyền dịch, tôi thừa cơ xin phép ra về: "Tổng giám đốc, em về đi làm trước đây".

"Không cần". Hắn vừa xắn tay áo lên vừa nói: "Tôi xin phép nghỉ cho cô rồi".

Tôi tình nguyện để cho giám đốc Tôn áp bức chứ cũng không dám đối mặt với anh đâu!!!

Tâm không cam, tình không nguyện, nhưng tôi cũng chỉ có thể ngây người ra. Hồi trưa có người từ công ty rẽ qua đưa giấy tờ, thấy tôi như thấy quỷ, chắc lúc về công ty sẽ lại đồn ra N phiên bản mới nữa cho coi. Mấy chuyện này tôi lười để ý lắm rồi, chỉ ngồi chán muốn chết, Tống Tử Ngôn vừa truyền dịch vừa chăm chú xem giấy tờ, ti vi không được mở, không còn trò gì chơi được, tôi như con cá trong chậu, có chán cũng chỉ có thể ngáp ngáp nhả bong bóng nước làm vui.

Gửi mấy tin nhắn liền đều như đá bỏ biển, không thấy ai nhắn lại, chán chường vô cùng, chỉ có thể ngồi nhìn Tống Tử Ngôn - sinh vật sống còn lại trong phòng này. Hắn mặc bộ quần áo bệnh nhân kẻ sọc màu xanh lam, da còn hơi tai tái, ánh nắng chiếu vào khiến người ta có một loại ảo giác rằng da hắn trong suốt, trên mép có một vành râu xanh nhàn nhạt, tóc tai hơi rối, không chỉn chu như ngày thường.

Toàn thân toát lên vẻ đẹp yếu ớt mà rối loạn.

Tôi lắc đầu thở dài, cái tên này trước đây là người tự chủ, rốt cuộc giờ cũng bắt đầu phát triển theo đường lối mỹ nam rồi, nếu sắc mặt tái thêm một chút, mắt vô thần thêm một chút, hơi thở mong manh đi một chút... đương nhiên điều không thể thiếu là quần áo phải hở ra vài chỗ, lộ ra xương quai xanh khêu gợi, bên khóe miệng phải có vệt máu đã khô, thế mới gọi là hoàn mỹ!

Trong đầu tôi bắt đầu "tự sướng" vẽ ra bức tranh mỹ nam hấp hối, càng tưởng tượng càng thấy đẹp. Bất luận là trúng độc, mắc bệnh, hay ngã từ trên vách núi, chỉ cần thổ huyết là mỹ nam ráo! Đối tượng là Tống Tử Ngôn thì nên thê thảm ác liệt hơn một · chút, xuất thân cao quý mà sớm lưu lạc. Cái loại xui xẻo cũng xui tới tám đời này, chỉ cần gặp người trên đường, không cần biết có chuyện gì cũng chém cho hắn hai nhát. Còn phải trúng độc, một năm trúng tới một trăm tám mươi loại. Roi vọt bình thường chẳng sao cũng quất trúng người, không chuyện gì là không thổ huyết, vốn dĩ là để cho người ta coi khinh. Anh nói vai này cũng coi như thê thảm. Tôi thấy sao cũng là vai nam thê thảm số một. Vai nam thê thảm số một? Đó là sau mười năm nhập vai. Nam phụ, anh đừng có nhìn tôi, đó là bị đạo diễn làm đấy. Anh phải nghiên cứu tâm lý thẩm mỹ của người hiện đại đi, muốn nhìn trai đẹp, căn bản không cần quan tâm xem ngược thế nào. Biết cái gì là hủ nữ không? Chính là khi nhìn con trai, không nhìn loại đẹp trai nhất, mà nhìn loại ngược nhất!

Tôi đem lời thoại kinh điển của "Đại uyển [19]" ghép vào người Tống Tử Ngôn, càng nghĩ càng thấy vui, không kìm được mà cười thành tiếng, cười rồi mới thấy sao mà lạc lõng quá, cảm giác lạnh lẽo quen thuộc lại vèo vèo lướt qua.

---

(19) "Đại uyển": Một bộ phim hài nổi tiếng của Hồng Kông với sự góp mặt các diễn viên Cát Ưu, Quan Chi Lâm,... (BTV).

King Kong Barbie.

Quả nhiên, Tống Tử Ngôn đang nhìn tôi vẻ khó hiểu: "Cười cái gì đó?".

Tôi đương nhiên không dám nói thật, chỉ nhìn chăm chú vào chai dịch truyền, nói nhẹ nhàng: "Nhìn chai dịch truyền nhỏ từng giọt từng giọt, nghĩ bệnh tình của tổng giám đốc đã khá hơn một chút, nên em vui mà cười, cười vui sướng. Anh chỉ nhìn thấy nụ cười trên mặt em thôi, nhưng làm sao mà thấy được nỗi hân hoan và kiêu hãnh của em với sự nghiệp y tế nước nhà và sức khỏe của anh...".

"Đủ rồi". Hắn ngắt lời rồi nhíu mày nhìn tôi một lát, hỏi: "Hôm qua cô không ngủ ngon à?".

Có thể ngủ ngon được à? Tối qua phải nằm úp mặt lên giường sếp tổng mà ngủ, hơn nữa còn lạ chỗ, không phải cái ổ lợn của mình thì tôi không tài nào ngủ ngon nổi, cứ ngủ được chừng nửa tiếng rồi lại tỉnh giấc, cứ như có cái dây cót trong người! Nhưng ngoài miệng vẫn phải nói như thế này: "Ngủ đâu có ngon, nghĩ tới tổng giám đốc phải nằm trong phòng bệnh toàn mùi thuốc khử trùng như thế này làm sao em ngủ ngon cho được, trong lòng nóng như lửa đốt, chỉ hận không thể bệnh thay cho anh!".

Nhìn thái độ trung thành và tận tâm của tôi, Tống Tử Ngôn chẳng nhận xét mà cũng chẳng vui vẻ gì, chỉ nói: "Giờ nhìn cô như thế này, về nhà sửa soạn lại đi".

Đây... là lệnh đuổi người? Tôi rơm rớm nước mắt: "Tổng giám đốc, giờ anh không cần em ở lại chăm sóc sao?".

Hắn lạnh nhạt: "Không cần".

154

Tôi nhận lệnh cúi đầu ra khỏi phòng, cố gắng kìm lòng để không đi quá nhanh, còn phải giả bộ xụ mặt như không muốn. Tay vừa đụng vào cửa đã nghe tiếng hắn vang lên ở phía sau: "Chờ một lát".

Không lẽ muốn đổi ý? Trong lòng không khỏi trào dâng một cảm giác chán nản, nhưng vẫn phải cố vui vẻ quay đầu lại: "Tổng giám đốc?".

Hắn dặn dò: "Cái ông già quái đản cô gặp hôm qua ấy, nhìn thấy một cái là phải chạy xa ra ngay, nhỡ có chạy không thoát thì bị hỏi gì cũng phải trả lời là không biết, nhớ chưa?".

Tôi gật đầu, hắn khoát tay: "Ra ngoài đi".

Rốt cuộc tôi cũng có thể chạm tới bầu trời của tự do và giải phóng, tung tăng chạy ngay ra khỏi tầng dành cho bệnh nhân nội trú, xuống dưới tầng trệt tràn đầy ánh nắng chan hòa. Giờ tôi mới nhận ra tất cả cửa chính bên ngoài đều là gương, thế nên vội chạy qua bên đó chỉnh trang sơ lại, không ngờ suýt bị bóng mình dọa cho sợ chết.

Quần áo có hơi nhăn nhúm, nhưng cũng tạm được, tóc có hơi rối, nhưng cũng tàm tạm, da có hơi khô, nhưng vẫn được, dù sao mình cũng là người cả đêm ngủ không được ngủ ngon… nhưng hai quầng mắt thâm sì này nhìn còn thâm hơn là bị người đấm vào mặt, thấy mà giật mình!

Chẳng trách sao Tống Tử Ngôn lại ghét mà đuổi đi, hóa ra là vì nhan sắc của mình đã tàn tạ rồi! Quả nhiên đàn ông đều là lũ động vật chỉ nhìn bằng mắt mà, sao hôm qua lúc tôi còn xinh tươi hắn không đuổi ngay đi! *(Cô lúc nào mà chả không xinh tươi! Chẳng qua là lọt vào mắt người ta thì lại trở thành đáng thương tới mức không nỡ nhìn thôi!)*

Vừa thầm chửi rủa oán hận, tôi vừa đưa tay cào cào lại cái đầu cho chỉn chu, chuẩn bị nhỡ may lại có duyên gặp gỡ. Đang ngắm nghía sửa lại tóc, tôi chợt thấy một bóng người đương ngó nghiêng, lén lút đi về phía tôi.

Là ông già quái đản tối hôm qua Tống Tử Ngôn đã dặn!

Thế nên, tôi co giò chạy…

Không biết có phải từ hồi nước nhà đăng cai Thế vận hội Olympic không mà tình hình toàn dân rèn luyện thể lực cũng có tiến triển lớn, chỉ một lát sau tôi đã bị túm áo kéo lại, chạy cũng chẳng xong, tôi đành quay đầu lại cười hì hì: "Ối, ông, gặp ông vui thật đó".

Ông cụ thở dốc, hừ một cái: "Me too!".

Không thể đắc tội với ông nội của sếp, tôi cười lấy lòng: "Tiếng Anh của ông tốt thật".

Ông buông tôi ra: "Nhìn thấy ông cháu chạy làm gì?".

"Không biết ạ".

"Giờ đi đâu đó?".

"Không biết ạ".

"Thế cháu biết cái gì?".

"Không biết ạ".

Trợn mắt nhìn tôi một lát, ông cụ chắp tay sau lưng ngẩng mặt ngắm mây trên trời: "À, nếu ông nhớ không nhầm, công ty mấy đứa có một phần ba số cổ phần là của ông thì phải nhỉ…".

Tôi đáp lại cái roẹt: "Tổng giám đốc bảo cháu chạy ạ, từ giờ trở đi, cháu biết gì sẽ nói cho ông nghe ngay!".

Ông cụ xoa xoa đầu tôi (Động tác này giống y chang Tống Tử Ngôn, ở không, là Tống Tử Ngôn giống mới đúng) cười vô cùng hài lòng.

"Rất tốt". (Cả câu này cũng giống này!) Ngay cả cách uy hiếp người ta cũng giống nốt, tôi chật vật rút ra một kết luận, cả dòng họ nhà Tống Tử Ngôn đúng là ổ cầm thú. Ông cười tủm tỉm, hỏi: "Thế cái thằng trời đánh đó bình thường đối xử với cháu thế nào?".

Tôi không dám đáp bừa, chỉ có thể trả lời nước đôi: "Tổng giám đốc đối xử với cháu... rất đặc biệt".

Chương 4: Gặp lại

Giọng ông cụ bỗng nhiên chuyển thành thương cảm: "Sớm đã biết cháu trai không thể nuôi, nuôi lớn rồi sớm muộn gì cũng là của người khác, á a a a…", rồi kéo dài thành giọng hát Kinh kịch, còn dùng ống tay áo giả đò quệt quệt mấy giọt nước mắt vô hình.

Nhìn màn biểu diễn bất thường đó, miệng tôi giật giật mấy cái, cảm giác người qua người lại đều dùng ánh mắt khinh bỉ nhìn mình, chắc đang nghĩ tôi là đứa cháu nội bất hiếu của ông cụ này, tôi vội vàng nói lảng sang chuyện khác: "Ông đã lớn tuổi rồi, sao vẫn còn làm việc ở bệnh viện chứ?".

Ông cụ buông ống tay áo xuống, nghiêm mặt nói: "Tổ quốc đã dạy ông, cho ông tất cả, ông không thể lấy cái cớ tuổi cao sức yếu ra mà an nhàn hưởng lạc, phải tiếp tục học tập, cống hiến vì đất nước, vì nhân dân!".

Một câu nói tràn đầy khí phách mạnh mẽ, nhưng nếu như ông cụ không quay phắt lại theo một góc một trăm năm mươi độ nhìn chằm chằm vào mấy cô y tá trẻ trung đi ngang qua thì có lẽ sẽ có sức thuyết phục hơn… Mãi tới lúc mấy cô y tá đi vào khu bệnh nhân nội trú, ông cụ mới vui vẻ hài lòng quay đầu lại nói với tôi: "Cháu coi! Giờ Tổ quốc đã cho ông một cơ hội để phát huy thực lực, ông phải đi làm việc đây, hôm nào rảnh sẽ tìm cháu nói chuyện". Nói rồi đi như bay vào khu bệnh nhân nội trú.

Tôi lén lau mồ hôi, giờ đội ngũ bác sĩ ở bệnh viện quá là tối tăm rồi!

Trường tôi ở rất xa, phải mất tới hai lần chuyển xe, tới khi xe dừng lại ở trạm xe bus trước cổng trường thì mắt tôi đã díp lại không mở ra nổi. Trên xe bus lắc lư đầy tiếng nói chuyện ồn ào, tôi ngủ rất ngon, tới bến dừng, đầu óc tôi đã hơi choáng váng. Bước thấp bước cao, cả người cứ liêu xiêu phiêu phiêu như đi trên mây. Tới lúc vào ký túc xá, tôi dường như thấy một bóng người đang đứng ở con đường đối diện ký túc xá.

Bóng người cao gầy mảnh khảnh quen thuộc.

Anh mặc áo khoác màu kem, tóc hơi vuốt lên, hai tay đút trong túi quần, đầu hơi nghiêng nghiêng, tất cả đều quen thuộc khiến tim tôi đập mạnh.

Tôi có cảm giác tim mình co thắt lại còn có một mẩu, mắt ran rát đau, tôi nhắm mắt, rồi lại mở ra, chỉ có con đường vắng tanh và mấy mẩu rác vứt chỏng chơ trên đất, hóa ra tôi đã mệt tới mức hồ đồ rồi...

Trước đó làm việc ở công ty, ngày nào cũng phải dậy sớm bắt xe bus, hai ngày nay mất một đêm trực ở công ty, một đêm trực trong bệnh viện, chưa hôm nào được ngủ ngon. Cái gì mất rồi mới thấy quý trọng, tôi ôm gối ngủ, đánh một giấc ngon thật ngon. Mãi tới lúc anh trai Châu Kiệt Luân thô bạo gào lên bắt thức giấc, tôi mới mơ màng mò lấy điện thoại để bên tai: "A lô".

"Cô đang ở đâu đó?".

"Ký túc xá, trên giường". Tôi mơ màng.

"Tôi đói".

"Đói thì đi ăn đi, gọi điện cho tao làm gì? Não bị lừa đá à?". Tôi cáu nhặng lên với cái đứa làm phiền nhân dân kia.

Thật lâu sau, lâu tới mức tôi sắp ngủ lại thì bên kia mới vang lên một giọng nhẹ nhẹ như tơ: "Rất tốt".

Hai từ này như sao Hỏa đâm thẳng vào trong đầu, tôi ngồi bật dậy ngay lập tức như phản xạ có điều kiện, run run nói: "Tổng… tổng giám đốc, em mới ngủ dậy, còn lơ mơ, không nhận ra tiếng của anh…".

"Giờ đã nhận ra chưa?".

Tôi gật đầu rồi mới nhớ ra là hắn không nhìn thấy, vội vàng nói: "Nhận ra, đã nhận ra rồi ạ".

"Vậy đã biết phải làm gì chưa hả?".

"Ầy… thực ra thì… không biết rõ lắm ạ".

Giọng hắn trầm xuống: "Không biết rõ lắm?".

Tuy chỉ nói chuyện qua điện thoại thôi nhưng đã đủ cảm nhận được áp lực rồi, tôi vội vàng đoán, đoán, đoán rồi đoán: "Tổng giám đốc muốn em gọi người mang cơm đến ạ?".

"Tần Khanh!", bên kia điện thoại có tiếng nghiến răng.

Tôi run rẩy: "Không phải là anh đói sao ạ? Không lẽ anh còn khát nữa?".

Không có tiếng trả lời, một lát sau, hắn dịu xuống, giọng rất nhẹ nhàng còn câu nói thì rất dài: "Trong tủ quần áo của tôi có quần áo ngủ, cạnh giường có tạp chí mới nhất tháng này, trong tủ lạnh có mấy chai bia, còn nữa, cô chuẩn bị nấu cơm đi, trong vòng hai tiếng mười lăm phút nữa phải mang tất cả qua đây cho tôi".

Tôi còn chưa kịp đáp lại, hắn đã ngắt máy, di động chỉ còn những tiếng tút tút liên hồi.

Im lặng nhìn di động, từ lúc tôi ngủ tới giờ đã qua mười sáu tiếng hai mươi lăm phút, lúc nãy Tống Tử Ngôn kêu đói, không lẽ từ lúc tôi đi tới giờ hắn không ăn cơm sao? Xem ra thằng nhóc này hư quá, rời tôi ra thì không chịu ăn cơm. Người ta bảo "thiện ác tất có báo ứng, lẽ trời luôn tuần hoàn, không tin ngẩng đầu nhìn, ai qua nổi trời xanh", câu thơ mang khí thế hào hùng này quả nhiên là có lý.

Vừa xuýt xoa cảm thán, tôi vừa vội vàng trèo xuống giường, lao đi đánh răng rửa mặt. Từ trường vào thành phố mất một tiếng hai mươi phút, từ đó tới nhà hắn mất mười lăm phút, từ nhà hắn tới bệnh viện mất hai mươi phút, tôi còn có hai mươi phút nấu cơm, đúng là đồ gian thương, bóc lột cạn kiệt sức lao động nhân dân!

Chạy tới nhà Tống Tử Ngôn, vội vàng nấu cơm, chuẩn bị mấy thứ hắn dặn. Lúc xuống dưới lầu, thấy bóng bác bảo vệ đang hớn hở chạy lại phía mình, tôi bắt đầu nhớ tới cái từ "tinh tráng" đêm đó, người không khỏi run lên, không để bác ta kịp nói đã mở miệng cầu xin trước: "Bác ơi, cháu gấp lắm, không tán chuyện với bác được đâu".

Bác ta gật đầu: "Cậu Tống vì cô mà phải vào bệnh viện, chắc giờ cô áy náy lắm, tôi hiểu, tôi hiểu mà".

Nói đi rồi nói lại, rốt cuộc là vẫn nghĩ tôi là người hại cậu Tống "tinh tráng", tôi im lặng, người thanh bạch tự biết, không thể động vào thì cứ tránh ra, thế nên tôi quay người đi.

"Chờ một lát, chờ một lát!", bác bảo vệ gọi í ới phía sau, tôi vắt chân lên cổ bỏ chạy, không ngờ đột nhiên xuất hiện mấy người chắn trước mặt, phong tỏa lối đi, vẻ mặt bọn họ nhìn tôi đều giống bác bảo vệ kia.

Tôi giơ mặt ra cầu xin van vỉ: "Các bác ơi, cháu thực là gấp lắm rồi".

Bác bảo vệ vào phòng, lấy một cái hộp đưa cho tôi: "Cậu Tống tuy bình thường rất ít nói, nhưng đối xử với mấy lão già chúng tôi cũng không tệ lắm, lần này cậu ấy bị ốm, chúng tôi chuẩn bị chút quà, nhờ cháu chuyển giùm".

Hóa ra là thế, tôi thở phào nhẹ nhõm, tuy cái hộp có hơi nặng, nhưng chỉ cần không tiếp tục vướng mắc với ông bác này nữa thì tôi nguyện học theo việc Lỗ Trí Thâm cõng sư tử đá.

Trước mấy ánh mắt nhiệt tình hướng về mình, rốt cuộc tôi cũng ra khỏi khu nhà mà lên xe. Tới bệnh viện, tôi cẩn trọng ngó nghiêng bốn phía, chắc chắn không thấy bóng dáng của ông cụ quái dị mới vội vàng lủi vào thang máy. Tôi đứng trong góc thang máy, phía trước có hai người phụ nữ đang nói chuyện.

"Thực sự khó chịu, lần nào cũng có thứ gì đó cứng cứng tới gần chỗ ấy rồi nhưng mãi vẫn không được".

"Tôi cũng vậy, mà dùng sức cũng không xong, chị nói xem có phải chỗ đó của chúng ta quá nhỏ không?".

Đây đây đây… quá là cởi mở rồi, tuy rằng cũng là phụ nữ, nhưng mặt tôi vẫn đỏ lên. Nhìn gương mặt nghiêm chỉnh đã sưng lên của ông chú đứng cạnh mà hai người kia vẫn còn bàn luận.

"Tôi nghe nói, các ông ấy ít nhất phải một ngày một lần, có khi là một ngày hai, ba lần lận đó, với bọn mình thế là quá bất thường rồi".

"Đó đó, nghe nói như thế già nhanh lắm, da dẻ gì gì đó cũng không tốt, nhưng mà tôi uống thuốc cũng chả có tác dụng, nhiều khi phải bơm thuốc nước vào chỗ ấy mà cũng không ăn thua, đúng là ước được như mấy người kia một ngày mấy lần".

Chú kia ho khan hai tiếng.

Tất nhiên là hai bà cô này chả thèm để ý, cứ luyên thuyên nói chuyện không ngừng.

"Tôi có bài thuốc gia truyền, cực kỳ hữu dụng, nhưng chỉ sợ lúc mới dùng hiệu quả mạnh quá không chịu nổi thôi".

"Nói tôi nghe đi, tôi thích thuốc mạnh lắm, càng mạnh càng tốt!".

Ông chú kia hiển nhiên không thể làm ra vẻ bàng quan với sự đời, không cần đợi thang máy dừng ở tầng đã chọn mà bỏ đi ngay lập tức.

Chú ta vừa đi thì tôi mới nhìn được người đứng ngay đằng sau, một cô gái đẹp như ánh trăng. Gương mặt láng mịn, đôi mắt biết nói dịu dàng, môi trên hơi cong cong, dịu dàng mà điềm tĩnh, không hề khiến người ta cảm thấy sắc đẹp của mình quá gay gắt.

Làm con gái mà cứ nhìn chằm chằm vào con trai đã rất mất mặt rồi, nhưng nhìn chằm chằm vào đứa con gái còn đẹp hơn mình thì lại càng mất mặt hơn.

Thế nên, tôi chăm chú nhìn cô ta một lượt nữa từ đầu đến chân, kết quả là vô cùng thất vọng! Da dẻ, đôi mắt, khóe môi,

King Kong Barbie

thậm chí là cái mũi, toàn thân đều toát lên một khí chất dịu dàng không màng danh lợi vật chất, có nhìn kiểu gì cũng không tìm được khuyết điểm, trái lại, nhìn một còn muốn nhìn hai. Kiểu thất vọng này khiến cho đứa con gái là tôi đây muốn tự đập đầu vào tường mấy cái cho rồi!

Ép mình phải dời ánh mắt ra khỏi mặt tiên nữ, hai bà cô kia đã nói tới đoạn phải khơi thông đường ống cống thoát nước, tôi thầm than, cùng là phụ nữ, có người dịu dàng, cũng có cả những người mạnh mẽ.

Thang máy mở ra rồi đóng lại, đã tới tầng tám, một trong hai bà cô nhìn bảng số, thở dài: "Không biết bác sĩ ở đây có chữa được không".

Người kia an ủi: "Không sao, dù chữa không được cũng chẳng sao mà, táo bón có chết người được đâu".

Một ngày mấy lần, thuốc công hiệu mạnh, cái gì cứng cứng, chỗ đó...

Táo bón...

Là câu nói của hai bà cô này đa nghĩa hay tại tôi đen tối quá?

Lần thứ hai tự cảm thán, cùng là phụ nữ như nhau, có người dịu dàng như ánh trăng, có người mạnh mẽ nói những câu ngượng miệng không hề kiêng kỵ, còn có người suy nghĩ hết sức dâm loạn như tôi...

Thang máy lên tầng trên thì ngừng lại, tôi khệ nệ ôm mớ đồ đi ra, tiên nữ ánh trăng kia cũng đi ra cùng với tôi, thấy tôi mệt mỏi, mồ hôi nhễ nhại, bèn nói: "Để tôi mang giúp cô nhé".

Người đã đẹp, tính tình còn tốt nữa, trời xanh ơi, ông không định để tôi sống nữa sao?

Tôi nhất quyết chối từ: "Không cần đâu, tôi tự mang được rồi".

Cô không nói nữa, hai chúng tôi cứ yên lặng bước đi, chỉ có tiếng bước chân của tôi vang vang.

Tôi dừng lại trước cửa phòng của Tống Tử Ngôn, không ngờ cô gái kia cũng dừng lại, quay sang tò mò nhìn tôi, chẳng có lẽ? Lẽ nào cô ta tới thăm Tống Tử Ngôn? Trong lòng nhất thời có cảm tình với cô ta, cứ cho là người đẹp, có khí chất thì đã làm sao chứ? Ánh trăng đã trừng phạt cô, bắt cô gặp phải Tống Tử Ngôn, không sớm thì muộn, số phận cũng là hồng nhan bạc mệnh, hương tiêu ngọc vẫn mà thôi!

Tôi không nén được cười gian mấy tiếng, đang cười thì cửa đã mở ra, nụ cười của tôi đã đông cứng lại trong nháy mắt.

Một bóng người vô cùng quen thuộc đã xuất hiện trong giấc mơ của tôi biết bao nhiêu lần, giờ khuôn mặt ấy lại ở trước mặt tôi, dịu dàng nói với tiên nữ ánh trăng: "Sao đi lâu thế?".

Ánh mắt anh đảo tới nhìn tôi, trong chớp mắt nét mặt đã chuyển thành cứng đờ.

Đúng là đã lâu không gặp, Tô Á Văn.

Ngày Tô Á Văn ra đi, tôi như bị ai đánh mạnh vào đầu, chỉ im lặng đi tới đi lui trên con đường giữa trường. Tổng cộng chưa tới hai ngàn mét, tôi chậm rãi bước đi, từng bước từng bước, từ chiều tới lúc tối mịt. Giữa những bước chân chậm rãi, tôi đã suy nghĩ những gì giờ cũng chẳng nhớ nữa, có lẽ phải nói là khi ấy đầu óc rất mơ hồ. Đi mãi, tới lúc đèn đường sáng lên, đi mãi, từ lúc còn người qua lại ồn ào tới lúc vắng ngắt không còn một ai.

Lúc Tiêu Tuyết vừa tìm thấy tôi đã mắng xối xả: "Tô Á Văn đã đi rồi, mày còn làm trò gì ở đây nữa hả?".

Tôi bị nó đánh cho ngây người, gió đêm lạnh lẽo lướt qua mặt đau rát, tôi nói: "Chỉ cần anh ấy trở về, tao có làm trò gì cũng được".

Tôi bình thản nói, trong lòng cũng vô cùng bình tĩnh.

"Bốp!", Tiêu Tuyết tát cho tôi một cái: "Dù mày có tìm tới đường chết, anh ta cũng sẽ không trở về đâu, anh ta không cần mày nữa, mày hiểu không?".

Nước mắt cuối cùng cũng rơi, tôi như con thú nhỏ phải chịu thương tích đầy mình: "Sao anh ấy không cần tao, tại sao lại không cần tao…". Sau này nhớ lại, hình như trừ câu này ra tôi không nói được gì khác nữa. Mắt Tiêu Tuyết đỏ hoe, ôm chặt lấy tôi, tôi gục đầu vào vai nó vừa nức nở vừa hỏi.

Lúc đầu chỉ có tôi khóc, lát sau Tiêu Tuyết còn khóc dữ hơn cả tôi.

Đó là lần đầu tiên tôi khóc sau khi Tô Á Văn ra đi, cũng là lần cuối cùng.

Khóc xong một trận, trong lòng tôi cảm thấy nhẹ nhõm đi rất nhiều, thậm chí hôm sau tới trường nghe phong thanh có tin đồn chuyện ma quỷ ở trên đường trường còn hăng hái hùa theo kể chuyện về một con ma không có chân, tóc tai rối mù, liên mồm rên rỉ.

Ở đại học ai cũng đều có một đứa bạn thân như vậy, bình thường thì ăn nói độc địa tới chết người, lúc ngồi không chán

chán lại chọc chọc mấy phát rồi xát muối vào vết thương cũ của bạn cho vui, nhưng những khi bạn muốn làm chuyện dại dột thì nó sẽ là người tát cho mấy cái để tỉnh lại, rồi hai đứa cùng ôm nhau khóc.

Nhưng Tiêu Tuyết không biết, trong lòng tôi còn suy nghĩ tới nhiều chuyện còn ngốc hơn nữa, vô số lần tưởng tượng, nếu có thể gặp lại Tô Á Văn, tôi sẽ quỳ rạp xuống đất, ôm chặt lấy chân anh, nước mắt giàn giụa khóc lóc cầu xin tới không thành tiếng: "Đừng đi, đừng đi, đừng đi…".

Tự tôn là điều rất quan trọng, nhưng một người chỉ còn là cái xác trống rỗng không hồn thì có tự tôn để làm gì chứ.

Vốn dĩ tôi là một đứa ngốc.

Nhưng giờ nhìn Tô Á Văn, tôi mới hiểu rằng thực ra mình cũng không ngốc như vẫn tưởng. Huống hồ giờ đây tiên nữ ánh trăng kia đang khoác tay anh rất tự nhiên, gương mặt vô cùng dịu dàng, tôi bắt đầu nghĩ câu nói đó của Tiêu Tuyết rất có lý: Dù tôi có ngu dại đi tìm đường chết, anh cũng không yêu tôi. So với người kia, tôi không có phần thắng.

Tôi dứt mình ra khỏi ký ức, nghiêng người đi qua anh, cất tiếng gọi Tống Tử Ngôn bằng giọng thân thiết chưa từng có: "Tổng giám đốc!".

Tống Tử Ngôn nâng cổ tay nhìn đồng hồ: "Vừa kịp lúc".

Tôi phi như bay tới đây thì làm sao mà không kịp được?

Bỏ đồ trong tay xuống giường, Tống Tử Ngôn nhìn cái hộp trên mặt đất, hỏi: "Đó là cái gì thế?".

Tôi đáp: "Đây là quà tặng cho anh". Chỉ là không phải do tôi tặng thôi…

Mặt Tống Tử Ngôn vẫn lạnh lùng như cũ, nhưng ở chung lâu ngày, nhìn vào mắt hắn, tôi biết hắn đang vui. Xem ra dù là kẻ có tiền, cứ được người ta tặng quà thì liền có bộ dạng tiểu nhân đắc ý thế đó…

Tôi tự xung phong, đặt cái hộp lên bàn: "Giờ em mở ra nhé".

Hắn khẽ nhếch môi: "Được".

Hộp không còn nguyên vẹn, phía ngoài vỏ hộp rượu còn quấn thêm một lớp băng dính, tôi gần như phải nghiến răng nghiến lợi mới xé ra được. Lớp bọc ngoài chiếc hộp nhanh chóng bị lột ra toàn bộ, bốn đôi mắt nhìn nó chăm chăm, tôi từ từ mở ra, nghiêng đầu coi trước, hít vào một cái thật sâu rồi đóng lại ngay lập tức, quay đầu cười ngu: "Ha ha, là đồ không đáng tiền thôi, chắc chắn sẽ làm tổng giám đốc chướng mắt, em mang đi vứt đây".

Nói rồi cầm cái hộp vội vàng đi ra cửa.

"Bỏ đây". Tiếng nói đầy sự uy hiếp.

Da đầu tôi tê rần, cuối cùng vẫn đứng ngây ra cạnh cửa không nhúc nhích.

"Á Văn, mang qua đây giúp anh".

Tô Á Văn đi tới, nhìn tôi bằng đôi mắt đen láy, tôi vội vàng cúi đầu. Lúc lấy cái hộp, tay anh vô tình chạm vào tay tội, tôi càng cúi thấp đầu hơn… bởi chỉ một chút nữa thôi, nước mắt sẽ rơi xuống.

Nhưng ngay cả cơ hội rớt nước mắt tôi cũng không có, tiếng Tống Tử Ngôn mở cái hộp như ẩn như hiện bên tai. Sau đó là ba tiếng hít vào, rồi sau đó nữa là giọng rít qua kẽ răng của hắn: "Tần Khanh!".

Mấy vạch đen chảy dài trên mặt[20], bác ơi, bác hại chết cháu rồi, sao lại đi tặng người ta thuốc tráng dương gì gì đó chứ???

Giờ này, cái ông bác đang tâm hại tôi đương ngồi phơi nắng cùng mấy người khác.

"Ối trời, lão Vương này, tuy nói cậu Tống cũng là người không tới nỗi nào, nhưng đâu tới mức phải khiến chúng ta bỏ ra một đống tiền tặng loại rượu đất thế kia?".

"Đó là vì mấy người nông cạn, cậu Tống là thứ yếu, cái chính là bộ mặt sĩ diện đàn ông của chúng ta!". Lão Vương nắm chặt tay: "Cứ coi lũ thanh niên choai choai bây giờ đi, không phải tóc tai như cái tổ chim thì cũng là rủ xuống mất nửa cái mặt, vất vả lắm mới có người coi đứng đắn như cậu Tống, chúng ta phải trân trọng giữ gìn! Giữ gìn sự tôn nghiêm cuối cùng của người đàn ông!".

Một người ngả người dựa vào ghế, lắc đầu cảm thán: "Lũ thanh niên giờ toàn loại èo uột, chả đứa nào bì được với chúng ta hồi đó".

Xin được lược đi ba ngàn chữ của cuộc đối thoại những ngày hào hùng đã qua của mấy ông già…

---

(20) Hình ảnh nhân vật khóc lóc trong truyện tranh thường có mấy vạch đen kéo dài trên mặt (BTV).

"Mà này, lão Vương? Cái cô bé mà ông bảo là hồ ly tinh ép kiệt sức lực của cậu Tống ấy? Sao tôi nhìn thế nào cũng không giống?". (Tạ ơn trời đất, cuối cùng cũng có người thấy được tấm lòng trong sáng của tôi rồi).

"Tôi nhìn cũng thấy không phải... lão Vương, có phải ông nhầm rồi không? Hồ ly tinh có đứa nào trông khó coi như thế không?". (Mắt mờ rồi, ông này chắc chắn mắt mờ rồi!!).

Giữa những lời thắc mắc chất vấn của mấy ông bạn, kẻ buôn dưa lê - lão Vương đỏ bừng mặt lên, nhưng vẫn cứng đầu cứng cổ không chịu thừa nhận: "Mấy người các ông thì biết cái gì? Con bé đó là hồ ly tinh chưa kịp trang điểm thôi!".

Mà con hồ ly tinh bất tài là tôi đây đang phải khốn khổ khốn sở đứng im nhìn cánh cửa phòng bệnh viện.

"Tần Khanh!", lần này thanh âm vừa dịu dàng vừa trầm ấm, tôi sợ muốn chết, trong lòng ai oán, cùng là ở bệnh viện, cùng là gặp lại tình cũ, sao người ta lúc gặp lại có thể buồn thương tiếc nuối, tới phiên tôi thì như hài kịch thế này?

Xấu hổ quay đầu lại, tôi giải thích: "Tổng giám đốc, cái đó không phải em tặng đâu, là của mấy bác bảo vệ ở khu nhà anh nhờ em mang tới đó, cùng lắm thì em chỉ là đồng phạm thôi, anh nên lấy công bằng làm đầu, theo luật mà xử, đừng nên hành động theo cảm tính".

Tống Tử Ngôn trừng mắt nhìn tôi, tuy hắn vẫn đang mặc bộ quần áo kẻ sọc dành cho bệnh nhân, nhưng khí thế ép người khác vẫn ngút trời. Mất bò mới lo làm chuồng, tôi vội vàng cầm lấy cặp lồng cơm, cười tươi như hoa hướng dương thấy mặt trời: "Cứ ăn cơm trước đã, để nãy giờ nguội mất thì không ngon đâu". Rồi làm bộ không nhìn thấy ánh mắt sát nhân đó, cẩn thận lấy từ trong cặp lồng ra bát canh đậu phụ, cung kính dâng lên: "Mời tổng giám đốc ăn ạ".

Hắn trừng mắt lườm tôi cái nữa rồi mới chịu bưng bát, đặt lên cái bàn nhỏ trên giường. Tôi thầm thở phào một cái, lén đưa tay gạt mồ hôi trên trán. Mỹ nữ ánh trăng cười khẽ: "Anh ba, không ngờ anh còn có tính cách này đó".

Dường như có mũi tên xuyên qua lớp ký ức của tôi, mang theo một màn sương màu đỏ.

Tôi còn nhớ rất rõ ngày ấy, bởi đó là sinh nhật tôi. Sau hôm cùng Tô Á Văn chúc mừng, chúng tôi lại tới chỗ cũ ăn mừng tiếp, đương khi hai đứa ăn uống vui vẻ thì di động của anh bỗng nhiên đổ chuông, là tiếng chuông tôi chưa được nghe bao giờ. Tôi thường kiểm tra di động của anh bất thình lình, để thể hiện sự sở hữu của mình, tôi chỉnh tất cả những số điện thoại trong di động anh thành tiếng chuông mặc định của Nokia, chỉ có số của tôi là để riêng bài "Không thể không yêu" ngọt lịm chết người.

Tim tôi đập mạnh, ngẩng đầu nhìn anh, anh cũng nhìn tôi. Cách làn khói mỏng bốc lên từ nồi lẩu, mắt anh cũng mờ mịt như được phủ một lớp khói, anh nói: "Anh ra ngoài nghe điện thoại một lát".

Anh lúc nào cũng nghe điện thoại trước mặt tôi mà, tôi cau mày: "Không nghe ở đây được hả anh?".

Anh im lặng nhìn tôi một lát, bàn tay nắm di động càng lúc càng chặt, cuối cùng anh đáp: "Không được".

Còn tôi, nhìn theo bóng lưng anh khi đẩy cửa ra ngoài mà vẫn còn có thể bị mùi hương của nồi lẩu níu lại như vòng kim cô.

Lúc ấy tôi thật ngốc, thật khờ, một đứa con gái ngu ngốc. Cho nên lúc anh quay lại bảo rằng mình phải ra ngoài một chút, tôi cũng chỉ làm nũng một hồi để nói rằng mình không giận, rồi để anh đi mà không chút nghi ngờ.

Yêu một người là hoàn toàn tin tưởng người ấy, câu này sau khi được kiểm chứng thì đúng là không ngửi được. Người tôi tin biến mất hai tuần liền, lúc gặp lại, anh nói với tôi bằng giọng áy náy: "Tần Khanh, em rất tốt, anh thực sự rất thích em, nhưng anh yêu cô ấy, yêu mười năm rồi".

Tình yêu thanh khiết tới mắc ói, cô ta là thanh mai của anh, nhưng trong tim cô ta lại là thằng trúc mã kia. Cô yêu cái tên trúc mã đó mười năm, anh chờ đợi thanh mai của mình cũng đủ mười năm. Cô bé thanh mai đáng thương theo đuổi người ta tới tận Mỹ, nhưng thương sao lại bị người ta đối đãi giống như em gái, cô gái tha hương nơi đất khách, cô đơn không chiếm được trái tim người mình yêu, khiến cô phải quay đầu nhìn người vẫn luôn im lặng đứng chờ cô, là bạn trai của tôi.

Thế nên, trúc mã si tình vừa nhận được điện thoại đã không quản đường xá ngàn dặm xa xôi, chạy tới bên kia đại dương, mười năm chịu khổ làm bạn đứng bên, cuối cùng cũng chiếm được trái tim người ta.

Chậc chậc, đúng là si tình, đẹp quá, có dựng thành phim truyền hình cũng chẳng quá đáng, có lẽ tôi còn phải ôm khăn giấy nước mắt chảy ào ào cảm động: "Tình yêu gì trong sáng quá, đàn ông si tình quá, nữ chính sướng thế không biết".

Thật tiếc, trong bộ phim ấy tôi chỉ đóng vai nữ phụ không thể thiếu thôi.

Không có vai của tôi thì làm sao chứng minh được tình cảm của nam chính với nữ chính là trung trinh như một? Không có vai của tôi thì làm sao chứng minh được nam chính kiên định không lung lay trước cám dỗ? Không thì sao chứng minh được rằng nữ chính là người không thể thay thế trong lòng nam chính?

Sự tồn tại của tôi là để làm nền cho chuyện tình mỹ lệ của họ, sự si tình của tôi là để làm nổi lên sự chung tình của họ. Người ngoài nhìn thấy mối tình đẹp đẽ trong lành như viên ngọc lưu ly chứ nào có thấy có người đã từng đóng vai phụ để tạo nên mối tình đó.

Nhưng người tôi không ngờ tới nhất lại là Tống Tử Ngôn, vai nam phụ trong bộ phim này.

Hôm đó Tô Á Văn nói xin lỗi tôi rất nhiều: "Nếu anh ba chịu yêu cô ấy, anh sẽ đến với em, vẫn như thế".

Tống Tử Ngôn chính là anh ba...

Bỗng nhiên tôi thấy buồn cười, giờ trong căn phòng này là bốn người trong một bộ phim thần tượng, ba tuấn nam mỹ nữ còn riêng tôi là nữ chính số hai tà ác.

Cuộc sống, hóa ra lại là một kịch bản nhàm nhất.

Lúc này vai phụ Tống mở miệng hỏi: "Mấy đứa định ở lại đây bao lâu?".

Nam chính Tô trả lời: "Tiểu Phi muốn đi Vân Nam chơi, mai đi rồi anh ạ".

Vai phụ Tống kêu lên: "Nhanh thế à?".

Nam chính Tô cười cười: "Tháng sau còn phải quay lại Mỹ thi nữa, cho nên đúng là gấp một chút".

Nữ chính ngượng ngùng nói: "Anh ba, vốn dĩ anh bị bệnh, chúng em phải ở lại đây lâu hơn một chút...".

"Không sao". Vai phụ Tống xuề xòa: "Cạnh anh không có người hay sao?".

Nữ chính đảo mắt qua nhìn tôi, mang theo nụ cười dịu dàng tươi tắn, còn pha thêm chút buồn man mác. Mà nam chính chỉ lơ đãng nhìn lướt qua tôi một cái, như nhìn một bức tượng.

Tôi đúng chỉ là một bức tượng thôi.

Trong trường hợp này, có lẽ giả vờ không quen biết ai tốt hơn, tôi vốn dĩ không phải là một diễn viên xuất sắc, cho nên chỉ có thể ở đây làm phông nền, không nói, không đáp, không nhìn, chỉ lặng lẽ lột vỏ quả cam nho nhỏ, rồi cắm ngón tay cái vào giữa quả cam rồi rút ra, cắm vào rồi lại rút ra.

Ba người này lớn lên cùng nhau, toàn dùng những từ chỉ họ mới hiểu được. Trong lúc ba người trò chuyện vui vẻ, tôi vẫn liên tục làm động tác cắm rút trong vô thức, bỗng nhiên có bàn tay giơ ngang qua, lấy hết mấy múi cam trong tay tôi. Tôi tròn mắt nhìn Tống Tử Ngôn đang nhón lấy bỏ vào miệng, không khỏi ngây người sững sờ. Hắn quay lại nhìn tôi, vừa ăn vừa nói: "Tiếp đi".

Tôi nhận lệnh, lại tiếp tục công việc bóc vỏ tách múi cam, đáp ứng nhu cầu của Tống Tử Ngôn.

Sau đó mới lựa lúc ba người tạm ngừng nói chuyện, xin phép hắn: "Tổng giám đốc, đội kịch nói trường em phải tập rồi, em có thể về trước được không?".

Hắn hỏi: "Là vở Hoàng Thế Nhân đó hả?".

Tôi gật đầu.

Hắn ngẫm nghĩ một lát, nói: "Mai đừng có tới chậm là được".

Tôi nghĩ kỹ thêm một chút, đại khái cũng đoán ra ý của hắn là mai tôi còn phải làm cơm nước mang tới, thế nên đáp: "Mai em sẽ tới sớm hơn".

Hắn tạm hài lòng: "Đi đi".

Tôi cầm túi xách định đi về, lúc cúi người đi qua cặp diễn viên chính, tiên nữ ánh trăng nhẹ nhàng bước theo tôi, nói: "Để Á Văn đưa chị về nhé".

Tôi ngẩng đầu trông, Tô Á Văn cũng đang nhìn tôi, vẫn là cặp mắt đen láy vẹn nguyên trong ký ức, anh cười với tôi: "Đi thôi". Rồi bước tới mở cửa.

Chúng tôi đi trong im lặng cho tận tới khi vào thang máy, anh nhấn nút đi xuống, trong không gian nhỏ hẹp chỉ riêng hai người chúng tôi, tôi gần như nín thở, nghĩ ngay cả tiếng hít thở cũng thấy rất xấu hổ.

Anh tựa người vào vách thang máy, hỏi: "Giờ em thế nào rồi?".

Tôi vờ thoải mái: "Anh thấy rồi đó, nịnh bợ sếp lớn để dọn đường thăng quan tiến chức".

Anh hạ mắt, một lúc sau mới nói: "Thực ra anh ba là người rất tốt…".

Tôi ngẩng lên nhìn nóc thang máy: "À, phải".

Lại im lặng, tôi nghĩ mình lúc nào cũng là người có thể thích ứng được với hoàn cảnh, lúc đi tàu về nhà nghỉ tết, bị cả một đám người mồ hôi mồ kê đè ép cho ngạt thở, không thể động đậy cũng vẫn vui vẻ được, nhưng trong cái thang máy có thể chứa được mười ba người này, chỉ có một mình anh, tôi lại thấy chật tới mức không thể thở được.

Tất cả những chuyện này, thực ra là chỉ là tâm lý mà thôi.

May lúc này là giờ nghỉ trưa, người đi thang máy rất ít, thang máy chạy thẳng một lèo xuống tầng một, chúng tôi đi ra, anh nói: "Để anh lái xe đưa em về".

Tôi vội vàng nói: "Tự em về cũng được, sao lại không biết ngượng mà làm phiền anh chứ?".

Thái độ của tôi rất thành khẩn, giọng điệu rất khách sáo, thái độ rất xa cách. Lúc nói xong ngay cả tôi cũng phải ngây người ra, anh cũng thoáng giật mình.

Bầu không khí lại bắt đầu quái dị.

"Tần Khanh?". Có người gọi tên tôi.

Tôi quay đầu lại, Tóc Vàng đứng ở hành lang bên kia đang vẫy vẫy tay gọi, tôi bèn nhân cơ hội nói với Tô Á Văn: "Anh coi, bạn em tới đón rồi đó, em về trước đây". Rồi đi như chạy qua chỗ Tóc Vàng, vội choàng tay ôm chặt lấy cổ cậu, không để cậu nhóc kịp có cơ hội mở miệng mà lôi thẳng ra ngoài.

Tóc Vàng bị tôi lôi đi xềnh xệch ra ngoài bệnh viện mới có phản ứng, giãy ra, hỏi: "Cô làm gì đó?".

Tôi đáp: "Mấy ngày không được nhìn thấy cậu, tự nhiên thấy nhớ quá, gặp cậu là muốn ôm một cái thôi".

Mặt Tóc Vàng đỏ lựng lên, lát sau mới lui người lại, nhẹ nhàng nói: "Tôi vừa muốn hỏi cô là tổng giám đốc nằm ở phòng số mấy?".

"Không cần phải biết". Tôi đáp.

"Tại sao?".

"Vì giờ cậu có một nhiệm vụ vừa gian khổ mà lại rất vinh quang". Nhìn ánh mắt nghi hoặc của cậu, tôi nói tiếp: "Đưa tôi qua nhà cậu".

"Làm gì?".

"Xem phim kinh dị".

Thế nên, chỉ sau mười lăm phút, cậu nhóc đã đem cái phòng bệnh số mấy mấy của sếp tổng đá bay mất hút lên tận chín tầng mây, vui mừng đi lấy xe.

Lần này việc chuẩn bị trước khi xem phim được Tóc Vàng làm rất tỉ mỉ. Hai chúng tôi cùng nằm trên giường, mỗi người cầm một đống đồ ăn vặt với nước uống, rèm cửa sổ kéo kín lại, mấy bộ phim kinh dị được sắp xếp mở lần lượt từ một tới bảy, cậu nhóc còn chuẩn bị thêm một cái gối ôm mềm mềm, để nhỡ có đoạn nào sợ quá còn úp mặt vào đó được...

Bộ phim đầu tiên là về ma không đầu trong "Chuyên gia bắt ma" của Châu Tinh Trì, một cái đầu bị người ta mang ra đá qua đá lại, tôi coi mà cười phớ lớ, nhưng Tóc Vàng thì sợ tới mức nắm tay tôi thật chặt, mà có lẽ buồn cười quá nên nước mắt tôi cứ dâng lên. Sau đó kìm không nổi, giữa lúc cười mà rớt nước mắt, nhiều đau đớn tủi hổ như thế, nhiều nước mắt như thế, tất cả đều không thể nén được nữa, tôi nằm trên giường, nhìn màn hình ti vi mà khóc òa lên.

Lần này Tóc Vàng bị tôi dọa, chỉ ngây người ra nhìn tôi gào khóc thảm thiết: "Cô sao thế?".

Tôi nức nở: "Tôi sợ, sợ tới phát khóc cũng không được sao?".

Cậu nhóc tay chân cuống cuồng, vớ vội cái vỏ gối lên lau nước mắt cho tôi, nhưng cậu cũng khờ, lau nước mắt cho tôi mạnh tới đau chết đi được, nhưng giọng nói lại rất nhẹ nhàng: "Sao ngốc thế chứ? Mấy thứ trong ti vi đều là giả, có gì mà sợ chứ?".

Tôi không để ý tới cậu, chỉ khóc mà thôi, mang hết chuyện ngày hôm nay, mang hết nước mắt đã chôn giấu trong lòng những hai năm khóc cho bằng hết, khóc tới khi phải nấc lên, khóc một tiếng nấc một cái, khóc một tiếng lại nấc một cái, tôi chăm chú đếm, tổng cộng là nấc năm mươi hai cái, đợi mãi, đợi mãi vẫn chẳng thấy nấc cái thứ năm mươi ba.

Năm mươi hai, năm mươi hai, nấc cụt ngừng lại, người cũng không thể nào tự chà đạp bản thân mãi được.

Lau khô nước mắt, tôi nghiêng đầu nhìn Tóc Vàng vẫn luống cuống dòm tôi bằng ánh mắt lo lắng, tôi làm như buột miệng: "Ối? Nhà cậu còn có người thế này mà dám cho tôi tới nhà à?".

Mặt cậu nhóc trắng bệch ra: "Ý gì đó?".

Tôi chỉ ra sau cậu: "Sau cậu không phải là có cụ già đang đứng đấy à?".

Cậu nhóc thét lên muốn thủng cả màng nhĩ, "soạt" một cái đã nhào vào lòng tôi, tuy ngực tôi chẳng lớn lắm nhưng bị đụng mạnh thế cũng thấy đau, hẳn là Tóc Vàng đã bị dọa cho sợ lắm rồi.

Tôi dịu dàng vuốt mái tóc đã từng là màu vàng: "Không phải cậu đã nói rồi à? Mấy thứ trong ti vi toàn là giả, có gì mà sợ chứ?".

Cả người cậu nhóc run run, nép mình vào ngực tôi, ba phút sau, tôi giơ chân đạp thẳng thằng nhóc xuống giường, hừ lạnh một cái: "Muốn nhân cơ hội sàm sỡ chị đây hả?".

Nhìn Tóc Vàng đang nhăn mày nhăn mặt xoa đầu ngồi trên đất, tôi biết, cái tôi mạnh mẽ của mình đã trở về rồi!

Nhưng qua chưa được bao lâu tôi bỗng nhiên phát hiện ra mình sai rồi, tôi biết mình đã sai rồi, ngay từ đầu tôi không nên tới đây, không tới đây sẽ không nhìn thấy Tóc Vàng, không nhìn Tóc Vàng sẽ không nổi máu dọa cậu, không nổi máu dọa thì cậu sẽ không bị sợ mất mật thế, mà Tóc Vàng không bị dọa sợ mất mật thì sẽ không thành người thần kinh như thế này!

Đúng là thần kinh!

Dù Tóc Vàng có làm gì thì tôi vẫn phải ở trong phạm vi hai mét của cậu, vươn tay một cái là có thể túm được. Ngay cả lúc cậu ta đi vệ sinh cũng bắt tôi không được đứng chờ ngoài cửa, thế nên mới xuất hiện một cảnh khôi hài như thế này, tôi đứng trong toilet ngắm tường, nghe tiếng cậu giải quyết nỗi buồn, sau đó nghe tiếng xả nước bồn cầu, cuối cùng còn có thể nghe được tiếng cậu lau tay vào cái khăn bông mềm mại.

Mà nói cho hết nhẽ, nhỡ chẳng may Tóc Vàng muốn giải quyết "đại sự", không lẽ gái già này còn phải đi theo chịu trận?

May là cậu nhóc này chắc cũng mắc chứng táo bón, thế nên tôi vẫn không bị dính vào chuyện đó...

Chỉ tiếc là cậu nhóc này giờ y chang miếng băng dính, tôi muốn về trường cũng nhất quyết đòi theo bằng được, cuối cùng tôi đành phải đồng ý ở lại đây. Cái giường vừa to vừa êm ái này so với cái giường tầng bằng gỗ cứng ngắc ở ký túc xá tốt hơn nhiều, nhưng nằm trên giường mà còn phải thò một tay ra cho Tóc Vàng ngủ dưới đất nắm, thôi thì dù sao cũng được tính là ngủ một giấc ngon.

Vì phải đưa bữa sáng tới cho Tống Kim Quy nên hôm sau tôi thức dậy thật sớm, chờ ninh xong nồi cháo thì Tóc Vàng cũng đánh răng rửa mặt xong, lò dò đi vào bếp ngó nghiêng. Tôi cười ngọt: "Qua đây đi".

Tóc Vàng đi tới, tôi dùng muôi múc một chút cháo đưa qua: "Qua nếm thử cháo tôi nấu xem nào".

Cậu nhóc ăn một miếng, tôi hỏi lại đầy chờ mong: "Ăn ngon không?".

Hai mắt Tóc Vàng sáng rực lên như đèn pha, đỏ mặt cười cười: "Ngon lắm".

Tôi sung sướng đổ cháo vào cặp lồng: "Thế này thì tôi an tâm mang cho tổng giám đốc ăn rồi".

Vừa quay đầu lại đã thấy gương mặt bí xị của cậu, tôi gõ cho một cái rồi giục: "Còn không đi lấy xe à!".

Người tới bệnh viện lúc sáng sớm không nhiều lắm, tôi để Tóc Vàng lái xe vào bãi đỗ, tự mình đem cháo vào.

Vừa mở cửa xe đã thấy một bóng người quen thuộc mặc quần áo thể thao - Mẹ ơi! Ông cụ đó! Ông cụ quái gở đó!!!

Tôi quay trở lại xe ngay lập tức, quay sang nói với Tóc Vàng: "Cậu lái xe đi vào bãi đỗ đi".

Vừa nói xong đã nghe thấy tiếng gõ lên cửa kính xe, ông cụ quái gở nheo mắt nhìn hai đứa ngồi trong xe.

Đã đến mức này rồi, tôi chỉ còn có thể hít sâu một cái rồi chui ra khỏi xe, đứng trước mặt ông cụ nở nụ cười tươi rói như hoa xuân: "Ông ạ!".

Ông cụ lườm tôi: "Cháu tới làm gì?".

Tôi nâng cái cặp lồng trong tay lên: "Đưa đồ ăn cho tổng giám đốc ạ". Đưa đồ ăn cho cháu nội ông đó, ông làm ơn nhớ kỹ mà đừng quấn lấy cháu nữa, được không?

Ông cụ nhìn tôi đầy cảnh giác: "Muốn đầu độc chết Đại Lang nhà ta hả?".

"Đại Lang?". Tôi đờ ra.

Ông lại hừ lạnh một tiếng: "Phan Kim Liên[21]!".

Rồi lườm tôi một cái rất thâm thúy, hầm hầm bỏ đi.

Ánh nắng mai khiến cái bóng của ông cụ đang nổi giận đùng đùng trải dài trên mặt đất…

Bệnh của Tống Tử Ngôn chỉ là không cẩn thận mà tái phát, không nghiêm trọng, chỉ cần tĩnh dưỡng chừng hai ba ngày là khỏe lại. Đến buổi chiều, hắn gạt phắt đề nghị nằm lại bệnh viện để theo dõi thêm của bác sĩ, nhất quyết thay bộ vest vào, giữa

_____

(21) Vì bắt gặp Tần Khanh đi cùng Tóc Vàng nên ngay lập tức ông nội liên tưởng tới chuyện vợ của Võ Đại Lang là Phan Kim Liên đầu độc chồng để theo Tây Môn Khánh trong "Thủy hử" (BTV).

những trái tim nhỏ bé và đôi mắt rơm rớm của các y tá, hắn xuất viện một cách vô cùng lịch lãm.

Đúng là rất lịch lãm, bộ vest được cắt may vừa với thân người, toát lên khí chất tinh anh trác tuyệt, còn tôi là người phụ nữ đằng sau người đàn ông thành công, tay xách nách mang đống quần áo của hắn, còn phải cầm theo một đống giấy tờ. Không thể mong đợi vào sự tôn trọng phụ nữ của Tống Kim Quy, tôi vốn dĩ trông cậy vào trái tim biết thương hương tiếc ngọc của ông nội hắn cơ, nhưng kết quả là ông cụ vừa thấy tôi đã hếch mặt lên trời, hoàn toàn không thèm để ý tới tình trạng thảm thương của tôi.

Xiêu xiêu vẹo vẹo đi mãi cũng tới nhà, còn chưa kịp ngồi lên sofa, Tống Kim Quy đã nhếch môi cười nhạt: "Sáu giờ rồi".

Sáu giờ tối là thời gian hắn ăn cơm, tôi dĩ nhiên rất hiểu ý tứ trong câu nói ngắn tới phát sợ của hắn, thế nên bèn vội vàng đi làm cơm. Biến tức giận thành hành động, tôi đứng trong bếp cầm con dao, ra sức dộng xuống bằm cây cải thảo tới rung trời.

Giữa những âm thanh vang dội, chuông cửa kêu lên ầm ĩ. Đúng là đã bận lại còn thêm phiền, tôi cầm con dao trong tay, hầm hầm bước ra ngoài phòng khách, mở giật cánh cửa.

Bên ngoài cánh cửa, mấy gương mặt đáng ghét đang trưng ra nụ cười nịnh nọt đông cứng lại.

Bên trong cánh cửa, gương mặt đang méo mó vì tức giận của tôi đơ đơ ra.

Lúc này Tống Tử Ngôn từ phòng ngủ đi ra, không thèm quan tâm tới vẻ mặt cứng như hóa đá của chúng tôi, cất tiếng hỏi thăm: "Sao mấy người lại tới đây?".

Mấy cái đầu ở ngoài cửa nhìn hắn (Đây đúng là nhà tổng giám đốc rồi), sau đó quay lại nhìn tôi (Sao cô ta lại ở đây?), rồi tiếp tục quay sang nhìn hắn (Không lẽ lời đồn đãi ở công ty là thật?), lại quay qua nhìn tôi (Khẩu vị của tổng giám đốc thật vô cùng đặc biệt…).

Giám đốc Điền là người phản ứng nhanh nhất, vừa bước vào trong phòng, vừa nói: "Nghe nói tổng giám đốc đã xuất viện, thế nên mấy người chúng tôi tới thăm, tiện thể báo cáo công việc mấy ngày nay".

Những người còn lại cũng bước vào phòng với vẻ mặt kỳ quái, nói chuyện theo kiểu lấy lòng, nhưng tất cả đều không hẹn mà cùng hiểu, không hỏi tới tôi, cứ như người vừa ra mở cửa cho họ là âm hồn chứ chẳng phải người.

Có lẽ vì thân phận của tôi quá khó xử, tuy nói trong nhà sếp mà có phụ nữ thì tốt nhất là nên nịnh nọt người ta, nhưng người phụ nữ đó lại là tôi, bọn họ không biết phải làm sao…

Không biết phải xử lý ra sao, đành phải chọn phương án an toàn nhất là làm như không thấy gì hết.

Tôi đứng chơ vơ cạnh cánh cửa hãy còn mở, hóng gió lạnh nơi hành lang, nghe bọn họ ngồi nói chuyện râm ran trong phòng khách, bỗng nhiên nghĩ tới thân phận tôm tép của mình mà buồn đau, chân khẽ động đậy, ỉu xìu quay lại nhà bếp…

"Tần Khanh". Con cá voi bự nhất kêu tôi.

Mấy con mực kia cũng ngừng nói chuyện, nhìn tôi bằng ánh mắt ngờ vực.

Cá voi nhíu nhíu mày: "Trong nhà có khách, còn không mau đi làm cơm đãi khách hả".

Mấy con mực đơ người, tất cả đều nhất trí tặng tôi những ánh mắt ngạc nhiên tới khó tin.

Tôi cũng dùng ánh mắt y chang nhìn lại Tống Tử Ngôn, đã bắt tôi phải mang bao nhiêu thứ đi từ bệnh viện về đây, giờ lại còn muốn sai tôi đi làm cả bàn tiệc, cái đồ nhà anh, dù có là osin miễn phí cũng không thể làm như thế được!!!

Nhưng tôi lại là kiểu người có giận cũng không dám nói ra, tuy bụng đầy oán hận nhưng vẫn không dám hành động hàm hồ, gần một tiếng đồng hồ, từ trang trí tới xào nấu, vất vả vô cùng. Tôi chỉ biết làm mấy món kiểu Trung Quốc, cuối cùng tới món chính thì hết cả sức, chỉ trụng một ít mì, bày thêm mấy cây rau chân vịt đã chần sơ qua.

Lúc món chính đơn giản được bưng ra xong, tôi mới thở phào ngồi lên một cây cải thảo lớn trên sàn bếp nghỉ ngơi.

Bên ngoài truyền tới tiếng bọn họ chúc rượu ầm ĩ, tiếng nói chuyện ồn ào, tôi phải công nhận Tống Tử Ngôn là người có khí chất lãnh đạo bẩm sinh. Hắn không nói nhiều, dù mấy người kia có nói gì thì cuối cùng chuyện cũng rơi trên người hắn, hắn chỉ đáp lại vu vơ hai ba câu cho qua, thế mà vẫn không làm bầu không khí sượng sùng mất tự nhiên. Bố tôi thường nói, có thể ngồi trên bàn rượu mà ăn nói nhẹ nhàng, lấy nhu chống cương nhưng vẫn khiến người ta không thể xem thường thì đó mới là người tài, cái đấy gọi là biết người rõ nhất là trên bàn rượu, còn một chỗ khác có thể đánh giá được, lại chính là trên chiếu bạc. Thực ra không chỉ có hôm nay, những lúc ở trong công ty cũng có thể cảm nhận được, mặc dù có mấy nữ nhân viên si tình với Tống Tử

Ngôn, nhưng nhân viên nào cũng sẵn lòng làm việc vì hắn, hơn nữa, ai cũng là người có tài.

Chỉ có một ngoại lệ duy nhất, là tôi.

Ngẩng đầu nhìn trần nhà sạch sẽ ở phòng bếp, tôi cảm thán, cùng là người lớn lên trong công cuộc cải cách đất nước những năm tám mươi, sao lại có sự khác biệt giữa người với người lớn như thế chứ? Tại sao con nhà người ta hai mươi tám tuổi có năng lực thế, mình đã hai mươi hai rồi mà chẳng có gì trong tay, trừ một công việc bấp bênh và tư tưởng kỳ quái?

Nhìn cái kiểu yêu nghiệt hại dân như tên Tống Tử Ngôn này, chắc chắn là tạo hóa đã bị hắn quyến rũ rồi!

Không thì làm sao lại bất công như thế!

Trong lúc đầu tôi đang suy nghĩ loạn cả lên thì mấy ông sếp kia cơm no rượu say đã đứng dậy lục tục ra về, tôi tự động ra ngoài thu dọn tàn cuộc bàn ăn, bỏ bát đĩa vào trong bồn rửa bát, bóp một đống nước rửa chén vào rồi đánh cho cả bồn toàn bọt, vừa định nhúng tay vào rửa thì một giọng nói đã vang lên từ sau lưng: "Để đó cho tôi".

Tôi quay đầu lại, Tống Tử Ngôn đi tiễn mấy lão già kia đã về, cái câu "để đó cho tôi" là có ý gì chứ?

Thấy tôi cứ ngơ ngơ không động đậy, hắn bước tới gỡ đôi găng tay cao su tôi đang mang ra, chậm rãi mang vào, cúi đầu nói với tôi: "Cô đi nghỉ một lát đi".

Tôi dụi mắt nhìn kỹ, là hắn.

Tôi lại dụi mắt nhìn lần nữa, chính là hắn.

Có âm mưu! Chắc chắn là có âm mưu! Tôi giả vờ cười: "Tổng giám đốc, anh…".

Chưa nói xong, hắn đã khẽ nhăn mày: "Ngồi xuống!".

Tôi lập tức ngồi lên cây cải thảo to ban nãy.

Ánh đèn bếp rất dịu dàng, Tống Tử Ngôn mặc một cái áo sơ mi màu hồng, rất hiếm người có thể mặc được màu này mà trông được như vậy, ống tay áo xắn lên tới tận khuỷu, tay mang găng tay cao su màu vàng, nghiêm túc vọc tay vào đám bọt rửa sạch bát đĩa.

Nhìn một bên khuôn mặt hắn, nhìn dáng người cao, nhìn chiếc áo bị dính nước, nhìn hai tay dính đầy bọt.

Bỗng nhiên tôi thấy tim mình đập nhanh, hai má ửng đỏ, miệng lưỡi khô khốc.

Tôi lập tức hiểu ra âm mưu của Tống Tử Ngôn, hắn muốn dùng cái dáng vẻ nội trợ này để giết tôi đây mà!!!

Quả nhiên, mười lăm phút sau, hắn còn quay lại nhìn tôi, khóe miệng nhếch lên: "Nhìn tôi làm cái gì?".

Ánh đèn chiếu xuống, bao phủ quanh người Tống Tử Ngôn một lớp ánh sáng nhàn nhạt, màu hồng từ áo hắt lên khiến mặt hắn đẹp như ngọc, thực không chịu nổi rồi! Tôi vội vàng móc thuốc trợ tim từ trong túi quần, nuốt liền hai viên.

Tống Tử Ngôn đã quay đầu đi, tim cũng không còn đập nhanh nữa.

Nhưng mà, tại sao, tại sao lại có cảm giác ấm áp dễ chịu cứ trôi nổi bồng bềnh trong tim thế này?

Quả nhiên uống thuốc quá liều sẽ gây phản ứng phụ!!!

186

Hôm sau đi làm, bầu không khí vô cùng kỳ quái, mọi người vẻ mặt vẫn thế, hành động vẫn thế, ngôn ngữ cũng vẫn thế, nhưng lại khiến tôi có một cảm giác kỳ quặc là họ đang đối xử tốt với tôi, chắc cái này cũng là một loại văn hóa của công ty lớn.

Nhưng vẫn có một ngoại lệ.

Buổi trưa gặp Tóc Vàng ở căng-tin, tôi qua đó ngồi chào hỏi cậu nhóc, thế mà chẳng hiểu sao cậu ta lại nghiêng đầu đi tránh tôi.

Tôi nghiêng theo qua bên đó, Tóc Vàng nghiêng sang bên này, tôi nghiêng sang bên này, cậu lại nghiêng sang bên đó.

Thế nên tôi đành phải dí sát mặt vào cậu, rốt cuộc Tóc Vàng cũng chịu ngẩng đầu lên nhìn tôi, vẻ mặt oán giận, không thèm nói câu nào.

Tôi bực mình: "Cậu đưa cái mặt hờn giận đó ra cho ai coi hả?".

Cậu ta nhìn tôi một hồi rồi nói: "Nghe đồn cô sắp kết hôn với tổng giám đốc?".

Tôi nghe thì giận lắm, đập bàn đứng phắt dậy: "Ai trù ẻo tôi hả?".

Cậu nhìn tôi chăm chăm, hỏi: "Không phải sao?".

Tôi bắt chéo hai tay, run giọng: "No! Never! None! Neither! Không đời nào!!!".

Tóc Vàng chăm chú nhìn thật sâu vào mắt tôi, có lẽ không thấy sự hoảng hốt này là giả tạo mới cúi đầu nói: "Nhưng ai trong công ty này cũng nói thế hết...".

Tôi mặt hoa thất sắc: "Tin vịt! Chắc chắn là tin vịt đấy!!! Khẳng định là tin vịt! Tin vịt này tuyệt đối sẽ không thể trở thành sự thật được!".

Bấy giờ Tóc Vàng mới thở hắt ra một cái, mắt sáng lên, còn gắp một cái đùi gà nóng hổi trong phần ăn của mình sang cho tôi: "Là mọi người xuyên tạc, nói cô học hành chả ra gì, vào được công ty là nhờ đi cửa sau với tổng giám đốc".

Tôi tức tối: "Dựa vào điều kiện của tôi còn phải đi cửa sau à?".

Cậu nhóc lặng lẽ dùng ánh mắt trả lời khẳng định câu hỏi của tôi.

Thực ra tôi cũng đi cửa sau thật, dùng những biểu hiện khiến sếp hài lòng để giữ lấy việc làm, đừng có đánh đồng với cái kiểu bán thịt của người khác, cái tôi bán chính là sức lao động vô giá của mình!!! *(Vô giá là không có giá trị ấy ạ!)*.

Tôi có cảm giác giờ mình với Tống Tử Ngôn đã hiểu ý nhau lắm rồi, ăn ý tới mức, giờ hắn chỉ cần dùng ánh mắt thôi tôi cũng biết nên gắp rau hay múc canh, hắn nhấp môi tôi cũng biết nên đưa giấy ăn hay đưa thìa qua, hắn nhăn mày là tôi biết ngay hắn đang chê mặn hay chê nhạt.

Nói gọn lại, tôi đã thành một nô tỳ tận tâm chỉ cần nhìn sắc mặt cũng biết được tâm tư của chủ, Tống Tử Ngôn cũng có dấu hiệu càng sai bảo càng thuận mồm.

Song song với trình độ nô tỳ hóa càng ngày càng nặng của tôi, quan hệ giữa đồng nghiệp trong công ty cũng dần dần biến chuyển theo chiều hướng tốt đẹp, bắt đầu tiến vào thời kỳ ngọt ngào giả tạo. Trong vai nữ chính tai tiếng nhất công ty, chiều nào cũng bị tổng giám đốc hoàn mỹ kêu tới nhà, dưới sự chờ mong và ánh mắt đong đầy kỳ vọng của những đồng nghiệp tim đầy nhiệt huyết, tôi đã được mời tham gia một buổi thông báo trá hình tọa đàm.

"Tần Khanh, buổi tối cô với tổng giám đốc tiến hành giao lưu hoạt động thể lực hay giao lưu tinh thần thôi?".

"Thể lực, tuyệt đối là thể lực! Các chị không thấy giờ tôi đã gầy tong teo đi rồi đây à? Đều là cuộc sống toàn hoạt động thể lực làm hại!!!". Tôi thừa cơ tố cáo.

Mọi người kêu ẩm lên: "Miêu tả kỹ hơn đi?".

"Tôi dùng tay, tổng giám đốc dùng miệng". Tôi nước mắt lăn dài, hắn chỉ có việc ăn thôi.

Mọi người ồ lên: "Tổng giám đốc... chỉ dùng miệng thôi à?".

"Đúng, thế nên tôi mới bất mãn như này!".

Mọi người gật gù: "Khẩu vị của tổng giám đốc... nhẹ vậy sao?".

"Nhắc cái đó lại thấy tức, khẩu vị của tôi mạnh lắm à, nhưng từ lúc qua hầu hạ sếp, chẳng ngày nào được thoải mái hết!". Ngày nào cũng phải ăn thanh đạm theo hắn, miệng tôi sắp ấp được trứng chim rồi đó!!!

Mọi người nhìn nhau, đầu tiên là không dám tin, tất cả đều nhất trí dùng vẻ mặt chia buồn nhìn tôi, cuối cùng đồng loạt thở dài: "Quả nhiên là nhân vô thập toàn". Lắc đầu quầy quậy rồi tản đi hết.

Còn lại nhân vật chính đã cố hết sức cải thiện quan hệ đồng nghiệp ngồi ở chính giữa là tôi đây nhìn theo bằng vẻ mặt mờ mịt, sao bọn họ lại phản ứng kiểu này? (N năm sau ngày tọa đàm này, mỗi dịp lễ tết, nhân viên công ty tới tặng Tống Tử Ngôn cùng một loại quà với tổ bảo vệ chung cư, chính là rượu thuốc tráng dương rất hoành tráng!!!).

189

Nhiều khi tôi ngồi buồn nhìn theo cánh chim ở nơi xa, chúng bay lượn trên bầu trời, không lưu lại một vết tích, thỉnh thoảng còn rúc vào những tán nhãn rậm rạp thoảng hương thơm mà hưởng thụ, chúng hướng tới tự do, yêu tự do, mà cũng có được tự do.

Nghĩ tới đó, tôi không kìm được ngẩng đầu một góc bốn mươi lăm độ nhìn bầu trời, trong lòng khóc thảm.

Tôi học nội trú thiếu thốn đói khát tới bốn năm, nhưng nguyên liệu nấu ăn tôi đã dùng cũng đủ chất đầy hai cái bếp, thế mà hôm sau đến lại thấy cái bếp thứ ba hoành tráng đầy ắp đồ ăn, tôi đành ngửa đầu bắt chước Lỗ Tấn cảm thán đầy thâm ý: Cứ như thế thì ngày nào mới là kết thúc đây hả hả hả?!

Tới tận hôm nay, lúc ăn cơm, Tống Tử Ngôn nói: "Từ ngày mai cô không cần qua đây nữa".

Tay cầm bát cơm lỏng ra, nghiêng một bên, cơm trong bát rớt xuống bàn, những hạt cơm rơi ra tựa như dung nham đang chực phun trào trong đầu tôi! Giọng tôi không kiềm được mà run run, hỏi lại: "Tại... sao...?".

Hắn khẽ cười: "Sao? Tiếc à?".

Qua một tháng ở chung, tôi đã có thể không cần thời gian tự hỏi bản thân mà gật đầu ngay tấp lự: "Tiếc chứ, vô cùng tiếc, không thể không tiếc được! Trước đây em không hiểu sao mình lại phải học nấu ăn, sau này gặp được tổng giám đốc, em mới hiểu ra rằng, em, một đứa 8X lớn lên nhờ đồ ăn nhanh, chính là để phục vụ cho cái dạ dày của anh mà luyện những kỹ thuật nấu nướng truyền thống này! Vì anh, cuộc đời của em sẽ không phải cảm thấy hổ thẹn vì không có chí tiến thủ, sẽ không cảm thấy khổ sở vì sống hoài sống phí, tới lúc về già, em sẽ cười thật tươi, nhe cái bộ răng móm mém ra với cháu mình mà khoe, biết không? Bà cháu đã từng nấu cơm cho tổng giám đốc công ty bà đó! Nếu ông trời cho em một cơ hội để chọn lại, em sẽ nói, để tôi được nấu cơm cho tổng giám đốc nữa đi, nếu ông trời nhất định phải gia hạn quãng thời gian ấy, thì em muốn là - cả đời!!!".

Tôi nói tới khô cả nước bọt, Tống Tử Ngôn còn tốt bụng đưa cho cốc nước, uống một ngụm cho thấm giọng, nhìn qua lớp thủy tinh của cốc, gương mặt Tống Tử Ngôn biến dạng đi, cốc này khúc xạ thật lợi hại, bởi vì hình như tôi vừa thấy hắn... nở một nụ cười... rất hạnh phúc.

Tôi bỏ cốc ra nhìn lại, bộ mặt hắn vẫn lạnh tanh như ngày thường, quả nhiên là sức mạnh của khúc xạ ánh sáng.

Hắn nói: "Dù cô có tiếc cỡ nào thì công ty cũng đã quyết định rồi, không thể sửa được nữa".

Bên tai tôi vang lên giai điệu "Bài ca giải phóng nông nô", một đám người tí hon nhảy múa hát ca loạn xì ngầu bên cạnh, tôi rưng rưng: "Công ty có quyết định gì ạ?".

"Cuối tuần sau không phải là mùng một tháng năm à?". Hắn nói.

"Dạ". Tôi gật đầu.

"Công ty tổ chức đi du lịch".

Tôi phản ứng ngay: "Thật ạ?".

Hắn nhìn tôi: "Cô muốn đi à?".

Tôi cố né câu hỏi, cẩn thận hỏi lại: "Còn tổng giám đốc thì sao?".

Hắn hỏi: "Cô rất muốn tôi đi?".

Tôi rất muốn đi du lịch, nhưng nếu có anh đi cùng thì tôi thà nằm nhà còn hơn...

Tôi còn chưa trả lời, hắn đã tự nói trước: "Mấy hoạt động kiểu đó tôi không tham gia".

Tiếng nhạc bên tai càng lúc càng vang, đội người tí hon nhảy càng lúc càng nhộn. Tôi thở dài: "Vốn tưởng vừa được thưởng thức vẻ đẹp sông núi của Tổ quốc, vừa được chiêm ngưỡng tư thế oai hùng của tổng giám đốc, xem ra trên thế gian này khó có gì được toàn vẹn đôi đường, không thể nào ăn được cả tay gấu và cá mà".

"Thực sự tiếc?". Hắn hỏi.

"Tiếc đứt cả ruột, vạn năm sau oán hận còn lưu, nuối tiếc cả đời khôn nguôi". Tôi đáp.

Hắn cười cười, cúi mặt ăn tiếp, không nói gì nữa.

Chương 5: Thanh Đảo một đêm

Ngẩng đầu ngắm trời, quang đãng trong xanh, cúi đầu nhìn đất, sương sớm còn vương.

Giống như tâm trạng hiện giờ của tôi.

Mùng một tháng năm, công ty tổ chức cho nhân viên đi du lịch Thanh Đảo, vừa hay lộ trình ra khỏi thành phố có qua trước cổng trường tôi, tôi thức dậy thật sớm ra trước cổng chờ xe ô tô công ty qua đón, sung sướng cười hí hí, lại cười hí hí sung sướng. Xe nhanh chóng tới nơi, cửa xe mở ra, tôi nhảy hai bước vào xe, vừa vui vẻ chào hỏi mấy đồng nghiệp quen biết, vừa để ý tìm chỗ trống.

Mẹ ơi! Sét giữa trời quang!

Cái người đàn ông ăn mặc chỉnh tề ngồi gần cửa sổ ở dãy ghế thứ hai bên phải đang nhìn tôi nhếch miệng cười khiến bao nhiêu tóc gáy tôi đồng loạt dựng thẳng lên hát quốc ca, da đầu tê buốt đó là ai?

Run run đưa tay lên dụi mắt, lại dụi dụi mắt, tiếp tục dụi mắt, dụi lấy dụi để.

Một lúc lâu sau, sắc mặt tôi không đổi, từ trong trạng thái hóa đá quay người cứng đơ đi về phía cửa xe, chỉ còn cách cửa ba centimet thôi thì "xoạch" một cái, cửa xe đóng, tôi lập tức trở thành chim giữa bầu trời! Môi run run, tôi không thể tin được số phận mình lại có thể như vậy, bèn nhào qua liều mạng nắm chặt lấy tay bác tài: "Dừng lại, dừng lại bác ơi, cháu để quên đồ rồi!".

Bác tài sốt ruột nói: "Bên này là đường một chiều rồi, muốn quay lại phải mất tới nửa tiếng đó!".

Thế mới hợp ý tôi! Tôi vội vàng nói: "Làm sao cháu dám mặt dày để mọi người phải lãng phí thời gian chờ chứ? Bác cứ cho cháu xuống chỗ giao lộ đằng trước, cháu không đi nữa đâu".

Giám đốc Điền nhìn ra sau một cái, rồi quay đầu lại nói với cả xe rất hòa nhã: "Sao lại làm thế được? Khó lắm mới có một kỳ nghỉ, cứ thế này đi, chúng ta quay trở lại, dẫu sao đường đi còn dài, nửa tiếng cũng được, cậu nói phải không, tổng giám đốc?".

Cuối câu nói lại quay về hỏi Tống Tử Ngôn, tôi âm thầm sung sướng, cái tên này là người tuyệt đối không có tính nhẫn nại.

Quả nhiên hắn khẽ cau mày: "Phiền quá".

Tôi cuống quýt gật đầu, hắn nói tiếp: "Quên mang cái gì tới đó mà mua".

Tôi vẫn còn ôm một tia hy vọng mong manh: "Em không mang theo nhiều tiền…".

"Không sao". Hắn đáp: "Có thể ứng trước tiền lương".

Ngồi xuống hàng ghế cuối xe, trên cửa kính xe hiện lên gương mặt nhăn nhó như bí tiện của tôi. Bên ngoài xe, bầu trời không lấy một gợn mây, mặt đất ẩm ướt, giống hệt tâm trạng của tôi bây giờ.

Xe có bảy mươi, tám mươi chỗ ngồi, chỉ có năm mươi, sáu mươi người ngồi, không thấy bóng dáng của Tóc Vàng và băng vệ sinh tỷ tỷ, chỉ thấy có mỗi cái dáng người thâm hiểm. Đúng là người nên đến thì không đến, kẻ không nên tới lại cứ vác xác đi! Tôi bực mình, ngồi im tự ăn năn. Là ai nói hắn không tham gia mấy hoạt động kiểu này! Tại sao tôi cứ gặp phải mấy tình huống kiểu này!!!

Không lẽ là vấn đề nhân phẩm?

Đương lúc tôi đang tiến hành tự kiểm điểm lại nhân phẩm, cái người thâm hiểm kia đã mở miệng nói một câu vô cùng thâm hiểm.

"Qua đây".

Kỳ quặc ở chỗ hắn không hề quay đầu lại, không nói là ai với ai, thế mà mọi người đều đồng loạt quay đầu xuống nhìn tôi.

Tôi xoay mặt đi nghiêm túc chăm chú nhìn ra ngoài cửa sổ, không nhìn thấy gì hết, cũng chả nghe thấy gì sất…

"Qua đây". Âm thanh lại trầm thêm một chút.

Hai chân tôi như có công tắc nô tỳ tự động, mũi chân tự động hướng ra ngoài, cố sức áp chế hai chân và trái tim đang đập thình thịch không ngừng, tôi vẫn tiếp tục giả ngơ giả điếc.

Hình như có tiếng cười khẽ, hắn nói: "Được lắm".

Ôi mẹ ôi, hai chữ như sao Hỏa lao thẳng vào đầu, tôi nhảy dựng lên, dùng tốc độ ánh sáng vọt tới trước mặt hắn, nở nụ cười xán lạn nhất từ trước tới nay: "Tổng giám đốc, anh có chuyện gì cần sai bảo ạ?".

Hắn nhìn tôi một lát rồi nói: "Ngồi xuống".

Nhìn cái ghế trống bên cạnh hắn, tôi khóc không ra nước mắt, run rẩy ngồi xuống, dùng cụm từ "như ngồi lên bàn chông" mà giải thích chuyện này là chuẩn nhất. Mà cái đám người mù quáng, vô tri, ngu muội đang nhìn chằm chằm qua đây tự nhiên còn dùng vẻ mặt ước ao nhìn tôi, khiến tôi bỗng nhiên hiểu được nỗi đau đớn của ông Lỗ Tấn trước cái dân tộc này!

Tống Tử Ngôn bỗng nhiên nghiêng người, hai tay đặt lên vai tôi, tôi mơ hồ nghe thấy tiếng hít mạnh từ những hàng ghế sau. Giữa những ánh mắt sáng chói của quần chúng, Tống Tử Ngôn điều chỉnh lại tư thế ngồi của tôi, hạ thân mình xuống thấp hơn, tựa đầu lên vai tôi, hạ lệnh: "Không được lộn xộn".

Rồi sau đó... rồi sau đó... hắn nhắm mắt ngủ.

Ánh mắt quần chúng nhân dân nhìn tôi từ kinh ngạc chuyển thành chia buồn và thông cảm, quầng sáng minh tinh trên đầu tôi trong nháy mắt vụt tắt.

Lúc Tống Tử Ngôn tỉnh lại đã là bốn giờ sau, cái vai đáng thương của tôi tê dại đi. Xe dừng lại ở ngoài một trạm thu phí, giám đốc Điền vác cái bụng phệ tới hạ giọng thì thầm hỏi: "Đi ăn thôi, có cần đánh thức tổng giám đốc không?".

Tôi cũng thì thào hỏi lại: "Ai đánh thức?".

... Sau đó, chúng tôi cùng im lặng.

Im lặng chán chê, giám đốc Điền hỏi: "Cô đói chưa?".

Dạ dày tôi trả lời ngay tắp lự...

Ông ta nhìn tôi thông cảm: "Đợi đó, tôi mua gì đó cho cô ăn".

Xem ra con mực này vẫn chưa hoàn toàn mất đi lương tâm, tôi không thể gật đầu, cũng không thể duỗi tay ra, chỉ có thể dùng hai mắt rưng rưng thay lời cảm tạ.

"Không cần". Một giọng nói lạnh lùng còn mang theo chút âm điệu ngái ngủ vang lên bên tai, Tống Tử Ngôn ngồi thẳng người dậy, sửa sang lại áo xống cho phẳng phiu, rồi nói: "Chúng tôi cùng đi ăn".

Ba người xuống xe vào quán ăn, tôi vừa đi vừa liên tục xoa nắn bả vai trái đã tê cứng, Tống Tử Ngôn liếc sang nhìn tôi mấy cái, cuối cùng quan tâm hỏi thăm: "Tê lắm à?".

Tôi hậm hực tố khổ: "Còn mỏi nữa".

Hắn trầm ngâm: "Xem ra không dựa được nữa rồi".

Tôi rơm rớm, cuối cùng anh cũng có chút lương tâm rồi.

Hắn vẫn trầm ngâm: "Thế thì đổi bên phải là được".

Đây là kiểu suy luận gì hả!!! Tâm trí của tôi cũng cùng chung số phận sụp đổ vỡ nát với cái vai trái, liêu xiêu đi vào quán ăn. Chúng tôi vừa đi vào, mọi người đang ăn cơm ngon cũng phải đứng dậy chào: "Tổng giám đốc!". Hắn thản nhiên gật đầu chào lại, bước chân không chịu ngừng, tôi đương nhiên vẫn phải đi theo hắn.

Ngồi vào bàn, giám đốc Điền hỏi: "Chỗ này tự phục vụ, tổng giám đốc muốn ăn gì để tôi đi mua".

Tống Tử Ngôn nói thản nhiên: "Tôi ăn được gì cô ấy hiểu nhất, để cô ấy đi".

Mọi người lại dùng ánh mắt rất đỗi ngạc nhiên nhìn tôi, cái mông đáng thương còn chưa ngồi ấm chỗ đã bị đá đi làm chân bồi bàn.

Tới chỗ bán đồ ăn, cầm lấy cái khay mới phát hiện tay trái cứ cầm cái gì nằng nặng là run lẩy bẩy, tôi chỉ có thể chuyển sang cầm khay bằng tay phải, cầm kẹp thức ăn bằng tay trái, vụng về lấy thức ăn vào khay.

Đương lúc lao động một cách đau khổ, khay thức ăn đã bị người giật lấy, ngẩng đầu lên, hóa ra là Tống Tử Ngôn đại giá đi chiếu cố.

Hắn vừa tự gắp thức ăn, vừa trưng ra vẻ sốt ruột: "Sao lại chậm thế hả?".

Nhờ ai ngủ đè lên tay tôi cho tê dại đi nên mới chậm thế này hả? Tôi tức lắm nhưng không dám nói ra, chỉ có thể cúi đầu lấy ra cái khay khác gắp thức ăn cho mình.

Hắn thấp giọng: "Về chỗ ngồi".

Tôi chỉ chậm có một tí thôi mà cả cơm cũng không cho tôi ăn!

Tôi trọn mắt nhìn, hắn lại lườm cái nữa: "Còn chưa về đi à?".

Tôi cụp mắt, ngượng ngập quay về bàn ngồi…

Ngồi nhìn người ta ăn uống ngon lành, mùi thức ăn thơm nức tràn ngập trong không khí, mặt tôi chảy dài như đội bóng đá quốc gia. Mắt ầng ậng nước nhìn qua giám đốc Điền đang cúi đầu ăn cơm: "Chú ăn xong rồi nhớ mua về cho cháu một ít".

Ông ta nhìn tôi khó hiểu: "Giờ cô đang ở trong quán ăn đấy còn gì?".

Tôi tố cáo: "Tổng giám đốc…".

"Tôi thì làm sao?", giọng nói trầm trầm vang trên đỉnh đầu, Tống Tử Ngôn bưng hai khay thức ăn đặt xuống bàn.

Tội cho thân tôi + 1, để trả thù, đã không cho tôi ăn, lại còn mua hai phần cơm!

Hắn chậm rãi ngồi xuống, đẩy một khay sang trước mặt tôi.

Tội cho thân tôi + 2, không cho tôi ăn thì thôi, lại còn để thức ăn trước mặt tôi!!!

"Nhanh lên một chút". Hắn trầm giọng nói.

Tôi nhìn chằm chằm vào khay thức ăn nuốt nước bọt, mãi tới khi giám đốc Điền lén đá cho một cái dưới bàn, tôi mới giật mình ngẩng đầu lên, đã thấy Tống Tử Ngôn đang nhìn tôi vẻ sốt ruột, lặp lại: "Ăn nhanh lên chút đi".

Tôi nhìn cả khay thức ăn toàn một màu đỏ, toàn là những món cay có ớt mà Tống Tử Ngôn vẫn không cho nấu, quay qua nhìn hắn một cái, hơi nghi ngờ hỏi lại: "Cái… cái này là cho em ạ?".

Hắn không thèm trả lời, sắc mặt bắt đầu trầm xuống.

Sợ hắn đổi ý, tôi vội vàng chúi đầu vào ăn, nhưng càng ăn càng thấy khó hiểu, tôi trước giờ vẫn kén ăn, đây cũng là một trong những nguyên nhân khiến tôi ở nhà phải tự chui vào bếp nấu ăn, có lần vì quá kén mà bị mẹ cầm cái muôi đuổi theo đánh cho thê thảm. Mà trong khay thức ăn này có tới năm, sáu món, toàn là món được làm từ những nguyên vật liệu nhập khẩu ngày thường khó có thể được thưởng thức…

Lén đưa mắt sang nhìn Tống Tử Ngôn đang im lặng ăn cơm mấy cái, ông trời đúng là bị hắn dùng nhan sắc quyến rũ rồi, thế nên vận khí mới tốt như thế, ngay cả chọn món ăn cũng chọn trúng toàn món ngon…

Cơm nước xong lại ngoan ngoãn làm chim chui vào lồng sắt, Tống Tử Ngôn dựa vào vai phải tôi ngủ rất say. Cuối cùng tôi cũng hiểu ra, hắn không đi được xe ô tô, trừ khi tự mình lái xe, còn thì vừa lên xe đã lăn ra ngủ, xe ngừng thì tự nhiên tỉnh dậy. Chẳng trách sao hắn chẳng bao giờ tham gia mấy hoạt động "kiểu này", có lẽ vì hắn còn chưa kiếm được cái gối người nào dùng tốt như tôi!

May là buổi chiều thời gian làm gối người không dài, chỉ ba giờ sau chúng tôi đã được xuống xe hưởng gió biển. Ấn tượng đầu tiên của người ta khi đến Thanh Đảo chính là sạch sẽ, trong lành. Tuy rằng thành phố của chúng tôi cũng rất sạch sẽ, nhưng trong không khí thì toàn khói bụi, chỉ cần nằm ngửa mặt ngủ một giấc thì kiểu gì lát nữa dậy cũng được đánh phấn miễn phí. Nhưng Thanh Đảo thực sự là một nơi trong lành không nhiễm khói bụi, hít thở cũng vô cùng thoải mái.

Tuy rằng đang mùa du lịch, nhưng công ty đã đặt phòng trước ở một khách sạn lúc còn chưa đông khách. Lần thứ hai tôi mới cảm thấy vào được cái công ty này may mắn cỡ nào, khoảng sáu mươi người, giám đốc trở lên mỗi người một phòng, còn nhân viên nhỏ nhỏ thì cứ hai người một phòng, đúng là ăn chơi không sợ tốn kém.

Nhưng… nhưng đã ăn chơi tới bến như thế, sao lại chỉ thiếu có mỗi một phòng cho tôi?

Tôi nghi ngờ nhào tới trước quầy tiếp tân hỏi lại: "Có phải nhầm rồi không?".

Nhân viên đứng quầy tiếp tân nhỏ nhẹ: "Tuyệt đối không nhầm ạ, quý công ty vốn dĩ đã đặt ba mươi hai phòng, lúc nãy ngài đó đã hủy một phòng".

Tôi quay đầu nhìn qua cái người tiếp tân vừa nhắc tới: "Giám đốc Điền, nghe nói chú vừa hủy một phòng?".

Ông ta gật đầu: "Sao thế?".

"Sao thế à?". Tôi bực mình: "Không có phòng cho cháu!".

Giám đốc Điền liếc nhìn Tống Tử Ngôn đang đứng bên cạnh, úp úp mở mở: "Phòng của cô không phải là…".

"Vớ vẩn!", Tống Tử Ngôn nhướn mày lên, ngắt lời: "Lấy thêm một phòng nữa".

Vẻ hồ nghi trên mặt giám đốc Điền chợt lóe lên, rồi đi tới trước quầy tiếp tân. Lát sau đã mang vẻ mặt khó xử quay lại: "Giờ đang là mùa du lịch, không còn phòng nào trống nữa".

Tống Tử Ngôn nói: "Thế thì đặt phòng ở khách sạn khác".

Giám đốc Điền gọi điện thoại sang mấy khách sạn khác, mặt lại càng nhăn nhó tợn: "Khách sạn gần đây đều bị đặt phòng hết rồi, có mấy cái lại ở xa quá".

Tống Tử Ngôn trầm ngâm một lát rồi bảo: "Thế này đi, tôi với chú một phòng, Tần Khanh ở phòng tôi".

Có lẽ có chút "chuyện tốt" sắp bị phá tới nơi, nên cái mặt đầy thịt của giám đốc Điền xụ lại thành một đống: "Tổng giám đốc, thế không được đâu!".

Tôi nhìn lại cái thân hình ú na ú nần của ông ta, rồi nhìn lại Tống Tử Ngôn trẻ khỏe, một đoạn phim G chạy ngang qua óc, tôi cũng lắp bắp la lên: "Tuyệt đối không được!".

Tôi và giám đốc Điền đồng lòng cùng phản đối, Tống Tử Ngôn nghi hoặc nhìn tôi: "Hả?".

Tuy anh là người xấu bụng, nhưng còn được bề ngoài kéo lại, khiến tôi đây thân là hủ nữ kìm lòng không đặng mà có ý muốn bảo vệ anh tránh xa khỏi bàn tay dâm loạn của lão già béo ú kia, tôi đáp: "Thực ra là em sao cũng được, trong phòng hai người có sofa, em ngủ ở đó cũng không sao".

Hai người kia nhìn tôi, ánh mắt giám đốc Điền lóe lên tia cảm kích, Tống Tử Ngôn hơi ngẩn ra, trong mắt hiện lên ý cười.

Trước sự chờ mong của bọn họ, tôi dõng dạc: "Em với giám đốc Điền ở chung được rồi".

Lời vừa dứt, cằm giám đốc Điền rơi ngay xuống đất, mặt Tống Tử Ngôn xám lại…

Rồi giống như diều hâu cắp lấy con gà nhép, tôi bị Tống Tử Ngôn túm vào phòng, nhìn gương mặt hằm hằm của hắn, tôi suy nghĩ cả trăm lần vẫn không hiểu được, lần thứ hai nhận ra rằng muốn làm người tốt thật khó, mình đã dốc lòng bảo vệ người mà người không chịu cảm kích cho.

Ném hành lý của tôi lên sofa, hắn lạnh lùng nói: "Ngồi im ở đây cho tôi".

Nhìn hắn cởi áo khoác treo lên giá, tôi nơm nớp lo sợ: "Tổng giám đốc, nam nữ thụ thụ bất tương thân, vì danh tiết của anh, có lẽ em nên qua phòng khác xin ở nhờ vậy".

"Nam nữ thụ thụ bất tương thân?". Hắn lạnh lùng: "Thế giám đốc Điền thì sao?".

Cái lão già dâm loạn họ Điền trong mắt tôi chỉ được coi là nhân vật quần chúng, không tính là đàn ông, nhưng ngoài miệng vẫn phải nói lời lễ phép: "Giám đốc Điền vừa là trưởng bối, vừa là cấp trên, không tính".

"Hừm". Hắn nhướn mày: "Ông ta vừa là cấp trên vừa là trưởng bối thì không tính, tôi vừa là thầy giáo vừa là sếp tổng thì lại tính?".

Vì cái vẻ ngoài của anh vừa tuấn tú vừa có khí chất chứ sao!!! Tôi ấp úng hồi lâu cũng không nói ra khỏi miệng được.

Thấy tôi ấp úng mãi, hắn cũng thôi bực mình, gương mặt nhẹ nhàng giống như được gió xuân thổi qua, tâm trạng tự nhiên tốt hẳn lên. Với tay qua xoa xoa đầu tôi, rồi nhẹ nhàng nói: "Đồ ngốc".

Bực mình thì dùng bộ mặt lạnh băng ra hù chết tôi, vui vẻ thì dùng lời nói sỉ nhục tôi, đồ khó hầu hạ!

Nghĩ tới chuyện phải ở chung với tên khó hầu hạ đó tới tận năm ngày, tôi như người hụt hơi, hơn nữa ngồi trên xe cả ngày đến mệt, cơm chiều chỉ ăn qua loa mấy miếng rồi quay về phòng đi ngủ.

Thừa lúc Tống Tử Ngôn còn ngồi ăn, tôi vội vàng tắm gội sạch sẽ, sau đó trải một tấm chăn nhỏ lên sofa đánh một giấc. May là sofa ở khách sạn này vừa rộng vừa êm, mà cũng có thể vì quá mệt mỏi, nên tôi ngủ rất sâu.

Trong giấc ngủ sâu ấy, tôi mơ thấy hai giấc mộng, mà cả hai cái đều kỳ quái như nhau. Giấc mơ thứ nhất là được máy bay đưa đi, giấc mơ thứ hai là được đi máy bay về. Cái kỳ quái chính là, tuy máy bay rất ổn định, nhưng tôi lại có cảm giác mình không phải đang ngồi trong khoang hạng nhất, mà là đang ngồi ở chỗ thông hơi của máy bay... cả người đều được một luồng không khí ấm áp bao phủ.

Lúc tỉnh dậy nhớ lại giấc mơ, tôi sụt sịt, tự nhiên lại nằm mơ thấy mình ngồi ở chỗ thông hơi, thế mới thấy được ngày thường mình vất vả khổ sở tới nhường nào...

Đương lúc tôi ngồi trên sofa mơ mơ màng màng nhớ lại giấc mơ, Tống Tử Ngôn đã từ phòng tắm bước ra, nhìn mái tóc ẩm ướt của hắn, cộng thêm lúc ngái ngủ mơ hồ nghe được tiếng nước chảy, có lẽ là hắn vừa tắm xong. Thế mà giờ bước ra đã quần áo chỉnh tề, hại tôi không có nổi tí cơ hội được thưởng thức!

Ôm một bụng đầy tiếc nuối vào phòng tắm rửa mặt, lúc đi ra đã thấy Tống Tử Ngôn gọi phục vụ phòng lên thay vỏ gối. Thực ra ở khách sạn này mỗi ngày đều có phục vụ tới dọn dẹp, có cần phải gấp thế không, mới sáng sớm ra đã đòi thay này thay nọ rồi? Không lẽ có gì khó nói? Tôi len lén nhích người qua nhìn.

Quả nhiên bị tôi phát hiện rồi! Trên mặt vỏ gối trắng tinh có mấy vệt màu vàng nhạt đã khô. Người khác có thể không biết, nhưng tôi thì hoàn toàn biết rõ! Tống Tử Ngôn thấy ánh mắt tinh tường khi nhìn thấy vỏ gối của tôi, lúng túng nhìn sang nơi khác.

Tôi không nhịn được mà che miệng cười đểu, không ngờ đó nha, không ngờ cũng có ngày Tống Kim Quy cao quý lại có tật

ngủ chảy nước dãi giống đứa chân đất mắt toét như tôi, ngay cả dấu vết lưu lại cũng rất giống!!!

Lịch trình sáng ngày đầu tiên là đi tàu chơi...

Ngồi tàu nhỏ đi chơi biển có mỗi hai mươi phút, tuy nghe có vẻ rất tầm thường, nhưng lại khiến cho người chưa từng thấy biển như tôi kích động.

Có nhiều người đã từng đi du lịch ở đây, hoặc đã từng ngắm biển rồi nên cũng chả thấy lạ lẫm gì, bởi vậy mà có mấy người đi chơi riêng, còn lại mấy người hăng hái như chúng tôi leo lên xe bus tới bến tàu. Mùa du lịch đúng là mùa du lịch, người xếp hàng mua vé rất dài, đợi mãi mới tới lượt mình. Thế cũng tốt, dù sao còn có trật tự, nhưng tới lúc lên tàu thì loạn cào cào hết, tôi phải cố sức lắm mới có thể chen nổi lên trên tàu, phần lớn những người đứng cạnh là đàn ông, tôi lọt thỏm ở giữa chẳng khác nào cái đảo nhỏ nổi lên giữa biển. Gió biển thì thổi không tới nơi, nhưng mùi mồ hôi, mùi hôi nách thì cứ gọi là ùn ùn thổi tới.

Đám người bỗng nhiên bát nháo hẳn lên, vừa đẩy vừa kéo, tôi quờ quạng nắm được cái cột bên cạnh mình mới có thể đứng vững được. Hóa ra có người say sóng, vừa nôn một trận ngay trên boong. Nhìn chất gì gì đó trắng trắng, tanh tanh, bỗng nhiên dạ dày tôi cũng thắt lại một cái, vội vàng lách người ra khỏi đám đông ra tới sát boong tàu, nhìn làn nước biển cứ lóng lánh sóng sánh, dạ dày lại càng co thắt dữ hơn...

Một chai nước khoáng xuất hiện trước mặt, tôi vội vàng cầm lấy uống ngay một ngụm, nước lạnh khiến cảm giác khó chịu tạm thời được ép xuống, tôi cảm kích đưa trả lại chai nước mới phát hiện người đó là Tống Tử Ngôn.

Ế? Lúc nãy không thấy hắn, sao tự dưng lại xuất hiện giúp tôi trong lúc nước sôi lửa bỏng thế này? Nhưng lần này tôi cảm ơn hắn rất thật lòng: "Cảm ơn anh, tổng giám đốc".

Hắn nhận lấy chai nước, giọng nói vẫn lạnh lùng như trước: "Say sóng mà còn đi cái loại tàu nhỏ thế này, đúng là thích chết".

Tôi tủi thân: "Không đi thì làm sao biết được ạ".

Hắn bực mình nhìn tôi, rồi nắm tay lôi tuột vào trong.

"Gì đấy?". Tôi hỏi.

Hắn không quay đầu lại: "Vào trong khoang tàu sẽ đỡ hơn".

Lúc mới lên tàu tôi đã muốn vào trong khoang, nhưng người bên trong cũng đông, hơn nữa nhìn qua toàn mấy thằng đàn ông con trai không đứng đắn lắm, khiến người vốn dĩ tò mò như tôi cũng không dám bén mảng tới. Chúng tôi cùng chen vào trong khoang, nói chính xác thì, hắn ở đằng trước rẽ đám người ra, tôi chỉ việc theo sau, vóc dáng Tống Tử Ngôn cao lớn, tôi đi đằng sau căn bản là chẳng cần tốn sức.

Cuối cùng cũng vào trong khoang tàu, hắn ấn tôi vào trong góc rồi chống tay vào tường ngăn giữa tôi với đám người. Áo quần hắn vốn thẳng thớm chỉn chu giờ đã hơi nhăn nhúm vì phải chen qua đám đông, hắn thở dốc, phía sau toàn là những người xa lạ ở đủ vùng miền, mỗi lần tàu lắc lư là lại đụng vào lưng hắn, từ trước tới nay Tống Tử Ngôn ưa sạch sẽ, nhưng giờ chỉ có thể nhăn mặt chịu đựng.

Trong lòng tôi nảy lên một cảm giác được che chở, bỗng nhiên cảm thấy có chút ngọt ngào trong tim. Tôi bị hắn ép vào góc tường, chỉ cần đám người khẽ động là ngực hắn lại ấn sát vào tôi, một mùi hương nam tính lành lạnh pha lẫn mùi thuốc lá nhàn nhạt xộc vào mũi, khiến cho người ta phải choáng váng nhắm mắt. Tôi nhắm mắt lại, hả? Sao thấy mùi này quen thế nhỉ? Tôi vươn đầu ra hít một hơi thật sâu.

Tống Tử Ngôn hỏi: "Cô làm cái gì đó?".

Tôi sực tỉnh, kích động la lớn: "Em nhớ ra rồi, mùi trên người sếp giống mùi ống xả!".

Chính là cái mùi tối qua tôi nằm mơ đi máy bay ngửi được, khiến bản thân cảm thấy rất yên ổn, yên tâm.

Một đống người đứng gần đó đưa mắt qua nhìn hắn, còn kèm theo vẻ mặt vô cùng khinh bỉ coi thường.

Mặt Tống Tử Ngôn đen lại như đít nồi cháy...

Lúc tàu cập bến, Tống Tử Ngôn chẳng thèm để ý tới tôi, chỉ cắm đầu đi thẳng, tôi ở đằng sau cố sức đuổi theo bằng cặp giò ngắn củn của mình, giữa lúc cun cút đuổi theo, suy nghĩ cũng chạy qua ầm ầm trong óc. Những chuyện từ đầu tới giờ, nhất là những hành động khác thường của hắn hôm nay. Một tia sét giáng xuống đánh trúng người tôi, khiến tôi suýt nữa hồn lìa khỏi xác, tôi há hốc miệng, mắt mở to rưng rưng. Hắn, hắn, hắn, hắn, hắn, hắn không phải có ý với tôi đó chứ!!!

Cho nên hôm qua tức giận, là bởi vì tôi bảo muốn ở cùng phòng với giám đốc Điền... cho nên hôm nay đi theo bảo vệ tôi.

Nói đi rồi nói lại, hắn để tôi vào công ty mà không có lý do gì, hắn luôn luôn đối xử với tôi rất "đặc biệt...".

Này này này này này! Muốn loạn à!!!

Trước mắt tôi không ngừng hiện lên gương mặt hắn, mỉm cười, nhíu mày, lạnh lùng, đe dọa, ốm yếu, nghiêm túc... càng nghĩ thì tim càng đập nhanh, càng nghĩ thì suy đoán càng khẳng định, càng nghĩ thì gương mặt hắn càng hiện lên rõ ràng hơn.

Nghĩ tới nghĩ lui, hậu quả là tôi loạn cả óc, chẳng để ý tới đường sá, mũi tự nhiên đau nhói lên, hóa ra là vì đụng phải người khác. Nín đau ngẩng đầu lên đã thấy ngay khuôn mặt tức giận của Tống Tử Ngôn, trong đầu tôi hãy còn những ý nghĩ ban nãy nên không tránh khỏi đỏ mặt cúi đầu thẹn thùng. Lúc nãy hãy còn để ý thấy Tống Tử Ngôn tính mở miệng nói gì đó, nhưng vừa thấy vẻ e thẹn của tôi thì rùng mình một cái, chỉ buông ra một câu: "Theo tôi qua đây".

Hắn đưa tôi tới một shop hàng hiệu, chỉ trang trí bên trong cửa hàng thôi cũng đủ khiến tôi cảm thấy ngưỡng mộ rồi, Tống Tử Ngôn đứng bên kia thử áo sơ mi, vốn dĩ quần áo ở chỗ đó nhìn cũng bình thường thôi, nhưng khi được hắn khoác lên người, tôi chẳng còn từ nào khác để miêu tả ngoài bốn chữ "cây ngọc trước gió".

Sau khi thử ba, bốn cái áo, hắn quay lại hỏi tôi: "Thế nào?".

Tôi thật thà khen: "Người đẹp thì có mặc vải rách cũng đẹp".

Hắn nhướn mày, hiển nhiên là rất hài lòng: "Thế cái nào đẹp nhất?".

Chà, đã bắt đầu hỏi ý kiến tôi để chọn quần áo rồi đó. Tim tôi đập loạn cả lên, phải cố không cười ra thành tiếng, tôi trưng vẻ mặt nghiêm túc ra, nói: "Màu trắng phóng khoáng, màu đen lạnh lùng, màu xám nhẹ nhàng, đẹp cả, mua hết đi".

Bỏ cái nào cũng là tước đoạt đi quyền được hưởng thụ cái đẹp của tôi.

Hắn cười khẽ: "Dùng từ để tả cũng khá đó".

Tôi khiêm tốn: "Em còn có thể dùng từ hoành tráng hơn nữa, cứ phải gọi là tả từ mũi giầy tới chân tóc của anh".

Hắn lắc đầu, cũng không rõ là tin hay không tin, cuối cùng chỉ lấy một cái áo màu đen đi tới quầy tính tiền.

Tôi thất vọng: "Chỉ một cái thôi ạ?".

Hắn nói đơn giản: "Mua nữa sợ cô không đủ tiền".

Hở? Tôi không đủ tiền mua? Có phải nhầm chủ ngữ rồi không?

Hai phút sau khi bước chân ra khỏi cửa hàng, mặt tôi tái nhợt nhưng hai mắt toàn tia máu, Tống Tử Ngôn diện ngay cái áo sơ mi màu đen, đúng là mặc vào có vài phần lạnh lùng thật, nhưng mặt hắn thì cứ hơn hớn.

Làm sao hắn có thể không cười được chứ? Cái áo sơ mi hơn năm ngàn tệ này bằng một lần quẹt thẻ lương của tôi rồi! Đổi lại là tôi, tự nhiên được hời lớn như thế mà không cười tới rách cả mồm ra mới là lạ!

Tống Tử Ngôn nói, thân làm sếp tổng thì phải giữ hình tượng trước mặt nhân viên cấp dưới, tuyệt không thể để quần áo đầy nếp nhăn như thế mà về khách sạn được, cho nên phải mua đồ mới, nhưng quay trở lại với nguyên nhân tại sao áo sếp lại nhiều nếp nhăn, đó là vì sếp tốt bụng trên tàu trót nổi hứng làm việc thiện che chở cho cái đứa ngu nào đó đã say sóng còn thích lên tàu, thế nên tiền cái áo này do cái đứa ngu đó trả.

Hắn là sếp tổng, còn tôi là cái đứa ngu kia.

Tuy không thanh toán bằng tiền mặt, nhưng tôi cảm nhận được cái ví của mình quắt queo lại một cách đáng sợ, nhìn cái áo sơ mi được mua bằng tiền mồ hôi nước mắt cả tháng trời của mình đang được Tống Tử Ngôn mặc ra đường quyến ong dụ bướm, tôi ân hận gần chết! Sao mình lại có thể mù quáng tin rằng hắn để ý tới mình chứ, dùng đầu ngón chân nghĩ cũng không thể có chuyện ấy được, cho dù trong tiểu thuyết nam chính ngược đãi nữ chính, nhưng cùng lắm chỉ là ngược đãi tinh thần thôi, còn vật chất thì cứ ùn ùn kéo tới, tuyệt đối là cung lớn hơn cầu!

Còn nhìn lại Tống Tử Ngôn coi, sai bảo thân thể tôi, đầu độc tinh thần tôi, còn ép kiệt cái ví tiền của tôi nữa!!!

Nắm chặt ví tiền, cố nén trái tim đau đang rỉ máu mà xem xét lại thật kỹ, mày thực là quá ngốc, quá ngây thơ rồi, hồi đó Tô Á Văn đối xử với mày là muốn gì được đó, hệt như công chúa mà còn là giả dối, huống hồ là cái tên Hoàng Thế Nhân trước mặt này!

Ví tiền bị người ta ngược đãi làm tim tôi đau xót, trở lại khách sạn, vừa nằm uỵch xuống sofa, vết thương lại bắt đầu rỉ máu. Trong đầu thầm nhẩm tính coi năm ngàn ba trăm chín mươi chín tệ kia có thể mua được bao nhiêu hộp cơm, mua được bao nhiêu cái bánh bao, còn cả card mạng nữa, càng nghĩ càng đau lòng, càng nghĩ càng khổ sở, đau lòng khổ sở tới mức cơm tối cũng không ăn nổi.

Tới lúc bụng đói kêu ầm ầm thì lại hối hận, đúng là thả con săn sắt bắt con cá rô, cơm chùa ngon không thèm ăn lại thích tự chi tiền túi, uống bảy, tám cốc nước xong bụng lại càng kêu tợn hơn, tôi rơm rớm nước mắt đành lê thân xuống dưới kiếm đồ ăn.

Khách sạn công ty đặt phòng lần này rất đẹp, một mặt nhìn được bãi biển có thủy triều lên xuống, gần bãi biển còn có một khu buôn bán nhộn nhịp, bán đủ thứ đặc sản địa phương, đồ lưu niệm, còn có cả hải sản nướng nữa. May là khu buôn bán cách khách sạn không quá xa, đi tới đó chỉ mất chừng chục phút. Đúng là rất náo nhiệt, bên này loa điện tử, miệng người thi nhau chào hàng rao bán ồn ã, bên kia là tiếng khách du lịch gào lên trả giá với người bán hàng rong, đâu đó còn thoảng vị cay cay và tiếng xèo xèo đặc trưng của món nướng, đúng là thiên đường của nhân gian. Nhìn những thứ này, tôi tạm thời đá bay nỗi đau đớn ban nãy, thứ đã mất không thể lấy lại được, tới đây du lịch là để vui chơi cho thoải mái, thế nên, tôi xắn tay áo lên, gia nhập vào đoàn người ồn ã nhộn nhịp.

Mục tiêu mau chóng xuất hiện, đó là một viên đá màu xanh lục trong suốt, nhìn dưới ánh đèn có cảm giác sáng lấp lánh. Tôi chỉ vào nó, nói: "Ông chủ, lấy cái này cho tôi xem được không?".

Ông ta vừa lấy viên đá cho tôi, vừa tán thưởng: "Mắt cô tinh thật, cái này là ngọc lục bảo chính tông đấy!".

Tôi đặt trong tay, viên đá rất trong và sáng, nhìn qua nó có thể thấy được vân da lòng bàn tay rất rõ ràng, màu xanh này nếu không có ánh sáng chiếu vào thì càng xanh hơn, giống như một giọt sáp màu xanh, tôi thích nó tới nỗi không muốn buông tay, ngắm thật lâu rồi hỏi: "Cái này bán bao nhiêu?".

Ông chủ giơ năm ngón tay, nói: "Sáu trăm".

Có lẽ thời gian này đã được huấn luyện đặc biệt về khả năng chịu đựng tâm lý, cho nên tôi không hề cảm thấy ngạc nhiên, vô cùng bình tĩnh bắt đầu trả giá: "Mười sáu có bán không?".

Ông ta nhìn tôi như nhìn con tâm thần, giật lại viên đá rồi đặt vào chỗ cũ: "Không bán".

Phản ứng của ông ta đều nằm trong dự kiến của tôi, thế nên tôi bèn giả vờ quay đầu bỏ đi không hề luyến tiếc, nhưng đi tới cửa rồi mà vẫn không thấy ông ta mở miệng kêu lại, tôi chần chừ ở cửa một lúc lâu, rồi đi trở vào, cắn răng hạ quyết tâm: "Tôi sẽ trả thêm, hai mươi nhé".

Lần này không cần phải giả vờ nữa, tôi bị người ta đá ra khỏi đó ngay lập tức.

Thừa lúc không ai để ý, tôi hậm hực giơ ngón giữa lên với lão chủ quán mới thấy trong lòng thoải mái hơn đôi chút, nhưng viên đá kia thì không thể không nói tới, tiếc quá trời. Hai bên đường cũng có rất nhiều cửa hàng nhỏ, tôi nhìn trái ngó phải một lát, tuy rằng hàng quán nhiều tới mức hoa cả mắt, nhưng vẫn không thể tìm được thứ nào hấp dẫn được tôi như viên đá ấy. Nhưng viên đá đó đắt quá, đặc biệt là với một đứa vừa thủng túi như tôi.

Vừa nhắc đến thì tim lại đau, trước mắt cũng xuất hiện ảo giác, hình như trong đám người phía trước có cả cái áo sơ mi đen đang khiến tôi đau như xé tâm can, tôi chen vào trong đám người nhìn lại lần nữa, rõ ràng là gương mặt khiến mình lo lắng không yên, tôi nuốt nước bọt, chân lùi về sau, vừa mới lui được hai bước đã nghe thấy giọng nói lạnh lùng lúc nào cũng khiến tôi sợ tới mất mật vang lên: "Qua đây".

Công phu mặt dày của tôi giờ đã được luyện tới đắc đạo, trong lòng có sợ cỡ nào nhưng mặt thì vẫn hớn hở: "Tổng giám đốc, anh đi dạo ở đây à?".

Hắn ừ một cái, mỹ nữ đứng bên cạnh tò mò nhìn tôi.

Tôi cười cười vẻ rất hiểu ý: "Vậy anh cứ từ từ đi dạo đi, em không làm phiền hai người nữa".

"Cô theo tôi". Hắn đập nát mơ tưởng của tôi, thản nhiên hạ lệnh: "Cô đi theo mang đồ giúp chúng tôi".

Sếp lớn tán gái còn không quên sai tôi đi theo làm chân chạy việc, thế lúc sếp ngài vào phòng rồi có cần nhờ tôi chụp ảnh nữa không đây?

Nhìn hai người họ sóng vai nhau đi trước nói chuyện thân mật, mình thì đi sau khiêng xách đủ thứ đồ, trong lòng tôi oán thán không thôi.

Hai người đi trước dừng lại, không biết Tống Tử Ngôn nói gì mà khiến cô gái kia cười tới rung cả người, cảnh ấy lọt vào mắt tôi bỗng dưng thấy chướng tai gai mắt, tôi chán chả thèm nhìn cái đôi cẩu nam nữ gian phu dâm phụ đó, đảo mắt nhìn ra chỗ khác. Đang nhìn xung quanh, bỗng phát hiện ra một cặp đồng hồ đeo tay đang bày bán trên sạp hàng ven đường, trông rất đẹp.

Dây đồng hồ được tết bằng xơ dừa, mặt đồng hồ có màu đỏ san hô, nhìn trông vừa cổ, vừa mới lạ. Tôi hỏi: "Ông chủ, cái này bán bao nhiêu?".

Ông chủ nói bằng giọng Sơn Đông: "Đây là đồng hồ đôi, mua thì phải mua cả đôi".

Sau các dịp lễ như Valentine, Giáng sinh, người cô đơn như tôi lại bị khinh bỉ lần nữa, tôi hỏi: "Không mua lẻ được sao?".

"Bán lẻ cái này sẽ không bán được cái kia, cô coi, hai cái là một đôi mà".

Cũng đúng, hai cái đồng hồ này hình dáng giống nhau, chỉ có cái đeo trái, cái đeo phải, size cũng khác nhau mà thôi. Tới đây du lịch thì phải mua được đồ về chứ, viên đá lúc nãy không mua được nên cứ tiếc mãi, khó lắm mới tìm được thứ ưng ý, cứ mua quách đi cho rồi, dù sao sớm muộn gì cũng đem đi tặng, nếu không tặng được thì cứ đeo cũng được. Tôi hạ quyết tâm, hỏi giá: "Vậy hai cái này bán bao nhiêu?".

Ông ta nói: "Hai cái sáu mươi, không trả giá".

Giá cũng hợp lý, mà tôi cũng không dám trả giá nữa, thế nên tiền trao cháo múc, chủ khách đều hài lòng.

Vui vẻ quay đầu lại mới phát hiện Tống Tử Ngôn đang đứng cạnh mình, còn đại mỹ nữ kia thì đã đi mất tăm hơi. Hắn cầm lấy cặp đồng hồ trong tay tôi, chăm chú nhìn.

Đã mua đồ thì chắc chắn thích được nghe khen, tôi hỏi: "Cũng đẹp ha?".

"Ừ, không tồi". Hắn vừa nói vừa đeo chiếc đồng hồ nam vào tay phải.

214

Tống Tử Ngôn quay đầu lại thấy tôi đang há hốc mồm nhìn bèn giải thích ngắn gọn: "Vừa hay tôi đang thiếu một cái".

Tôi im lặng, chỉ chỉ vào cái đồng hồ hàng hiệu có giá bằng gần nửa năm tiền ăn của tôi đang nằm trên cổ tay trái của hắn, yếu ớt nhắc hắn rằng, hắn đã đeo một cái rồi.

Hắn thản nhiên nói mà không đổi sắc mặt: "Tay phải còn thiếu một cái".

Giọng điệu tư sản, tư sản quá! Sếp muốn câu cá lớn, thế mà con tôm cái tép cũng không chịu tha!!!

Tôi bi phẫn móc quyển sổ con con ra ghi chú: Ngày du lịch đầu tiên, tốn mất năm ngàn bốn trăm hai mươi chín tệ.

Tất cả đều chi cho một người!!!

Đoán chừng mặt tôi đơ đơ ngơ ngơ lắm rồi, Tống Tử Ngôn mới móc từ trong túi quần ra thứ gì đó đưa cho tôi: "Cho cô".

Tôi vừa nhìn một cái đã giật cả mình, đây không phải là viên đá màu lục lúc nãy mình để ý sao? Một lần bị rắn cắn, mười năm sợ dây thừng, tôi nghi ngờ hỏi lại: "Đây là… tặng em ạ?".

Hắn nâng cổ tay phải lên: "Có qua có lại, tôi là loại sếp chuyên chiếm đoạt tài sản nhân viên chắc?".

Tôi liếc mắt nhìn cái áo sơ mi trên người hắn, quyết định không trả lời. Nhưng sếp ơi, đúng là trông anh rất tuyệt vời, rất xuất sắc, rất nhã nhặn, rất trí thức, rất quý hiếm, nhưng lại đi đeo cái đồng hồ hơi trẻ con, hơi buồn cười, hơi tầm thường, hơi rẻ tiền này, làm người ta nhìn vào cũng thấy choáng váng lắm.

Nhưng trong lòng tôi ngập tràn niềm cảm kích, cái này giống như một người ngày nào cũng được ăn thịt cá ê hề, thỉnh thoảng

215

ăn rau thì cứ nghĩ mình bị ngược đãi. Còn Tống Tử Ngôn, ngày nào cũng bắt tôi ăn rễ cỏ vỏ cây, chỉ thỉnh thoảng mới vứt cho mấy cọng rau chân vịt đã đủ làm tôi cảm động rớt nước mắt rồi.

Sung sướng cất viên đá nhỏ đi, tôi nói: "Tổng giám đốc, em mời anh ăn cơm nhé".

Nói là ăn cơm, nhưng thực ra là ăn đồ nướng ở một quán ven đường.

Bụng tôi sôi ùng ục từ tối, nên giờ có ăn như rồng cuốn, mồm đầy thịt nướng, tay dính đầy mỡ, dáng ăn xấu khó đỡ như thế này là có thể hiểu được, thông cảm được. Nhưng thỉnh thoảng ngẩng đầu lên chỉ thấy Tống Tử Ngôn ngồi im, yên lặng nhìn tôi, bỗng nhiên tôi thấy mình vô duyên tệ, bèn hắng giọng: "Anh cứ ăn đi, đừng khách sáo với em làm gì".

Rồi tự dưng sực nhớ ra hắn có bệnh dạ dày, không thể ăn những thứ vừa nhiều dầu mỡ lại vừa cay, mời người ta đi ăn mà thành ra thế này, có cũng như không, tôi nuốt vội thức ăn trong miệng, lúng búng: "Em quên là anh không ăn được mấy thứ thế này, hay là chúng ta quay về khách sạn đi, em mời anh ăn cháo nhé".

Tống Tử Ngôn mỉm cười, những ngọn đèn phía sau hắn dường như đang chao đảo như cơn sóng dập dềnh ngoài khơi. Hắn nói: "Không sao, tôi không đói, cô cứ ăn từ từ, tôi chờ được".

Nụ cười này của Tống Tử Ngôn thật quá đẹp, tôi nuốt không kịp, thức ăn mắc lại trong cổ, lại nghẹn rồi...

Kẻ gây án đưa nước qua: "Ăn chậm một chút".

Ngồi gần, tôi mới phát hiện hai mắt Tống Tử Ngôn hẹp dài, hơi xếch lên, chỉ cần mỉm cười thì sẽ như hồ nước xuân dịu dàng hoa đào nở rộ. Tôi nghẹn càng dữ hơn, thế nên vội vàng cầm lấy cốc nước, chẳng thèm để ý xem là cái gì, uống hai ngụm liền, rồi cúi đầu hùng hục ăn không dám ngẩng đầu lên.

Đang chăm chú ăn, bỗng nhiên có luồng ánh sáng trắng lóe lên trước mắt, còn kèm theo âm thanh tách tách quen thuộc, tôi ngẩng đầu lên nhìn.

Tống Tử Ngôn cũng cau mày quay đầu nhìn theo.

Quả nhiên, có hai cô bé học sinh đứng ở sạp hàng đối diện quán ăn đang cầm máy ảnh chụp chúng tôi. Tôi vội vàng ngồi thẳng dậy, chỉnh trang lại quần áo tư thế cho đàng hoàng, nhưng không để hai cô bé kia kịp chụp thêm tấm nữa, Tống Tử Ngôn đã đứng dậy đi qua bên đó, giọng hơi khó chịu: "Đưa đây".

Hai cô bé học sinh ngượng ngùng đưa máy ảnh cho hắn, tôi cũng vội vàng chạy tới nhìn, vừa liếc mắt qua một cái đã muốn hết thở.

Sao lại chụp ảnh tôi xấu thế!!!

Cái máy ảnh này chắc chắn là đồ rẻ tiền rồi!!! Lại ngó qua cái nữa, tôi càng khó thở hơn, sao cái tên Tống Tử Ngôn đứng cạnh mình lại ăn ảnh thế hả? Không lẽ tới máy ảnh cũng bị hắn quyến rũ sao?

Tống Tử Ngôn bấm nút chuyển ảnh, có lẽ là máy ảnh mới, hoặc đã xóa hết ảnh chụp trước rồi nên trong máy chỉ có chừng hơn hai mươi tấm, trong đó phần lớn là ảnh của Tống Tử Ngôn, đi, đứng, ngồi đều có, chỉ thiếu có mỗi nằm thôi. Xem ra hai cô bé này từ nãy tới giờ vừa theo đuôi vừa chụp ảnh, chừng bốn, năm tấm ảnh sau đó là có dính cả tôi vào, tấm cuối cùng là bức ảnh chụp cảnh Tống Tử Ngôn đang ngồi lặng lẽ, dịu dàng như nước, còn tôi đang cắm cúi ăn hùng hục như ma đói.

Không phải muốn chụp tôi đã đủ khiến tôi bực mình rồi, còn dám chụp xấu thế này, đã bực lại càng bực hơn.

Tôi cuống quýt giục Tống Tử Ngôn: "Mau xóa, mau xóa đi".

Hắn tiếp tục nhìn ảnh trong máy, là bức ảnh chụp chúng tôi ở trước sạp hàng bán đồng hồ lúc nãy, trên cổ tay phải hắn là cái đồng hồ tôi mua, còn tôi thì đang đứng đờ người ra nhìn, cả người cứng ngắc như bị hóa đá, miệng há ra như bị trật khớp. Hắn nhìn nhìn rồi cười vu vơ, ngẩng đầu hỏi hai cô bé học sinh kia: "Cái máy ảnh này bao nhiêu tiền?".

Một cô bé líu ríu trả lời: "Hai ngàn sáu ạ".

Tống Tử Ngôn nhếch môi, tôi quýnh lên, tự nhiên lại đi hỏi giá làm gì, không lẽ muốn bắt chước bọn xã hội đen, diễn trò vứt toẹt nắm tiền ra rồi đập nát bét cái máy ảnh này?

Hai cô bé kia còn quýnh hơn cả tôi, một cô nói yếu ớt: "Bọn em xóa hết ảnh của anh trong này không được ạ?".

"Năm ngàn có bán không?". Tống Tử Ngôn hỏi.

"Hả?". Ba người chúng tôi cùng giật mình.

Tống Tử Ngôn lắc lắc cái máy ảnh trên tay: "Bán cho anh giá năm ngàn nhé?".

Ba người chúng tôi choáng, nhưng dựa vào bản lĩnh tu luyện lâu ngày, tôi liền bật ra phản ứng ngay - hắn thích máy ảnh kỹ thuật số, thậm chí còn chịu bỏ ra cả đống tiền để mua!

Thế nên tôi vội nhảy ra, tự động xung phong: "Tổng giám đốc, nếu anh thích máy ảnh thì đưa tiền cho em, trong hai mươi phút thôi, em nhất định sẽ mua cho anh một cái mới cứng cựa giống y thế này!".

Phân nửa chỗ tiền đó sẽ vào túi tôi ấy!!! Ánh tiền lấp lánh trong mắt tôi.

Hắn lạnh lùng lườm tôi, gió lạnh thổi vi vu, ánh tiền lấp lánh trong mắt tôi trong nháy mắt bị biến thành cực quang lập lòe, lạnh thấu cả xương, tôi iu xìu lui ra sau.

Hắn nhìn hai cô nữ sinh còn đang suy nghĩ, hỏi: "Rốt cuộc có bán hay không?".

Hai cô bé đó nhìn nhau, rồi một cô nói "Bán!", cô kia liên tục gật gật đầu.

Nhìn Tống Tử Ngôn móc ví lấy ra một xấp tiền mặt, tôi ngồi cạnh khóc thầm, cũng lôi ra quyển sổ nhỏ ghi chú: Bị hụt mất hai ngàn bốn trăm tệ. P/S: Sau này ra ngoài với tổng giám đốc nhất định phải nhớ mang theo máy ảnh kiếm tiền!!!

Nói tới tiền, tôi bất giác sờ vào túi xách của mình, tay vừa mó vào một phát, tim đã vỡ cái rắc, thảm rồi. Ví ví ví... ví tiền của tôi đâu? Tôi hốt hoảng lục hết bên trái rồi sờ bên phải, mở túi xách ra tìm lại một lượt, lúc hoàn thành xong chuỗi động tác đó, tôi cũng rên lên được một câu: Ví tiền bị trộm mất rồi!!!

Trong túi xách chỉ còn lại viên đá nhỏ màu lục ban nãy, tôi ngửa mặt lên trời thở dài, quả nhiên là không thể nào moi được tí lợi lộc gì từ Tống Tử Ngôn, hắn không tính toán với tôi thì cũng có thằng trộm thay ánh trăng tới chăm sóc tôi!

Tim tôi cuối cùng cũng vỡ vụn thật rồi, tôi yếu ớt mở miệng nói với Tống Tử Ngôn: "Tổng giám đốc, anh cho em mượn mười tệ được không?".

Hắn bị âm thanh thều thào như ma nữ của tôi dọa một trận, hỏi: "Làm gì?".

Tôi đáp: "Mua đặc sản Thanh Đảo".

Mượn rượu giải sầu càng sầu thêm.

Dốc sạch chai bia Thanh Đảo chính hiệu thứ ba, tôi nghĩ mình đúng là đứa đáng thương vô cùng.

Mấy người có biết điều bi thương lớn nhất cuộc đời này là gì không? Người sống, tiền không tiêu, nhưng lại bị người ta trộm mất!...

Nhìn trăng thở dài, nâng chén tiêu sầu, lúc về tới khách sạn, tôi đã chân nam đá chân chiêu. Tống Tử Ngôn đỡ tôi vào phòng, vừa mở cửa vừa nói với tôi: "Không biết uống còn dám uống nhiều thế, đi ngủ ngay".

Tôi "ừm" một tiếng rồi lảo đảo qua sofa, đi được nửa đường lại nghĩ không đúng lắm, vốn dĩ hôm nay tôi đã mất sạch cả chì lẫn chài, tôi uống say, tôi đang bực mình, dựa vào cái gì còn muốn ép buộc con người đáng thương như tôi phải ngủ ở sofa.

Dân vô sản là người vĩ đại nhất, tôi quay phắt đầu lại, cố giương đôi mắt mờ mịt của mình lên, chỉ vào hắn: "Tôi muốn ngủ trên giường, anh ngủ ở sofa đi!". Nói rồi chạy hùng hục tới cạnh giường, nhào lên, giơ hai tay hai chân thành hình chữ đại[22] dính chặt lấy cái giường, úp mặt vào tấm ga trải giường, ý là, trừ phi anh kéo tôi đứng dậy được, còn không thì tôi cứ nằm chết ở đây!!!

Tống Tử Ngôn chỉ đưa mắt liếc qua tôi một cái, không thèm nói mà đi thẳng qua chỗ sofa.

Hừ, đồ chết tiệt, cũng thức thời đấy.

Nhưng trong cơn say, tôi nhìn theo bóng lưng hắn đi tới bên kia phòng, chiếc áo sơ mi đen cứ chập chờn chuyển động trước mắt khơi lên ký ức đau khổ của tôi, tôi quát to: "Đứng lại! Cởi áo ra cho tôi!".

Hắn quay đầu lại, cau mày nhìn tôi: "Đừng có làm loạn!".

Tôi làm loạn cái gì chứ, tôi chỉ muốn hơn năm ngàn tệ của mình quay về thôi: "Mặc kệ, anh mau cởi áo ra cho tôi!".

Hắn không thèm quan tâm tới tôi, vẫn đi.

Tôi tức! Dám không nhìn tôi, tôi ngồi bật dậy, nhảy xuống giường, chỉ hai, ba bước đã đứng chặn trước mặt hắn, trợn mắt lên nhìn: "Cởi ra ngay cho tôi!".

Hắn làm như không thèm so đo với tôi, nghiêng mình đi qua.

Hừ, không muốn cởi phải không, anh không cởi thì tôi cởi. Tự túc là hạnh phúc, tôi vươn tay ra tự cởi nút áo hắn. Thân hình Tống Tử Ngôn thoáng cứng lại, hắn vội vàng đẩy tay tôi ra, âm thanh có phần mờ ám: "Tôi đã nói đừng có làm loạn rồi".

Tôi không thèm để ý tới hắn, nheo nheo mắt, cố gắng nhập ba cái bóng đang chập chờn trước mắt mình lại làm một, ép bàn

---

(22) Chữ đại (大) gần giống hình người dang hai chân hai tay (BTV).

tay mình đừng có run nữa, nhưng cái tay không chịu nghe lời, mò mẫm mãi mà một cái cúc cũng không cởi ra nổi, chỉ có cảm giác thân thể Tống Tử Ngôn càng ngày càng cứng, càng ngày càng cứng.

Tôi thầm than, cái bác bảo vệ kia nói cũng đúng thật, sau một hồi mò mẫm tôi cũng rút ra kết luận, Tống Kim Quy quả nhiên là con rùa vàng tinh tráng!

Vật vã cố gắng mãi, cuối cùng tôi cũng cởi được một cái nút, bèn ngẩng đầu đắc ý nhìn hắn: "Ha ha, coi, tôi cởi được rồi này".

Vừa đưa mắt nhìn, tôi đã bị dọa cho run cả người, mắt hắn đen như mực, trong đôi mắt ấy còn ánh lên tia nhìn thâm trầm.

Tôi bị hắn nhìn tới mức lúng túng, vội vàng cúi đầu né tránh - tiếp tục cởi nút áo thứ hai…

Không muốn hắn nhìn ra sự lúng túng của mình, tôi còn vừa cởi vừa lầm bẩm: "Ha ha, coi còn dám không nghe lời bà đây không!".

Tay bỗng nhiên bị người ta tóm chặt, trong đáy mắt hắn như có lửa: "Tôi đã cảnh cáo em rồi".

Đầu tôi hơi choáng váng: "Cảnh cáo…".

Tiếp đó, hai từ "cái gì" chưa được nói đã phải ngừng, bởi giây tiếp theo, miệng tôi đã bị chặn lại…

Tiếp tiếp đó, không biết là mấy giây sau, tôi bị người ta đẩy ngược trở lại giường…

Tiếp tiếp tiếp đó, không biết là mấy giây sau nữa, Tống Kim Quy không cần tôi phải ra lệnh, đã tự cởi áo của mình ra…

Nhưng mà, tôi bảo là bảo cởi áo sơ mi ra thôi, anh anh anh anh anh cần gì phải cởi nhiệt tình triệt để thế cơ chứ? Mà còn nữa, anh cởi của anh thôi, sao lại phải cởi luôn quần áo của tôi chứ, quần áo này đều là lấy tiền của bố mẹ tôi mua đấy nhé!!!

Tiếp tiếp tiếp tiếp đó nữa, ngoài chuyện thân thể mình càng ngày càng nóng và hơi thở càng ngày càng nặng nề thì tôi chả biết gì sất...

Có cảm giác như mình bị lạc vào vườn bách thú, đầu tiên là được ngắm một con thỏ nhỏ nhỏ có đôi mắt đỏ đỏ, nó lấy cái mũi ngửi ngửi, rồi sau đó bị một con mèo nhỏ cào cào móng vuốt vào người, kế đó là tới một con cún nhỏ lấy lưỡi liếm liếm, rồi cuối cùng là một con sói ác độc hung tàn...

Tôi như con thuyền nhỏ đang mắc kẹt trên bãi cát, tiếng hải âu kêu ồn ã, ánh mặt trời ấm áp chiếu rọi, chỉ nhờ thủy triều lên mà ra được tới biển, gió ngoài khơi bắt đầu nổi lên, rồi càng lúc càng lớn, càng lúc càng mạnh mẽ, khiến tôi phải nghiêng ngả, cuối cùng cả người bị chìm xuống, rồi mới biết được, lần này động phải núi lửa phun trào...

Cuối cùng, trong cơn lơ mơ, tự nhiên trong đầu hiện ra một câu đối.

Vế trên: Tiểu viên chức bị tóm, rất H, rất bạo lực.

Vế dưới: Tổng giám đốc ra tay, rất được, rất mạnh mẽ.

Hoành phi: Thanh Đảo một đêm.

Chương 6: Chạy trốn

Không khí rất dễ chịu, ngủ cũng ngon, chẳng mộng mị gì cả, đúng là hiếm có khi nào ngủ ngon như thế này.

Nhưng sao cả người cứ khó chịu thế nhỉ, giống như mình là đường ray bị tàu chạy qua cán cho một cái từ đầu tới chân, còn có cảm giác nhơm nhớp dinh dính của mồ hôi, khiến tôi cảm thấy khó chịu, vô cùng khó chịu.

Nhưng vẫn lười dậy, thật sự là quá mệt rồi, ngay cả mắt cũng không thèm mở ra, tôi xoay người, tìm một tư thế thoải mái tiếp tục ngủ, ấy? Đây là cảm giác gì vậy?

Cảm giác vướng vướng trước ngực mình có hơi khác lạ, mắt vẫn nhắm, tôi đưa tay lên sờ sờ, đàn hồi, rắn chắc, nóng nóng, sờ vào nhẵn nhẵn…

Cảm giác này… cảm giác này, da đầu tôi tê dại lên như bị gió lạnh thổi qua…

Mở ti hí hai mắt ra, một gương mặt bị phóng đại đập ngay vào mắt tôi.

Mũi rất cao, da rất đẹp, môi rất mỏng, khóe mắt hơi xếch lên.

Tống Tống Tống Tống Tống Tống Tống… Tống Tử Ngôn?

Miệng tôi giật giật hai cái, cảm nhận da thịt trần trụi đang tiếp xúc với nhau, trên eo còn có một bàn tay to đang đặt lên, sợ quá, không phải là…

Tôi run run xốc chăn lên, rồi lén lén nhìn vào bên trong một cái.

Nhất thời khóc không ra nước mắt, chỉ biết câm nín cắn nắm tay nhỏ, hai hàm răng cứ cầm cập đánh vào nhau, bị bị bị bị bị bị "ăn" rồi, bố, mẹ, con xin lỗi bố mẹ, con gái hai người ra đi là người trong trắng, trở về đã không còn như xưa, thế còn thông cảm được, nhưng người ăn con gái bố mẹ là người đã định trước sẽ không thể làm rể nhà mình, con đã làm bố mẹ lỗ vốn rồi!!

Tôi muốn khóc, tôi đau khổ quá, tôi thật đáng thương!

Đương lúc tôi muốn khóc òa lên trong nỗi đau thương bi thảm vô cùng, con sói đói độc ác tối hôm qua mở mắt ra, mặt tôi chuyển sang trạng thái căm thù, nhìn trả, căng cứng.

Hắn nhìn tôi, chào: "Chào buổi sáng".

Tôi vô thức giơ tay lên, vẫy vẫy ngón tay như máy, khóe miệng giật giật: "Chào buổi sáng."

Trời ơi, chết vì cái miệng của tôi mất, giờ là giờ nào rồi còn mở mồm ra nói câu chào buổi sáng khách sáo thế hả, đáng ra tôi phải túm lấy áo hắn (dù giờ này hắn không mặc quần áo), hung hăng quát vào mặt hắn: Đồ khốn nạn độc ác, thừa lúc bà đây uống say mà nổi thú tính, đồ khốn, đồ khốn, đồ khốn, đồ khốn!!!

Nhìn tâm trạng hắn rất vui vẻ (khụ khụ, theo điều tra, động vật giống đực sau khi thỏa mãn được thú tính của mình thì tâm trạng sẽ rất tốt), ngồi dậy còn nhẹ nhàng đặt lên trán tôi một nụ hôn chào buổi sáng, rồi cầm lấy cái áo ngủ đặt cạnh giường vừa choàng lên vừa đi vào phòng tắm.

Anh anh anh anh anh anh anh anh làm sao có thể tự nhiên mà phô bày hết sạch trước mặt một thiếu nữ còn thuần khiết cho tới ngày hôm qua như tôi!!! Lễ nghĩa ngày nay còn ra cái thể thống gì nữa hả??? Mặt tôi đỏ bừng, vội vàng bưng hai tay lên bịt mắt, rồi len lén nhìn theo qua khe ngón tay, nước miếng bắt đầu chảy ra, đúng là tinh tráng quá trời!! Hắn hình như cảm giác được, tới trước cửa phòng tắm thì ngừng lại, quay đầu lại nhướn mày nói: "Có muốn vào tắm cùng không?".

Tôi cuống quýt chui vào trong chăn, chỉ nghe tiếng hắn cười cười, tiếng cửa phòng tắm đóng lại, rồi tiếng nước chảy ào ào.

Tôi ló đầu ra khỏi chăn, nhìn ánh nắng xuyên vào phòng, suy nghĩ lại lần nữa.

Hắn là sếp tổng, tôi là nhân viên, hơn nữa chả có cái tâm đầu ý hợp, tự nguyện tự nghiếc gì cả, nói ngắn gọn rõ ràng hơn thì là, tôi bị bẫy rồi, bị bẫy một cách triệt để là đằng khác.

Tôi - một nhân viên nhỏ không quyền không thế, chỉ sống được bằng cách nhìn nét mặt người khác, đã bị cái tên "boss" lớn Tống Tử Ngôn đen tối, nguy hiểm, độc ác kia cho vào tròng rồi!!!

Xã hội này đúng là quá xấu xa hắc ám!!! Thế giới này đúng là quá dơ bẩn, nguy hiểm!!! Tên Kim Quy này đúng là quá vô sỉ, hạ lưu.

Nhưng mà… sao trong trí nhớ của tôi thì tôi mới là đứa nhào vào người ta đầu tiên, là người cởi áo người ta ra trước nhỉ?

Nhìn chiếc áo sơ mi đen vứt một đống trên sàn, toàn bộ màn diễn tối qua như cuốn phim quay chậm hiện lên trước mắt tôi, tôi buồn bực kéo chăn lên che kín gương mặt đỏ bừng bừng của mình, lần đầu tiên coi cảnh H nam nữ, mà mình lại là diễn viên...

Nhưng chuyện tôi nhào qua đè tên lang sói này trong lúc say xỉn chắc chắn là sự thực, chuyện đã qua không thể nào cứu lại, tôi còn mặt mũi nào gặp người khác đây, bây giờ phải thừa dịp thần không biết, quỷ không hay, quyết định luôn, chạy trốn!!!

Tôi hạ quyết tâm, ngồi dậy mặc lại áo quần, lục ví tiền trong túi quần hắn lấy ra mấy tờ tiền mệnh giá cao, chạy biến đi.

Tôi ra khỏi khách sạn, vẫy một chiếc taxi, phi vào trong xe, la lên với tài xế: "Nhanh lên, tới nhà ga!".

Có lẽ lúc ấy mặt mũi tôi hùng hổ quá, gã tài xế taxi bị dọa cho hoảng lên, nhấn chân ga chạy vèo vèo thẳng tiến nhà ga, đúng là rất hợp ý tôi, chỉ mười phút đã tới ga, tôi mua vé, chạy thẳng lên tàu, lén lút như bị người truy sát, nằm co tròn trên chiếc giường bọc da chật hẹp tối om, tiếp tục cảm thán về trinh tiết đã bị cướp của mình.

Giường trên có hai cô gái, vừa cắn hạt dưa vừa vứt vỏ xuống phía dưới, tôi dịch người nép sát vào bên trong.

Hai người vừa ăn vừa nói chuyện với nhau.

Một người hỏi: "Nửa năm nay mày sao rồi?".

Người kia đáp: "Cũng tàm tạm, cũng như cũ thôi, mày sao?".

"Haizz, đừng nói nữa, lần trước gặp được lão già người Hồng Kông, cứ tưởng lão sộp lắm, ai dè theo lão được một tháng mới cho tao được có năm ngàn tệ".

"Giờ đang khủng hoảng tài chính toàn thế giới, Hồng Kông, Mỹ, Nhật đều dính cả, vẫn là người đại lục bọn mình mới tốt, mày không chịu đọc sách báo, đừng nói là được bao, chỉ làm tiếp viên bình thường thôi cũng kiếm được gần một vạn mỗi tháng rồi".

Hóa ra là gái bao.

Hóa ra là làm gái bao cũng như đầu tư cổ phiếu, cũng phải để ý tới tình hình tài chính toàn thế giới.

Nếu là trước đây, tôi nhất định thầm khinh bỉ, qua một đêm ở Thanh Đảo, tôi rúc sâu vào trong giường hơn...

Hai người vẫn tiếp tục nói chuyện.

"Lần trước có một thằng bệnh hoạn, cho tao nhiều tiền cực, nhưng chả làm gì sất, chỉ bảo tao đi giày cao gót, cầm roi đánh nó. Sau tao còn thấy thằng đó xuất hiện trên ti vi nữa cơ, mà còn là người có tiếng có miếng phết, chức vị lại béo bở nữa. Lúc đó tao cứ nghĩ, mấy thằng thế này cần quái gì phải tặng tiền tặng quà làm gì cho khó ra, cứ cầm roi đánh nó một trận, có khi nó nhận mình làm tổ tông nhà nó không chừng".

"Không tốn sức lại còn kiếm được tiền, người khác sao nghĩ ra được như thế chứ. Tao thì thảm đủ mày ạ, lần trước ở quán rượu có ba thằng khốn tới dụ tao đi trọn gói, vốn dĩ tao không định đi, nhưng chúng nó bảo một lần ba trăm, tao phải đi. Rốt cục mỗi thằng một lần, cuối cùng mới cho có năm trăm".

Một lần ba trăm… tôi im lặng mở ví tiền ra đếm lại, tính cả tiền vé, tiền taxi ban nãy thì vừa tròn tám trăm tệ, sặc! Tự nhiên còn lỗ mất một trăm!!!

Nước mắt tôi tuôn như thác Hoàng Quả Thụ[23]…

Đương lúc lệ tuôn dạt dào, di động bỗng nhiên đổ chuông, trên màn hình là ba chữ "Tống Kim Quy" cứ nhấp nháy, nhấp nháy, nhấp nháy, tim tôi nhảy lên theo từng nhịp bài "Sứ Thanh Hoa", tôi như cầm phải cục than nóng, vội vàng nhét di động xuống dưới gối, tự kỷ ám thị, mình không nghe thấy gì hết, không nghe thấy gì hết, không nghe thấy gì hết…

Tiếng chuông di động vang lên một lát rồi cũng ngừng, tôi vừa thở phào nhẹ nhõm thì khúc nhạc "Sứ Thanh Hoa" lại vang lên lần nữa…

Sau nửa tiếng, màn hình di động vẫn kiên trì sáng lên không hề ngừng nghỉ, tôi với tay tắt luôn máy, nhưng mà… tại sao lúc bấm nút tắt máy, cả người lại run lên thế này?

Lúc tàu tới ga là đã hơn chín giờ tối, gió đêm lành lạnh, tôi nhìn thành phố mới đi xa có một ngày, có cảm giác lạ lẫm như bị ngăn bởi một lớp thủy tinh vô hình mà rõ ràng. Giờ đang là ngày nghỉ, mấy đứa trong ký túc xá, đứa có người yêu thì theo người yêu, đứa đi làm thì đi làm, đứa đi du lịch thì du lịch, căn bản là chẳng có đứa nào rảnh rỗi cả, thế nên tôi đành mở máy gọi cho Tóc Vàng tới đón mình.

(23) Thác Hoàng Quả Thụ: Thác nước lớn nhất của Trung Quốc, thuộc tỉnh Quế Châu (BTV).

Cậu nhóc này có một ưu điểm là rất nhanh, loáng cái đã tới nơi. Tôi im lặng theo Tóc Vàng về nhà, im lặng ăn bữa khuya do cậu ta nấu, rồi vẫn im lặng trèo lên giường xem phim ma. Tóc Vàng thấy tôi đồng ý qua nhà thì mừng lắm, lại nghe tôi bảo không có chỗ nào để đi, có lẽ muốn ở lại đây chừng ba, năm ngày gì đó thì sung sướng chả khác gì đội bóng đá quốc gia lọt vào vòng trong. Nhoài người sắp xếp một đống phim ma trước ti vi rồi mới qua ngồi.

Giường là giường đôi, Tóc Vàng vẫn theo lệ cũ, tính xốc chăn lên muốn nằm vào cho ấm thì bị tôi vung chân đạp một phát rớt ngay xuống giường. Lát sau, cậu ta mới lóp ngóp ngồi dậy, vừa xoa đầu, vừa hỏi tôi: "Cô làm gì đó?".

Tôi trợn mắt nhìn lại: "Cậu định làm gì hả?".

Tóc Vàng ù ù cạc cạc chẳng hiểu gì, đáp lại: "Lên giường".

Hai chữ "lên giường" như đâm vào vết thương cũ của tôi một nhát, tôi vớ ngay lấy cái gối đập liên tục vào đầu cậu ta, vừa đánh vừa hét: "Thiếu nữ trong trắng như hoa bách hợp, tao nhã ngát hương tựa hoa nhài như tôi mà lại để cho cậu nhúng chàm sao? Cậu cho là địa vị cao hơn tôi một chút, tiền nhiều hơn tôi một chút, đẹp trai một chút là có thể muốn làm gì thì làm sao? Thừa dịp bà đây uống có tí rượu thì độc ác lột ngay cái vỏ cao ngạo thành cầm thú làm chuyện bại hoại hả? Tôi đánh chết cậu, cái đồ vô sỉ, vô lương tâm, vô đạo đức, vô trách nhiệm, đồ mặt người dạ thú!!!".

Tóc Vàng đầu tiên còn vừa la vừa giơ tay lên đỡ, sau đó thì thôi, không la, cũng không nổi giận, chỉ nghi hoặc nhìn tôi: "Cô làm sao thế?".

"Tôi thì làm sao hả?". Tôi chột dạ cảnh giác, nâng cao giọng lên một bậc, chống nạnh quát: "Tôi có thể làm sao được hả? Đương nhiên là tôi rất tốt, tốt tới mức không thể tốt hơn được nữa, đã biết chưa?".

Cậu nhóc gật đầu: "Tôi biết rồi, cô rất tốt, tốt tới mức không thể tốt hơn nữa, vậy... giờ tôi có thể coi phim tiếp không?".

Không thể tha được, tôi nhảy xuống giường, cầm gối đập cho cậu phải lui ra ngoài cửa phòng ngủ, rồi đóng cửa cái "rầm", khóa trái lại rồi thở phì phì nhảy lên giường, tiếp tục tức giận.

Mấy tên đàn ông này thật sự là quá ghê tởm!!!

Tóc Vàng đứng ngoài gõ cửa: "Tần Khanh, Tần Khanh, cho tôi vào đi".

Mặc kệ.

Cậu ta cầu xin: "Tôi không xem phim nữa, nằm ngủ trên đất được rồi".

Không trả lời.

Cậu nhóc lại gõ cửa tiếp, nói: "Tôi chịu cô đủ rồi đó, tôi đi lấy chìa khóa mở cửa đây".

Tôi hừ một tiếng, lạnh lùng nói: "Có chìa khóa cũng không cho mở".

Thế nên, Tóc Vàng lại tiếp tục gõ cửa một cách đáng thương.

Tối qua bị giày vò cả đêm, sáng nay lại thêm một trận mệt mỏi nữa, giữa tiếng đập cửa đều đều thành nhịp của Tóc Vàng, tôi dụi đầu vào gối, ngủ thiếp đi.

Lúc tôi mở mắt ra, trời đã bắt đầu sáng, miệng lưỡi tôi khô khốc, đành ngồi dậy đi rót cốc nước uống.

Lúc mở cửa mới phát hiện Tóc Vàng đang nằm cuộn người trên sofa trong phòng khách, trên chiếc bàn phía trước còn có một chùm chìa khóa. Đồ ngốc này, sofa này đâu phải là loại sofa vừa mềm vừa êm như trong khách sạn đâu, cái này bằng gỗ lim, có chìa khóa còn không dám mở cửa vào, lại chịu cực ngủ ở đây. Còn chưa tới mùa hè, tuy có mở điều hòa nhưng ban đêm cũng rất lạnh, chẳng trách cậu ta phải nằm co ro như thế.

Tôi bắt đầu thấy hối hận vì đã giận cá chém thớt, không đánh được lớn lại đi bắt nạt nhỏ, hình như tôi đã bắt nạt kẻ yếu quá rồi... Lương tâm lại trỗi dậy như mặt trời mới mọc đằng đông, tôi vỗ nhẹ lên cậu, Tóc Vàng mơ màng mở hai mắt ra, thấy tôi thì vội vàng bật dậy: "Sao thế?".

Tôi nói: "Về phòng ngủ đi, ở đây lạnh lắm".

Tóc Vàng còn chưa tỉnh hẳn, mơ mơ màng màng đứng dậy đi xiêu vẹo vào trong phòng ngủ.

Cả người toàn mồ hôi nhớp nháp rất khó chịu, tôi rút quần áo trong va ly ra, đi vào phòng tắm. Tới khi đã tắm rửa xong xuôi, đi từ phòng tắm ra mới thấy Tóc Vàng đang ngồi trên giường, nhìn tôi bằng ánh mắt kỳ lạ.

Tôi cầm khăn bông lau lau tóc, cậu ta nói, giọng yếu ớt: "Vừa nãy có người gọi điện thoại cho cô, tôi bắt máy rồi".

Hôm qua lúc gọi điện nhờ Tóc Vàng tới đón xong, tôi đã tắt di động, nhưng quên béng mất trước đây có đặt chế độ tự động khởi động máy, liếc nhìn lên đồng hồ treo tường, sáu giờ mười lăm, mới mở được có mười lăm phút. Một cảm giác bất

an chạy từ gót chân dọc theo sống lưng, tôi giả vờ bình tĩnh hỏi: "Là ai?".

Tóc Vàng nhìn tôi chằm chằm: "Là tổng giám đốc".

Động tác ngừng lại, tôi như nghe được tiếng hai hàm răng mình đánh vào nhau lộp cộp lẫn trong câu hỏi: "Cậu... cậu nói chuyện gì với anh ta?".

Tóc Vàng ngoảnh mặt đi, nói: "Anh ta hỏi: Là cậu à? Tôi đáp: Phải, là tôi. Anh ta lại hỏi: Tần Khanh ở đâu? Tôi nói: Ở trong phòng tắm nhà tôi. Anh ta im lặng một lúc rất lâu, cuối cùng chỉ nói có hai từ".

Thành thật như thế, sao cậu phải thành thật như thế làm gì chứ, chân tôi bắt đầu run lẩy bẩy, hỏi tiếp: "Vậy... là hai từ gì?".

Tóc Vàng quay mặt lại, đáp: "Rất tốt".

Trong đầu tôi, hai chữ đơn giản ấy nổ bùm lên thành một đám mây hình cây nấm, tôi khóc không ra nước mắt. Lúc Tống Kim Quy nói ra hai chữ ấy thì một là tâm trạng đang vô cùng tốt, hai là vô cùng xấu.

Nhưng tôi có thể dám lấy trinh tiết của mình ra mà đảm bảo, chắc chắn là vế sau!!!

Tự dưng tôi có cảm giác tội lỗi như người yêu đương vụng trộm bị kẻ khác phát hiện ra, đáng sợ hơn chính cái cảm giác lạnh lẽo không an tâm cứ từ từ trỗi dậy. Cuối cùng, tôi yếu ớt hỏi một câu: "Tổng giám đốc không hỏi nhà cậu ở đâu hả?".

"Không hỏi".

Tôi thở phào một hơi: May quá, may quá.

"Anh ấy không cần hỏi". Tóc Vàng nói tiếp: "Bởi vì... căn nhà này vốn dĩ là của anh ấy".

Khăn bông trên tay rớt ngay xuống đất, tôi trợn tròn hai mắt như không thể tin được: "Cậu... không phải cậu cũng bị anh ta ấy ấy rồi chứ???".

Một giọng nói cao vút vang lên bên tai tôi: Tần Khanh, mày không phải là người duy nhất!

Nhìn căn nhà sang trọng lộng lẫy, rồi sờ sờ lại cái túi tiền lép kẹp của mình còn đúng năm trăm tệ, nước mắt tôi bắt đầu chạy vòng quanh: Xã hội ngày nay, nam nữ thực sự là bất bình đẳng quá đáng!!!

Tôi vừa sụt sịt, vừa nhanh chóng thu dọn mấy thứ đồ linh tinh vào trong túi xách, vội vàng chuẩn bị chạy trốn lần thứ hai. Vừa đi tới cửa, Tóc Vàng đã đè lên cánh cửa, dẩu môi hỏi tôi: "Câu cô vừa nói đó là có ý gì?".

Tôi đờ ra :"Câu nào?".

Tóc Vàng hơi hạ mắt, mặt vẫn cứng đơ như cũ: "Thì cái câu gì mà bị ấy ấy đó đó".

Tôi nghĩ một lát: "Là câu cậu đã bị anh ta ấy ấy rồi á?".

Tóc Vàng nghiêm mặt: "Tôi muốn nghe cả câu cơ".

Tôi mò mẫm: "Ấy... không phải cậu đã bị anh ta ấy ấy rồi chứ?".

Cậu nhóc lắc đầu: "Còn thiếu".

Tôi tiếp tục nói mò: "Cậu... không phải cậu đã bị anh ta ấy ấy rồi chứ?".

Giọng Tóc Vàng trầm xuống: "Không phải thế".

Nhìn vẻ mặt nghiêm túc của cậu ta, tôi nổi giận!

Chị đây giờ đang muốn chạy cho nhanh, ai rảnh rỗi mà đứng ở đây chơi trò đoán đoán mò mò, mò mò đoán đoán chứ? Tôi đẩy mạnh cậu ta ra: "Cậu tránh ra cho tôi!". Tóc Vàng bất ngờ nên bị xô sang bên, tôi vội vàng mở cửa chạy ra, vừa mới xuống được hai bậc đã quay đầu lại nhìn, Tóc Vàng đang đứng cạnh cửa, đầu cúi thật thấp, trên mặt còn thoáng chút đau đớn.

Vốn dĩ định quay lại dặn dò Tóc Vàng đừng nhiều lời mách lại với Tống Tử Ngôn, nhưng thấy cậu buồn như thế, tôi cũng không nói gì.

Thực ra tôi rất hiểu nguyên nhân vì sao cậu đau khổ như thế, là một người đàn ông, lại bị người khác phát hiện bí mật "đi cửa sau" của mình, tâm trạng chắc chắn sẽ đau khổ thấp thỏm khôn nguôi. Nhìn gương mặt thanh tú non nớt dễ bị bắt nạt đó lại pha lẫn nét đau khổ như bây giờ, tôi không khỏi ngửa mặt lên trời thở dài một cái: Tống Kim Quy hạ lưu nam nữ đều vơ, đúng là cái đồ ma quỷ chuyên gây nghiệp chướng!

Vội vàng bắt taxi quay lại trường, vừa vào ký túc xá đã phát hiện Tôn Vân Vân mấy hôm trước chuyển ra ngoài tìm việc làm đang ở trong phòng, hơn nữa còn khóc nức nở, Tiêu Tuyết ngồi cạnh liên tục dỗ dành.

Nói thật, tôi với Tiêu Tuyết chẳng thích Tôn Vân Vân, cô ta ăn nói khó nghe mà đối xử với người ta cũng chẳng ra gì, ai chỉ cần dùng một tý nước của cô ta là mặt đã dài ra như bố của lừa rồi, nhưng nhìn cặp mắt mọng nước, trong lòng tôi cũng cuống lên, vội vàng chạy qua hỏi: "Làm sao thế?".

Tôn Vân Vân chỉ cúi đầu khóc nức nở, tôi cũng chẳng phải người vô ý vô tứ, chỉ đứng cạnh đưa giúp khăn mặt, khăn giấy gì gì đó. Đợi tới khi cô ấy khóc mệt, tôi đưa mắt ra hiệu cho Tiêu Tuyết, hai đứa lần lượt ra khỏi phòng.

Ra ngoài hành lang, tôi mới vội vàng hỏi: "Rốt cuộc là có chuyện gì xảy ra hả?". Tôn Vân Vân là người khó gần, nhưng bề ngoài tuyệt đối cứng rắn như King Kong, bốn năm học chung, tôi chưa từng thấy cô ta khóc.

Tiêu Tuyết giải thích: "Hôm đó không phải mùng một tháng năm à, công ty nó tổ chức đi du lịch".

Giống tôi.

"Sếp nó cũng đi theo".

Tình tiết cũng giống.

"Bọn họ cùng đi uống rượu, Tôn Vân Vân bị đồng nghiệp chuốc rượu nên uống nhiều lắm".

Tôi thì chẳng ai chuốc rượu cho, tự mình uống nhiều.

"Lúc nó về phòng nghỉ thì lão sếp không biết xấu hổ kia cũng đi vào theo, tính làm chuyện đó với nó…".

Tôi đổ mồ hôi, hỏi: "Vậy sếp nó có làm được không?".

Tiêu Tuyết nổi giận: "Lão ta dám à! Lão đang vuốt ve hôn hít thì Tôn Vân Vân đã tỉnh lại, chạy vội ra ngoài, lúc nó ở trên tàu đã gọi điện thoại, xin tao ra đón nó, nó khóc từ sáng tới tận giờ, nói ra là lại thấy tức rồi".

Nó nói rồi nhìn tôi bằng ánh mắt như phun ra được lửa tới nơi, bình thường con gái nói chuyện với nhau, ai cũng muốn có đồng minh, cùng chung sở thích hoặc cùng chung mối thù, nhưng chuyện lần này có hơi khác, Tôn Vân Vân đã khóc suốt một ngày trời rồi, còn tôi thì tới một giọt nước mắt cũng chưa đổ xuống, liệu mình là loại không biết xấu hổ là gì không ta. Dưới ánh mắt sáng quắc đòi sự đồng tình của Tiêu Tuyết, tôi miễn cưỡng nặn ra một nụ cười, lảng sang chuyện khác: "Vậy bây giờ tính sao đây mày?".

Tiêu Tuyết bực bội thở hắt ra một cái: "Việc làm có thể không cần, tao nhổ vào! Con mẹ nó, may là cái lão cầm thú đó ở thành phố XX, không thì phải tìm mấy người tới bí mật xử lý lão, lão sờ vào tay thì tao cắt tay, lão dám hôn vào miệng thì tao rạch mồm lão ra!".

Tiêu Tuyết đã từng kể cho tôi nghe chuyện về gia đình nó, nhà nó toàn những người đầu gấu, anh trai nó là điển hình nhất của dân đầu gấu, tuy nó đã chú tâm vào học, không như thế, nhưng mưa dầm thấm đất, thỉnh thoảng cũng nổi máu lên, lúc này chính là lúc máu đầu gấu của nó nổi lên cao nhất.

Nhưng tôi chẳng có tâm trí nào mà bái lạy Tiêu Tuyết, chỉ thầm nghĩ tới cảnh Tống Tử Ngôn sẽ bị người ta xử lý, là bị thiến…

Hồi trước trong một quyển sách có viết, tính chịu đựng của phụ nữ hơn đàn ông rất rất nhiều, điều này đã được Tôn Vân Vân chứng minh hết sức rõ ràng. Sáng sớm hôm sau, cô ta đã khôi phục lại được khí thế bừng bừng vốn có, chúng tôi đều hiểu nhưng không nói ra, vẫn sống với nhau như cũ, coi như chưa từng có chuyện gì xảy ra.

Tiêu Tuyết xin nghỉ ba ngày, Tôn Vân Vân lên mạng gửi sơ yếu lý lịch, còn tôi thì như rùa đen rút đầu ẩn núp, ba đứa cứ đóng đô trong phòng như thế đợi tới hết kỳ nghỉ dài ngày mùng một tháng năm. Tôi đặt riêng một nhạc chuông cho Tống Kim Quy, sợ nghe thấy, rồi vẫn muốn được nghe thấy, kết quả là chẳng nghe thấy lần nào cả.

Ngày chậm rãi qua đi, trong lòng tôi cũng dần dần thừa nhận, rốt cuộc mình đã bị hắn ăn sạch sẽ mất rồi.

Lại nghĩ tới chuyện giờ này hắn đang ôm một người không phải là tôi, hoặc là người nào đó không phải Tóc Vàng mà phong lưu sung sướng viết câu đối, tôi lại càng uể oải hơn…

Hôm đó, đương lúc uể oải thì bị Tiêu Tuyết dựng dậy, tôi thều thào hỏi: "Gì đó mày?".

Nó mở xoẹt ra một tấm áp phích, trên đó là một ngọn đèn mù mịt, giữa cảnh ấy là một đôi nam nữ dựa lưng vào nhau, một người ngẩng đầu nhìn trời, một người cúi đầu nhìn đất, cả hai đều buồn khổ. Cạnh đó là hai hàng chữ được viết theo lối chữ thảo: "Nhất sinh nhất đại nhất song nhân, tương tư tương vọng bất tương thân[24]".

Ảnh này, thơ này thật cảm động, rất cảm động. Nhưng vừa nhìn thấy dòng chữ bên cạnh đó nữa, tôi choáng.

_____

(24) Tạm dịch: Một đời một kiếp một đôi, cùng nhớ nhau, cùng hướng về nhau nhưng lại không thể bên nhau (BTV).

Tình yêu Bạch Mao Nữ.

Biên kịch: Tần Khanh.

Rõ ràng là chuyện đã xưa như trái đất rồi, nhưng sao lúc nào cũng thấy rất nghệ thuật, rất thú vị!

Tôi hớn hở lăn lăn thì bị Tiêu Tuyết kéo dậy: "Tiệc tối nay, bọn mình đi nhanh một chút còn qua coi diễn tập nữa!".

"Kịch bản mày cũng xem qua rồi, còn coi diễn tập làm cái gì?". Bình thường nó đâu phải là người nhiều chuyện như thế đâu.

"Mày thì biết cái gì?! Báo trường đã đăng chuyên đề này được mấy kỳ rồi, hôm nay có phóng viên phỏng vấn mày ở hậu trường đấy". Tiêu Tuyết vui vẻ xốc tôi ngồi dậy.

Lúc tới hậu trường tôi mới hiểu, Tiêu Tuyết muốn đi theo là để coi tôi làm trò cười.

Tôi ngồi nghiêm chỉnh một góc, cô bé học khóa dưới cầm sổ ngồi đối diện, còn có một thằng nhóc đàn em thỉnh thoảng lại ngồi xuống đứng lên chụp ảnh tôi, thêm vào cái mặt như đang coi khỉ làm xiếc của Tiêu Tuyết, cả người tôi cứng đơ ra.

Lúc chúng tôi tới thì buổi diễn tập lần cuối cùng đã kết thúc, tôi nhìn qua danh sách diễn viên mà mém tí là ngất xỉu. Đóng vai Hoàng Thế Nhân là một người có bộ mặt khó ưa nổi tiếng trong lớp chúng tôi, đóng vai Bạch Mao Nữ là một bạn nữ cùng lớp, lúc nào cũng mang bộ mặt lạnh như băng, nhìn ai cũng giống như người ta đang thiếu nợ mình hai trăm tệ vậy, căn bản hai cái mặt này đều không chấp nhận nổi. Tuy chẳng muốn gặp làm gì, nhưng dù sao thân cũng là biên kịch, tôi thực không đành lòng nhìn đứa con tinh thần của mình bị phá hư, thế nên lúc đi qua hai diễn viên chính, tôi nhắm tịt hai mắt lại.

Nhưng nhìn em gái phóng viên kia có vẻ đang rất cảm động, lúc tôi gặp viền mắt hãy còn hoe đỏ. Vừa biết tôi là biên kịch thì đã vội vàng cầm chặt tay tôi, lắc qua lắc lại đủ mười phút, khiến tôi nhất thời có cảm giác trên đầu mình đang tỏa hào quang.

Được nam sinh chuyên chụp ảnh nhắc nhở, cô bé cũng chịu cầm sổ lên, bắt đầu hỏi nghiêm túc: "Chị Tần, vở kịch do chị viết kịch bản chưa được diễn nhưng đã thu hút sự quan tâm của rất nhiều sinh viên trong trường, những sinh viên nữ đã từng tới xem qua buổi diễn tập đều nói rằng, vở kịch này đã khiến họ phải suy nghĩ tới tình yêu, rốt cuộc cái gì mới là tình yêu? Yêu và đau khổ có phải luôn đi đôi với nhau như bóng với hình? Là vì yêu nên mới ngược hay vì ngược nên mới yêu? Nếu như tình yêu chỉ là sung sướng và êm ả thì có còn là tình yêu không? Không biết với những câu hỏi này, chị Tần có ý kiến gì không?".

Tôi ngồi trước mặt cô bé, chân tay chẳng biết nên làm gì, đành phải vân vê góc áo: "Những vấn đề cao thâm thế, chị thực sự chưa từng nghĩ đến".

Mắt cô bé phóng viên lóe lên: "Vậy xin hỏi chị, rốt cuộc Bạch Mao Nữ với Hoàng Thế Nhân là yêu nhiều hơn hận, hay hận nhiều hơn yêu?".

Tôi nghĩ một chút, rồi nghiêm túc trả lời: "Hay là… em đi hỏi cô ta thử coi?".

Cô bé lại chuyển sang chuyện khác: "Vậy chị có thể đưa ra một chút phân tích về Hoàng Thế Nhân được không?".

Chuyện này đơn giản, tôi đáp: "Là tên biến thái".

Cô bé nhìn tôi rồi đơ người ra, khóe miệng hết nâng lên rồi lại hạ xuống, cô để quyển sổ xuống, bắt đầu hỏi tôi mấy câu dễ hơn: "Bi kịch trong vở kịch bỏ qua một bên, theo chị, bi kịch lớn nhất trong cuộc sống hiện thực này là gì? Hoặc là câu nói nào khiến chị cảm thấy khó có thể kìm nén nổi bi thương nhất?".

Vừa nhắc tới, tôi cũng chợt có cảm giác buồn thương, lông mày nhíu chặt, cụp mắt xuống, một lát sau mới ngẩng đầu lên, ngập ngừng: "Có, có bốn chữ".

"Bốn chữ gì?".

"Tiền tiêu không đủ".

"Phụt!", Tiêu Tuyết phì cười, cậu em chụp ảnh cũng cười. Tuy lời vừa nói ra là lời thật lòng của tôi, nhưng hàm ý trêu chọc thì chắc ai cũng nghe ra được, nội dung vở kịch là chuyện tình yêu xưa như trái đất rồi, thế mà cô em này còn moi ra đâu lắm chuyện thế, tôi ngồi chán muốn chết. Nhưng cô bé ấy còn không phát hiện ra, lát sau còn nhẹ nhàng nói: "Chị Tần, chị thật hài hước". Nói xong còn nắm tay tôi: "Chị, chị cứ yên tâm, buổi diễn tối nay nhất định sẽ thành công, tới lúc đó em nhất định sẽ dành cho chị một điều ngạc nhiên bất ngờ".

Với loại nữ sinh viên suốt ngày chỉ biết chìm đắm trong cảnh phong hoa tuyết nguyệt như thế này, đừng nói ngạc nhiên bất ngờ, ngạc nhiên kinh hãi cũng có thể không chừng, nhưng tôi vẫn thân mật nắm tay lại, ra dáng một đàn chị thân thiện dễ gần, rồi tiễn cô bé ra ngoài.

Người vừa đi xong, mặt tôi quay về với vẻ nhăn nhó như vừa ăn phải hoàng liên[25], Tiêu Tuyết còn không quên nói móc: "Được hoan nghênh dữ quá ha".

Vở kịch chính thức diễn lúc sáu giờ, tới khi ấy tôi mới biết thế nào gọi là được hoan nghênh. Trong ngoài hội trường chật ních người, tôi đứng trong hậu trường nghe tiếng vỗ tay cùng những tiếng nức nở. Không cần nói, lần này lớp trưởng lớp tôi làm rất hoàn hảo. Nam diễn viên chính mặt vốn đã như khúc gỗ rất lạnh lùng, nữ diễn viên chính mặt không biểu cảm được coi là thản nhiên, hai người đóng vai này vô cùng hợp, còn kèm theo âm nhạc du dương, thật đúng là lừa lấy nước mắt người xem.

Tôi len lén vén bức màn sân khấu nhìn ra bên ngoài, nữ chính đang quỳ trên sân khấu cầu xin: "Tại sao anh không buông tha tôi?".

Nam chính cười lạnh lùng: "Tôi ở thiên đường thì em phải theo tôi lên thiên đường, tôi ở địa ngục cũng sẽ kéo em xuống cùng. Tôi biết em không yêu tôi, nhưng tôi có chết cũng phải bắt em chết theo".

Đám sinh viên nữ ngồi dưới thổn thức sụt sùi, coi không chớp mắt, đám con trai còn lại thì mặt đứa nào đứa nấy như khỉ ăn ớt. May là trong khoa này tới tám mươi phần trăm là nữ, hai mươi phần trăm còn lại là sếp nữ, nếu không phải bị sếp lôi đi coi thì chắc chắn kịch vừa diễn bọn con trai đã chạy tới lột da tôi rồi.

(25) Hoàng liên: Một loại thuốc Đông y, có vị đắng, tính hàn (BTV).

Tiêu Tuyết đang lấp ló bên kia thăm thú tình hình cũng gọi: "Tần Khanh, lần này mày nổi tiếng thật rồi, cả hiệu trưởng cũng tới!".

"Hiệu trưởng?". Tôi kinh ngạc, đây không phải chỉ là chương trình do sinh viên tự tổ chức thôi à? Sao lại có người ở trên xuống? Tới thì tới, nhưng sao phải là người đức cao vọng trọng, chỉ cần nhắc tới đã khiến dân tình xôn xao như hiệu trưởng?

Tiêu Tuyết chỉ chỉ: "Đó, ở giữa hàng ghế thứ ba dưới khán đài kìa".

Tôi nhìn theo tay nó, một bà già tóc xoăn, đeo cặp kính nửa gọng, gương mặt hiền hòa mà uy nghiêm như trong bức ảnh trên bảng thông báo của trường. Tôi sụt sịt, chuyện của hiệu trưởng ngày nào ở trường cũng được nghe kể, nhưng đây là lần đầu tiên được nhìn thấy người thật.

Đương nhìn ngó, tôi bỗng nhận ra một dáng người rất quen đang ngồi cạnh hiệu trưởng, cái áo choàng màu trắng ấy sao trông giống áo blouse của một ông bác sĩ quái gở hám sắc nào đó quá vậy?

Sau mấy lần chăm chú nhìn, một luồng gió lạnh từ gáy chậm rãi thổi thốc lên, tôi cứng đờ người, từ từ chuyển tầm nhìn sang người đang ngồi cạnh người mặc áo blouse trắng, áo sơ mi sạch sẽ thẳng thớm, dáng người tuấn tú nho nhã…

Tống Tử Ngôn nhìn lên sân khấu không hề chớp mắt, hoàn toàn khác hẳn với vẻ mặt như khỉ ăn ớt của những đứa con trai trong hội trường, trái lại, trong mắt còn mang theo nét cười, dường như cảm nhận được ánh mắt của tôi, hắn hơi nghiêng người, gật đầu với người ngồi cạnh mà tôi không nhìn thấy được, nét cười bên môi càng lúc càng sâu.

Tôi bắt đầu cảm thấy có luồng gió lạnh thổi qua lưng mình...

Giữa lúc người đông cứng còn nghe tiếng lẩm bẩm của Tiêu Tuyết: "Tống Tử Ngôn tự nhiên lại ngồi cạnh hiệu trưởng, xem ra lời đồn là không sai, lão ấy quả nhiên là cháu nội của hiệu trưởng".

Môi run run, tôi lui dần dần ra phía sau, muốn chuồn đi cho rảnh nợ, nhưng không biết bị ai đẩy sau lưng, trượt chân lảo đảo ngã trên sân khấu, tạo thành tư thế hạ mông xuống đất đầy tiêu chuẩn.

Tôi đứng dậy phủi phủi đất, hóa ra là kịch đã diễn xong, mấy diễn viên chính và đạo diễn vẫn đứng trên sân khấu. Còn người vừa đẩy tôi ra chính là em gái khóa dưới đã từng phỏng vấn tôi, giờ cô bé đang cầm micro, giới thiệu với khán giả: "Xin được trân trọng giới thiệu với quý vị khán giả, đây chính là biên kịch của vở diễn ngày hôm nay, chị Tần Khanh khoa Tiếng Anh!".

Tôi không nghe thấy tiếng vỗ tay râm ran bên dưới, chỉ kinh hoàng nhìn Tống Tử Ngôn vừa chậm rãi vỗ tay, vừa nghiêng người sang nói gì đó với ông nội, đầu óc trống rỗng. Cô bé kia cầm tay tôi dắt ra trung tâm sân khấu, tôi nhìn nụ cười ngọt ngào của cô ta mà khóc không ra nổi nước mắt, em gái ơi, cái ngạc nhiên vui sướng này của em đúng thật là có chút ngạc nhiên kinh hãi đó!

Nhưng hiển nhiên là tôi hãy còn đánh giá thấp sức chiến đấu của cô bé đó lắm, tiếp đó, cô bé lùi về phía sau, khoát tay thành động tác chào mời: "Xin quý vị khán giả hãy cho một tràng pháo tay nồng nhiệt, cùng chào đón người bạn trai đầy tai tiếng của chị Tần Khanh, thư ký khoa tiếng Anh, thầy Lục Nhân Cổ!".

Ối mẹ ôi, để tôi chết đi cho rồi!!!

Nhưng giữa những tràng pháo tay nhiệt liệt, cái tên thầy giáo đào hoa lăng nhăng kia đã lên sân khấu, đặt một tay lên vai tôi, tay kia giơ cao vẫy vẫy chào khán giả. Tôi thừa lúc không ai để ý, khẽ cằn nhằn: "Thầy ra đây làm gì?"

Anh ta thản nhiên: "Thế tôi không phải là bạn trai tai tiếng của cô à?".

Tôi lén đưa tay véo cho một cái: "Thầy không sợ giá trị con người thầy tuột dốc không phanh à?".

Anh ta thì thầm lại: "Giờ không phải giá trị con người cô đang tăng lên à? Cùng là người một nhà, tôi cũng đu theo có sao".

Tôi im lặng, lia ánh mắt xuống phía dưới sân khấu, Tống Tử Ngôn hai tay khoanh trước ngực, chăm chú nhìn hai chúng tôi, điều kỳ lạ là... nét cười trên miệng hắn càng lúc càng khoét sâu.

Nhưng mà, nhưng mà có phải là khoét sâu quá rồi không, có phải là cái khoét sâu nới rộng này hơi hơi kỳ dị phải không?...

Hơn nữa, rõ ràng là hắn đang cười, nhưng sao cả người tôi lại lạnh phát run thế này?...

Tại sao? Tại sao vẫn có một giọng rap đang nổi lên trong đầu:

Oh! Yeah! Yeah! Check on! Check on! Tần Khanh, mày chết chắc rồi, lần này mày chết chắc, mày phải chết chắc, mày chết chắc rồi à há chết chắc rồi...

Chương 7: Sống chung

Quả đất này tròn quá, khóc, trái đất thực sự là nguy hiểm quá rồi!

May là đã hạ màn, khán giả đứng lên ra khỏi hội trường, che khuất tầm nhìn của hắn, tôi thừa dịp hỗn loạn, vội vàng chạy ra sau hậu trường kéo Tiêu Tuyết về phòng ký túc xá. Về tới phòng, tôi không tốn hơi rườm rà, lập tức lôi chiếc va li lớn từ gầm giường ra, thu dọn đồ đạc nhét tất cả vào, giờ mà còn không đi thì còn chờ tới bao giờ nữa!!

"Mày làm gì đó?". Tiêu Tuyết nhăn mày, còn chưa nói hết câu đã bị tiếng di động réo vang ngắt lời. Nó bắt máy, đi ra ngoài hành lang nghe điện thoại: "A lô?".

Không biết bên kia nói gì, bỗng nhiên nó quay đầu lại nhìn tôi, ánh mắt rất kỳ lạ: "Nó có đây". Rồi lại gật đầu: "Ừm, vâng!". Tiêu Tuyết bước tới, đưa di động cho tôi: "Tìm mày đó".

Tìm tôi? Thế sao lại gọi điện cho nó?

Tôi nghi hoặc nhận máy: "A lô?"

Im lặng một hồi lâu, mãi tới khi tôi chuẩn bị ngắt máy, bên kia mới nói một câu rất khẽ: "Chạy nhanh thật đấy".

Chết! Sập bẫy rồi!

Suýt chút nữa là tôi té xuống đất, chẳng trách sao ánh mắt ban nãy của Tiêu Tuyết lại kỳ lạ như vậy, tôi cầm di động chạy ra ngoài hành lang, ép giọng thật thấp: "Tổng... tổng giám đốc...".

"Ừ". Thanh âm lạnh lùng của hắn vang lên: "Em có gì muốn nói với tôi không?".

Anh gọi điện thoại tới còn hỏi tôi có gì muốn nói với anh không ấy hả? Cái lý ở đâu ra thế hả, tôi toát mồ hôi: "Ấy, không có ạ".

Hắn hỏi: "Thật không có?".

Cái kiểu nói như thương lượng này khiến tôi đột nhiên nhớ tới mấy chi tiết trong phim, du côn đi trấn tiền toàn nói mấy câu này, lại thoáng nhớ tới căn nhà của Tóc Vàng, trong lòng tôi ngứa ngáy, thử hỏi lại: "Cái này... có ạ?".

Hắn đáp: "Có".

Tôi hít một hơi, lấy dũng khí hét lên một tràng: "Xét lại chuyện anh đối xử tệ bạc với em còn không bằng chó lợn thì hãy lấy tiền ra giết em diệt khẩu để giữ hình tượng và danh dự của anh đi!".

Rất lâu sau cũng không có tiếng trả lời, dường như chỉ có tiếng thở nặng nề và tạp âm xung quanh.

Có phải tôi đã quá mạnh mồm rồi không? Tôi vội vàng nói thêm câu nữa hòng vớt vát lại: "Thực ra không cần giết em đâu ạ, lưu lại nửa cái mạng là được rồi".

Tạp âm bên kia càng lúc càng lớn, lại có cả tiếng soàn soạt nghe ra có vẻ rất nguy hiểm, Tống Tử Ngôn gằn từng chữ, từng chữ: "Tới trước mặt tôi, bây giờ, ngay lập tức, nhanh, không được chậm một phút!".

247

Nếu bây giờ mà đi thật thì tôi là đứa ngu nhất.

Thế nên, tôi cứ đưa di động lên cao rồi lại kéo xuống thấp, khiến cho tiếng mình nghe như lúc xa lúc gần, không ngừng kêu lên: "A lô a lô a lô... a lô alô...anh vừa nói gì đó?... Ấy dà, sao tín hiệu lại kém thế cơ chứ?... A lô a lô, a lô a lô a lô!!!... Thần Châu Hành[26], em thấy không được rồi!!!".

Cứ tự biên tự diễn như thế được một lúc, tôi đưa di động áp vào tai, xin lỗi: "Tổng giám đốc, tín hiệu chỗ em kém quá, em không nghe rõ anh nói gì cả, thế nên... em cúp máy trước, hôm nào chúng ta nói chuyện nhé, ha ha, ha ha...".

"Bên dưới". Đáp lại là giọng nói lành lạnh của Tống Tử Ngôn.

"Dạ?".

"Cúi đầu nhìn xuống bên dưới".

Tôi nghe lời, liếc mắt nhìn xuống dưới, cả người choáng váng.

Tống Tử Ngôn cầm di động đang đứng dưới ký túc xá, sắc mặt đông cứng lại...

Tôi ủ rũ xuống lầu, đứng trước mặt hắn như cô vợ nhỏ bị bắt nạt.

Hắn hừ một tiếng:" Tín hiệu không tốt à?".

Tôi cúi đầu.

---

(26) Thần Châu Hành là một mạng điện thoại của Trung Quốc. Thần Châu Hành có câu slogan là: "Thần Châu Hành, tôi thấy được". Ở đây Tần Khanh giả vờ điện thoại bị mất sóng, nên mới nói chệch slogan của mạng điện thoại này (BTV).

Hắn lạnh lùng: "Xem ra không chỉ có tài biên kịch mà còn có tài diễn kịch".

Tôi vẫn cúi đầu.

Rõ ràng là đã tỏ thái độ nhận lỗi tốt thế này rồi, thế mà giọng hắn càng lúc càng lạnh lùng, lời lẽ có thể đóng băng chết người: "Bản lĩnh cũng lớn nhỉ, hóa ra là tôi đã quá coi thường em rồi, ở trường có thầy giáo, ở công ty có đồng nghiệp, em cũng có năng lực gớm!".

Nghe hắn nói mà tôi thấy khó chịu kinh khủng, thứ nhất, đây chắc chắn là vu oan cho tôi, thứ hai, Tống Tử Ngôn có quan hệ không chính đáng với tôi, bị người có quan hệ không chính đáng với mình vu oan cho người có quan hệ chính đáng với mình thành quan hệ không chính đáng, tôi cảm thấy mình đang bị sỉ nhục. Tôi nổi điên lên, giơ nắm tay lên nói với hắn: "Anh có thể mắng em là có tư tưởng dâm loạn, nhưng không được nghĩ em có tác phong bất chính! Anh dùng đầu ngón chân mà nghĩ coi, nếu lập trường của em mà không kiên định một chút thì có thể tới lượt anh được lợi sao?".

Gió thổi qua, đầu lưỡi tôi cứng cả lại.

Còn Tống Tử Ngôn, đầu tiên là ngẩn người ra, sau đó thì gương mặt giống Diêm Vương ban nãy tan đi, trong mắt còn dâng lên ý cười.

Cười giống như một con mèo trộm được thịt…

Được. Cả một đống ấm nước trên bếp đun, tôi lại chọn phải cái nóng nhất.

Đã nói đến thế rồi, tôi nghĩ mặt mình hẳn phải vênh lên mới đúng, nhưng da mặt lại không thèm thông qua xét duyệt của đại não, cứ để cho tình cảm mãnh liệt thiêu đốt, đỏ rần rần lên như lợn bị dội nước sôi cạo lông.

Thế nên, một con mèo cười, một con lợn luộc, hai chúng tôi đứng dưới ký túc xá nữ tạo thành một cảnh tượng kỳ dị.

Đứng như thế một hồi, cái điệu cười kiểu mèo trộm thịt tan đi, hắn hắng giọng hai cái rồi hỏi tôi: "Sao hai ngày nay không đi làm?".

Đương nhiên là vì trốn anh rồi, lời này tôi không dám nói, nhưng nghĩ tới Tôn Vân Vân, lại cảm thấy bản thân mình thực không dám cãi lại, đành rầu rĩ nói: "Em muốn nghỉ việc".

Tống Tử Ngôn không nói gì, bầu không khí xung quanh bỗng nhiên lạnh đi.

Một lát sau, hắn mới trả lời: "Được".

Tim như bị ai bóp nghẹt, tôi cúi đầu, giọng nghèn nghẹn: "Cảm ơn tổng giám đốc".

Hắn cười cười: "Sao lại phải cảm ơn tôi, chỉ cần em nộp tiền vi phạm hợp đồng, lúc nào nghỉ việc cũng được".

Tiền vi phạm hợp đồng? Nhắc tới tiền lại khác, tôi bùng phát: "Tiền vi phạm hợp đồng gì?".

Hắn chậm rãi giải thích: "Là tiền nộp phạt khi em nghỉ việc vô lý do trước thời hạn hợp đồng, tôi nghĩ, nhân viên như em thì cũng không nhiều quá đâu, khoảng chừng mười vạn tệ gì đó thôi".

Những mười vạn? Cả người tôi cứng lại: "Nhưng em chỉ là nhân viên thử việc thôi mà, đã là nhân viên chính thức đâu".

Vào công ty làm nhân viên thử việc cũng đã phải nộp ký quỹ năm trăm tệ, năm trăm tệ này đã đủ để khiến tôi đứt từng khúc ruột rồi, huống hồ là cái "mười vạn tệ không nhiều lắm" kia!!!

Hắn kinh ngạc nhìn tôi: "Nhóm nhân viên thử việc đã được chuyển thành nhân viên chính thức rồi, em chưa biết sao?", rồi lại làm ra vẻ sực nhớ ra: "Tôi quên mất mấy ngày nay em không đi làm".

Tôi buồn bực: "Khi nào đấy ạ?".

Hắn nghĩ nghĩ một lát rồi đáp: "Sáng nay vừa làm hợp đồng xong".

Sao lại có chuyện như thế? Tôi nhìn hắn, hoài nghi hỏi: "Anh sẽ không gạt em đấy chứ?".

Hắn lắc đầu khẽ than: "Em suy nghĩ nhiều quá đó".

Tôi tiếp tục dùng ánh mắt sắc bén của Conan nhìn hắn: "Có chuyện vừa khéo như thế sao?".

"Đừng nên nghĩ nhiều làm gì". Hắn nhẹ nhàng vuốt tóc tôi: "Em có nghĩ nhiều hơn nữa cũng vô dụng thôi".

Hắn cười rạng rỡ, giọng nói cũng êm ái thuận tai, nhìn sao cũng thấy vô cùng tuấn tú nhã nhặn, khiến tim con gái nhà người ta phải đập thùm thụp. Nhưng câu hắn nói thì - hắn thừa nhận là gạt tôi, nhưng chỉ cần hắn quay trở lại công ty hoặc gọi một cú điện thoại thì hợp đồng tuyển dụng chính thức của chúng tôi có hiệu lực ngay tức khắc. Cho nên dù tôi có nghĩ, hay biết rằng hắn thực sự đang gạt tôi thì cũng đành bất lực, bỏ việc thì phải bồi thường. Nói cách khác, rõ ràng thấy hắn đào hố hại người nhưng vẫn phải nén lòng mà nhảy vào.

Nhìn hắn cười cười vẻ rất hiền lành, trong đầu tôi bỗng nhiên nẩy lên ý định muốn xông lên đạp hắn cho bẹp dí thì thôi. Hít một hơi thật sâu, lại nghĩ không thể không làm việc được, rồi nghĩ tới tờ tiền mười vạn màu đỏ, tôi nhịn!

Dùng hai ngón tay kéo khóe miệng lên thành một nụ cười, tôi nói: "Tổng giám đốc, mai em về công ty".

Tống Tử Ngôn gật đầu: "Được, nhưng số ngày bỏ việc không lý do sẽ trừ vào tiền thưởng".

Ý muốn được đạp hắn trong lòng càng lúc càng mãnh liệt…

Hắn lại còn ân cần chỉ bảo: "Tuy em là học trò cưng của tôi, nhưng cũng không thể ỷ vào mối quan hệ giữa chúng ta được, sẽ làm tổn hại tới quy định của công ty, hiểu chưa?".

Ông trời ơi, tôi không đạp được hắn thì ông đạp chết tôi đi, đạp chết tươi ngay đi!!!

Mãi tới khi Tống Tử Ngôn đắc ý thỏa mãn ra về thì tôi mới kéo lê cái thân tàn quay lại phòng, đổ sập xuống giường tu dưỡng lại thể xác và tinh thần.

Tiêu Tuyết mang bộ mặt hóng hớt chạy qua: "Tống Tử Ngôn tìm mày làm gì đó?".

Tôi giương mắt lên: "Nếu nói lão ấy vì muốn dặn dò công việc ngày mai mà tới tìm tao thì mày có tin không?".

Tiêu Tuyết nhăn mũi một cái.

Tôi không muốn gạt nó, hơn nữa cứ giữ những chuyện mệt mỏi phiền muộn này ở trong lòng thì sớm sẽ bị nghẹn chết mất, tôi thêm mắm dặm muối, đem hết sự tình kể cho nó nghe, đương nhiên là phải giấu biến đi cái đoạn tôi say tới mức lột đồ hắn ta. Nói tới lúc miệng lưỡi khô queo, tôi giương đôi mắt nhìn nó đầy mong chờ, chờ nó cùng chung mối thù với tôi, dùng thứ ngôn ngữ dân tộc bác đại tinh thâm ân cần thăm hỏi hết lượt tổ tiên nhà Tống Tử Ngôn.

Đương nhiên là câu chuyện có hiệu quả rất rõ ràng, Tiêu Tuyết sửng sốt một lát rồi chồm qua bóp cổ tôi tới lè lưỡi ra.

"Mày... mày làm gì đó...".

Mắt nó lóe lên ánh sáng hung dữ, mồm lẩm bẩm: "Bóp chết mày, bóp chết mày, bóp chết mày, bóp chết mày, bóp chết mày bóp chết mày, bóp chết mày, bóp chết mày!".

Tôi cố sức gạt tay nó ra, ngồi trên giường thở hổn hển: "Mày có nhầm người không hả? Tao mới là người bị hại cơ mà".

Nó trừng mắt lườm tôi một cái: "Giờ mày ra giữa sân trường hét to câu tôi bị Tống Tử Ngôn đè xem nào, đảm bảo tám mươi phần trăm nữ sinh viên trường này đều muốn bóp chết tươi mày đi".

Tôi vỗ ngực thở phào: "May là vẫn còn hai mươi phần trăm người hiểu chuyện."

Nó hừ lạnh một tiếng: "Hai mươi phần trăm còn lại là muốn tận mắt nhìn thấy mày bị bóp chết".

Đợi đến khi hai đứa bình tĩnh trở lại, tôi mới sụt sùi oán hận hỏi nó: "Sao tao gặp nạn cũng giống Tôn Vân Vân, à, tao còn thảm hơn nó, mà mày lại đối xử khác thế hả?".

"Có thể giống nhau à?". Nó nhìn tôi như nhìn con ngu, trả lời tỉnh queo: "Sếp của Tôn Vân Vân là một lão già!"

Hóa ra đối xử khác nhau không phải vì người bị hại, mà là vì người đi hại.

Tư tưởng như thế là không thể chấp nhận được! Tôi phản bác: "Mày đừng có trông mặt mà bắt hình dong, phải nhìn thẳng vào loại tính cách khốn nạn khiến người ta phải giận sôi gan của bọn họ ấy!!!".

Nó phẩy phẩy cái quạt như đang xua tay với tôi: "Thôi đi, hồi đó coi Naruto, thấy Sasori[27] ẩn trong con rối thì mày mắng chửi thế nào hả? Kết quả lúc người ta vừa lộ mặt thực ra thì thay đổi thái độ liền... mày nói thật đi, mày thật sự không có ý gì với Tống Tử Ngôn à? Không có ý gì sao lại ủ rũ quay về chịu ngậm đắng nuốt cay thế hả? Nếu hôm đó đổi thành lão già kia cưỡng bức mày, mày mà không đi thiến lão ta thì tao chuyển sang họ mày luôn!".

Tôi như con mèo bị người giẫm phải đuôi, cáu nhặng lên: "Tao có ủ rũ đâu, mày không nhìn thấy ánh mắt bi phẫn của tao à?".

Nó nhìn tôi khinh bỉ: "Cái ánh mắt đó của mày giống hệt diễn viên nữ đóng cảnh bị cưỡng bức trong AV[28], bên ngoài thì rất đau khổ, nhưng trong lòng thì sướng điên".

Đối mặt với ví dụ khủng khiếp của nó, tôi cứng họng, nằm sấp trên giường đấu lý kiểu AQ: "Người hiểu ta nói lòng ta ưu sầu, không hiểu ta nói ta còn muốn gì nữa, không thèm giải thích với mày!".

Tiêu Tuyết vẫn chưa chịu buông tha, mặt mày đầy vẻ ghen ty: "Thế mày tính làm gì tiếp đây?".

---

(27) Trong phim hoạt hình Naruto, Sasori là nhân vật ẩn trong con rối và điều khiển các con rối khác để chống lại kẻ thù. Hình dáng con rối mà Sosori ẩn thân rất xấu xí, nhưng diện mạo thật lại rất đẹp trai (BTV).

(28) AV: Phim khiêu dâm của Nhật (BTV).

Tôi vớ lấy cái gối chặn lên đầu: "Đi làm, tránh xa hắn ra".

Nó cốc đầu tôi qua cái gối: "Đồ không có tiền đồ, lão ấy có thể làm bậy với mày, thế mày không thể trả đũa lại được à?".

Tôi vứt cái gối qua một bên, liếc mắt nhìn nó: "Ý gì đấy?".

Tiêu Tuyết cười nham hiểm: "Tương kế tựu kế, bắt hắn cho lên chức".

Tôi há hốc mồm: "Mày nằm mơ đi".

Tiêu Tuyết nheo mắt: "Mày cứ thử nghĩ cho kỹ đi, có thể bẫy cái loại hàng như mày, chắc chắn lão ấy có ý với mày".

Nhìn cái mặt đang giải thích hết sức ân cần nghiêm túc của nó, suy nghĩ trong đầu tôi bay vòng vòng, rồi tức giận: "Cái gì mà loại hàng như mày hả? Tao là cái loại hàng gì hả?! Nhổ nhổ nhổ vào! Tao không phải là hàng gì cả?.... Ớ? Mà cũng không phải?".

Tôi chui đầu vào cái vòng ngôn ngữ luẩn quẩn, nói sao cũng không đúng, giữa lúc đang vật vã đau khổ suy nghĩ tưởng tượng, Tiêu Tuyết đã đánh bốp một cái rõ đau vào đầu tôi, dập tắt khí thế bừng bừng lúc này.

Một lát sau, tôi mới có phản ứng với điều nó vừa nói: Tống Tử Ngôn có ý với tôi.

Tống Tử Ngôn có ý với tôi?

Tống Tử Ngôn có ý với tôi!!!

Sấm chớp đùng đùng, trong lòng dậy sóng kinh hoàng trăm phần, tôi vội vội vàng vàng uống thuốc trợ tim mới bình tĩnh lại được.

Nhưng nghĩ lại trước đây đã đọc qua nhiều tiểu thuyết, trong ấy thường viết là nam chính đào hoa từ lúc vô tình quan hệ với nữ chính thì bắt đầu lãnh cảm trước những đứa con gái khác, mà dù cho nữ chính của chúng ta chỉ uống miếng nước thôi, cũng đã đủ khiến bụng dưới của nam chính nóng lên, miệng khô lưỡi khô, ánh mắt thâm trầm vân vân và mây mây... Lẽ nào tôi cũng phải bước chân lên con đường không thể quay trở lại như thế?

Nghĩ tới cái cảnh ấy, tôi không khỏi rùng mình một cái, lạnh quá đi mất...

Hôm sau đi làm, tôi càng thấy sợ. Chỉ cần thấy đồng nghiệp ngồi tụm lại với nhau nói chuyện đã cảm thấy nghi ngờ, liệu có phải việc của mình lộ rồi không? Chỉ cần nghe được từ "bẫy" thôi đã đủ dựng tóc gáy rồi.

Có tật giật mình không tính tới, nhưng sao rõ ràng mình là người bị hại mà lại hết hồn như thế chứ?

Bỗng nhiên trong lòng thấy thật cảm thương, chuyện xấu xa không phải ai cũng làm được, cũng chẳng có nghiên cứu nào về chuẩn mực điều tiết tâm lý, tôi vẫn còn là một công dân thực thà lắm.

Nhưng cũng may là chẳng ai phát hiện ra, chỉ hỏi thăm tôi mấy câu là sao lúc đi du lịch chả thấy bóng dáng đâu, sao mấy ngày nay không đến công ty làm việc, tôi cứ bịa chuyện trả lời cho qua. Cứ thế tới tận trưa vào căng-tin ăn cơm, nhưng lạ cái là kiếm sao cũng không thấy bóng Tóc Vàng, đành tự mình bưng khay cơm về chỗ ngồi trong căng-tin đông người, thỉnh thoảng lại chạm phải vai người khác, không khỏi có hơi thất thần, vạn phần nhớ nhung những ngày có người lấy cơm hộ mình.

Ăn cơm, nghỉ một lát, rồi vào giờ làm việc buổi chiều.

Vừa vào giờ làm được nửa tiếng, giám đốc Tôn đã khua đôi giày cao gót đi tới, đưa một túi giấy tờ cho tôi: "Đang làm gì thì ngừng lại đi, làm cái này cho xong rồi đưa tới phòng họp".

Phòng họp? Là căn cứ địa chia tiền của đám sếp? Thật là đã quá coi trọng tôi rồi. Chuyện lớn vốn dĩ không tới tay tôi làm, tôi hồi hộp nhận lấy, hóa ra chỉ là điền mấy số liệu vào bảng biểu, tôi cẩn thận chăm chú điền vào, rồi lại tỉ mỉ kiểm tra thêm mấy lần nữa, thấy không có lỗi gì mới vội vàng chạy đi đưa.

Nghiêm túc, mỉm cười, đẩy cửa, đi vào.

Ngu rồi.

Một đám sếp đang ngồi trong phòng, Tống Tử Ngôn đang đứng nói gì đó, tay đương chỉ lên màn hình máy chiếu.

Tôi cẩn thận đưa xấp tài liệu ra: "Em tới đưa tài liệu".

Hắn nhướn mày lên: "Đứng đó trước đi, chờ chúng tôi nói xong đã".

Các sếp trên nhìn tôi bằng ánh mắt rất kỳ lạ, Tóc Vàng đã lâu không gặp đang ngồi trong góc tối, chỉ liếc mắt qua nhìn tôi một cái rồi nhìn sang chỗ khác.

"Tách!". Tống Tử Ngôn tắt máy chiếu: "Mai tôi sẽ đi Mỹ trước để coi xem thành ý hợp tác của bọn họ ra sao, phải đi ba ngày". (Hình như liếc nhìn tôi…).

"Mười hai giờ trưa thứ năm về". (Hình như lại liếc nhìn tôi nữa…).

"Trong khoảng thời gian tôi không ở công ty, mong rằng các vị có thể tự biết kiểm soát bản thân, đặc biệt là ở phương diện tác phong". (Lần này là lườm tôi một cái…)

Nghe hắn nói như đang dặn dò vợ trước lúc đi xa, hơn nữa lại động tới chuyện tác phong này nọ, bỗng dưng khiến tôi nghĩ ngay tới câu nói hôm qua của Tiêu Tuyết: Tống Tử Ngôn có ý với mày đó.

Ôi ôi ôi, cái này không phải là thật chứ!!

Hóa ra tôi thực sự trở thành nữ chính khiến hắn không thể cứng nổi trước những cô gái khác!!!

Đầu óc choáng váng, tim đập loạn xạ.

Giữa lúc đang bối rối, tôi nghe thấy câu nói lạnh lùng của Tống Tử Ngôn: "Triển Dương, cậu đi cùng với tôi".

Nói đến câu này, hắn đảo mắt nhìn tôi.

Một cánh tay giơ lên từ trong góc phòng, giọng nói vô cùng quen thuộc vang lên: "Vâng, tổng giám đốc".

Nhìn theo tiếng nói, tôi càng choáng nữa, thế nào lại quên béng mất tên của Tóc Vàng là Triển Dương chứ.

Tim đã hết đập nhanh, mặt cũng hết đổi sắc, rốt cuộc tôi đã hiểu thân phận của mình rồi.

Tôi đây chẳng phải là nữ chính trong tiểu thuyết tình cảm gì hết, mà là nữ phụ trong truyện đam mỹ[29]!!!

Hôm sau, tổng giám đốc và Tóc Vàng cùng nhau lên đường ra nước ngoài. Nhân viên công ty đã sớm quen với chuyện tổng

(29) Truyện đam mỹ: Truyện về tình cảm giữa đàn ông và đàn ông (BTV).

258

giám đốc phải ra nước ngoài công tác, tất cả lại trở về với quỹ đạo thường nhật. Chỉ có tôi bắt đầu đờ người ra nhìn máy vi tính, tưởng tượng tới một chuyện tình New York thê lương đầy bi ai...

Hôm nay đang ngồi đờ người ra thì bị giám đốc Điền kêu tới phòng làm việc, cười tủm tỉm dặn dò: "Mười hai giờ trưa nay tới sân bay đón tổng giám đốc".

Tôi từ chối: "Cháu không biết lái xe ạ".

Ông ta thấy chiêu tiếp chiêu: "Bắt xe đi".

Tôi vỏ quýt dày: "Không biết chỗ ạ".

Ông ta móng tay nhọn: "Đi taxi".

Chối sao cũng không được, tôi lúng túng một hồi rồi hỏi chuyện khiến cho tâm can vẫn đau đớn bấy lâu: "Thế tiền xe ai trả ạ?".

Ông ta xua tay: "Công ty".

Tôi đi được mấy bước rồi lại thấy lo lo, vội quay lại hỏi: "Nhưng đi taxi có hóa đơn không ạ?".

Cuối cùng giám đốc Điền không thể nhịn được nữa, rút ví ra dúi cho tôi một tờ tiền màu hồng hồng: "Không cần trả lại".

Tôi cầm tờ tiền màu hồng ra khỏi công ty, đi mấy bước thì vẫy được một cái taxi: "Chú ơi, đi sân bay hết bao nhiêu tiền?"

Tài xế hạ cửa kính xuống: "Tám mươi".

Ha ha, được lời tận hai mươi tệ, trong lòng vui vẻ hẳn lên, biển thủ, biển thủ, sau khi đần mặt ra nhìn nắng rồi cười ngu một hồi, tôi quyết định - đi xe bus tới sân bay, tiền thừa sẽ càng nhiều hơn!

Tuy không biết phải ngồi tuyến nào để tới sân bay, nhưng "đường ở miệng", tôi chắc chắn có thể mò được tới chỗ đó!!! Mang theo lòng tự tin dâng trào, tôi bắt đầu tìm đường tới sân bay.

Hỏi đường mấy lần, đổi xe hai lần, tôi sung sướng hài lòng cầm nguyên tờ một trăm tệ ngồi xe bus tới sân bay. Liếc nhìn đồng hồ, mới mười một giờ mười lăm, còn ba bến nữa mới tới sân bay, tất cả đều hoàn hảo.

Thực sự là hoàn hảo, chợp mắt một lát, không lâu không mau, chỉ có mười phút. Lúc tỉnh lại, tôi vội vàng dỏng tai lên nghe chừng nào tài xế kêu là tới sân bay. Nhưng xe cứ chạy mãi, chạy mãi, càng chạy càng thấy hoang vắng, càng ngày càng hoang vắng, thế mà mãi vẫn không nghe tài xế thông báo gì. Cuối cùng, xe dừng lại ở một bến vắng tới mức cả một bãi phân chim cũng không có, tài xế lớn giọng nói: "Tới bến cuối rồi".

Mười phút nó tuyệt cỡ nào mà lại đưa tôi tới cái bến xa tít tắp này chứ!

Tôi lại nhìn đồng hồ, tốt lắm, đã hai giờ rồi.

Không cần nhắm mắt cũng tưởng tượng được sắc mặt xanh xám của Tống Tử Ngôn, suy đi tính lại, tôi quyết định tự mình thông báo trước để được hưởng lượng khoan hồng. Bên kia bắt máy rất nhanh, tôi còn chưa kịp khóc lóc đã nghe giọng nói lạnh lùng của Tống Tử Ngôn truyền tới bên tai: "Tôi đang đợi em".

Tôi xấu bụng tố cáo trước: "Em đã bảo là không biết chỗ nào rồi, giám đốc Điền còn cứ bắt em đi, làm bây giờ em còn không biết mình đang ở đâu nữa".

Ngừng lại một chút, hắn hỏi: "Không biết đang ở chỗ nào?".

Tôi ngẩng đầu nhìn lên cái bảng bến dừng, trên cái nền sơn loang lổ là hai chữ, huyện X. Hự, dù gì tôi cũng bám cái đất này bốn năm, sao chưa từng nghe tới chỗ này vậy. Tôi sụt sùi: "Tổng giám đốc, giờ em đang ở bến cuối xe bus rồi, đợi em tới thì trời tối mất, nếu anh không muốn đợi lâu thì về trước đi ạ".

Chết! Sập bẫy rồi!

Hắn lặng im một lúc lâu rồi nói: "Em qua đây đi, bao lâu tôi cũng chờ được".

Rồi không đợi tôi nói, hắn ngắt máy.

Nghe tiếng tút tút truyền tới bên tai, tôi lắc đầu sụt sịt: Đây là điển hình cho việc thông minh có thừa mà năng lực quá thiếu, rời người ra một cái thì tới nhà mình cũng không mò về được!!!

Lại ngồi xe bus quay trở lại sân bay, lúc tôi vào bên trong thì đã hơn sáu giờ tối. Sân bay không thể nào đem đi so sánh với ga tàu ầm ĩ được, rộng mà sáng sủa, người cũng đông. Nhưng người đông như vậy mà vừa liếc mắt tôi đã nhận ra ngay Tống Tử Ngôn. Hắn mặc áo sơ mi nhạt màu, ngồi yên lặng trên ghế, hơi nghiêng đầu giở tạp chí, dường như tách mình ra khỏi mọi thứ xung quanh, nhẹ nhàng yên tĩnh.

Tim tôi bỗng nhiên đập dồn dập, ngay cả bước chân cũng chậm lại, còn chưa đi tới bên cạnh, hắn đã ngẩng đầu lên.

Ánh mắt hiện lên ý cười và khóe môi nhếch lên khiến khuôn mặt hắn bừng sáng, hỏi: "Tới rồi à?".

Tôi ngơ ngẩn gật đầu: "Vâng, tới rồi ạ".

Hắn xoa xoa huyệt Thái Dương, dường như thở dài một hơi: "Em ấy, bắt tôi đợi lâu như thế".

Tổng giám đốc đang oán giận tôi đấy à? Một tiếng chuông vang lên, bùa phép bị giải trừ, thân phận một nhân viên nhỏ không quyền không thể trở về ngay lập tức, tôi kiên quyết: "Không có ạ, lần sau tuyệt đối sẽ không để tổng giám đốc đợi em nữa!".

Khóe miệng hắn càng nở rộng hơn: "Thật không?".

261

Tôi gật đầu cái rụp đảm bảo.

Hắn khẽ lắc đầu rồi cũng chẳng nói gì thêm, chỉ đứng dậy nói: "Chúng ta đi thôi".

Tôi vội vàng đi tới, cầm lấy va li của hắn, rồi nhắm mắt nhắm mũi đi theo sau.

Đứng bên ngoài sân bay chờ taxi, tôi vẫn muốn hỏi sao không gặp Tóc Vàng, nhưng ngẫm lại, quan hệ của bọn họ bây giờ càng giấu kín càng tốt, thế nên đành bỏ qua ý định muốn hỏi. Tới trước cửa chung cư, tôi định chào ra về, nhưng nhìn hắn chẳng có phản ứng gì lại đành rón rén đi theo. Nhưng đến khi hắn đã mở cửa thì chân tôi như gắn chặt xuống đất, miễn cưỡng nặn ra một nụ cười, tôi nói: "Tổng giám đốc, em đã đưa anh về tới cửa rồi, em về trước nhé?".

Hắn không thèm quay đầu lại, nhẹ nhàng bước vào trong: "Tôi đi tắm, em mang hành lý vào sắp xếp đi".

Sao lại tự nhiên sai bảo người ta thế hả.

Mà đáng thẹn là tôi lại một lần nữa bị hắn tự nhiên đem ra sai bảo.

Tôi vội vàng lấy quần áo từ trong va li ra, vội vàng gấp lại, rồi bỏ vào trong ngăn tủ. Tôi làm rất nhanh, muốn thu dọn xong lúc hắn vẫn còn đang tắm, cứ ở chỗ này lâu khiến tôi cảm thấy hơi sờ sợ…

Tới khi đã sắp xếp hành lý gọn gàng, tôi vội vàng đứng dậy, tính ra đứng ngoài nhà tắm chào một tiếng rồi đi về. Nhưng ngẩng đầu lên đã thấy Tống Tử Ngôn đứng dựa người vào cửa phòng ngủ, nhìn tôi một cách mờ ám.

262

Nhìn mái tóc ướt rượt của hắn cứ nhỏ từng giọt, từng giọt nước xuống khăn tắm, bỗng nhiên miệng lưỡi tôi khô khốc, ngay cả nói cũng thành lắp bắp: "Tổng... tổng giám đốc, đồ đạc đã thu dọn xong hết rồi, thế em về trước đây".

Tống Tử Ngôn vẫn đứng nguyên đó, trong phòng ngủ bật một chiếc đèn tường nhỏ, khiến tôi chỉ nhìn thấy đường viền trên khuôn mặt hắn. Hắn cứ đứng như thế nhìn tôi một lát rồi mới đáp lại: "Ừ".

Được hắn ân chuẩn, tôi vội vàng lách qua người hắn, tới trước cửa phòng khách, đang muốn mở cửa thì cái người phía sau đã đi tới.

Tay bị kéo lại, người bị kéo qua, trước mắt tối sầm, trên môi âm ấm, đầu óc trống rỗng...

Rồi, trái đất lại bị thế lực dâm đãng chinh phục một lần nữa...

Có người nói, con người sẽ không hai lần tắm ở cùng dòng sông.

Lại nghe, con người sẽ không ngã hai lần ở cùng một chỗ.

Nghe nữa, con người là một loài động vật biết rút kinh nghiệm

Nhưng, tôi lại hai lần bị cùng một người đè xuống giường.

Nắm chặt ga trải giường nhìn lên trần nhà, tôi trầm ngâm.

Lần này tuyệt đối là hành vi cưỡng bức, tuy rằng cuối cùng... cơ thể đã phản bội lại lý trí, nhưng xét trên phương diện tinh thần, tôi vẫn một mực phản kháng!!!

Tôi cảm thấy mình nên làm chuyện gì đó để chứng tỏ rằng mình không phải là người có thể tùy tiện muốn bắt nạt là bắt nạt được.

Thế nên, tôi rất nghiêm túc quay sang bên cạnh mở miệng nói.

Lời thì chưa ra khỏi miệng, cái bụng đã kêu òn ọt trước.

Khí thế xẹp xuống ngay tấp lự.

Hu hu, sáng giờ ngồi xe bus còn chưa được ăn gì, buổi tối còn phải tiêu hao bao nhiêu thể lực thế này.

Mất mặt quá! Rõ ràng vẻ mặt tôi nhìn Tống Tử Ngôn nặng nề khổ sở như nói chuyện với quân thù, nhưng bụng lại kêu lên rồn rột.

Hắn cúi đầu nhìn tôi: "Đói à?".

Tôi ngơ ngơ gật đầu.

Hắn trở người dậy: "Tôi cũng đói, em đi làm gì ăn đi".

Tôi đã bị "ăn" rồi còn phải lê thân đi làm đồ ăn nữa, trước đã phải làm thỏa mãn thú tính, sau còn bị bắt phải thỏa mãn cái bụng. Cầm cái muôi đứng trong nhà bếp, mặt tôi xị xuống.

Vẫn là ba món mặn, một món canh như cũ, tôi ngồi vào bàn, im lặng vào bữa cơm.

Kỳ quặc quá, cái cảnh này chả có chỗ nào giống cảnh một đôi gian phu dâm phụ vừa trải qua một trận mây mưa gì cả. Tôi cảm giác được không khí ngày càng ngột ngạt, ngột ngạt tới mức hít thở không thông, tuy bụng đói, nhưng lại chẳng muốn ăn gì hết.

Bỗng nhiên Tống Tử Ngôn gắp qua cho tôi một món, thế này, tôi lại càng không muốn ăn nữa.

Đang ăn thì chuông cửa đột nhiên vang lên.

Tôi chạy ra mở cửa, vừa mở ra đã nhìn thấy gương mặt quen thuộc của Tiêu Tuyết, phía sau nó còn có cái gì đó nhìn rất quen.

Là cái va li lần trước tôi đã sắp xếp để chuẩn bị chạy trốn, vẫn chưa lấy đồ ra.

Tôi hỏi: "Mày tới đây làm gì?".

Nó còn chưa trả lời thì tiếng Tống Tử Ngôn từ trong nhà đã vọng ra: "Tới rồi à?".

Tiêu Tuyết lập tức nở nụ cười tươi roi rói: "Thầy Tống, em đã mang hết đồ đạc qua đây rồi ạ".

Rồi kéo chiếc va li to tướng lách qua trước mặt tôi đi vào.

Tôi líu lưỡi nhìn cái hành lang trống không, chuyện gì đang xảy ra đây trời?

Lúc vào phòng khách đã thấy hai người bọn họ đang nói chuyện.

Tiêu Tuyết cười híp mắt: "Thầy Tống, Tần Khanh nó nhiều tật xấu lắm, sau này thầy phải thông cảm một chút nhé".

Tống Tử Ngôn đáp: "Đương nhiên rồi".

Tiêu Tuyết vẫn cười híp cả mắt: "Nếu không chịu được thói quen thức đêm của nó thì cứ tịch thu laptop của nó là được".

Tống Tử Ngôn gật đầu: "Cách hay đấy".

Tiêu Tuyết cười cười: "Lúc nó ngủ mà bị đánh thức thì sẽ mắng người, nhưng chỉ cần hét to hơn nó thì nó sẽ im ngay".

Tống Tử Ngôn mỉm cười: "Cảm ơn đã nhắc".

Nhìn buổi nói chuyện giao lưu thân thiết của hai người họ, tôi thò gương mặt nghi hoặc mờ mịt chả hiểu gì của mình vào, rụt rè hỏi: "Chuyện hai người đang nói hình như có liên quan tới tôi phải không?".

Tiêu Tuyết xua tay: "Cũng không có gì, tao chỉ sợ mày dọn qua đây làm thầy Tống không chịu đựng nổi mới phải dặn dò mấy câu thôi".

Tôi phải dọn qua đây?

Sao tôi là đương sự mà không biết?

Tôi chỉ tay vào mũi mình: "Hai người chắc chắn người phải dọn qua đây bây giờ là tôi ấy hả?".

Hai người cùng liếc mắt qua nhìn tôi như nhìn con ngơ, rồi không hẹn mà cùng vứt tôi qua một bên, tiếp tục công cuộc giao lưu hữu hảo đôi bên.

Tôi như bị sét đánh trúng, cả người đông thành đá, hỗn loạn trong gió, đông cứng lâu thật lâu.

Tới khi Tiêu Tuyết đứng dậy ra về, tôi mới rơm rớm nước mắt chạy qua níu tay nó lại không cho về.

Tiêu Tuyết cau mày: "Bình tĩnh cái coi, nhìn mày thế khó coi quá".

Tống Tử Ngôn vẫn không để ý, nhẹ nhàng nói: "Nếu đã lưu luyến như thế…".

Lẽ nào đổi ý rồi? Tôi quay lại nhìn hắn với ánh mắt nặng tình.

Hắn nghiêng nghiêng đầu: "Thì đi tiễn cô ấy đi".

Tôi đưa Tiêu Tuyết ra khỏi khu chung cư, nước mắt tuôn dầm dề: "Mày làm thế này không phải là đưa dê vào miệng sói à? Không phải vì tao mấy lần dùng trộm nước của mày, mấy lần làm ồn lúc sáng sớm, còn lén kể chuyện xấu hổ của mày cho người khác nghe nữa chứ? Sao mày lại trả thù tao như thế, muốn tao cả đời này không còn thân xác, trọn kiếp không được siêu thoát sao?".

Cuối cùng nó cũng thấy hơi áy náy, đáp lại: "Chiều nay lúc Tống Tử Ngôn gọi điện qua, tao đã từ chối thẳng thừng rồi, nhưng lão ấy chỉ nói một câu thôi cũng đủ làm tinh thần của tao xẹp xuống".

"Nói cái gì?". Tiêu Tuyết không làm ở công ty hắn, cũng không học môn của hắn, thế thì có gì mà uy hiếp nó?

Tiêu Tuyết ngửa mặt lên trời thở dài: "Lão ấy nói, lão ấy có khả năng lớn sẽ là giám khảo trong buổi vấn đáp tốt nghiệp của tao".

Nhớ tới vị hiệu trưởng có mái tóc hoa râm rất hiền hòa kia, lại nhớ tới thân phận của Tống Tử Ngôn, tôi lặng lẽ khóc. Giờ cái xã hội Trung Quốc này đúng là quá mất hài hòa rồi.

Tiễn nó về, tôi quay lại nhà Tống Tử Ngôn, trong đầu vang lên âm điệu bi tráng của câu "Phong tiêu tiêu hề, Dịch Thủy hàn[30]", ngay cả tiếng bác bảo vệ gọi lại cũng không nghe thấy, lúc vào phòng khách, Tống Tử Ngôn và cái va li đã biến mất.

Vào phòng ngủ thì thấy hắn đã mở va li ra, đang sắp từng bộ áo quần của tôi vào trong tủ quần áo, giờ thứ hắn cầm trên tay là

---

(30) Câu thơ Kinh Kha ứng tác bên bờ sông Dịch khi được bạn hữu đưa tiễn đi vào nước Tần hành thích Tần Vương

"Phong tiêu tiêu hề, Dịch Thủy hàn. Tráng sĩ nhất khứ hề, bất phục hoàn" (Gió đìu hiu chứ, nước sông Dịch lạnh ghê. Tráng sĩ một đi không trở về). Theo "Thích khách liệt truyện", "Sử ký của Tư Mã Thiên" (BTV)

cái quần nhỏ tôi từng đặt mua chơi chơi trên taobao[31], trên quần là hình xuân cung đồ[32] thu nhỏ.

Mặt tôi đỏ bừng, quên béng mất phải tỏ rõ lập trường của mình cho hắn biết, vội vàng vọt vào trong, giật lấy cái quần: "Tổng giám đốc, để tự em làm".

Tôi cúi đầu, cố nén nỗi chua xót trong lòng, xếp quần áo vào trong tủ, thật giống như nhìn thấy tự do của mình ra đi từng chút, từng chút một.

Tống Tử Ngôn không nhúc nhích, vẫn ở nguyên vị trí cũ, cách tôi rất gần, không biết có phải do tâm lý tác động không mà mùi hương từ người hắn tỏa ra càng lúc càng đậm, tim tôi đập mạnh, động tác càng lúc càng nhanh.

"Đừng nhúc nhích". Hắn bỗng lên tiếng khiến tôi cứng đờ người.

Hắn nghiêng người qua, bàn tay vuốt nhẹ lên tóc tôi, hóa ra là một túm lông nhỏ từ quần áo dính vào tóc tôi, nhưng trước mắt là bộ ngực của hắn, trên tóc là những ngón tay "mờ ám" của hắn, hơn nữa bầu không khí hiện tại đang ngập tràn một loại cảm giác ngọt ngào quen thuộc khó lòng cưỡng lại, vừa khiến hắn dịch sát vào, lại vừa khiến tôi nhích người qua. Một suy đoán chậm rãi thành hình trong óc, cái tên này, hay là, hay là thực sự đã thích tôi rồi...

---

(31) Taobao: Trang web bán hàng online lớn nhất Trung Quốc (BTV).

(32) Xuân cung đồ: Trang vẽ các tư thế quan hệ của Trung Hoa cổ đại (BTV).

Tuy bây giờ cảm giác sợ hãi đối với hắn đang lấn áp, nhưng nói sao đi nữa thì hắn vẫn là người của tôi rồi, cái kiểu quan hệ thân cận mập mờ thế này khiến tôi cảm thấy khó chịu. Nhưng nếu hỏi thẳng hắn một cái, nếu không phải thì chẳng phải quá mất mặt sao. Thế nên, tôi lôi ra một câu hỏi vòng vo tất yếu giữa các đôi tình nhân ra, bắt đầu thăm dò hắn: "Tổng giám đốc, nếu em với mẹ anh cùng bị rơi xuống biển thì anh sẽ cứu ai trước?".

Hắn nói: "Mẹ tôi sợ nước, nên không đi biển".

Đúng là đồ ngốc, tôi nhẫn nhịn, hỏi: "Vậy nếu chỉ mình em rơi xuống biển, anh sẽ cứu em chứ?".

Hắn thản nhiên nói: "Ở biển có đội cứu hộ đấy".

Tư duy của anh cũng đặc biệt thật, tôi vẫn nhịn: "Coi như không có đi! Anh sẽ cứu em chứ?".

Hắn lắc đầu: "Căn bản là tôi sẽ không cho em có cơ hội bị rơi xuống đó".

Đồng chí, biết cái gì là nghe có trọng điểm không? Sao lại ngốc thế cơ chứ!

Tôi hít một hơi mới khiến khuôn mặt trở lại vẻ bình thường một chút: "Vậy giả như em với anh không ở cùng một chỗ, em lại xảy chân rơi xuống biển, anh có cứu em không?".

Hắn nghiêm túc hỏi lại: "Nước có sâu không?".

Đáp án nào kê được tủ đứng vào họng tôi như cái này chứ, tôi hét lên: "So với đầm Hoa Đào thì còn sâu hơn tới ngàn thước!".

Hắn nhìn tôi: "Em không biết bơi à?".

Rốt cuộc cũng bước một chân lên đúng đường rồi, tôi gật đầu: "Đúng đúng, em không biết bơi, không ai cứu thì sẽ chết đuối".

"Ùm, vấn đề đây". Hắn nhíu mày trầm ngâm, nhưng rất nhanh đã nghĩ ra phương án, nghiêm túc nói với tôi: "Tôi đăng ký cho em một khóa học bơi".

Diêm Vương ơi, dẫn tôi đi quách đi.

Mặc kệ hắn ngu thật hay ngu giả, cái chính là tôi đã xác định được hắn cũng yêu tôi thật lòng, yêu tới tận xương tủy. Cứ tự an ủi mình như thế một hồi, trong lòng cũng thấy thoải mái hơn. Nếu cuộc sống là một cuộc cưỡng bức, nếu đã không thể chống lại được thì cứ xuôi theo nó đi. Huống hồ cơ thể Tống Tử Ngôn rất được, kỹ thuật lại tốt vượt bậc, dù là bị hắn ấy ấy, tôi cũng sẽ nửa đẩy nửa dựa mà xuôi theo.

Nhất là sau khi cầm thẻ của hắn tới ngân hàng, tôi đã quán triệt rằng người này đã trở thành người đàn ông của mình!

Nếu núi đã không theo mình, sao mình lại không theo núi, huống hồ núi này lại là cái mỏ vàng.

Còn như cái lão nhiệt tình hăng hái muốn dời núi như mọi người đều biết đó, còn đeo theo trước tên một chữ Ngu thật là to, dời tới cả ngàn năm cũng chẳng xong[33].

Từ đây mà nói rộng ra, tôi tuyệt đối là thông minh hơn lão ta gấp vạn lần.

Từ ngày được chiêm ngưỡng dãy số 0 chấn động trong số "tiền đi chợ" theo lời Tống Tử Ngôn, tôi càng ngày càng tiến xa

---

(33) Tần Khanh nhắc tới Ngu Công trong tích "Ngu Công dời núi". Ngu Công thực chất là ông lão họ Ngu, chữ Ngu trong họ của Ngu Công có nghĩa là ngu dốt, ngu ngốc (BTV).

hơn trên con đường tập làm người giàu. Đầu tiên là mua một cái ti vi màn hình rộng để giải trí, rồi mượn chuyện công làm việc tư, lén mua thêm mấy bộ quần áo cho mình, chỉ tiếc là sợ bị Tống Tử Ngôn phát hiện, cho nên một bộ cũng không dám mặc.

Trí nhớ của hắn thiệt vô cùng dã man, có lần tôi mặc một cái áo khoác bằng len mỏng tự cho là rất đẹp đứng xoay xoay ngắm ngắm trước gương. Tống Tử Ngôn đang ngồi bên cạnh coi tài liệu, thấy thế bèn mở miệng lầm bầm: "Mặc cái áo màu trắng kia đi".

Tôi nghi hoặc: "Tại sao?".

Hắn thủng thẳng: "Vì cái đó ít hơn cái này ba cái cúc".

Tôi đếm lại, quả nhiên một cái là bảy cúc, một cái là mười cúc, nhất thời khiến tôi cảm thấy ngưỡng mộ, hắn mới cởi có vài lần thôi mà còn biết rõ hơn người mặc tới hai năm lận như tôi. Cúc áo còn thế, huống hồ quần áo? Tôi đành ngậm ngùi xếp quần áo mới mua nhờ tham ô xuống đáy tủ.

Hôm đó, Tiêu Tuyết gọi điện thoại sang, tôi vội vàng mang chuyện ra than thở khóc lóc một trận, kết quả là nó quay sang mắng tôi: "Đồ ngốc, mày giấu lão ấy mặc là được rồi!".

Tôi càng sụt sịt thê thảm hơn: "Sáng sớm bọn tao đi làm cùng nhau, buổi chiều cùng về nhà. Về nhà cơm nước rồi, làm chuyện ấy xong thì đâu cần tới quần áo nữa, tao làm gì có cơ hội đâu?".

Nó im lặng một hồi rồi nói: "Làm bà cô rồi, đúng là cũng không có cơ hội thật".

Hình như trên bầu trời có đám mây mang điện tích âm đang quần thảo với đám mây mang điện tích dương, hai bên cọ qua xát lại phát ra một tia sáng chói mắt, một tia chớp lóe lên khiến tôi không kịp trở tay, đánh thẳng vào đầu, tôi run giọng: "Mày… mày… mày vừa gọi tao là cái gì hả?!".

Nó nhắc lại một lần nữa: "Bà cô".

Đầu óc choáng váng, tôi lặng thầm ngẩng đầu hỏi trời xanh: "Mày… mày… sao mày lại gọi tao thế?".

Nó thủng thẳng: "Mày kể thời gian biểu hàng ngày tao nghe cái coi".

Tôi từ từ nhớ lại: "Bảy giờ sáng thức dậy, làm bữa sáng".

"Ừm hừm".

"Tám giờ Tống Tử Ngôn lái xe đưa đi làm, tám giờ ba mươi vào làm việc".

"Tiếp đi".

"Năm giờ chiều hết giờ làm".

"Sau đó nữa?".

"Hết giờ rồi hắn lái xe đưa về nhà, sáu giờ bắt đầu nấu cơm, sáu giờ ba mươi ăn, mười giờ tối đi ngủ".

Nó hỏi: "Bình thường có làm gì giải trí không?".

Tôi nghĩ ngợi một lát rồi hỏi: "… Coi ti vi sau khi ăn có tính không mày?".

Tiêu Tuyết hít vào một hơi, rồi quát tướng lên: "Tan làm về nhà nấu cơm, ăn xong thì coi ti vi, xem ti vi xong thì đi ngủ, hôm sau ngủ dậy lại nấu ăn, đi làm, về nhà, nấu cơm… mày chắc chắn chúng mày là mới ở chung chứ không phải đôi vợ chồng già đã sống với nhau gần hết đời chứ hả?".

Chết! Sập bẫy rồi!

Tôi phản đối yếu ớt: "Cũng không coi là già quá được, xét trên phương diện nào đó thì tình cảm cũng mãnh liệt ngút trời đó".

Tiêu Tuyết ngắt lời tôi, hỏi lại: "Mày nói đi, đã bao lâu rồi mày không được nhìn thấy trai đẹp rồi ngồi đoán 1 or 0[34] hả?".

Nhắc tới chuyện này lại khiến tôi không thể không hậm hực tố giác: "Nhìn trai trên ti vi một tí thôi là Tống Tử Ngôn đã ghen với người ta, không cho tao coi, hết giờ làm việc từ công ty về cũng chỉ có thể coi tin tức, đừng nói tới hiện thực nữa".

Nó ngán ngẩm: "Mày tự coi lại mình đi, không ngắm trai xinh, không nhìn trai đẹp, ngày nào cũng quay quanh cái bếp với công ty, từ trên xuống người chả có tí khí chất nào của một Loli[35] thân thể yếu đuối đáng yêu, tao không kêu mày là bà cô thì còn kêu là gì nữa đây?".

Một câu nói đã lôi tôi ra khỏi u mê, khiến đầu óc tôi sáng suốt tỉnh táo hẳn ra!

Hóa ra, hóa ra tôi đã bước đi trên con đường làm gái già lâu tới như vậy…

Vì tình yêu say đắm mà đến với nhau, giọng hát uyển chuyển của Vương Phi cất lên, khiến cho tim tôi thổn thức không ngừng. Nhưng lại nghĩ tới chuyện của mình, bao nhiêu quá trình đều bị

_____

(34) Cách các hủ nữ phân biệt đâu là chồng (1) và đâu là vợ (0) trong quan hệ đồng tính nam (BTV).

(35) Loli: Chỉ những bé gái, hoặc những cô gái có vóc người bé nhỏ, tính tình trẻ con (BTV).

273

rút ngắn mất tiêu, giống kiểu pháo hoa chưa bắn lên mà đã thành tro rồi. Giống như một con cua đồng vừa mới bỏ vào nước thôi đã vội gắp ra bỏ vào đĩa, làm sao có thể cho nước dùng ngon ngọt đậm đà đây?

Tôi không muốn làm một vũng nước đọng, tôi muốn cuộc sống phải sôi động lên! Cãi nhau cũng được, ghen tuông cũng được, đánh lộn cũng được, hiểu lầm cũng tốt luôn, càng nóng bỏng càng cổ điển càng tình cảm càng đặc sắc.

Nhưng Tống Tử Ngôn chỉ cần lừ mắt một cái là đã có thể khiến tôi thua trận rồi, tôi muốn trên cơ hắn thì cơ hội là rất nhỏ, bèn vội vàng thỉnh giáo Tiêu Tuyết: "Thế mày bảo tao phải làm gì bây giờ? Có phương pháp nào khiến bọn tao mắng nhau là đồ tàn nhẫn, đồ vô tình, đồ cố tình gây sự, tốt nhất là cuối cùng phải cãi nhau ầm ĩ lên, gân cổ lên, mắt đỏ ngầu như gà chọi ý, rồi cuối cùng bị hắn ép vào tường hôn cho không thể thở được không mày?".

Nó đáp: "Chuyện hai người chúng mày tao không thèm quản, hôm nay gọi điện sang là muốn báo cho mày biết đề thi tiếng Anh cấp sáu đã có rồi, sau là bảo mày nhân thể lấy một đề cho tao".

Đúng là nhân tiện thật, sao mày không bảo là thẻ ngân hàng của mày tao đã làm rồi, mày nhân thể cướp ngân hàng cho tao đi? Tôi đổ mồ hôi lạnh: "Tao lấy đề thi ở đâu ra cho mày giờ?".

Nó xì một tiếng: "Đồ ngốc, cạnh mày không phải còn Tống Tử Ngôn à, bảo lão ấy lén lấy một đề cho mày đi".

Cái này là vi phạm quy chế thi đó, tôi đổ mồ hôi: "Không phải quy định là đề thi chưa đưa tới trường thi thì chưa được xé dấu niêm phong à?".

"Quy định?". Giọng Tiêu Tuyết cao vống lên: "Trường có quy định không được trốn học đó, không phải mày vẫn trốn rất phởn phơ sao? Xã hội bây giờ còn làm theo quy định thì chỉ có hai loại người thôi".

"Hai loại gì?".

"Một loại là đồ ngu, còn loại kia là còn ngu hơn cả đồ ngu".

Tôi gật đầu, hiểu rồi, tuy tư tưởng đã được đả thông, lại xét qua địa vị của tôi trong cái nhà này, thì việc thực hiện cũng vẫn rất khó khăn: "Nhưng mà chỉ có Tống Tử Ngôn nói, tao nghe, chả lúc nào tao nói, lão ấy nghe cả".

Tiêu Tuyết cáu nhặng lên: "Sao tao lại không biết mày ngu thế nhỉ! Đàn ông ấy, lúc sướng muốn chết rồi thì cứ thẽ thọt cho nó mấy câu, tuyệt đối là mày chỉ đông lão không dám nói tây, bao nhiêu gương anh hùng không qua được ải mỹ nhân, bao nhiêu gương mặt ngọt chết ruồi rồi, huống hồ là bài thi, có thế mà Tống Tử Ngôn cũng không chịu nể mặt mày à?".

Tôi nghĩ cũng thấy có lý: "Được, để tao thử coi".

Nó trịnh trọng nói: "Tổ chức chờ tin tốt của đồng chí".

Tối đến, chờ tới lúc Tống Tử Ngôn sung sướng tới chết, tôi bắt đầu tiến hành kế hoạch "thổi gió bên gối".

Tuy rằng "thổi gió bên gối" trong phim thì chỉ có bốn chữ gọn nhẹ ấy thôi, nhưng rốt cuộc là thổi theo hướng nào thì tôi vẫn chưa được hiểu lắm, thế nên tôi nằm nghiêng, phồng má thổi "phù phù phù" vào toàn bộ nửa khuôn mặt của hắn, chả thèm suy đoán chỗ nào với chỗ nào nữa.

Hắn xoa xoa mặt, quay đầu lại hỏi: "Em làm gì đó?".

Tôi cúi đầu bĩu môi: "Thầy, sắp kiểm tra tiếng Anh cấp sáu rồi".

"Ừ".

" Tiếng Anh cấp bốn em còn chưa qua".

"Ừ".

"Không có chứng nhận tiếng Anh cấp sáu sẽ không thể tốt nghiệp được".

"Ừ".

Tôi nâng gương mặt đang cười ngọt ngào lên, chờ mong hỏi: "Thầy, thầy có thể lấy cho em một tờ đề thi cấp sáu được không?".

Hắn nghĩ một chút rồi nói: "Chắc là không khó đâu".

Tôi ôm chầm lấy Tống Tử Ngôn, ngón tay rê rê trên lồng ngực hắn: "Cảm ơn thầy!!!".

"Không cần cảm ơn". Hắn nói thản nhiên: "Vì tôi sẽ không giúp em".

Tôi cứng họng: "Tại sao ạ?". Anh chỉ cần tốn sức nhấc tay một cái là có thể cứu mạng cái đứa thổi gió bên gối này rồi.

Hắn nghiêm túc nhả ra bốn chữ: "Làm đúng quy định".

Định cái gì mà định, cái đồ đáng ghét!

Tôi chợt nghĩ tới một chi tiết trong tiểu thuyết, ép sát người vào hắn, cọ, cọ rồi lại cọ, cất giọng ỡm ờ nũng nịu: "Thầy, không qua được kiểm tra cấp sáu là người ta không thể tốt nghiệp được nha , thầy cũng không thể thấy chết mà không cứu nha, không thì người ta khó mà qua được đó nha, em biết anh không nỡ mà!".

Thân thể hắn nóng lên, ánh mắt cũng từ từ tối lại. Tôi cười trộm trong lòng, tiếp tục cọ, cọ, rồi lại cọ: "Thầy, thầy đồng ý với người ta đi nha…".

Hắn trở mình đè lên, nhìn tôi từ trên xuống: "Lát nữa hẵng nói".

Tôi vẫn chưa chịu từ bỏ: "Giờ đồng ý với người ta đi mà!".

Hắn cúi đầu áp vào cổ tôi, đáp qua loa: "Không đồng ý được".

"Nha" mãi mà cũng chả có kết quả, có mỗi một chuyện bé con con thế mà cũng không chịu giúp, còn muốn ăn cháo đá bát chắc? Tôi nổi cơn thịnh nộ lên, đẩy phắt hắn ra, chỉ tay về phía cửa phòng hạ lệnh đuổi: "Ra ngoài ngủ sofa cho tôi!".

Hắn không ngờ bị tôi đẩy ra, cứ im lặng lừ lừ nheo mắt nhìn tôi lạnh lùng.

Anh nghĩ là anh nheo mắt lườm tôi thì tôi sợ anh à? Thế này đúng là đã coi thường tôi quá rồi. Tôi thà chết chứ không chịu khuất phục, nghĩ bụng rồi ôm lấy chăn gối, gằn giọng nói: "Anh không đi thì tôi đi!".

Đã quá nửa đêm, tôi đắp chăn nhìn ánh trăng không tròn lắm bên ngoài cửa sổ, âm thầm rơi lệ, cái cuộc sống kiểu gì vậy?

Nhưng nghĩ lại phản ứng lúc nãy của thân thể hắn, tôi lại bắt đầu tự an ủi (toàn dùng những kiểu an ủi rất AQ), đồ chết tiệt, tôi cho anh nghẹn tới chết!

Khổ sở vạn phần, mấy ngày sau đó tôi đều khổ sở vạn phần, quay cuồng với đám chữ cái trong đề ôn thi, tóc tai bị tôi rứt đứt tới phân nửa. Lúc tới trường đi thi, Tiêu Tuyết vừa nhìn thấy tôi đã giật nảy mình: "Mày chưa bị Tống Tử Ngôn ép khô hết đấy chứ?".

Tôi yếu ớt ngước đôi mắt thâm quầng lên nhìn nó: "Tao bị cái cấp sáu này chà đạp tới chết, đồng chí phải nhớ báo thù cho tao".

Nó sụt sùi: "Nhắc đến lại bực mình, cái lão Tống Tử Ngôn ấy chẳng ra làm sao cả, có giúp một tý thôi cũng không chịu".

Trong lòng tôi tự nhiên trào lên một nỗi chua xót nghẹn ngào, rưng rưng: "Ừ, đi với hắn không có thịt ăn mà".

Tiêu Tuyết vỗ vai tôi thông cảm: "Nén bi thương đi mày".

Lúc vào giờ thi tôi mới biết chuyện gì là khổ sở nhất với sinh viên khoa Tiếng Anh, đó chính là từ mới trong đề thi từ nào tôi cũng quen, nhưng mãi vẫn không nhớ ra nó nghĩa là gì. Giống như trong óc thoáng hiện một gương mặt quen quen, tên đã tới đầu lưỡi rồi nhưng vẫn không thể thoát ra khỏi miệng. Thế nên, tôi lại tiếp tục rứt tóc cắn bút .

Tiếng mở cửa nhẹ nhàng vang lên, tôi ngẩng đầu, hóa ra là Tống Tử Ngôn, hắn cúi đầu hạ giọng nói mấy câu với một giám thị trong phòng, thầy giáo liền đi ra ngoài. Cứu tinh ơi là cứu tinh, em biết chắc anh yêu em tới tận xương tủy thế thì nhìn em lo lắng đau khổ mấy ngày sẽ không thể thờ ơ nổi mà! Come on, baby, lấy đáp án đánh chết em đi!

Nhưng trước sự chờ mong vô hạn trong yên lặng của tôi, tới một cái liếc mắt qua đây hắn cũng không thèm, chỉ đóng cửa lại, nghiêm túc làm giám thị. Trong phòng còn một cô giám thị trẻ, vác bộ mặt tươi cười như hoa đi tới, hạ giọng thầm thì chẳng biết nói gì mà hắn nghe xong còn cười theo.

Hai người kia cứ làm trò như thế trước mặt tôi, anh một câu, em một câu, hạ giọng thì thầm qua qua lại lại.

Tay tôi siết chặt lại, mấy ngày nay tóc tôi đã rụng nhiều lắm rồi, anh còn không thèm thương tôi, bây giờ giữa ban ngày ban mặt, trước cặp mắt trừng trừng của tôi mà còn dám cùng với kẻ thù của thí sinh giở trò anh anh em em! Anh có còn một chút giác ngộ là người đàn ông của tôi không hả? Tôi càng nghĩ càng thấy nóng ruột, càng nghĩ càng thấy tức, tức từ trong lòng tức ra.

Tay càng lúc càng siết chặt, kết quả là "rắc!", bút bi trong tay tôi bị bẻ gãy làm đôi.

Mọi người trong phòng thi đều quay đầu lại nhìn đúng lúc tôi còn chưa kịp thu ánh mắt oán hận về, đôi cẩu nam nữ cũng quay sang nhìn, tôi vội vã cúi đầu xuống.

Tống Tử Ngôn khẽ nhếch môi, trong mắt nổi lên ý cười, lại nói mấy câu nữa với cô giám thị kia, rồi xoay người đi lên bục giảng nhìn đề thi trên bàn.

Đồ chết tiệt, cứ cho là anh còn có mắt, không thì hôm nay tôi vẫn cứ ngủ ở sofa!

Trong lòng tạm vui trở lại, ánh mắt nhìn hắn cũng ấm áp hơn nhiều.

Không thể không nhắc tới, Tống Tử Ngôn nhà tôi chính là mẫu người rất nghiêm chỉnh, tuy rằng ở nhà rất cầm thú, nhưng ở trường học thì tuyệt đối là thầy giáo gương mẫu! Nhìn coi, quần áo thẳng thớm như mới mua này, nụ cười hiền lành mềm mại như nước này, ánh mắt dịu dàng trầm tĩnh này, khí chất thanh tao nho nhã này, ngay cả năm ngón tay lật giở đề thi cũng thon dài mà mạnh mẽ.

Chờ một lát, năm ngón?

Tại sao ngón cái với ngón út của hắn tự nhiên co lại, kiểu như ra hiệu số ba?

Tôi ngây người ra nhìn, bàn tay lại lặng lẽ thay đổi, hình như lại đổi thành số hai?

Hắn ngẩng đầu, ánh mắt liếc qua tôi như không có chuyện gì, nhưng hình như khóe miệng hơi nhếch lên thành nụ cười.

Dựa vào kinh nghiệm hầu hạ hắn lâu tới như vậy, tôi hiểu ra ngay!!!

Ba hai một bốn hai, C B A D B...

Tôi rơm rớm nước mắt, đã nói rồi mà, tuy ngoài mặt thì giả vờ cự nự phản đối, nhưng em biết anh yêu em tới tận xương tủy, yêu tới tắc cả mạch máu não nên mới bắt sóng được ánh mắt trông mong mà vội vàng giúp em chứ. Lại còn nghĩ ra loại phương pháp nhắc bài không lưu lại dấu vết phạm tội, đúng là tài mà!!!

Trắc nghiệm không cần lo, viết luận tính ra điểm cũng kha khá, cơ bản thì có thể coi là qua được tiếng Anh cấp sáu rồi.

Tôi ung dung đợi hết giờ thi, chạy theo hắn ra khỏi phòng thi, liên tục cảm ơn: "Tổng giám đốc, thực sự cảm ơn anh rất nhiều".

Hắn nhướn mày: "Lấy gì cảm ơn đây?".

Chỉ là một câu hỏi mà làm tôi đứng hình, ác nỗi, tôi ngay cả tư cách lấy thân báo đáp cũng không có.

Hắn lại còn hỏi ngược lại vẻ rất vô tội: "Hơn nữa, tôi có giúp em cái gì à?".

Cái tên này lại còn xấu hổ không chịu nhận, cơ hội tốt như thế này nếu tôi mà không bắt hắn mở cái miệng vàng ra thì đúng là đồ ngốc rồi, tôi hỏi: "Thế nếu anh không tới giúp em, đã nghỉ dạy rồi còn đến trường làm gì? Lại còn vừa khéo chạy vào phòng thi của em nữa chứ".

Hắn vẫn thản nhiên: "Đúng là tôi tới tìm em thật, nhưng là muốn đưa em đi mua quần áo".

Tôi bật lại ngay: "Lý do này yếu quá, sao bỗng dưng hôm nay lại đi mua quần áo cơ chứ".

Hắn thủng thẳng: "Hôm nay là sinh nhật bố tôi, dù sao thì tôi cũng không thể để người của mình úi xùi ngay trước mắt mình được".

Tim tôi siết lại một cái, thoáng chốc thấy hơi rầu rĩ. Trước đây lúc còn quen Tô Á Văn, ngày nào tôi cũng mơ tưởng tới ngày được bước vào gia đình anh, sau đó dịu dàng gọi một tiếng cô, chú khiến hai vị phụ huynh có cảm tình, sau đó từ từ mà yêu thương tôi. Thực ra thì tôi nói chuyện với Tô Á Văn đều gọi là bố mẹ hết, dù đó là chuyện giỡn chơi thôi, nhưng sâu trong đáy lòng, tôi cảm giác được, cái chúng tôi nên làm là được ở bên nhau, chắc chắn chúng tôi phải được ở bên nhau.

Nhưng nhìn mặt Tống Tử Ngôn, tôi lúc nào cũng có cảm giác rõ ràng rằng, hắn là hắn, còn tôi là tôi.

Có đôi lúc cơ thể và trái tim của phụ nữ không phân định rõ, cho nên tôi vẫn nghĩ hắn là người của tôi, nhưng cũng có khi trái tim và cơ thể của phụ nữ lại phân cách rõ ràng, cho nên tôi cũng hiểu rằng tôi không phải người của hắn.

Tôi cúi đầu nhìn đất, lúng búng: "Em không đi".

Hắn dừng lại, nhìn tôi một lát, có lẽ đoán chừng tôi sợ nên cười cười: "Chỉ là tiệc gia đình bình thường thôi mà".

Tôi đứng yên, lắc đầu.

Tống Tử Ngôn cầm lấy tay tôi, nhẹ giọng: "Đừng sợ, có anh đây".

Rồi lại thêm một câu: "Ông nội cũng ở đó, ông quý em mà".

Nghĩ đến ông cụ quái đản kia, cả chục cái đường sọc đen chảy dài xuống mặt, tôi vội vàng ôm cứng lấy cái thân cây to gần đấy, lắc mạnh đầu: "Thế em lại càng không đi!".

Rượu mời đã mời xong rồi, Tống Tử Ngôn nhìn bộ dạng nhất quyết kháng cự của tôi, sắc mặt chuyển thành kỳ lạ, chậm rãi nhả từng chữ từng chữ một, chữ nào chữ nấy sặc mùi gió lạnh: "Tôi nhớ thời gian vấn đáp tốt nghiệp của em là thứ năm tuần sau, phải không?".

Uy hiếp, uy hiếp kìa, uy hiếp trắng trợn kìa, cùng một chiêu, sao anh có thể xài tới tận hai lần, mà lần nào cũng có tác dụng như thế hả? Tôi lập tức buông vòng tay âu yếm khỏi thân cây, lướt qua ôm cứng lấy cánh tay hắn, trưng ra một nụ cười nịnh nọt: "Tổng giám đốc nhớ dai thật đó! Nhưng mấy chuyện tủn mủn vặt vãnh này không cần anh phải hao tâm tổn trí đâu, giờ không còn sớm nữa, chúng ta đi mua quần áo đi, đừng để hoa cho cô chú đợi tới héo queo làm gì!".

Hắn nhẹ nhàng xoa đầu tôi, cười còn giả lả hơn cả tôi: "Rất có hiếu, rất tốt".

Chương 8: Chiến tranh lạnh

Thực ra cái gọi là tiệc gia đình cùng lắm chỉ là mọi người trong nhà tụ tập ăn một bữa cơm vui vẻ với nhau, cùng kể nhau nghe mấy chuyện trong gia đình, đúng ngày sinh nhật bố mẹ thì mua quà, rồi chúc thọ chúc thiếc gì đó.

Cho nên, đi dự tiệc gia đình cũng chẳng phải chuyện gì to tát, chỉ cần lễ phép một chút, tinh ý một chút là có thể vui vẻ được rồi.

Nghĩ như thế làm tôi cũng bình tĩnh vài phần.

Nhưng nhìn cả cái sân nhà hắn toàn giày da Âu phục quần là áo lượt, cơ miệng tôi giật giật, cái này mà Tống Tử Ngôn gọi là "tiệc gia đình bình thường" thôi ấy hả? Tôi không kìm được quay sang hỏi hắn: "Tổng giám đốc, anh nói coi cái cụm từ tiệc gia đình là có ý gì ạ?".

Hắn đưa quà sang cho tôi, chậm rãi đáp: "Không phải là gia đình mở tiệc sao?".

Tôi lót tót đi theo hắn vào nhà, trên đường thỉnh thoảng cũng có người chào hỏi, sân cũng không rộng lắm, thế mà đi từ sân vào nhà phải mất tới hơn hai mươi phút, mà thế cũng không thể coi là lâu được, nhưng những ánh mắt nhìn từ trên xuống mang ý dò xét đến từ xung quanh khiến tôi lạnh cả sống lưng. Lúc sắp vào trong nhà, Tống Tử Ngôn dừng lại bảo tôi: "Đừng căng thẳng, em chỉ cần theo tôi, không cần để ý tới những người khác".

Tôi nhìn ánh mắt hắn đầy vẻ thành thật, hình như đang thật lòng quan tâm tới tôi, bèn đề nghị: "Thế giờ em muốn anh theo em về có được không?".

Hắn giật mình, miệng nhếch lên, dùng ngay hành động thay cho câu trả lời - tôi bị hắn kéo giật tay, lôi vào.

Vốn dĩ tôi không quen đi giày cao gót, đi nhanh khiến tôi loạng choạng, mấy lần suýt bị ngã, nhưng bên hông vẫn có một cánh tay rắn chắc đỡ hộ. Ngay cả người bắt chuyện không thèm trả lời, thiếu chút nữa khiến tôi bẽ mặt, đương lúc muốn phát hỏa thì đã nghe giọng trầm trầm của Tống Tử Ngôn vang lên: "Bố, mẹ".

Tôi ngẩng đầu lên, trước mắt là một đôi vợ chồng trung niên, người vợ hơi đẫy đà, nhưng làn da trắng mịn vẫn được chăm sóc rất tốt, nở một nụ cười trông rất ung dung tao nhã. Mà người chồng có mấy phần giống với Tống Tử Ngôn, chỉ là trên người toát lên khí chất nghiêm nghị, không bừng bừng mà vẫn rất oai phong, khiến người ta nhìn qua có cảm giác... vô cùng quen thuộc.

Tống Tử Ngôn giới thiệu tôi với họ: "Đây là Tần Khanh ạ".

Tôi vội vàng đưa quà ra, nhoẻn miệng cười: "Cháu chào hai bác".

Bác gái nhận lấy món quà, nheo mắt cười cười, nhẹ nhàng đáp: "Ngoan quá, không cần khách sáo thế đâu cháu".

Bác trai cũng gật đầu, vẫn là vẻ mặt trang nghiêm ấy, nhưng tôi càng nhìn càng thấy quen.

Tôi thề, tôi đã từng gặp qua bác trai ở đâu rồi, chỉ là nhất thời chưa nghĩ ra thôi, thế nên cứ chống mắt lên nhìn chằm chằm vào mặt người ta.

Có lẽ nom tôi cũng có phần thất thố, Tống Tử Ngôn đứng cạnh khẽ ho hai tiếng, những người xung quanh cũng quay lại nhìn tôi tò mò.

Ánh chớp lóe lên, giống như trong Conan, một tia sáng lóe lên rạch nát cái nền đen tối, tôi nhớ ra rồi.

Thế nên, tôi vội vàng tìm đường nịnh hót ông bố của tổng giám đốc, tỏ vẻ rất kinh ngạc: "Bác trai, bác nhìn phúc hậu thật đó, giống như thị trưởng Tống trong chương trình thời sự!".

Những người xung quanh đột nhiên im lặng, có lẽ là cũng không biết. Dù sao cũng chẳng có mấy người giống tôi, mỗi ngày đều bị tước đoạt tự do, chỉ có thể xem thời sự tin tức, cho nên thảm thương tới nỗi nhớ hết lãnh đạo thành phố mình.

Nhưng nếu mọi người cũng không biết thì kiểu nịnh nọt này của tôi bị im lặng nhấn chìm à, tôi ra sức gợi chuyện: "Trong chương trình thời sự hàng ngày đó, là cái người vừa tới họp đã uống nước liên tục ấy bác. Rồi thì tới khai mạc buổi nói chuyện ấy ạ, nửa tiếng đã uống hết hai bình nước, giống như trâu uống nước đó".

Cả căn phòng im lặng.

Một lát sau, bác trai nhíu mày quay sang hỏi bác gái rất nghiêm túc: "Bình thường anh có bệnh thế hả em?".

Bác gái cũng hơi lúng túng, đắn đo mãi rồi trả lời: "Hình như... có".

285

Tôi bị đoạn đối thoại cao siêu trên làm cho đóng băng cứng đờ, mãi một lúc sau mới hiểu được, tôi - xong rồi.

Thị trưởng Tống... Tống Tử Ngôn...

Sao tôi lại không nghĩ ra chứ? Rốt cuộc cái đầu quả dưa của tôi dùng để làm gì chứ?

Tôi hận, bèn mang trút hết hận thù lên người Tống Tử Ngôn, không ăn chơi, không cờ bạc, lại không có ai gọi hắn là Tống thiếu tam thiếu công tử cái của nợ gì đó, sao tự nhiên lại thành con ông cháu cha rồi?

Nghĩ tới đó, tôi lại hung hăng véo cho hắn một cái.

Ánh mắt đáng hận của hắn có pha chút hả hê, mày giãn ra như đang cười, tới cả giọng nói cũng mang theo ý cười: "Em làm gì đó?".

Tôi ngậm ngùi tố cáo: "Anh đúng là đồ làm con ông cháu cha mà chẳng có tí chuyên nghiệp nào cả!".

Có lẽ nghe được tiếng than thở của nhân dân tầng lớp chót như tôi đây, nên sau đó Tống Tử Ngôn thể hiện ra mặt. Vô cùng lễ phép nho nhã, không hề cao ngạo hay nịnh nọt, khéo léo tiếp chuyện với từng người khách, hoàn toàn là một thanh niên gương mẫu, con đường làm quan rộng mở, cái miệng bình thường vẫn hay tuôn ra những lời làm người ta nghẹn chết, giờ cũng ăn nói ra trò.

Tôi đứng sau hắn nghe hai bên nói qua nói lại, cơ miệng cứ giật giật liên hồi. May mà tôi không cần phải nói, mỗi lần khách tò mò nhìn tôi hỏi: "Cô đây là…" thì Tống Tử Ngôn đều chỉ nói một câu đơn giản: "Đây là Tần Khanh". Sau đó tôi chỉ cần gật đầu, mỉm cười, đưa tay ra bắt là đại công cáo thành, nói cách khác, hôm nay tôi làm Monalisa.

Lại thêm một người tới, tôi không cần nhìn coi là ai nữa, mỉm cười theo phản xạ có điều kiện, gật đầu, đưa tay ra, chuẩn bị bắt. Nhưng người trước mặt chẳng thèm đưa tay ra phối hợp mà còn kêu lên kinh ngạc: "Tiểu Liên à, cháu cũng tới à?".

Tôi còn tưởng không phải gọi mình, bèn thả tay xuống, cái giọng kia lại kêu lên: "Mới không gặp ít lâu mà đã mất hết lương tâm rồi, không nhận ra ông sao?".

Tôi vừa ngẩng đầu lên mới phát hiện người đứng trước mặt mình là ông nội Tống Tử Ngôn, đang trợn mắt nhăn mày nhìn tôi. Tôi ngơ ngẩn: "Không phải ông gọi Tiểu Liên ạ?".

Ông cụ trừng mắt: "Đúng, không phải gọi cháu sao".

Tôi ngượng ngùng: "Cháu là Tần Khanh mà". Cái này không phải là chứng đãng trí tuổi già đấy chứ.

Ông cụ hùng hổ hỏi lại: "Thế cháu không phải họ Phan, tên Kim Liên à?".

Tôi cứng họng luôn.

Ông cụ không nói tiếp nữa mà chỉ nhìn tôi rất kỳ quái: "Miệng cháu làm sao thế? Còn trẻ thế này mà đã trúng phong à? Quả nhiên lẳng lơ đa tình là không được đâu!".

Tôi đưa tay sờ mới biết mặt mình cười tới cứng đơ, hai bên khóe miệng đều nhếch lên, nói chuyện toàn phải rít qua kẽ răng. Đúng lúc Tống Tử Ngôn vừa tiếp chuyện với khách xong, nghe thấy thế liền quay lại nhìn tôi thế nào, ánh mắt ấm áp, hai tay kéo nhẹ khóe miệng tôi rồi xoa xoa xung quanh.

Có lẽ vì bị ông cụ đứng ngay cạnh nhìn bằng ánh mắt vô cùng hào hứng, mặt tôi xoẹt cái đỏ bừng lên…

Cũng không thể trách tôi được, tình huống lộ liễu công khai thế này, hành động lại thân mật tình cảm thế này, hai má nóng bừng lên, trong lòng cũng nóng theo.

Lúc này, một giọng nói hồ hởi vang lên từ đằng sau: "Anh ba".

Trong một thoáng, không chỉ mặt, mà cả cơ thể tôi đều cứng đờ.

Quay đầu lại, quả nhiên là anh.

Tô Á Văn đứng ở chỗ khuất, nụ cười trên môi phảng phất như có như không, nói với chúng tôi: "Lâu rồi không gặp".

Tôi như người bước hụt trên đám mây, vội vàng hoảng hốt.

Tống Tử Ngôn quay người lại thấy anh thì cau mày, giọng nói có phần trách cứ: "Mấy hôm trước Tử Hàm gọi điện qua, bảo cậu không chịu đi Mỹ với nó".

Ánh mắt Tô Á Văn dường như vô tình liếc qua tôi, vẫn cười như trước, chỉ thoáng pha thêm chút mệt mỏi: "Vì có một số chuyện chưa được rõ ràng, có vài thứ không buông xuôi được nên tạm thời không đi nổi".

Tống Tử Ngôn ngẩn người ra rồi lại nở nụ cười: "Cũng tốt, lâu lắm rồi chúng ta không uống rượu với nhau, khó có được cơ hội như hôm nay".

Bọn họ sóng vai nhau đi vào phòng khách, tôi vô thức đi theo sau, chỉ cảm thấy đầu mình hơi choáng váng. Ông cụ hỏi: "Tiểu Liên này, sao mặt cháu trắng bệch ra thế?".

Tôi đưa tay lên sờ mặt mới phát hiện, cả tay lẫn mặt đều đã lạnh băng. Tôi cười khổ: "Ông này, tuy rằng ông kỳ quái, nhưng vẫn có một câu nói rất đúng".

Ông cụ nghe hết câu thì đắc ý hỏi lại: "Câu gì?".

"Cháu đúng là đồ lẳng lơ đa tình chết tiệt".

Lúc dùng bữa, trong phòng khách có bảy, tám cái bàn, đương nhiên Tống Tử Ngôn và Tô Á Văn cùng ngồi một bàn.

Tôi ngồi bên cạnh Tống Tử Ngôn, nhìn hai người liên tục nói chuyện với nhau, hoang mang nghĩ thầm, rốt cuộc mình ở đây làm gì? Cứ ngơ ngơ ngẩn ngẩn sống một cuộc sống mà tới bản thân mình cũng chẳng hiểu ra sao, nhưng được như ngày hôm nay, thì rốt cuộc mình là cái gì đây?

Bọn họ nói chuyện một hồi, Tô Á Văn quay sang nhìn tôi, nâng chén rượu trong tay: "Vì anh ba, anh cũng nên mời em một chén chứ".

Tôi vội vàng nâng chén rượu của mình lên, Tống Tử Ngôn từ chối: "Cô ấy không uống được rượu, hơn nữa, giữa chúng ta cần gì khách sáo như vậy".

Giọng Tô Á Văn nén lại, nhưng càng nhấn mạnh hơn: "Nhưng có thế nào thì chén rượu này cũng không thể không uống được".

Tống Tử Ngôn nhìn anh, rồi cầm chén rượu của tôi: "Để anh uống thay".

Tô Á Văn im lặng, chỉ im lặng nhìn hai chúng tôi, trong ánh mắt là sự ảm đạm tôi chưa thấy bao giờ. Nhìn ánh mắt ấy, tôi như thấy lại quãng thời gian cách đây hai năm từ từ hiện ra, tựa như một bộ phim quay chậm, tôi giật lại chén rượu từ tay Tống Tử Ngôn, uống một hơi cạn sạch, rồi nhìn Tô Á Văn, cười cười: "Xin cạn chén trước".

Anh cũng cười, ngửa đầu uống cạn chén rượu.

Tôi chưa từng uống rượu trắng, chỉ cảm thấy thứ chất lỏng cay nóng này để lại một sự thoải mái không nói nên lời, khiến những chuyện đã qua trôi hết đi, tôi cầm bình rượu, tự rót cho mình một chén: "Chuyện tốt phải thành đôi, chúng ta cạn thêm chén nữa đi".

Anh nói được, rồi cũng tự rót một chén đầy.

Tôi nâng chén rượu lên định uống thì cánh tay đã bị Tống Tử Ngôn giữ lại, sắc mặt hắn trầm xuống rất đáng sợ: "Đừng làm loạn nữa".

Cánh tay Tô Á Văn cầm chén rượu ngưng lại giữa chừng, chỉ ngây ra nhìn Tống Tử Ngôn đang nắm lấy tay tôi.

Chẳng hiểu lúc đấy tôi lấy dũng khí ở đâu ra, gạt phăng tay Tống Tử Ngôn đi, nhất quyết cạn sạch chén rượu thứ hai.

Hai chén rượu cũng đủ để tôi chuếnh choáng, còn hơi ngà ngà say.

Lên xe về nhà, tôi ngồi trên ghế trước, cười khúc khích: "Tống Tử Ngôn, em hát karaoke cho anh nghe nhé".

Sắc mặt hắn vẫn cứng đơ như trước, đừng nói là để ý, ngay cả nhìn cũng không thèm nhìn tôi lấy một cái.

Tôi tự biên tự diễn, hát từ "Quá tủi hổ" tới "Mười năm", trên đường, trong xe ô tô chỉ toàn vang vọng tiếng hát của tôi.

Tôi muốn gì sao? Tôi cũng không biết nữa.

Cho dù tôi muốn gì thì làm sao, mà tôi không muốn gì thì đã làm sao nào?

Tôi nghĩ ngợi, càng nghĩ càng thấy nhức đầu, tôi nhoài người qua nắm lấy tay áo hắn, nghiêm túc hỏi: "Tống Tử Ngôn, anh thích em không?".

Hắn im lặng nhìn tôi.

Tôi hỏi tiếp, tôi phải hỏi tiếp, mặc dù tôi biết đáp án có thể không dễ chịu, nhưng tôi cần một lý do, tôi phải tiếp tục hỏi, hỏi, như một tên ăn mày: "Tống Tử Ngôn, anh có thích em không? Anh có yêu em không?".

Rất lâu sau, tới khi tôi sắp buông xuôi, hắn chậm rãi đáp: "Tôi vẫn chờ em hỏi tôi, nhưng tại sao em lại hỏi vào hôm nay?".

Khóe miệng hắn kéo lên thành một nụ cười, tôi nheo đôi mắt đã lờ đờ nhìn qua, tự nhiên nghĩ nụ cười này sao làm tim mình đau tới thế.

Hắn ép sát vào mặt tôi, ánh mắt lạnh băng, tôi đã từng thấy dáng vẻ hắn lúc tức giận, nhưng lúc này, chỉ nhìn hắn một cái thôi đã thấy sợ rồi.

"Đừng hỏi tôi có yêu em không, nhìn lại bản thân mình trước rồi tự suy nghĩ cho kỹ đi". Hắn ngừng một lát rồi gằn giọng: "Em đáng sao?".

Tới khi tôi bắt đầu hát tới lần thứ năm bài "Quá tủi hổ", hắn đột nhiên vòng tay lái, "két" một cái, xe đã đậu ngay bên vệ đường. Hắn quay đầu sang nhìn, trong mắt tràn đầy vẻ tức giận: "Tần Khanh, rốt cuộc em muốn thế nào?".

Rốt cuộc một câu nói có thể khiến người ta đau tới đâu?

Một câu nói của Tô Á Văn đã gián tiếp phủ nhận hết những tình cảm tôi tự cho là đúng suốt hai năm trời.

Ba từ của Tống Tử Ngôn đã trực tiếp phủ nhận con người tôi.

Trước đây tôi vẫn có một quan niệm: Tôi đây, người nào gặp người ấy thích, không thích không phải người.

Nhưng giờ tôi mới phát hiện ra, có lẽ mình mới là kẻ lạc lõng trong đám người nhộn nhịp.

Tô Á Văn chỉ nhẹ nhàng nhắc tôi, có lẽ tôi không xứng có một mối tình trọn vẹn, Tống Tử Ngôn dứt khoát nói cho tôi hay, tôi, căn bản là người không có tư cách được yêu.

Hóa ra đọc nhiều tiểu thuyết đến thế, quyển nào cũng nói rằng đau như xé tâm can, tim như bị ai bóp nghẹt. Tôi vẫn nghĩ là bịa đặt, là không bệnh mà than, rồi hừ mũi.

Nhưng đêm nay, chỉ ba chữ ấy của Tống Tử Ngôn thôi đã khiến tôi lâm trọng bệnh rồi.

Hóa ra tiểu thuyết không hẳn là xa rời thực tế, văn chương cũng chẳng phải quá khoa trương.

Tim đâu chỉ đau không thôi, mà là đau chết bà!!!

Tôi vẫn nghĩ tính mình giống như một con King Kong mạnh mẽ, anh dũng nơi núi rừng, thân thể cường tráng, thương đao bất khả xâm phạm, chẳng quan tâm tới lời nói. Nhưng chiêu công kích ấy của Tống Tử Ngôn nào phải là đánh thẳng tay đâu, hắn chỉ tung một chiêu phép vớ vẩn thôi cũng đủ khiến chỉ số sinh lực của tôi tụt hết, không để người ta kịp trở tay, chỉ có thể lê xác tàn trở về thành.

Không ngờ Tiêu Tuyết cũng ở nhà, hóa ra nó đã đổi sang chỗ làm khác, giờ đang làm tiếp thị bảo hiểm cho một công ty cách trường không xa lắm. Thấy bộ dạng tôi như người mất hồn còn trêu chọc: "Sao lại nửa đêm về nhà thế này? Vợ chồng trẻ cãi nhau à?".

Cái cụm từ "vợ chồng trẻ" như lưỡi dao đâm vào trái tim đau đớn của tôi, tôi không muốn trách nó, nhưng thực sự không thể chịu nổi, chỉ trả lời qua loa: "Cứ cho là thế đi".

Nó nghiêm mặt dặn dò: "Quy tắc thứ nhất lúc hai bên giận nhau, ngàn vạn lần không được hạ mình trước, hạ mình được một lần thì sẽ có ngàn lần sau nữa".

Tôi dấp khăn mặt thấm nước lạnh lên mặt, giọng pha chút khó chịu: "Mày yên tâm, tuyệt đối không có đâu".

Lần này sẽ không, tới lần thứ hai còn không có chứ nói gì tới lần thứ một ngàn.

Ngốc lần đầu có thể còn coi được, nhưng ngốc tới lần thứ hai thì chắc chắn không thể chấp nhận được!

Tôi bắt đầu cuộc sống làm trạch nữ trong ký túc xá, cả ngày chỉ mặc bộ đồ ngủ, một ngày hai bữa cơm ra ngoài mua, ôm máy tính làm ông xã. Ngày ngày cứ thế trôi qua, cuối cùng con ong chăm chỉ sáng đi sớm, tối về muộn như Tiêu Tuyết cũng ngứa mắt, nó rít lên lên với tôi: "Tần Khanh, mày định làm cái xác sống thối rữa ở chỗ này hả?".

Tôi vừa gõ bàn phím vừa đáp lại nó: "Tao làm sao lại là xác sống được, mấy hôm nay đọc toàn truyện ngược, cũng thích đó, cười lăn lộn. Nhất là truyện…". Tên truyện mắc lại trong cổ họng, giờ tôi mới phát hiện ra mình như người đói ăn ngấu nghiến những gì có thể, nhưng chỉ như nước đằng đông chảy qua đằng tây, lướt nhanh qua óc, tới cái tên cũng không nhớ nổi.

Thực sự là chẳng có gì.

Căn phòng đột nhiên tĩnh lặng, tĩnh lặng tới kỳ lạ. Tiêu Tuyết cất giọng phá vỡ bầu không khí kỳ quái này: "Nói đi, có phải Tô Á Văn tới tìm mày rồi không?".

Ngón tay đang gõ bàn phím bỗng nhiên ngừng lại, tôi không cần trả lời nữa.

Tiêu Tuyết vẫn tự nói tiếp: "Thực ra mấy hôm trước khi mày về đây, anh ta có tới trường tìm mày. Mày cũng biết tính tao sao rồi đó, tao nổi máu lên mắng cho Tô Á Văn một trận thối đầu, nhưng anh ta vẫn im lặng chờ tao mắng xong, từ đầu tới cuối chỉ nói đúng một câu, nói muốn gặp mày. Sau đó tao bảo là mày đã yêu người khác rồi, giờ đang ở chung với người ta rất hạnh phúc, tao nói thế cũng vì muốn trả thù một chút thôi. Nhưng nhìn Tô Á Văn cứ ngây người đứng lặng ở đó, tao lại thấy mềm lòng… tao vẫn cảm thấy mày quen với Tống Tử Ngôn rất tốt, cho nên không nói cho mày biết, nhưng mấy hôm nay nhìn mày cứ như người mất hồn ấy, có phải anh ta lại tới tìm mày rồi không?".

Mãi lúc lâu sau tôi mới có phản ứng, chỉ "à" một tiếng mơ hồ.

Tiêu Tuyết hỏi: "Mày có biết mày có tật gì không?".

"Gì?".

"Chưa đụng vào tường chưa quay lại". Nó ngừng một lát, rồi nói tiếp: "Không phải, dạng như mày, chưa đập vào tường cho chết thì vẫn cứng đầu cứng cổ không chịu nhận ra đó là

đường cụt. Chỉ cần mày chọn được một con đường, thì dù là bò đi, mày cũng có thể bò tới cuối".

Không ngờ tôi vẫn còn có thể nhe răng ra cười cười: "Cảm ơn mày".

Nó nhìn tôi, vẻ mặt bỗng nhiên nghiêm túc lạ: "Nhưng mà, Tần Khanh, lần này thì khác. Lần này không phải là chuyện mày thích ăn món gì thì có thể ăn suốt một học kỳ, không phải chuyện mày thích nghe bài gì thì sẽ mở nghe suốt đêm được. Con người sẽ thay đổi, trước đây Tô Á Văn đối xử với mày rất tốt, có thể sau này vẫn tốt như thế, nhưng hai người chúng mày không hợp với nhau".

Tôi cười đùa: "Mày biến thành chuyên gia phân tích tình cảm từ khi nào thế?".

Nó không để ý tới tôi, vẫn nói tiếp: "Mày với Tô Á Văn đều là loại người mãi vẫn không chịu buông tay, nhưng lại không biết bản thân mình đang muốn gì. Còn Tống Tử Ngôn thì khác, lão ấy là người hiểu rõ mình muốn gì, nếu không có được sẽ không chịu bỏ qua. Mày với Tô Á Văn là cây cỏ, đón gió mà lớn lên nhưng rất yếu ớt, còn Tống Tử Ngôn lại là cây, mày có thể không phát hiện, nhưng lão ấy vẫn luôn che chở cho mày, thế nên lúc đó tao sợ ảnh hưởng tới chuyện tình cảm của hai người mới không kể chuyện Tô Á Văn đến tìm mày".

"Nói rất hay, rất thú vị". Tôi gật đầu đồng ý: "Chỉ là mày nghĩ sai một chỗ rồi - tao không phải là người Tống Tử Ngôn muốn".

Ngày đó tôi như người chết đuối vớ được cọc, hỏi hắn có yêu tôi không, còn hắn chỉ thản nhiên hỏi lại: "Em đáng sao?".

Ngôn ngữ Trung Quốc sâu xa thâm thúy, nhìn đâu cũng thấy được, cái này trong bài khóa hồi tiểu học gọi là, ba từ như ba mũi dao găm thẳng vào tim của kẻ thù.

Kẻ thù ấy chính là tôi đây.

Hiển nhiên, nếu cho Tống Tử Ngôn là một cái cây, thì rễ của cái cây ấy được cắm xuống mảnh đất đen màu mỡ vùng Đông Bắc, thản nhiên đón gió, còn tôi chỉ là cái cây gắng gượng sinh tồn trên mảnh đất Giang Nam cằn cỗi nhiễm mặn thôi.

Tôi vừa cầm ấm rót nước sôi, vừa thần người suy nghĩ, nhìn dòng nước trắng chảy xuống, bỗng nhiên nhớ ra đã từng hỏi cả hai người cùng một câu hỏi về nước, cũng chính là câu hỏi phụ nữ thường lấy ra dằn vặt người yêu mình:

Nếu em và mẹ anh cùng rơi xuống nước, anh sẽ cứu ai?

Cũng hay, cả hai người đều không chọn một trong hai đáp án có sẵn.

Tô Á Văn nói: "Anh cứu mẹ, rồi bảo con trai chúng mình cứu em".

Tống Tử Ngôn nói: "Ngày mai tôi đăng ký cho em một lớp học bơi".

Người ta sẽ nhớ rõ những nỗi đau mình đã từng trải qua, giống như ăn phải ớt, càng cay tới mức phải xuýt xoa, nước mắt nước mũi giàn giụa thì càng thỏa mãn. Cho nên càng đau thì người ta càng nhớ lâu, ví dụ như bị thất tình, ví dụ như bị trộm, ví dụ như chân bị đau...

Chân bị đau?

Tôi giật nảy mình, lui vội về sau nửa bước, hét lên bi thảm váng trời: "A!!!".

Đến bệnh viện, chân phải của tôi được băng lại bằng cả đống bông băng, Tiêu Tuyết không thèm để ý tới chuyện tôi vẫn khóc rấm rứt, tiếp tục mắng: "Mày rót nước sôi mà còn nghĩ cái gì hả? Rót cả vào chân thế này!".

Tôi cúi đầu im lặng sụt sịt.

Bác sĩ ngồi cạnh ôn tồn căn dặn: "Cũng không nghiêm trọng lắm, có điều nước vừa mới đun sôi, bị thương cũng khá nặng, may là vết thương không rộng, chỉ cần chú ý chăm sóc một tháng là khỏi rồi".

Tiêu Tuyết hỏi: "Có cần nằm viện không ạ?".

Bác sĩ cũng là người có y đức, không bị ảnh hưởng bởi cái quy tắc ngầm là để bệnh nhân nằm viện lấy tiền bồi dưỡng: "Không cần đâu, chỉ cần về nhà chú ý chăm sóc là được, chân sưng lên thế này phải nhớ đừng đi lại nhiều".

Tôi nghĩ một lát rồi nói: "Cứ nằm viện đi, giường trong ký túc xá trường toàn là giường tầng, tao leo lên leo xuống cũng không tiện".

May là bệnh viện này nằm ở ngoại thành, chi phí nằm viện cũng không cao lắm. Lúc làm thủ tục nhập viện, tôi mới phát hiện ra tình trạng sức khỏe của người dân nước ta thật đáng báo động, trừ phòng cách ly riêng biệt dành cho bệnh truyền nhiễm, còn thì phòng nào cũng chật cứng, cuối cùng tôi được phân vào phòng bệnh nhi. Tiêu Tuyết đi vào cùng với tôi, trong phòng là một cặp vợ chồng còn trẻ, thêm hai đứa nhóc đang nằm trên giường, bỗng nhiên thấy hơi choáng, trong đầu tự động lóe lên một câu nói kinh điển: Tha cho XX đi, nó chỉ là một đứa trẻ.

Không thể không nghĩ được, tôi cũng sắp làm nhi đồng to xác đây.

Cái này đúng y chóc với một câu cảm thán thấm nhuần cảm xúc của Dịch Trung Thiên[36].

Bi kịch quá!

Sắp xếp xong xuôi, Tiêu Tuyết nói: "Ngày thường tao vẫn phải đi làm, không ghé qua đây thường xuyên được, hay là gọi điện cho Tống Tử Ngôn nhé".

Nhìn bức tường trắng bóc, ngửi mùi thuốc khử trùng đặc trưng, tuy biết chuyện cũng chẳng có gì, nhưng trong lòng tôi vẫn thấy rất sợ hãi, tôi như một con mèo muốn tìm người tới chơi cùng. Cho dù không gần gũi, cho dù không nói với nhau câu nào, chỉ cần ngồi là được. Nhưng nghĩ một lát, tôi vẫn lắc đầu: "Không cần".

Người có thể không có chí khí, nhưng không thể không có cốt khí.

---

(36) Dịch Trung Thiên: Sinh năm 1947, người Trường Sa, Hồ Nam, Trung Quốc. Ông hiện là giáo sư của Học viện nhân văn, Đại học Hạ Môn. Ông có nhiều năm nghiên cứu văn học, mỹ học, lịch sử... là học giả của chương trình "Bách gia giảng đàn" của Đài truyền hình trung ương, rất được khán giả hoan nghênh. "Bi kịch quá" là câu nói xuất hiện thường xuyên trong các buổi diễn giảng của ông (BTV).

Tôi hay nịnh nọt thật đấy, nhưng còn chưa tới mức người ta tát má phải, tôi còn phải đưa má trái ra cho người ta tát nốt.

Huống chi mình đã cố đưa ra rồi, người ta đã chẳng thèm đánh, còn chê nửa mặt bên này xấu quá.

Tôi bắt đầu chuỗi ngày nằm viện tự lực cánh sinh.

Tiêu Tuyết cứ rảnh là sẽ tới thăm tôi, nhưng nó bận rộn như thế, có khi muộn muộn đến đây chỉ nói hai câu đã mệt rũ người, ngủ gà ngủ gật, tôi đành nói thẳng, bảo nó cuối tuần hẵng tới. Sắp tới ngày tốt nghiệp, không cần về nhà cũng được, mà tôi cũng không muốn để bố mẹ lo lắng, thế nên lúc gọi điện về cũng chẳng nói tình trạng của mình bây giờ. Kết quả là một mình nằm đờ ra trên giường bệnh, năm ngày nằm trong phòng này chỉ thấy mấy người thường lui tới, mỗi lần nhìn thấy đôi vợ chồng trẻ nhỏ giọng nói chuyện, mỗi lần họ dịu dàng dỗ đứa con ngủ, con nhóc to xác là tôi đây bỗng thấy chạnh lòng. Nhất là lúc họ đút cho đứa bé ăn, cứ dỗ từng câu, từng câu, cứ vỗ vỗ cái miệng nhỏ nhắn, dỗ nó a đi, a đi nào, trong lòng tôi lại thấy nôn nao lạ thường. Có khi nhất quyết không gọi cơm, lò cò một chân đi thang máy xuống tầng dưới ăn cơm.

Con người yếu đuối nhất là khi bị bệnh, mà tôi lại là người duy nhất phải chịu cô đơn trong những người yếu đuối. Nhìn cả căn phòng ngập tràn tình thân, tôi cảm thấy não nề vô cùng.

Cái não nề nhất không phải là lẻ loi một mình, mà là thiếu hẳn đi cái quyền được mở miệng giao tiếp, trừ Tiêu Tuyết lúc tới thăm và bác sĩ tới kiểm tra phòng, thay thuốc, còn thì hầu như ngày nào tôi cũng chỉ được nói có hai, ba câu, với phụ huynh của mấy đứa nhóc cùng phòng cũng chỉ nói mấy câu xã giao kiểu như: "Đã ăn chưa?", "Về rồi ạ?".

Người tốt trên thế giới này nhiều lắm, người tốt bụng quan tâm tới một người xa lạ đang cần sự quan tâm cũng chẳng thiếu, nhưng ngày nào cái người xa lạ kia cũng cứ lúc ẩn lúc hiện trước mặt họ thì hình như cũng chả cần quan tâm làm gì. Họ nói đôi ba câu với mình cũng chỉ vì xã giao thôi, dù sao tôi có tay có chân, bệnh cũng chẳng phải nặng gì. Họ thà bỏ mấy đồng ra mua đồ ăn vặt cho tôi chứ không chịu nói chuyện với tôi.

Tôi cô đơn muốn chết.

Trong căn phòng mà cả tường lẫn ga giường màu trắng toát toàn mùi thuốc khử trùng.

Thời gian không phụ lòng người, rốt cuộc cũng tới ngày này!

Trong phòng chỉ còn lại mình tôi với một đứa nhóc trướng bụng khó tiêu, bố mẹ nó hình như có chuyện gì, trước lúc đi còn sang chỗ tôi dặn dò: "Anh chị phải đi ra ngoài chừng hơn một tiếng, em có thể trông cháu giùm anh chị được không? Nó tỉnh lại thì cứ vỗ vỗ là được".

Tôi nhìn sang thiên sứ nhỏ bé nằm ngủ ngoan trên giường, cuống quýt gật đầu: "Được, được, được ạ".

Cặp vợ chồng hiển nhiên là rất cảm kích, luôn miệng cảm ơn rồi đi ra ngoài.

Qua năm, sáu phút, tôi vẫn chẳng thấy có động tĩnh gì cả, bèn bò dậy, qua bên giường đứa nhỏ coi thế nào, tôi lấy tay bịt mũi nó, khuôn mặt nhỏ nhắn kháu khỉnh lắc qua lắc lại cũng không thoát khỏi bàn tay ma quái của tôi, rốt cuộc cũng như dự đoán của tôi, dậy rồi!

Tôi sướng mê người, kéo một cái ghế ngồi xuống cạnh giường, nói với nó: "Dậy là tốt rồi, giờ chúng ta nói chuyện với nhau đi!".

Thằng nhóc chớp đôi mắt ngái ngủ nhìn tôi, tôi cúi xuống hôn lên cái má phúng phính "chóc" một cái, bắt đầu ngồi nghĩ nghĩ coi nên nói chuyện gì.

Một lát sau tôi đã nghĩ ra, chính là chuyện mấy ngày nay tôi càng nghĩ càng thấy rối rắm.

Tôi rút một quả chuối trong túi nilon đặt trên chiếc bàn cạnh giường: "Quả chuối này là một mỹ nữ". Rồi lại lấy ra một quả lê: "Quả lê thích cười thầm mến quả chuối này". Rồi lại thêm một quả táo: "Còn đây là quả táo độc ác".

Tôi hắng giọng: "Giờ cô kể cho cháu nghe một chuyện".

Trước ánh mắt của thính giả nhỏ ngây thơ, tôi bắt đầu kể câu chuyện hấp dẫn của gia đình trái cây: "Chuối, lê, và táo là ba loại quả cùng lớn lên với nhau. Chuối rất tốt tính, đẹp, dịu dàng mà lại có khí chất nữa, thế nên lê mới thầm mến chuối, nhưng chuối lại đem lòng thích quả táo độc ác kia. Mà quả táo độc ác này lại có quan hệ ấy ấy với một người thập toàn thập mỹ là cô đây, mà người dịu dàng xinh đẹp là cô đây lại thích lê, thậm chí còn suýt có quan hệ ấy ấy với nhau nữa, mà lê này đã từng vì chuối mà rũ bỏ hết tình cảm giữa bọn cô rồi chạy ra nước ngoài, nhưng giờ đã về nước rồi, hình như lại còn muốn nối lại quan hệ ấy ấy với cô nữa. Nhưng bọn cô làm sao tiếp tục quan hệ với nhau được đây, cũng đã cắt đứt quan hệ với quả táo độc ác luôn rồi, hơn nữa lúc cắt đứt mối quan hệ ấy ấy giữa bọn cô, quả táo ác độc kia còn nói những câu khiến cô cảm thấy vô cùng ấy ấy...".

Tôi cứ nói rồi nói, như đan một tấm lưới rối rắm rồi tự mình sa vào trong đó, làm cách nào cũng không thể tránh được. Nhìn lại thằng nhóc, có lẽ nó cũng có nỗi muộn phiền như tôi, cho nên miệng mới mếu máo như thế, nhìn như sắp khóc.

Tôi vội vàng dỗ: "Cưng đừng sợ, cô không phải là người tốt gì đâu".

Tôi vừa nói xong thì thằng nhóc đã khóc "òa" lên.

Vỗ vỗ, vỗ vỗ, tôi cuống quýt vỗ vỗ.

Mẹ ôi! Vợ chồng nhà kia đúng là gạt người mà, tôi càng vỗ càng thấy thằng nhóc khóc lớn tiếng hơn...

Tôi đành bế thằng nhỏ lên, đung đưa cái chân trái còn lành lặn dỗ nó.

Rốt cuộc cũng ngừng khóc.

Tôi vừa thở phào thì lại nghe thấy một giọng nói đầy giận dữ: "Em đang làm gì thế hả?".

Giọng nói quá quen thuộc, tới mức tôi không dám quay đầu lại.

Mãi đến khi Tống Tử Ngôn đỡ lấy đứa bé trong tay tôi, chăm chăm nhìn vào cái chân phải quấn chặt bông băng như đòn bánh tét, lạnh lùng mở miệng hỏi: "Sao lại thành ra thế này hả?".

Tôi buột miệng đáp: "Rót nước sôi, nước tràn ra nên bị bỏng".

Hắn lại càng tức hơn: "Rốt cuộc là em đang nghĩ gì hả? Còn nữa, chân tay thế còn dám bế trẻ con à?".

Tôi rụt đầu lại theo thói quen, nhưng nghe Tống Tử Ngôn mắng, chẳng hiểu sao tự nhiên nước mắt lại rơi.

Hắn giật mình, đặt đứa bé xuống giường, tính đưa tay lên lau nước mắt cho tôi. Nhưng cánh tay còn đang giơ lên giữa không trung thì thằng nhóc lại hả họng gào khóc thêm một tràng nữa.

Cánh tay ngừng giữa không trung thu lại, Tống Tử Ngôn không kìm được, khẽ quát thằng nhỏ: "Không được khóc".

Thằng nhóc lại càng khóc dữ hơn.

Giọng Tống Tử Ngôn lại nặng nề thêm mấy phần: "Bảo không khóc cơ mà".

Nhìn thằng nhóc vung vẩy tay chân, cái miệng nhỏ nhắn mếu máo ngoác rộng, nhìn gương mặt nhăn nhó của Tống Tử Ngôn, bỗng nhiên tôi thấy hả hê lạ: Cũng có người không sợ anh rồi!

Nhưng nghe tiếng thằng nhỏ khóc tôi cũng sốt ruột, đang tính cúi xuống bế lấy nó thì bị Tống Tử Ngôn trừng mắt. Tôi làm động tác như ôm đứa bé, giải thích: "Ấy, nếu bế thì nó sẽ không khóc nữa".

Hắn nghi ngờ bế đứa nhỏ lên, quả nhiên nó ngừng khóc thật, chỉ mở to đôi mắt tròn tròn còn ngần ngận nước nhìn hắn.

Căn phòng im lặng.

Chúng tôi không dám nói chuyện nữa, một lúc sau, Tống Tử Ngôn ngẩng đầu lên, hỏi bằng giọng rất nhỏ: "Nó ngủ rồi, làm sao bây giờ?".

Tôi cũng hạ giọng trả lời: "Bế nó về giường đi".

Hắn vụng về bế thằng bé đặt lại trên giường, lúc ngẩng đầu lên thì chúng tôi lại chìm vào im lặng như trước.

Một lát sau, Tống Tử Ngôn mới nói: "Tôi có chuyện muốn nói với em".

Tôi cúi đầu im lặng nhìn mặt đất, nói: "Em cũng có chuyện muốn nói với anh".

Hắn thoáng ngẩn người: "Cái gì?".

Tôi chỉ vào cái áo khoác của hắn ướt chèm nhem còn rỏ nước xuống, có lòng nhắc nhở: "Lúc nãy... thằng nhóc kia tè lên người anh rồi...".

Tôi cầm áo khoác của hắn vào toilet phòng bệnh, dùng nước gột qua, coi như là chuộc lỗi.

"Tần Khanh".

Tôi vừa quay đầu lại đã thấy hắn đứng ở ngoài cửa, chỉ đứng lặng nhìn tôi, rồi chậm rãi mở lời: "Về nhà đi".

"Về nhà đi".

Ba chữ đơn giản thế thôi mà khiến tôi như người bị đau mắt, cả hai mắt đều sưng tới mức không mở ra được.

Tôi muốn về nhà, muốn có người thương, có người yêu, mỗi lần tỉnh giấc sẽ không phải nhìn thấy bức tường và ga giường trắng toát, không phải nhìn thấy cảnh gia đình người ta quan tâm nhau mà thầm chạnh lòng, buổi tối khát nước không phải tự mình cà nhắc đi rót nước, không phải chen chúc xếp hàng trong nhà ăn để mua cơm, cả ngày không phải im lặng nhìn trần nhà tới đờ đẫn.

Nhưng anh đã nói rồi đó, tôi không đáng.

Tôi không phải là con chó pug anh nuôi, vẫy vẫy cái đuôi đi theo sau anh, lúc anh buồn bực thì đá cho một cái quát tránh xa ra, lúc vui vẻ xoa xoa đầu thì tôi phải vui vẻ chạy vòng quanh cắn ống quần anh.

Thế nên, tôi lắc đầu, đáp bằng giọng mũi nghèn nghẹn: "Không về".

Hắn ngẩn người, hỏi lại: "Tại sao?".

"Anh bảo em cút thì em đi, anh muốn em trở về, thì xin lỗi, em cút xa rồi". Những lời này nghe vô cùng ác độc, nhưng tự nói ra tôi cũng cảm thấy rất khổ sở.

Hắn khẽ giật mình, môi mím chặt, một lát sau mới nói: "Được".

Thực ra thì, vốn dĩ tôi chỉ muốn hắn có thể khóc lóc thảm thương, cầu xin khẩn tiếng một tí, thỏa mãn chút hư vinh phụ nữ bé nhỏ của tôi. Nhưng hắn chỉ phun ra có mỗi từ "được", khiến ý định phải ngược đãi hắn một trận trong tôi biến mất.

Trong lòng cảm thấy hơi thất vọng…

Nhưng nỗi thất vọng còn duy trì chưa được ba giây, hắn đã tương thêm một câu nữa: "Từ nay tôi ở đây."

Suýt chút nữa là tôi cắn phải đầu lưỡi mình: "Không phải anh còn đi làm à?".

"Không sao". Hắn thản nhiên: "Nói sao thì công ty cũng tự hoạt động được".

Thế nên, trong phòng bệnh nhi có hai đứa trẻ to xác.

Nói thì nói thế, nhưng thực ra hắn cũng chẳng ở đó luôn, bởi thỉnh thoảng công ty có việc, hắn chỉ tới bệnh viện buổi

King Kong Barbie

chiều, sáng sớm lại đi, buổi tối nằm ghé đầu vào giường bệnh ngủ, sáng ra lại chạy về công ty. Hiển nhiên Tống Tử Ngôn chẳng có kinh nghiệm chăm sóc người bệnh, được cái hắn cũng rất cố gắng, chăm cho tôi ăn uống đầy đủ, nhưng không biết có phải vì tính nô tỳ đã ăn sâu vào máu không mà tôi cứ sợ sệt như chim sợ cành cong. Hai, ba ngày cứ thế trôi qua, tới hôm nay, đương lúc ăn bữa sáng thì Tiêu Tuyết nhắn qua một cái tin cụt lủn khiến tôi rụng rời tay chân: "Thời gian bảo vệ luận văn đổi sang mười giờ sáng nay".

Mặt tôi vàng như đất.

Tống Tử Ngôn ngồi cạnh đang xem giấy tờ ngẩng đầu lên: "Có việc gì à?".

Tôi nghĩ một lát rồi nói: "Không có ạ".

Tôi biết, nếu nói cho hắn thì chuyện có thể giải quyết được rồi, nhưng tôi không muốn, đơn giản là vì giờ tôi không muốn nhờ vả hắn chuyện gì hết.

Mắt hắn tối sầm lại, rồi im lặng cụp mắt xuống.

Đợi Tống Tử Ngôn đi rồi, tôi vội vàng cà nhắc lê chân về trường, đến ngoài phòng bảo vệ luận văn, tôi nắm chặt tay Tiêu Tuyết: "Có chuyện gì không?".

Nó mở túi ra: "Không sao, không sao, luận văn của mày tao đã mang qua đây rồi, nhìn qua nhanh lên".

Tôi mếu máo: "Còn mấy phút, chả đủ thời gian cho tao nhìn xem cái gì".

Nó trấn an tôi, có lẽ cũng là tự trấn an mình: "Nghe đứa vào trước nói thì giám khảo cũng chỉ hỏi ba câu bằng tiếng Anh thôi, mày cứ đáp bừa đi, có lẽ qua được đó".

306

Tôi càng mếu máo hơn: "Đừng nói trả lời, dựa vào khả năng nghe thổ tả của tao thì có khi còn không nghe ra câu hỏi gì ấy".

Nó nhìn cái chân băng bó dày bịch của tôi, bày kế: "Nếu không thì mày giả đáng thương đi, đi rồi ngã xuống nhé? Nghe đồn năm ngoái đội trưởng đội bóng đá đã luyện được chiêu ấy tới mức xuất quỷ nhập thần, kết quả là không cần trả lời một câu cũng được cho qua. So ra, mày còn có đạo cụ làm ưu thế, chắc chắn sẽ qua dễ thôi".

Mắt tôi lấp lánh cảm động, nắm chặt lấy tay nó: "Đa tạ đã chỉ giáo!".

Cuối cùng cũng tới lượt tôi, tôi cà nhắc đi vào, đầu tiên phải quan sát bục giảng, coi nên ngã chỗ nào mới đỡ đau.

"The next".

Giọng nói rất quen tai, tôi ngẩng đầu nhìn ba vị giám khảo ngồi dưới bục giảng, ngồi chính giữa là người vừa chia tay tôi cách đây mấy tiếng - Tống Tử Ngôn.

Hắn nghiêm túc giở luận văn của tôi, dưới mắt của hắn mà tôi giả vờ ngã thì chắc bị ăn thẻ đỏ quá, thế nên, tôi hít một hơi thật sâu, sẵn sàng chờ lâm trận, cái kiểu phát âm tiếng Anh chuẩn của hắn, nói thật là tôi không tiêu hóa được.

Hắn ngẩng đầu, hỏi câu thứ nhất: "What's your name?".

Tôi nghe hiểu, nhưng hiểu quá rõ khiến bản thân phải sửng sốt: "Tần Khanh".

Hắn lại hỏi: "What's your age?".

Tôi càng sửng sốt hơn: "Hai mươi... à, twenty - two...".

Hắn nhìn qua luận văn: "What's your favorite color?".

"Green…".

Mấy câu này có liên quan gì với quan điểm và phân tích về đại thi hào Shakespeare trong luận văn của tôi à?

Không chỉ tôi, hai giám khảo kia cũng cảm thấy vô cùng kỳ lạ.

Tống Tử Ngôn gấp lại luận văn, ngẩng đầu cười: "That's all".

Tôi nghi ngờ hỏi lại: "Có ba câu hỏi thế thôi ạ?".

Tống Tử Ngôn thu nụ cười lại, thay vào một khuôn mặt rất nghiêm túc: "Còn một câu nữa."

… Tôi đã biết hắn không tốt bụng đến thế mà, bèn nhanh chóng chuẩn bị chiến đấu, nín thở chờ đợi.

Hắn hạ mắt xuống, chậm rãi thả từng chữ, từng chữ: "I'm sorry, forgive me?".

Tôi ngẩn người ra mấy giây rồi mới phản ứng được.

Mà phản ứng này lại càng khiến cho bệnh đau mắt nặng hơn…

Lúc tôi ra ngoài, Tiêu Tuyết hoảng hồn: "Sao lại khóc thế hả? Không qua thì không qua, còn bảo vệ lần hai nữa cơ mà, chúng mình không tới nỗi không có tiền đồ như thế đâu".

Tôi cũng thấy bản thân mình gần đây càng ngày càng không có tiền đồ rồi, chớp chớp mắt mấy cái, nước mắt lại rơi xuống, tôi sụt sịt: "Tiêu Tuyết à, không phải tao không thể chống lại được, mà là vũ khí của quân địch quá mạnh, tao phải giương cờ đầu hàng rồi".

Nó nghe tôi nói như người lạc vào sương mù, nhìn tôi tò mò: "Không phải mày đứt dây thần kinh số mấy mấy rồi mới thế này đấy chứ?".

Con ranh này dám nói tôi bị đứt dây thần kinh, may là giờ tâm trạng tôi cũng đã khá hơn, không thèm tính toán với nó, ngâm nga hát một bài dân ca rồi quay lại bệnh viện. Đứa nhóc nằm cùng phòng tôi đã làm xong thủ tục xuất viện, đang thu dọn hành lý. Tôi tươi cười hớn hở qua chào bố mẹ nó: "Ối chao, đã xuất viện rồi sao?".

Bà mẹ nói: "Vâng, bác sĩ kê đơn thuốc, bảo về nhà tự uống, nên hôm nay xuất viện luôn".

Tôi vẫn tươi cười hớn hở: "Vậy sau này nhớ ghé qua đây nữa nhé".

Không biết có phải là ảo giác của tôi không, mà cặp vợ chồng kia hơi hơi sửng sốt, sau đó tốc độ thu dọn hành lý cũng nhanh gấp đôi, hệt như gió bão quét qua, cứ sửng sốt nhìn tôi.

Rất nhanh, trong phòng bệnh chỉ còn mỗi tôi đứng cười hì hì…

Chừng hơn nửa tiếng sau, tiếng bước chân quen thuộc lại xuất hiện bên ngoài phòng bệnh. Tôi vội vàng thôi cười, tiếp tục quạu cọ.

Nhưng câu đầu tiên Tống Tử Ngôn nói lại là: "Em cười ngốc cái gì đó?".

Tôi giật mình: "Sao anh biết em vừa cười?".

Hắn cười gian, không đáp lại: "Hôm nay đã về chưa?".

Tôi ngẩn ra: "Về?".

Rồi lại tiếp tục làm bộ: "Không muốn".

Hắn xị mặt xuống: "Tại sao?".

Tôi nghiêm mặt giải thích "Em là trạch nữ, cảnh giới cao nhất của trạch nữ là gì? Chính là được nhốt mình trong bệnh viện, em vất vả lắm mới đạt được mục tiêu này, sao có thể xuất viện với người lạ được?".

"Người lạ?". Hắn thản nhiên lặp lại lần nữa, rồi nở nụ cười đáng sợ quen thuộc: "Tốt lắm".

Tóc gáy tôi dựng hết lên, bản tính nịnh nọt vô tình cũng trở lại: "Thực ra chỉ cần không lạ một chút, em còn có thể đi theo".

Hắn nghiêng người qua, giọng điệu mềm mỏng lạ kỳ: "Tôi cũng chỉ là một người lạ thôi à?".

Gần nhau trong gang tấc khiến tôi có thể cảm nhận được hơi thở của hắn, miệng lưỡi đột nhiên khô rang: "Cũng... cũng được mà".

Hắn cười: "Quan hệ của chúng ta chỉ được thôi à?".

Ý tứ của hắn lộ liễu tới mức mặt tôi sắp bốc khói, cuống quýt gật đầu: "Là tốt, rất tốt".

Hắn đưa mặt sát lại gần, hơi thở phả vào tai tôi mờ ám: "Tốt tới cỡ nào?".

Không cần tôi trả lời, hắn đã bắt đầu dùng hành động chứng minh rồi...

Cái màn củi khô lửa đượm gặp nhau là bùng cháy thế này thì phải có ngay một dòng phụ đề tiếng Nhật "Trong bệnh viện" chạy qua...

Có tiếng con nít vang lên ở cửa phòng: "Mẹ, hai người đó bôi thuốc ạ?".

Một cô bé bốn tuổi được bố bế ngây thơ quay đầu lại hỏi.

Hai người lớn phía sau con bé cũng đang há hốc mồm nhìn chúng tôi.

Tôi cúi đầu nhìn lại tư thế của mình với Tống Tử Ngôn, tôi ngồi trên giường, hắn đè áp qua người tôi, cả hai đều thở dốc, quần áo xộc xệch... tôi thầm cảm thán trong lòng, cái này đúng là dạy trẻ con hư!!!

Giờ ông bố kia mới sực tỉnh đưa tay lên che mắt con gái lại...

Mất bò mới lo làm chuồng, giờ thì đã quá muộn rồi!!

Bầu không khí sau đó là xấu hổ, tôi đành phải theo Tống Tử Ngôn về nhà.

Xe tới trước cửa khu chung cư, đang lúc chờ cửa xếp từ từ mở ra thì bỗng nhiên có người gõ lên cửa kính xe, tôi nheo mắt nhìn kỹ, không khỏi giật mình, là bác bảo vệ!

Tôi chưa kịp cản thì Tống Tử Ngôn đã hạ cửa kính xe xuống, bác bảo vệ vui vẻ bắt chuyện với hắn, rồi nhìn tôi vẻ khó chịu: "Bác nói này, đã lâu rồi không gặp cháu, sao cháu vẫn không thay đổi gì thế hả?".

Tôi gượng cười, nâng cái chân bị băng bó lên: "Cũng đâu hẳn ạ, còn có thêm chiến lợi phẩm mang về nữa này bác".

Bác ta liếc nhìn qua cái chân của tôi, cau mày, tôi cảm động lắm, không ngờ đó, phía sau những lời nói ác độc lại là một trái tim giàu lòng thương cảm.

311

Bác ta chậm rãi chuyển ánh nhìn từ chân lên mặt, giọng đầy tiếc nuối: "Bác nói này tiểu hồ ly, cháu nên sửa lại mặt đi, chứ sửa chân làm gì?".

Bác ơi, bác đúng là không phải người trái đất, mà là người ngoài hành tinh di dân tới đây á!!!

Mãi cho tới lúc vào nhà rồi mà tôi vẫn còn bực mình.

Tống Tử Ngôn cười cười, lắc đầu: "Em đi rửa mặt trước đi".

Mấy ngày nằm bệnh viện đúng là không có lần nào tắm rửa cho ra hồn, tôi lê cái chân bị thương chui vào phòng tắm, tắm một trận cho đã, lúc đi ra đã thấy Tống Tử Ngôn nấu nướng xong hết rồi.

Khốn! Hóa ra anh biết làm cơm à, thế mà còn sai tôi đi làm!

Ăn thử một miếng…

Khốn! Hóa ra anh nấu ngon thế à, thế mà còn bóc lột tôi!

Hồi trước bị bóc lột tàn tệ, giờ tôi phải cố ăn cật lực mà bù lại. Hắn không hề động đũa, chỉ hỏi: "Có ngon không?".

Tôi gật đầu: "Ngon lắm ấy ạ! Anh đúng là người toàn tài, đức trí thể mỹ, cái gì cũng làm được hết đó!!!".

Hắn nhìn tôi dịu dàng, nói bằng giọng cưng chiều: "Muốn ăn thì sau này tôi sẽ nấu cho em ăn".

Mấy từ này do chính miệng hắn nói ra khiến tôi giật mình, chút xíu nữa là phun hết cơm trong miệng ra, nghi hoặc nhìn hắn, run run hỏi: "Tổng giám đốc… anh không bị tâm thần phân liệt đấy chứ…".

Sắc mặt hắn lập tức xanh lè, lạnh lùng nhìn tôi: "Ăn nhanh đi, ăn xong thì rửa bát".

Anh thế này mới là bình thường này, cứ như lúc nãy làm tôi còn tưởng anh bị trúng tà chứ.

Nhìn sắc mặt u ám như ngày thường của Tống Tử Ngôn, tôi thầm lắc đầu: Anh là King Kong thì cứ làm King Kong đi, giả làm Barbie dọa người làm gì chứ, đúng là...!

Cơm nước xong, rửa bát xong, tôi theo lệ thường vào phòng ngủ coi ti vi.

Nhưng vừa mới nhìn qua ti vi một cái đã bị Tống Tử Ngôn tắt mất. Còn chưa kịp phản đối thì hắn đã đưa chân đưa tay qua, thổi vào tai tôi: "Có muốn "đóng cửa đếm tiền" không?".

Tôi sững người ra mất mấy giây mới phản ứng lại, cố để không đỏ mặt, tôi giơ cái chân phải quấn bông băng như đòn bánh tét ra: "Anh bắt nạt người tàn tật mà không thấy xấu hổ à?".

Hắn nhìn tôi một lát, cũng không cố chấp, chỉ dịch sát người vào, tôi giãy giụa đẩy ra.

Hắn chậm rãi nhắm mắt lại, thì thầm: "Đừng động đậy, tôi muốn ôm em một lát, thế thế, tốt lắm".

Tôi cảm giác như thân thể mình mềm nhũn ra, từng đợt, từng đợt sóng ấm áp dâng trào trong tim.

Thật không ngờ, Tống Kim Quy, bốc được bài tốt thì cứ im ỉm, rồi bỗng dưng ngửa bài ra khiến người ta thua không kịp trở tay!

Tim tôi như hóa thành một con thuyền nhỏ, tuy không biết bến bờ ở nơi đâu, cũng chẳng biết xuất phát từ chỗ nào, nhưng lại bình yên đến lạ lùng, tôi biết lòng biển vẫn còn nhiều đá ngầm, nhưng giờ phút này, chỉ giờ phút này mà thôi, cứ yên lặng nằm ôm nhau thế này, tôi còn có thể mong đợi được gì hơn nữa đây?

Trải qua một trận chiến tranh không khói súng, tuy tình thế phần lớn là không đổi, nhưng địa vị của tôi trong giang hồ đã lên tới mức mắt thường không thấy được rồi.

Đến cả lần đổi thuốc đầu tiên sau khi xuất viện cũng là do Tống Tử Ngôn làm.

Căn phòng nho nhỏ, ánh đèn ngủ dịu dàng, chàng trai anh tuấn, còn có cô gái duyên ngầm toàn phần là tôi.

Đúng là một hình ảnh ấm áp tươi đẹp biết bao.

Nhưng… nhìn qua nhìn lại một hồi, tôi yếu ớt lên tiếng nhắc: "Cái đó… có phải là hơi dầy không ạ?".

Hắn cau mày: "… Hình như là sai ở đâu đấy…".

Tôi cố gắng nâng cái chân đã được băng theo số đo chuẩn của eo lên: "Anh băng cũng dầy quá rồi phải không?!!!".

Hắn nhìn cái chân to như bắp chuối của tôi, lại còn nghiêm mặt đáp: "Thế mới không thấm nước được".

"Không thấm cái…", từ còn chưa nói ra miệng đã bị hắn lườm cho một cái, phải nuốt ngược lại vào trong bụng, tôi cười cười, đổi sang chiến thuật thương lượng, đề nghị: "Băng dày không thấm được nước cũng tốt, nhưng giờ không có giày nào vừa với cái chân em cả, hay là cởi ra băng lại đi được không ạ?".

Cái đồ ưa sĩ diện chết tiệt kia như chết đuối vớ được cọc, thế mà còn cố nói cho ra vẻ: "Được rồi".

Hắn lại cúi đầu loay hoay, mãi một lát sau mới ngẩng đầu lên trịnh trọng tuyên bố: "Buộc chặt mất rồi".

Tôi đáp: "Thế thì cởi ra đi".

Hắn nhìn cái chân bị băng trắng lốp như cải thảo của tôi, nói: "Cởi rồi, nhưng càng cởi càng chặt, kết quả là… cởi không nổi luôn".

Đây là lần đầu tiên anh phải động tay động chân làm việc nên lấy tôi ra làm trò đùa phải không!!!

Tôi rất muốn quạc lại hắn mấy câu, nhưng mà, lại không dám… thế nên chỉ có thể nín nhịn nói: "Thế thì lấy kéo ra cắt đi".

Kết quả là… tìm cả nhà cũng không ra được cái kéo nào, cuối cùng Tống Tử Ngôn lại trịnh trọng tuyên bố thêm phát nữa: "Đi bệnh viện đi".

Vì không tháo băng ra được mà đi bệnh viện, anh không thấy mất mặt, nhưng tôi thì có đó!

Đang định cự tuyệt thì thấy khuôn mặt vô cùng nghiêm túc của Tống Tử Ngôn, tôi lại âm thầm nuốt câu phản đối lại.

Mình đúng giống nô tài quá rồi!!!

Tôi thấy vì chuyện này mà đi bệnh viện chắc chắn sẽ bị người ta chế nhạo! Sẽ bị người ta cho rằng mình không thể tự lo lấy cuộc sống, lại còn chuyện bé xé to ra! Nhất là lại chân đất không giày, bị người ta ẵm vào bệnh viện, sẽ bị cười thối mũi mất!

Mà lại vào thẳng phòng cấp cứu chứ!

Nhưng ngoài dự đoán của tôi, bác sĩ ở đây rất dễ gần lại nghiêm túc, lúc nghe Tống Tử Ngôn miêu tả lại tình trạng của tôi là bị bông băng chặt quá không gỡ ra được, lại còn làm ra vẻ sẵn sàng chiến đấu, làm tôi suýt chút nữa tưởng mình bị mắc bệnh ung thư.

Cuối cùng Tống Tử Ngôn nói: "Tìm một bác sĩ khoa ngoại gỡ băng ra cho cô ấy, thay thuốc xong thì băng lại".

Mấy người liên tục gật đầu rồi ra khỏi phòng, Tống Tử Ngôn còn dặn với thêm một câu: "Phải là nữ đó".

Tôi ngồi trên giường bệnh, kéo tay áo hắn: "Có phải là mình đang làm lớn chuyện không anh, em thấy thế nào cũng là lãng phí tài sản quốc gia, lãng phí thời gian chữa bệnh quý giá của họ ấy?".

Hắn đáp: "Bọn họ không thấy lãng phí thì thôi, sao em nghĩ nhiều thế?".

Nghĩ cũng đúng, thế nên tôi yên tâm thả lỏng người.

Nữ bác sĩ tới ngay lập tức, còn thêm một y tá đi cùng, cầm theo một cái khay nhỏ có đầy đủ dụng cụ, dao kéo, băng gạc, một người còn hỏi Tống Tử Ngôn: "Có cần phải gây tê không ạ?".

Tôi hoảng hồn, không lẽ tôi bị bệnh nan y gì đó mà bị bọn họ giấu diếm, thừa cơ mở băng chân cho tôi mà làm phẫu thuật hay sao? Nhưng ngẫm lại thì căn bản là nước sôi do tôi tự tay rót vào chân, cũng thấy an tâm ít nhiều. Đang muốn từ chối thì một giọng hát Kinh kịch bằng giọng Bắc Kinh nghe rất dở hơi vang lên bên ngoài, càng lúc càng tới gần: "Tiểu Liên ơi, Tiểu Liên đáng yêu yếu điệu của ông ơi, số cháu sao mà khổ quá a! Á a à...".

Mặt tôi xám lại, mặt Tống Tử Ngôn cũng xám theo.

Ông cụ vọt vào phòng, đi thẳng tới trước giường bệnh, đập vào mắt là cái chân to vật vã khác người của tôi. Ông cụ ngừng hát, kinh ngạc nhìn một lát rồi hỏi: "Cái này là ai băng đó?".

Tôi liếc mắt sang Tống Tử Ngôn đang đứng bên cạnh, ngoài tôi bị đối xử tàn bạo ra thì bình thường ai cũng được hắn đối xử rất hòa nhã, nhưng dựa vào quãng thời gian dài ở cạnh hắn, tôi biết, hắn là người rất kiêu ngạo. Biểu hiện rõ ràng nhất cho cái sự kiêu ngạo này chính là có chết cũng không chịu nhận sai, sắp chết còn sĩ diện. Nhưng tôi hãy còn muốn giữ chút sĩ diện cho hắn, bèn đáp: "Là cháu tự băng ạ".

Ông cụ nhướn mày: "Sao cháu ngốc như heo thế hả, băng thế này làm sao mà thông khí được đây?".

Tôi xấu hổ, nhưng lén liếc qua thấy sắc mặt Tống Tử Ngôn trầm xuống, lại thầm thấy sướng.

Ông cụ đứng cạnh nữ bác sĩ, nói: "Đây là...", thấy Tống Tử Ngôn lườm cho một cái thì nói tiếp: "Người nhà của tôi, cô làm cẩn thận chút."

Nữ bác sĩ lễ phép đáp: "Vâng ạ, viện trưởng".

Tôi lại hoảng, hóa ra ông cụ là viện trưởng!!!

Thảo nào tuổi cao như vậy mà hàng ngày vẫn còn có thể tới bệnh viện "cống hiến nhiệt huyết", chẳng trách sao lúc chúng tôi vào đây, ai cũng rất nhiệt tình, thậm chí với lý do vào viện hết sức dở hơi của tôi mà vẫn cẩn thận xem xét, có lẽ lúc hai đứa chúng tôi vào đây đã có người gọi điện thông báo, ông cụ mới phi từ ngoài vào, vừa đi vừa khóc...

Đương nhiên lần trước Tống Tử Ngôn nhập viện đã khiến bọn họ biết được, mượn cái cớ đó tới nịnh bợ ông cụ rồi.

Tôi liếc mắt nhìn bọn họ khinh thường, để có việc làm, sao lại có thể làm chuyện bợ đỡ thế chứ? *(Cô rõ ràng đang chó chê mèo lắm lông đấy!!!)*

Bác sĩ, y tá ở đây rất chuyên nghiệp, bông băng nhanh chóng được gỡ ra, từng lớp băng được tháo ra, để lộ bàn chân sưng tấy của tôi.

Ông cụ hỏi: "Bị sao thế?".

Tôi thuận miệng đáp: "Bị bỏng nước sôi ạ".

Ông quay lại cao giọng mắng Tống Tử Ngôn: "Sao cháu lại không cẩn thận thế hả? Đồ ngốc như heo!".

Tống Tử Ngôn chỉ mấp máy môi, không phản bác lại.

Tôi lén thở dài, đúng là quả báo, quả báo rồi.

Tống Tử Ngôn băng, nhưng tôi lại phải nhận là mình băng. Tôi tự mình làm bỏng, ông cụ lại quay sang mắng hắn.

Thế nên, nỗi cảm kích trong lòng tôi tăng lên vùn vụt, vì tôi mà tức giận quát tháo như thế, hẳn ông phải rất thương tôi rồi. Quả nhiên, ông mắng Tống Tử Ngôn xong thì quay đầu lại nhìn cái chân thảm thương của tôi cảm thán: "Tiểu Liên đáng thương quá à".

Được người lớn quan tâm, tôi rơm rớm nước mắt cảm động: "Thực ra cũng không sao mà ông, không đau lắm đâu ạ".

Ông cụ không thèm để ý coi tôi nói gì, chỉ lắc đầu, tự lẩm bẩm: "Cháu coi, cái chân vịt vốn đẹp đẽ giờ biến thành chân lợn rồi còn đâu".

Khóc ròng ròng, cứ để những giọt nước mắt nóng hổi vì cảm động cuốn theo chiều gió đi…

Có câu nói, nếu thượng đế mở ra cho bạn một cánh cửa, thì chắc chắn sẽ đóng cửa sổ lại.

Sau chuyện này tôi mới biết, hóa ra Tống Tử Ngôn cũng có cái không thông thạo, chính là băng bó.

Tuy rằng lúc Tống Tử Ngôn đứng cạnh nhìn bác sĩ thay băng cho tôi rất chăm chú, tuy rằng băng bó kiểu ấy là một chuyện vô cùng đơn giản, nhưng lúc nào hắn cũng có cách khiến cho đám bông băng thành một nùi loạn xì ngầu. Lần nào cũng loay hoay hì hục cả mấy tiếng đồng hồ, vần qua vần lại cái chân tôi tới phát đau, ba ngày một lần thay thuốc đều là những giờ phút đau khổ nhất của tôi. Có lần tôi ngại phiền cho Tống Tử Ngôn, thừa lúc hắn không có ở nhà, lén lút tự thay, kết quả là tối đi làm về, cái mặt hắn không xị ra thì cũng là nghiêm lại.

Chẳng lẽ hắn là kẻ nghiện băng bó trong truyền thuyết?

Kinh dị!!!

Hôm đó, đương lúc hắn còn luyện tập băng bó, tôi thì quen tới phát ngán, đã có thể luyện được công phu hắn vừa băng bó, tôi vừa mơ màng ngủ.

Bỗng nhiên hắn nói: "Ngày mai tôi phải đi công tác".

Tôi "ừm" một tiếng, lại mơ màng.

Một tia chớp bỗng nhiên lóe lên trong đầu, tôi tỉnh ngủ ngay, vội vàng hỏi: "Tóc... giám đốc Triển có đi cùng không?".

Chân đau nhói, hóa ra là Tống Tử Ngôn vô tình đè mạnh tay lên, hắn nheo mắt hỏi: "Em không muốn để cậu ta đi à?".

Đương nhiên là không muốn rồi, tôi thật thà gật đầu.

Sắc mặt hắn lập tức xấu đi, rõ ràng là đang tức giận.

Tôi hoảng sợ, tôi tổn thương, tôi sụt sịt: "Thế... nếu anh muốn dẫn cậu ta theo thì cứ dẫn đi cũng được".

Tuy rằng mối tình bí mật của họ đã bị người ngoài là tôi phá bĩnh, nhưng Tống Tử Ngôn không hề mắng chửi rồi bỏ đi, chỉ lạnh lùng nhìn tôi, khóe miệng nhếch lên, vẫn tiếp tục băng bó cho tôi, buổi tối vẫn nấu cơm như thường.

Tôi còn tưởng chuyện thế là qua đi.

Nhưng lúc "đóng cửa đếm tiền" sao anh lại phải ra sức như thế hả? Tuy bình thường anh cũng chẳng phải loại nhẹ nhàng gì cho cam, nhưng cũng đâu cần thiết phải chuyển hẳn sang trường phái dã thú chứ?

Anh nói không đọc tiểu thuyết ngôn tình, sao hễ ghen là lại dùng cái kiểu hành hạ thân thể người ta như nam chính không biết điều độ trong truyện ấy hả!!

Mà, có ghen thì phải là tôi ghen chứ!!!

Tôi mệt gần chết, hôm sau, hắn đi lúc nào tôi cũng không hay.

Tỉnh dậy thấy căn phòng trống vắng, trong lòng thấy buồn vô tận.

Người sống chung với tôi đang vi vu sung sướng với tên tình nhân của hắn ở nước ngoài đấy!!

Nhưng hình ảnh Tống Tử Ngôn đứng cạnh Tóc Vàng đã lâu không gặp cứ hiện lên trước mắt, bản thân tôi cũng thấy rất đẹp, rất dễ thương.

Bỏ đi, so ra thì bị đàn ông cướp đi còn đỡ hơn là bị đàn bà cướp mất.

Nghĩ như thế tôi lại cảm thấy khá hơn nhiều!!!

Bò ra khỏi giường dọn dẹp một chút, chân tôi đã đỡ nhiều rồi nhưng Tống Tử Ngôn vẫn chưa chịu cho tôi đi làm, khiến tôi chán muốn chết, đang muốn gọi điện cho Tiêu Tuyết thì số của nó đã nhấp nháy trên màn hình di động.

Đúng là hợp cạ.

Nó hỏi: "Tối nay mày có rảnh không?".

Tôi ỉu xìu: "Giờ tao nghèo lắm, có mỗi thời gian là giàu".

Nó lại nói: "Tối nay lớp mình họp mặt, chắc là gặp mặt lần cuối trước khi tốt nghiệp, mày cũng tới đi".

Nói đến đó tôi mới nhớ ra, cũng sắp tới ngày tốt nghiệp rồi, thế nên đáp ngay: "Ừ, chiều tao về ký túc xá chờ mày, tối hai đứa mình đi".

Chương 9: Tình cũ không rủ cũng tới

Vốn dĩ hẹn sáu giờ có mặt ở trước cổng trường, nhưng vẫn còn một người lề mề chưa tới, cách đó nửa tiếng có gọi điện nói là chừng chục phút nữa là tới, nhưng đợi tới sáu giờ ba mươi phút mà vẫn chưa thấy đâu. Mọi người bực mình nói mấy câu thì lớp trưởng lại bảo: "Dù sao cũng là lần cuối rồi, chắc là có chuyện gì đó, mọi người ráng chờ chút đi".

Thứ mà dân 8x ghét nhất là đợi, đặc biệt là đợi người, nhưng câu nói của lớp trưởng lại khiến chúng tôi buồn buồn, tất cả đều cố nhẫn nại chờ tiếp. Bảy giờ kém mấy phút, một chiếc Mecerdes lao vút tới, đỗ xịch ngay trước cổng trường tôi, cửa xe vừa mở ra, một thanh niên quần áo chỉnh tề đeo kính đen đã vội vàng xuống xe, vòng qua mở cửa bên kia, một đôi chân thon dài đi giày cao gót bước xuống, tiếp đó là một cô gái như ngôi sao điện ảnh đi trên thảm đỏ bước ra, chính là người chúng tôi đợi nãy giờ, Tả Tư Nhân.

Phải nói Tả Tư Nhân cũng là một người đẹp, cao ráo, vóc dáng cũng đẹp, gương mặt được trang điểm rạng rỡ xinh đẹp, lại thêm quần áo trang sức, nói chung là người sáng chói nhất trong đám người chúng tôi.

Chết! Sập bẫy rồi!

Hồi mới vào trường, tôi với Tiêu Tuyết vừa gặp đã biết ngay là hợp cạ với nhau, hai đứa tích cực đi vòng quanh trường tìm hot girl, người chúng tôi nhìn thấy đầu tiên trong lớp chính là Tả Tư Nhân. Nhưng đến tiết học đầu tiên thầy giáo cho chúng tôi tự giới thiệu thì với tiếng cười như chuông ngân, chỉ một câu nói của cô ta: "Mọi người..." đã khiến tôi và Tiêu Tuyết toàn thân chấn động, hồn bắn xa tới hơn chín ngàn dặm.

Lúc mới thấy Tả Tư Nhân, cảm giác đầu tiên của tôi là ghen ty, bởi người theo đuổi cô ta ở ngoài trường cũng nhiều như nước sông, đó là còn chưa tính tới những người đã ra trường, có công ăn việc làm đàng hoàng, như Tiêu Tuyết đây bèo lắm cũng có hai, ba vệ tinh, còn tôi thì lơ ma lơ mơ vớ được mỗi Tô Á Văn, căn bản là cũng chẳng có gì đáng nói. Sau này, lớp chúng tôi có cho phép mang theo người yêu đi hát karaoke, Tô Á Văn mới chính thức ra mắt cả lớp, tới kẻ vô tâm như tôi cũng phát hiện ra, Tả Tư Nhân cứ nhìn chằm chằm vào Tô Á Văn như nhìn cái màn hình nguyên cả buổi chiều, nói chuyện với mấy người bên cạnh bằng giọng điệu nũng nịu ngọt ngào tới phát ớn. Tôi lo lắng trong lòng, lúc về nhà, vội vàng kéo anh lại hỏi: "Sao nào? Lớp em nhiều người đẹp không?".

Anh đùa: "Một mình em thôi anh đã nhìn chẳng hết, sao còn nhìn người khác hả?".

Tôi không bị ngọt nhạt làm mờ mắt, vẫn truy hỏi tới cùng: "Đừng có vớ vẩn, có để ý ai không hả? Nhất là cái con bé người cao cao, mặt xinh xinh, cứ nhìn chằm chằm vào anh như ruồi thấy phân kia ấy!".

Anh sững người sửng sốt, lúc hiểu rồi thì cười cười: "Trên cổ anh có cái vòng, dây xích em đã nắm đó rồi, còn sợ anh chạy theo người khác à?".

Tôi sung sướng trong lòng, nhưng vẫn lo lắng: "Anh thực không thấy nó đẹp à?".

Anh lắc đầu: "Nếu bắt anh nói, anh thấy cô ta là người xấu nhất".

Lúc đó tôi còn không tin, cứ nghĩ anh chỉ dỗ tôi thế thôi, nhưng lúc nhìn thấy tiên nữ ánh trăng, tôi đã tin.

Người đẹp, không phải vì quần áo người ấy mặc trên người có là hàng hiệu hay không, không phải vì trang sức đeo trên người tinh xảo đến cỡ nào, không phải kiểu tóc có hợp mốt hay không, mà nhờ vào khí chất. Một người có thể đẹp rạng rỡ, có thể dịu dàng trầm lắng, tuy ai cũng có gout thưởng thức cái đẹp khác nhau, nhưng không thể phủ nhận, cả hai đều rất đẹp.

Ánh dương tươi đẹp, ánh trăng sáng trong, là bởi vì tự bản thân nó đã có thứ ánh sáng đó. Còn nếu chỉ làm bộ, thấy người ta đẹp mà bắt chước theo thì chỉ có thể rơi vào một vẻ giả tạo, khiến cho người ta khinh thường.

Tới giờ tôi mới hiểu được, nhưng Tô Á Văn đã sớm hiểu thấu.

Cho nên anh thấy Tả Tư Nhân xấu, cười nói với tôi rằng, sẽ không chạy theo cô ta.

Cho nên anh thấy cô bé thanh mai kia đẹp, nói lời xin lỗi với tôi, rồi chạy theo cô ấy.

Tôi chẳng có thời giờ mà nhớ lại nhiều, bởi bốn năm trời tôi bị Tả Tư Nhân làm cho "đứng hình" bao nhiêu lần rồi nhưng hình ảnh kế tiếp vẫn khiến cho tôi "đứng hình" như cũ, không thể kìm được mà tan thành gió bụi bay tứ tán.

Tôi nhìn, cả lớp tôi cũng nhìn, Tả Tư Nhân xuống xe rồi cúi đầu nói mấy câu với người đàn ông kia, rồi hai người họ ôm hôn.

Không phải cái kiểu hôn biểu lộ sự thân thiết, mà là cái hôn rất nồng nhiệt…

Vẻ mặt của mọi người chuyển từ không tin được tới vô cùng khó chịu, đợi lâu đến như thế chỉ để thấy cái cảnh này thôi à, Tiêu Tuyết thấp giọng hầm hè: "Sao không hôn cho nó chết đi!".

Tôi tràn đầy xúc động, gật đầu.

Tiện liếc mắt qua, xung quanh cũng có trên chục người gật gật theo.

Nhưng người ta sao lại chết được, hôn hít với tình yêu lớn xong thì cô ta mới ỏn ẻn nói mấy câu áy náy với mọi người, bảo là bàn chuyện làm ăn ở nhà hàng XX cùng với tình yêu lớn cho nên không tới được.

Tuy ngoài miệng thì nói, ôi trời, xin lỗi nha, nhưng trên mặt thì viết rõ rành rành, ước ao đi, đố kỵ đi, chị đây sướng lắm nha…

Mọi người nhẫn nhịn, nhưng cũng có một hai người có quen biết với cô ta đi theo hỏi người kia là ai, sao lại quen với người tốt như thế chứ, vân vân...

Lúc ngồi chờ món ăn được bưng ra, giọng cô ta cất lên cao vống khiến chúng tôi ngồi cách hai dãy bàn mà vẫn còn nghe thấy rõ: "Ôi trời ôi, việc làm á, xong rồi, tao không vội, dù sao Tiểu Quân cũng nói rồi, sẽ bảo bố anh ấy tìm giúp tao một công việc… Hả? Bố anh ấy á, làm cho chính phủ ấy, ha ha, là chủ nhiệm XXX đó… Ha ha, cũng là thế này này, mấy hôm trước bọn tao cãi nhau, nhưng hôm sau anh ấy mua ngay cho tao cái áo hiệu XXX, tao nhìn mặt anh ấy đáng thương quá, cho nên… phải không? Cũng được đó…".

May là chúng tôi không ngồi chung bàn.

Cô bạn ngồi bên trái tôi nuốt nước miếng: "Khốn thật, sao nó toàn gặp được chuyện tốt thế nhỉ, chuyện tao chán nhất bây giờ là chưa có bạn trai, chưa có việc làm đây này".

Tôi rụt đầu lại theo phản xạ, hình như... cả hai cái ấy tôi đã có rồi thì phải....

Tiêu Tuyết ngồi bên phải nghiêng người qua, nói thầm với tôi: "Đúng là không nghe lọt tai nổi nữa, mang lão Tống nhà mày ra "đập" chết nó đi!".

Tôi nghĩ nghĩ, hớ, kiểu người như Tống Tử Ngôn đúng là có khả năng "đập" chết cái con bé ấy đấy, nhưng mà nghĩ tới lại thấy ngường ngượng: "Người ta còn tặng quần áo cho nó đó, Tống Tử Ngôn tới tận giờ mới tặng tao có mỗi cái tạp dề". Là do tôi nói không có tạp dề nên hắn mới...

Tiêu Tuyết nói: "Không phải lão ấy đưa thẻ ngân hàng cho mày à?", rồi làm hiệu số sáu: "Lại còn từng này số nữa".

Nhắc tới đó tôi phải vội vàng đính chính: "Lúc lão ấy đưa cho tao, nói là dùng để mua thức ăn". Tiền của núi vàng không thể tiêu, lén mua hai bộ quần áo còn không dám mặc.

Tiêu Tuyết xoa đầu tôi tội nghiệp: "Não mày là não người à?", nhìn tôi một cái rồi ngồi thẳng lại, còn lắc đầu nữa chứ: "Cái thói đời gì thế này, càng phù phiếm càng khoe khoang, càng gắn bó càng trầm lặng".

Tôi nghĩ bụng, không phải càng gắn bó càng trầm lặng, mà là những thứ trầm lặng thì toàn là gắn bó cả...

Chưa kịp nghĩ thêm thì món ăn đã được bưng lên, mọi người ban đầu còn giữ ý, nhưng sau đó tất cả đều thoải mái, ăn uống rộn ràng, mặt mũi đỏ bừng.

Sau vài chén rượu, ai cũng cởi mở hơn, trọng tâm câu chuyện chuyển từ việc làm sang vấn đề muôn thuở - tình yêu.

Hai cặp trong lớp tôi trở thành đối tượng đứng mũi chịu sào.

Lớp tôi chỉ có năm nam, thế mà có tới hai người là trai làng ta lấy gái làng ta, nước phù sa không chảy ra ruộng ngoài.

Ở cái trường sói nhiều thịt ít thế này thì việc đó không thể nào coi là bình thường được, thực ra lúc đầu chỉ có mỗi lớp trưởng và người yêu là công khai có tình cảm với nhau, còn chuyện phát hiện ra một đôi nữa lại là thế này.

Mấy khu nhà quanh trường chúng tôi có cho thuê phòng theo ngày, một hôm nào đó, lớp trưởng dẫn người yêu đi thuê một phòng, đóng cửa lại chơi trò đếm tiền, nhà nghỉ thì thuộc loại một phòng ba gian, cách âm đương nhiên không tốt, đương ở trong phòng thì nghe có tiếng trai gái phòng bên hát vống lên rất là hoành tráng. Hai anh chị lớp trưởng dĩ nhiên là bực mình, mới bắt đầu đã bị phá đám, thế nên cũng hát đối lại cho hả giận. Thế là, bản hợp xướng nam nữ cứ vang lên ầm ĩ không dứt, vô cùng náo nhiệt, kết quả là hôm sau đi học, vừa mới ra khỏi cửa đã gặp nhau, tám con mắt nhìn nhau, rồi hét tướng lên, hóa ra là người cùng lớp!

Và thế là, cái đôi kia được lôi ra ngoài ánh sáng, phải chịu ánh mắt săm soi của cả lớp, từ đó về sau trở thành mục tiêu trêu chọc của mọi người.

Nhất là trong bữa tiệc trước ngày tốt nghiệp này, tiết mục trêu chọc được thăng cấp, mọi người nhất trí cùng yêu cầu hai người diễn một nụ hôn nồng nàn đúng chuẩn.

Đầu tiên là cặp uyên ương bị lớp trưởng phát hiện, hai người đỏ mặt chối đây đẩy, nhưng giữa tấm lòng chờ mong mênh mông như biển cả của quần chúng nhân dân, sự phản đối của hai người họ đều bị lặng lẽ oxy hóa hết, biến mất không còn dấu tích.

Cuối cùng hai người ấy cũng hiểu được tình thế trước mắt, cho nên bạn trai vô cùng dũng cảm, nghiêng người qua hôn lên má người yêu mình một cái. Nụ hôn "rút ruột công trình" này đương nhiên bị khinh bỉ cùng cực. Trước sự phàn nàn phẫn nộ dữ dội của khán giả, hai người họ phải làm lại lần nữa. Lần này nụ hôn hạ cánh đúng chỗ, nhưng không kéo dài. Lớp trưởng khoát tay: "Bọn họ đúng là không được, chúng ta phải nghe thấy tiếng, đúng không?".

Mọi người nhao nhao hưởng ứng, bạn trai kia nhìn lớp trưởng bằng ánh mắt cảm kích, ý tứ rõ rành rành chả cần nói cũng biết: Quả nhiên là bạn thân mà!

Thế nên, lần thứ ba, mọi người nín thở chờ đợi, một tiếng "chụt!" thật lớn vang lên.

Qua hai, ba giây sau, lớp trưởng hắng giọng hỏi: "Mọi người có nghe thấy gì không?".

Một đám người mặt mày tỉnh bơ tròn mắt lắc đầu như đúng rồi.

Hậu quả vô cùng thảm thương, khi lớp trưởng hỏi lại lần nữa: "Mọi người nghe đã được chưa?", cả đám người lại không hẹn mà cùng ngây thơ lắc lắc đầu, cặp tình nhân kia đã hôn tới mười bảy, mười tám lần rồi, tới lúc ánh mắt bắn ra đủ để giết lớp trưởng không còn mảnh thịt thì mới được tha.

Đôi tiếp theo là lớp trưởng.

Lớp trưởng bình thường cũng là người thoải mái, hơn nữa, vừa đi mời rượu một vòng, ánh mắt đã bắt đầu mơ màng, cậu ta cũng không từ chối yêu cầu, cứ ngửa đầu uống hết, rồi lại cười cười: "Tôi chả cần các cậu phải kêu gào, mấy hôm nay cứ quay vòng vòng bận với bài vở việc làm linh tinh, hôm nay trước mặt cả lớp, tôi phải đòi lại công bằng cho tình cảm suốt bốn năm của mình mới được!".

Thực ra tôi ít khi lên lớp, trừ mấy đứa ở cùng ký túc xá, tôi không chơi với nhiều người, nhưng tôi biết, lớp trưởng là người có tài, cứ từ chuyện cậu ta làm đạo diễn cho vở kịch cũ rích của tôi là đủ biết, một sinh viên nam, một thằng con trai bình thường, có thể chịu đựng được thứ tình cảm biến thái và mấy lời thoại mắc ói trong kịch bản để đạo diễn thành một vở kịch thành công đến như thế, đó chính là tính nhẫn nại! Mà một con người, một con người rất bình thường lại có thể moi từ trong cả đám sinh viên trường ra được hai diễn viên chính mặt mày đơ đơ, đó chính là có mắt nhìn!

Người hừng hực biểu lộ đó là một nhân tài vừa có tính nhẫn nại vừa có mắt nhìn, lại là người chúng tôi quen biết, thế nên mọi người bèn nhiệt tình cho một tràng pháo tay ầm ĩ để cổ vũ, khích lệ!

Lớp trưởng phất tay ra hiệu cho mọi người yên lặng, sau đó cất cao giọng nói: "Anh đã thích em lâu rồi!".

Đơn giản, đám người xung quanh ồn ào, vỗ tay huýt sáo.

Lớp trưởng! Đúng là đàn ông!

Nhưng sau đó cậu ta lại tới cạnh bàn của chúng tôi, đôi mắt lờ đờ sáng lên, nhìn Tiêu Tuyết: "Anh đã muốn nói câu này với em từ lâu".

Bốn bề im lặng, chỉ còn lại bàn tay đang vỗ của chúng tôi dừng lại trước mắt.

Bối rối! Bối rối quá!!!

Tôi không dám nhìn mặt người yêu cậu ta và mọi người, mà những người khác cũng chỉ cố giấu vẻ ngạc nhiên, cắm cúi ăn, tiệc tan, tôi với Tiêu Tuyết từ chối đi hát karaoke với mọi người, ỉu xìu quay về trường.

Trên đường đi, tôi hỏi: "Mày tính làm sao với chuyện này đây?".

Tiêu Tuyết liếc ngang nhìn tôi: "Chuyện gì liên quan tới tao?".

Tôi nhắc nó: "Chuyện mới nãy lớp trưởng tỏ tình với mày trước mặt cả lớp với người yêu ấy".

Nó không trả lời, đứng lại, chỉ thở dài, hỏi: "Tao nhớ nguyện vọng một của mày là vào Đại học Bắc Kinh phải không".

Tôi gật đầu: "Ừ, sao tự nhiên lại nhắc tới chuyện đó?".

Nó lại hỏi: "Thế tại sao mày lại học ở đây?".

Câu này đúng là buồn cười, tôi trợn trắng mắt: "Không lẽ không vào được Đại học Bắc Kinh tao không học trường khác được à?".

Tiêu Tuyết gật đầu đồng ý: "Đây không phải là đạo lý sao? Thiên hạ nhiều trường đại học, có mấy người có thể đạt được nguyện vọng một, nhưng đều lui lại chọn nguyện vọng khác mà cầm tấm bằng tốt nghiệp chứ. Nói như bây giờ, tao là Đại học Bắc Kinh trong lòng lớp trưởng, người yêu cậu ta là trường mình, cậu ta uống nhiều rồi làm nhảm như thế, không lẽ tao còn phải qua tạ lỗi cho người yêu lớp trưởng à?".

Tuy có lý đó, nhưng tôi vẫn băn khoăn: "Nhưng chuyện đó cũng bất công với người yêu rồi, thế này không phải là lớp trưởng ngoại tình sao?".

Tiêu Tuyết bước vượt lên tôi: "Hôm nay lớp trưởng sai là sai trước mặt người yêu mình, nói là ngoại tình thì chưa tới mức. Giờ tình cảm cứ như thế, cũng khó đảm bảo trong lòng cô người yêu kia không có một Harvard. Mà đem chuyện của mày ra nói đi, mày cứ nhớ nhung tới Tô Á Văn, không phải giờ cũng sống chung với Tống Tử Ngôn à."

Gió đêm quét qua mặt, khiến gương mặt nóng bừng vì uống rượu say lúc nãy của tôi hơi lạnh, tôi ngừng lại, im lặng một lát, rồi lắc đầu: "Không giống".

Tiêu Tuyết khoanh tay nhìn tôi, phì cười: "Có cái gì không giống? Cả đời con người ta, được mấy người có thể ở bên người mình yêu nhất? Nhưng không lẽ vì một người mà bỏ qua hết tình cảm của người đến sau sao?".

Tôi không đáp, cuối cùng lại biện hộ: "Nhưng mày còn sót một trường hợp, biết đâu người ở cạnh mày lại không có tình cảm".

Tiêu Tuyết nhìn tôi kỳ lạ mấy giây, rút ra kết luận: "Chắc là tao hiểu rồi, căn bản là mày không chui vào ngõ cụt, mà là vốn đã ở trong ngõ cụt rồi. Có lẽ người khác là không đụng vào tường không tuyệt vọng, còn tao thấy, mày có đụng vào tường tới chết cũng không biết lần sau thấy tường thì vòng tránh đi".

Tôi lắc đầu cười khổ: "Tao muốn đụng vào tường, người ta lại không cho tao đụng".

"Thực ra…", Tiêu Tuyết như muốn nói gì đó, rồi ngừng lại, chỉ thở dài, bỗng dưng không tranh luận với tôi nữa, giọng nói mang theo chút uể oải: "Mày thích đụng thì đụng, thích chui vào thì chui, tao cũng không muốn nói nhiều với mày, về phòng đi ngủ trước quan trọng hơn".

Hai đứa chúng tôi cãi qua cãi lại quen rồi, nó ngưng tôi cũng dừng, hai đứa cũng không nói nhiều với nhau, chỉ đi về phía ký túc xá.

Mang bao nhiêu tâm sự, tôi thẫn thờ bước đi, bỗng nhiên Tiêu Tuyết đi bên cạnh ngừng lại, còn khẽ thốt lên kỳ lạ: "Thôi, lần này đụng vào tường rồi".

Tôi nhìn theo ánh mắt của Tiêu Tuyết, Tô Á Văn im lặng đứng dưới ngọn đèn ở cổng ký túc xá, đang nhìn chúng tôi.

Tôi nhớ tới những lần anh tiễn tôi về trước đây, tạm biệt nhau xong, tôi đi vào cổng ký túc xá, lần nào cũng không nén nổi mà quay đầu lại, anh đều đứng như thế, im lặng nhìn tôi. Tôi đứng ở đó, nhất thời không biết phản ứng ra sao.

Không khí đặc quánh lại, Tiêu Tuyết nhìn tôi rồi lại nhìn sang anh, kiếm cớ tháo lui: "Hai người nói chuyện đi, tôi về trước đây". Trước khi đi rồi độc ác bấm vào tay tôi một cái.

Còn lại chúng tôi đứng ngượng ngùng, cứ im lặng như thế được một lát, Tô Á Văn hỏi: "Chân em làm sao thế?".

Chẳng hiểu sao tim tôi lại run rẩy, thực ra vết thương ở chân đã khá hơn nhiều rồi, đi giày thể thao vào nhìn cũng chẳng thấy gì khác, ngay cả Tiêu Tuyết cũng quên hỏi tới nó. Nhưng anh vẫn nhận ra được, cũng như chuyện anh gầy đi, giữa chân mày thoáng u uất, sự thay đổi nhỏ như thế thôi mà chỉ cần liếc qua tôi cũng có thể thấy rất rõ ràng.

Có lẽ vì tôi chưa bao giờ thôi nhớ anh.

Tôi lui lại, mỉm cười: "Mấy hôm trước em bị bỏng, giờ đã khá hơn rồi".

Anh cau mày: "Sao vẫn không cẩn thận như thế?".

Đối thoại hình như có chút mờ ám, tôi đành cúi đầu nhìn chằm chằm xuống mặt đất, không có dũng khí tiến tới gần. Chỉ có thể giả điếc nói lảng sang chuyện khác: "Sao anh lại tới đây?".

Ánh mắt anh thoáng lay động, cũng cười cười: "Anh nhân tiện đi qua đây".

Thật ra tôi chẳng tìm ra nổi lý do nào nữa, đành phải tự thuyết phục bản thân tin vào câu chuyện của một người sống trong thành phố, nửa đêm lại đi ngang qua cửa khu ký túc xá nữ ở một nơi hẻo lánh như thế này, thế nên là... tôi nghiêm túc gật đầu: "Khéo thật".

Anh cũng gật đầu: "Phải".

Lại bắt đầu yên lặng.

Tô Á Văn trước đây như trời tháng tư, dù có là mưa hay gió cũng đều khiến người khác cảm thấy thoải mái dễ chịu. Nhưng giờ tôi cứ thấy anh như vũ khí hóa học có sức mạnh của vũ khí hạt nhân, làm bầu không khí xung quanh trở nên đặc quánh lại, nặng nề như đá tảng.

Mà tôi thì thà thấy sao Hỏa đâm vào trái đất, tàu biển đâm vào băng trôi cũng không muốn rơi vào tình huống này.

Tôi kiếm chuyện: "Lần trước anh nói có chuyện chưa xong nên lúc đó mới không quay lại Mỹ, giờ thế nào rồi?". Câu này tôi hỏi thật lòng, trăm nghe không bằng một thấy, nếu tôi chỉ là một

333

con lừa cứng đầu đã định trước không thể ăn được bó cỏ đó, thì chỉ có thể hy vọng anh không cầm bó cỏ đong đưa trước mũi tôi.

Anh "a" lên một tiếng, mãi lâu sau mới nói: "Cũng hòm hòm rồi, ít ra cũng rất an tâm, là thế đó."

Câu của anh một cũng được mà hai cũng xong, tôi chỉ có thể nói: "Vậy chúc mừng anh".

Tôi chúc mừng xã giao thế thôi, anh lại còn đáp lại: "Cảm ơn".

Hai đứa lại không nói nữa, cuối cùng anh cười cười: "Đã muộn lắm rồi, anh về đây, em cũng nên về sớm một chút".

Anh khách khí thế, tôi cũng khách khí đáp lại: "Vậy anh đi đường cẩn thận".

Tạm biệt là thế, nhưng không ai động đậy, cuối cùng anh mở miệng: "Ưu tiên nữ trước, anh nhìn em đi vào".

Phải nên từ chối, nhưng cổ họng tôi như bị thứ gì chẹn lại, tôi gật gật đầu, quay người đi về phía ký túc xá.

Tôi gắng làm ra vẻ tự nhiên một chút, nhưng lưng cứ cứng ngắc, chỉ có thể cố bước đi nhanh hơn.

Tôi không quay đầu lại, cũng không dám quay đầu lại, nhưng vào ký túc xá, tôi lại không kìm được mà ép người vào hành lang lén nhìn ra bên ngoài.

Anh vẫn đứng ở đó, giống như đã đứng ở đó từ rất lâu, ngọn đèn đường ngoài ký túc xá mờ mờ tỏa ánh sáng xuống người anh, kéo thành cái bóng mờ nhạt, ánh mắt anh trong bóng đêm như phủ một làn sương, chỉ nhìn sang bên này, nhìn thật lâu, cuối cùng cũng đi mất.

Chết! 🐰 **Sập bẫy rồi!**

Tôi đi vào nhà tắm, rửa mặt rồi mới lê chân về phòng.

Từ lúc tôi vào phòng tới khi trèo lên giường, Tiêu Tuyết vẫn liên tục bày tỏ lập trường kiên định của nó: Cứ cho Tô Á Văn là trường Yale, Tống Tử Ngôn cũng là Harvard đứng hàng thứ nhất, tôi ngàn lần không thể vì hạt vừng mà bỏ hạt bí.

Tôi cười khổ: "Người ta là vừa hay tiện đường qua đây, cũng chẳng có việc gì, chúng mình nghĩ lung tung cái gì chứ?".

"Vừa hay tiện đường?". Nó "hừ" một cái, ló đầu ra khỏi giường, "mày tin không?".

Tôi xòe tay, "Người ta nói như thế, tao có thể không tin được à?".

Thật sự là không thể không tin, trừ phi tự tôi cảm thấy hài lòng một chút, có lẽ người ta đúng là hoài niệm những gió mây, những đèn đường mà nhân thể tạt qua đây, rồi tình cờ bị tôi bắt gặp, tôi lại suy nghĩ xa xôi, tự cho mình là đúng.

Đầu thì nghĩ vậy, nhưng tâm tư thì vẫn cứ trôi lửng lơ như đang nằm trên một đám mây mềm mại. Đầu tôi tràn ngập suy nghĩ, những hình ảnh cứ trôi qua như cuốn phim chiếu chậm, cứ liên tục chạy qua, chạy qua, rồi chạy qua, những ký ức nhỏ tụ lại thành một mảng lớn, cứ lan rộng dần trong tâm trí tôi.

Nằm như thế một lúc lâu, đầu óc cứ ong ong không ngủ được, tôi nhìn di động, đã hai giờ sáng rồi. Trong lòng thấy trống rỗng khó chịu, bỗng nhiên rất muốn nghe giọng Tống Tử Ngôn, muốn nghe hắn thản nhiên chặn họng mình.

Len lén xuống giường, ra ngoài hành lang bấm số gọi, rồi mới nhớ ra giờ đã là nửa đêm, chuông bên kia mới kêu được

335

hai tiếng đã tắt máy. Kết quả là còn chưa về phòng, hắn đã gọi lại cho tôi.

Chắc hắn bị tôi đánh thức, giận rồi, di động rung rất lâu, cuối cùng tôi không dám không bắt máy, mới bắt máy đã nghe thấy tiếng. Quả nhiên, câu đầu tiên của hắn là hỏi: "Sao chưa ngủ đi?".

Nghe giọng hớn hở của hắn, lại đang đêm hôm khuya khoắt, tôi vận dụng hết trí thông minh của mình, cuối cùng, hỏi vặn lại theo thói quen: "Không phải anh cũng còn thức đấy thôi?".

Hắn đáp: "Giờ ở đây là ban ngày".

Giờ tôi mới nhớ ra hắn đang ở bên kia trái đất, lần đầu gặp phải tình huống này, nhất thời cảm thấy mới mẻ: "Chỗ anh là mấy giờ?".

Nếu ở vào hoàn cảnh khác, tôi đã không dám hỏi như thế. Không ngờ hắn còn trả lời lại: "Hơn một giờ chiều, mới ăn cơm xong, đang ở khách sạn".

"Khách sạn"…? Đầu tôi tự động bật ra một hình ảnh không được trong sáng cho lắm, tôi cẩn thận hỏi lại: "Vậy… giám đốc Triển có đó không?".

Giọng điệu vốn đang rất vui vẻ của Tống Tử Ngôn đột nhiên giảm xuống hai mươi độ, nghe một cái là đủ đóng băng chết người: "Tần Khanh".

Hắn không ở trước mặt tôi, nhưng chẳng hiểu sao tôi vẫn rụt đầu lại theo phản xạ có điều kiện, quả nhiên là không thể chống cự nổi. Nhưng trong lòng không hề thấy sợ, chỉ muốn trút hết tâm sự với hắn, nghĩ sao làm vậy, tôi tỉ tê: "Tổng giám đốc, giờ em đang ở ký túc xá trường, hôm nay lớp có buổi họp mặt".

Tôi cứ nghĩ chắc hắn chẳng thấy hứng thú gì đâu, ai dè Tống Tử Ngôn hỏi lại: "Có vui không?".

Tôi đáp: "Vui, rất vui, còn có chuyện cực hay nữa. Có một người, vốn dĩ đã đạt được nguyện vọng hai rồi, bây giờ tự nhiên lại bày tỏ với nguyện vọng một, anh nói coi, thế có phải hồ đồ lắm không? Mà nguyện vọng hai tuy không phải là mong muốn thực sự của người ấy, nhưng cô ta cũng là người, dựa vào cái gì mà phải chịu giày vò hả! Nếu sớm biết mình chỉ là nguyện vọng hai của người kia thì ai lại dám có quan hệ với nhau chứ, mà nói lại, em chỉ là đại học hạng ba của anh, nhưng lại là Đại học Thanh Hoa của người khác đó, anh nói phải không?".

Tôi nói luyên thuyên một tràng tới mình cũng chả hiểu được, thế mà hắn vẫn nhẫn nại nghe hết, chỉ lát sau, chất giọng trầm trầm vang lên: "Có chuyện gì thế?".

Tôi vốn đang bực mình muốn chết, nhưng nghe hắn hỏi lại trong lòng thấy chua xót lạ, vội vàng đáp: "Không có ạ".

Hắn vẫn chưa chịu thôi: "Rốt cuộc là làm sao hả?".

Tôi mà đáp qua loa thì kiểu gì cũng không qua được, bỗng nhiên nghĩ ra một chuyện liền hỏi: "Tổng giám đốc, thứ tư này anh về được không?". Tuy lịch trình đã sắp xếp là thứ bảy mới về, nhưng tôi vẫn còn ôm một tia hy vọng.

Hắn hỏi: "Có việc à?".

Tôi mặt dày trả lời: "Sinh nhật em".

Thực ra cũng chẳng phải chuyện qua loa, hôm nay nhìn quần áo trên người Tả Tư Nhân toàn loại hàng hiệu đắt tiền, rồi nhớ nhà Tóc Vàng toàn nội thất sang trọng tới phát ghen, lại nghĩ về cái tạp dề lòe loẹt đồng bóng, phía trước còn vẽ một con gấu bé của mình.

Tôi nghĩ cũng nên vùng lên khởi nghĩa rồi.

Chuyện không được trả lương đầy đủ của giai cấp công nông đã lâu không còn tồn tại, kẻ có thân phận mập mờ là tôi cũng nên vì quyền lợi của bản thân mà đấu tranh chứ. Nghĩ như thế, trong lòng có một tiếng nói vô cùng rõ ràng, xin anh hãy tặng gì đó cho em, không cần nhiều tiền, dù là đôi tất hạ giá ở vỉa hè, hay một cái bông tai bị người ta đánh rơi ở bên đường, em chỉ cần thứ gì đó, làm minh chứng, khiến em an tâm…

Hắn ừ một tiếng.

Chỉ ừ thế thôi à?

Tôi đề nghị với đầy ẩn ý: "Anh đang ở Mỹ, có mua quà kỷ niệm gì không? Hay cũng mua giùm em nhé?".

"Kỷ niệm cái gì?", hắn nghiêm giọng hỏi: "Kỷ niệm em già thêm một tuổi à?".

Tôi muốn anh chặn họng tôi, chứ không bảo anh chặn tôi tới nghẹt thở!!!

Tâm trạng thương xuân tiếc thu của tôi, nghe câu nói chua lè của hắn xong, từ phía sau tôi vỗ cánh bay lên.

Dĩ nhiên tôi là ngắt luôn điện thoại, hậm hực trèo lên giường ngủ!!!

Tối ấy tôi ngủ rất ngon, sáng mai tỉnh dậy bỗng thấy nhớ nhung bánh bao trong căng - tin đã lâu không được thưởng thức, tôi đánh thức Tiêu Tuyết, hai đứa đi đánh răng rửa mặt rồi đi xuống căng - tin ăn bánh bao. Kết quả là tự nhiên xui xẻo gặp lớp trưởng ở ngay trước cửa căng - tin, nhớ tới chuyện hôm qua, tôi không khỏi thấy ngượng thay cho hai người họ.

Lúc tôi còn cứng đờ không mở miệng ra được thì Tiêu Tuyết đã rất tự nhiên đánh tiếng chào hỏi: "Sớm thế, mang đồ ăn cho người yêu à?".

Lớp trưởng còn hơi lúng túng, thấy Tiêu Tuyết đã khôi phục được sức mạnh, cậu ta cũng lấy lại bản sắc, toét miệng cười: "Ừ".

Tiêu Tuyết ác miệng không tha ai, còn cố tình hỏi tôi: "Tần Khanh, mày qua coi xem, đây không phải là nô lệ của vợ trong truyền thuyết sao?". Tôi xấu hổ, chỉ có thể cười khan hai tiếng.

Tiêu Tuyết nổi tiếng trêu ác, lớp trưởng không dám đỡ: "Rồi rồi, hai bạn cứ từ từ ăn nhé, tôi đi trước đây".

Nhìn lớp trưởng đi mất, lại nhìn Tiêu Tuyết thản nhiên như không có chuyện gì, tôi giơ ngón tay cái lên: "Xử lý thật sáng suốt".

Nó thở dài: "Sáng suốt cái gì hả, nửa đêm hôm qua hoa đào bé nhỏ còn mơn mởn, hôm nay mới thấy ánh dương đã iu xìu, mày nói coi nó liệt dương nhanh như thế, tối qua nở rộ cái gì chứ?".

Tôi suýt nghẹn, liệt dương là có ý gì đó bà chị?

Quay đầu lại nhìn bóng lưng lớp trưởng đang cầm túi bánh bao xa xa, tôi không khỏi ghen tị. Nguyện vọng hai trong tim cậu ấy cũng là lựa chọn sáng suốt, còn tôi, vẫn ù lì như cũ thôi...

Tôi cứ ở lì trong ký túc xá trường được mấy ngày như thế, rồi cũng tới ngày tôi già thêm một tuổi.

Cách ngày tốt nghiệp còn chưa đầy hai tuần, những đứa ở cùng phòng đã dọn ra ngoài, Tiêu Tuyết thì hôm nào cũng bận rộn, tuy được ở một mình, nhưng ngồi trong căn phòng vắng vẻ, tới một người nói chuyện cũng không có, trong lòng lại thấy buồn buồn.

Hơn nữa hôm nay là sinh nhật tôi, lại càng chán đời hơn.

Cầm ví tiền, tôi hạ quyết tâm phải đập phá xả láng ngoài hàng một trận.

Cứ vô thức đi ngoài đường thật lâu, bỗng nhiên nghe thấy có tiếng gọi rất ngọt ngào bên tai: "Người đẹp ơi, đi mấy người?". Nghe tiếng gọi mới phát hiện chẳng hiểu mình bị ma xui quỷ khiến thế nào lại quay trở về "chốn cũ". Đã hai năm, trừ lần Nghiêm Bằng quay lại, tôi chưa từng bước chân vào đây lần nữa. Ông chủ không nhớ ra tôi, phục vụ đã đổi người mới, nhưng cũng bởi thế mà giờ tôi mới có thể được nghe người ta khách sáo gọi mình là "người đẹp". Mấy người phục vụ trước ở đây chỉ toàn gọi thẳng tôi là "ba dạ dày".

Tôi có cái tên đó là vì cực thích món lẩu ở quán này, lần nào ăn uống no say rồi cũng vẫn thòm thèm nhìn mấy món còn sót trên mặt bàn, ước ao: "Ông trời ơi, cho con ba cái dạ dày đi mà!", chẳng may bị người phục vụ đang bê thức ăn lên nghe được, rồi trở thành biệt hiệu của tôi luôn, cứ thấy tôi là lại kêu: "Chào cô, dạ dày!".

Nhìn cô bé xa lạ trước mặt khách sáo gọi mình là "người đẹp", tôi cũng khách sáo trả lời lại: "Một mình tôi thôi, tôi muốn vào phòng Sơn Thủy Quan".

Sơn Thủy Quan là tên một phòng riêng của quán, là chỗ cũ của chúng tôi.

Cô bé phục vụ nói mấy câu vào bộ đàm, rồi nói lại với tôi: "Sơn Thủy Quan đã có khách rồi ạ, chị có thể đổi phòng khác được không?".

Tôi hơi thất vọng, nhưng vẫn vội đáp lại: "Cho một phòng cạnh Sơn Thủy Quan cũng được".

Cô ta cười: "Có, mời chị theo em".

Tôi đi theo sau cô bé phục vụ, lúc đi ngang qua Sơn Thủy Quan thì đúng lúc nhân viên phục vụ đang mở cửa bê thức ăn đi vào, chỉ là vô ý liếc qua một cái thôi đã khiến tôi cứng hết cả người.

Là Tô Á Văn đang ngồi trong ấy.

Anh cũng nhìn thấy tôi, cả thế giới như ngừng lại trong phút chốc, ánh mắt tôi quét qua những món bày trên mặt bàn, hai đĩa thịt dê, một đĩa thịt hộp, một đĩa miến, một đĩa rau diếp, một đĩa nấm kim châm, một đĩa đậu phụ, cạnh đó còn có một gói mì đậu xanh và một chai nước chanh lớn.

Không chỉ là quen, mà là giống y như đúc.

Giống mỗi lần hẹn hò của chúng tôi, và cái ngày anh ra đi hai năm trước đó.

Câu "Khéo quá" mãi vẫn không thể thốt ra nổi.

Cuối cùng tôi vẫn ngồi xuống, anh đẩy đĩa ớt tới trước mặt tôi.

Nhân vật: Đôi tình nhân cũ. Địa điểm: Là nơi khởi đầu cho sự rạn nứt tình cảm hai người. Thời gian: Sinh nhật nữ chính.

Ba yếu tố cơ bản để viết tiểu thuyết đã đầy đủ, thêm thắt mấy chi tiết nữa là có thể viết được rồi.

341

Tôi có cảm giác chuyện này mà phát triển nữa sẽ đi vào lối mòn.

Tôi im lặng cúi đầu gắp rau ăn, trong phòng, ngoài tiếng nồi lẩu sôi ùng ục thì có vẻ quá yên tĩnh, yên tĩnh tới độ không thể chịu nổi, thế nên tôi đành kiếm chuyện để nói: "Ha ha, em vẫn muốn tới đây nhưng cứ bận luôn, thế mà lúc tới đây rồi lại phát hiện ra đồ ăn cũng chẳng ngon như mình vẫn nhớ".

Anh cười: "Phải, có lẽ trong lòng ai cũng mơ tới những thứ to tát hơn, mới cảm thấy bên ngoài tốt, thực ra lại không phải như thế".

Tôi có cảm giác như mình vừa chọc vào tổ ong vò vẽ, không dám nói thêm, chỉ yên lặng cúi đầu gắp rau ăn tiếp.

Nhưng anh cứ như được lên dây cót, nói tiếp: "Nhưng lại có nhiều người quá ngốc, cứ mãi đuổi theo mộng tưởng của bản thân, mà đánh mất đi thứ bản thân thực sự cần".

Tôi cảm thấy khó chịu, từ đầu tới cuối đều khó chịu. Tôi không thông minh, không thể nói một hiểu mười, càng không có chút tự tin nào của nữ chính, tự biết bản thân mình được bao nhiêu vệ tinh vây quanh theo đuổi. Tôi nhát gan, phản ứng chậm, tự biết thân biết phận nên cũng chẳng dám mơ mộng hão huyền. Nếu anh hối hận rồi, nếu anh muốn quay lại thì cứ nói thẳng ngay ra cho em biết, có đồng ý hay không là một chuyện, nhưng xin đừng dùng phép ẩn dụ ám chỉ gì đó, em không có dây thần kinh văn chương, cũng không có tầm nhìn xa tít tắp, em thực không hiểu, không dám tin.

Anh coi Tống Tử Ngôn - người ta gọn gàng dứt khoát bao nhiêu, người ta có thể nói rõ ràng rành mạch rằng "Cô không đáng".

Chết! Sập bẫy rồi!

Sao Tô Á Văn nhà anh lại dùng dà dùng dằng như thế chứ, cứ cầm cả bó cỏ xanh tươi thỉnh thoảng đưa đưa trước mũi, thỉnh thoảng lại cọ cọ vào miệng người ta, nhưng quyết không để người ta được nếm thử.

Đừng bắt em phải đoán nữa, quy tắc thứ nhất trong đầu con lừa cứng cổ như em là, thứ không đưa được vào trong miệng không thể coi là thức ăn.

Tôi có cảm giác mặt mình đã chuyển sang trạng thái cứng đờ, thực sự là không muốn nghe nữa, bèn khua khua đũa nói lảng sang chuyện khác: "Đừng chỉ nói không thế, anh ăn đi."

Anh đột nhiên ngưng nụ cười, cầm đũa nhìn tôi, giống như hai năm trước trợn mắt nhìn dáng vẻ xấu xí khi ăn của tôi: "Trước khi ăn anh kể chuyện cho em nghe được không?".

Cứ cho là thi vào cao đẳng cũng chỉ là vươn đầu ra trước đao, dù anh có tới, đừng treo tôi ở đó là được, tôi gật đầu: "Kể đi".

Anh nghiêng đầu nhìn tôi: "Trước đây có một ngọn núi, trên núi có một con đường, có một chàng trai và một cô gái leo núi. Nhưng cô gái kia leo nhanh quá, chàng trai không đuổi kịp, dần dần, ngay cả bóng của cô ấy cũng không thấy đâu. Lúc chàng trai đang hoang mang, anh ta gặp được một cô gái khác, chàng trai này nghĩ dù sao cũng chẳng đuổi kịp bóng người kia, mà cô gái này lại thú vị, cứ đi cùng cô ấy cũng hay. Nhưng đi được một thời gian, bỗng nhiên anh ta thấy có một người đứng ở sườn núi vẫy tay với mình. Anh ta nghĩ dù sao cô ấy cũng là người đầu tiên mình gặp, huống hồ, đã mấy ngày không gặp cô, anh nhớ cô. Cuối cùng anh nói với người tới sau, anh đã tìm được người cũ rồi, không thể đi tiếp với cô, cô hãy đi thong thả một mình thôi".

Ngừng lại một chút, anh hỏi: "Em nói coi, người này có khốn nạn không?".

Đôi đũa của tôi ngừng giữa không trung, không biết nên nói gì, chỉ xấu hổ cười cười.

Anh lại tiếp tục nói: "Anh chàng này bỏ rơi cô thứ hai, lại đuổi theo cô thứ nhất. Lẽ ra anh cũng phải mãn nguyện chứ, nhưng khi ở bên người thứ nhất, anh ta vô thức nhớ về người thứ hai kia, anh ta bắt đầu nghĩ là thói quen, cứ từ từ rồi sẽ hết thôi. Nhưng thói quen này quá đáng sợ, hai năm cũng không hề mất đi. Sau hai năm anh ta gặp lại người tới sau kia, nhưng cô ấy đã có bạn đồng hành khác rồi, anh ta trợn tròn mắt nhìn, lần đầu tiên biết thế nào gọi là ghen ty, vì cảm giác này là ghen ty, nên anh ta mới hiểu cảm giác kia không phải là thói quen, mà là thứ tình cảm thời gian cũng không thể xóa nhòa được. Em nói coi, anh ta có đáng đời không?".

Ngay cả cười tôi cũng không cười nổi, chỉ có thể uống nước ừng ực.

Anh không để ý, chỉ nói: "Có lẽ anh chàng ấy không tệ như thế, anh ta nghĩ như thế này, kiếp này mình đã sai rồi, sai tới mức không thể quay lại được nữa. Cái anh ta có thể làm là đi qua những con đường họ đã từng đặt chân tới, càng nghĩ càng nhớ. Nhưng ngày kia, trên đường, anh ta đã gặp cô gái ấy, vẻ mặt lưu luyến giống anh ta". Anh nhìn tôi, mắt sáng rực, "Em nói coi thế nghĩa là gì, cô gái kia đã quên anh ta chưa, họ có thể quay lại với nhau không?".

Tôi lắc đầu: "Không biết".

Anh chưa chịu tha, "Nếu là em thì sao? Em làm thế nào?".

Tôi cười khổ, "Người trên đường nhiều như thế, có lẽ người ta sớm tìm được bạn đồng hành mới, huống hồ lối rẽ lại nhiều thế kia, cho dù có quay đầu lại cũng chưa chắc thấy được người đó, nói gì tới việc quay lại".

Anh cúi đầu, lâu sau mới nói: "Nếu anh tìm thấy cô ấy thì sao?".

Tôi ngẩng đầu: "Hoặc thời gian đã xóa nhòa tình cảm của cô ấy rồi?".

Anh im lặng trong thoáng chốc, đột nhiên ngẩng phắt đầu lên: "Em đã không còn yêu anh sao?".

Tôi nhìn vào mắt anh, trong ấy có những tia sáng rực rỡ, không biết trả lời ra sao. Nếu tôi có chí khí một chút, chắc chắn sẽ gật đầu, mắng cho anh ta một trận, nói bà đây đã hoàn toàn quên mi rồi, bà đây không yêu mi nữa vân vân và vân vân. Nhưng tôi không tài nào nói dối nổi, bao nhiêu lần, tôi nằm trên giường "tự sướng", nghĩ ra cảnh anh nước mắt nước mũi dầm dề cầu xin thảm thương: "Tần Khanh, anh sai rồi, anh không bỏ được em, anh xin lỗi em, anh chỉ yêu mình em". Kết quả lúc nào cũng là chúng tôi ôm chầm lấy nhau, nước mắt đầm đìa.

Anh vẫn nhìn tôi, tôi chuyển ánh nhìn mấy lần, chỉ là không thể nói ra được.

Đúng lúc ấy, chuông di động của tôi đột nhiên kêu vang. Tôi chưa bao giờ thấy thích nghe tiếng chuông điện thoại như lúc này, nhưng nhìn thấy số điện thoại, tay tôi cầm lấy, mà không dám nhận.

Tiếng chuông cứ vang lên trong căn phòng chật hẹp, khiến tai tôi cứ ong ong. Tô Á Văn cũng cúi đầu nhìn, sững người ra.

Trên màn hình chỉ có ba chữ: Tống Tử Ngôn.

Không ai lên tiếng, chỉ có tiếng chuông cứ vang lên hết lần này tới lần khác, Tô Á Văn đưa mắt nhìn tôi, tôi cũng nhìn anh, cuối cùng ánh mắt đều rơi trên chiếc điện thoại đang rung không ngừng. Thực ra tôi cũng không làm gì xấu hổ, không nhận máy có khi còn mang danh chột dạ, thế nên tôi nắm chặt tay, định nghe điện thoại.

Tô Á Văn vươn tay ra đè lên tay tôi, lắc đầu nhìn tôi, "Đừng nghe".

Di động trong tay không ngừng rung lên, lòng bàn tay đang rịn mồ hôi, còn trên mu bàn tay là mồ hôi từ tay anh.

Di động đổ chuông rất lâu, cuối cùng cũng ngừng.

Im lặng một lúc, tôi lấy di động tính gọi lại. Nhưng anh giữ chặt tay, trong mắt là vẻ cầu xin không lời. Tôi ngẩng mặt nhìn anh: "Rốt cuộc anh muốn gì?".

Hai năm trước, bỏ lại một câu: "Người anh yêu là cô ấy" rồi bỏ tôi đi. Hai năm sau, chỉ một câu: "Anh yêu em". Đã muốn quay lại? Tôi thấy đầu mình đang bốc lửa, nhưng miệng vẫn mỉm cười, chỉ là trong miệng đắng ngắt.

Buông tay là anh, nắm tay cũng là anh, còn tôi là cái gì?

Anh nắm tay tôi, lắc đầu: "Đừng gọi".

Tôi càng cười: "Anh dựa vào cái gì mà đòi quản tôi? Dựa vào là bạn trai cũ của tôi sao?".

Anh giật mình, cụp mắt xuống rồi ngẩng đầu lên, kiên định, "Dựa vào anh yêu em, đã đủ chưa?".

Yên lặng chưa tới một giây, khoảnh khắc tan đi, trong tim như có thủy triều dâng lên, không thể nói thích, kích động, đau khổ hay gì nữa, chỉ có từng lớp từng lớp sóng cuộn lên hết lần này tới lần khác trong lòng.

Tình cảm của tôi, muộn tới hai năm, cuối cùng cũng kết trái.

Thực ra tôi cũng chỉ muốn kết quả thế này.

Không cần kinh sợ, không cần suy đoán, không cần vì có người yêu tôi.

Dẫu có thương tổn, hay không có ngày mai, nhưng cuối cùng đã có người yêu tôi

Tôi sững sờ, tay hết nắm lại rồi mở ra, cả người không còn sức lực.

Anh kéo tôi vào trong lòng, giọng khẽ như hơi thở: "Cho anh một cơ hội nữa được không?".

Tôi nghe tiếng tim đập trong lồng ngực anh, đầu nghĩ tới câu nói của anh: "Cho anh một cơ hội nữa được không?".

Tỉ lệ một người thích một người là bao nhiêu, tỉ lệ người yêu đơn phương được đáp lại là bao nhiêu? Lúc còn trẻ quá kiêu ngạo, vì sự tự tôn này, dễ dàng không chịu thỏa hiệp, cho nên sau này mới có bài hát ấy. Tôi không phải thánh nữ, chỉ mong sau này già nua sẽ không phải thở than năm ấy đã có một tấm chân tình, mình không quý trọng, đợi tới lúc mất đi thì đã hối không kịp.

Tôi không phải đấng tối cao hay thánh nữ. Chỉ như Tiêu Tuyết nói, cô bé thanh mai kia là Đại học Bắc Kinh trong tim Tô Á Văn, tình huống của anh chỉ là không đạt được nguyện vọng một mà rờ tới nguyện vọng hai. Như đại đa số bây giờ, có bao nhiêu người có thể ở bên mối tình đầu của mình? Nhưng chọn theo sự rung động của con tim mình, người chọn cô đơn có bao nhiêu?

Không chỉ tha thứ cho anh, mà là tha thứ cho cả một phần tình cảm.

Không chỉ cho anh cơ hội, mà còn cho bản thân tôi một cơ hội.

Chuyện quá phức tạp tôi không dám với tới, chỉ cố đơn giản hóa mọi chuyện đi một chút mà thôi.

Tôi yêu anh, anh yêu tôi.

Không vi phạm pháp luật, không vi phạm đạo đức. Không cản trở người khác.

Tại sao không thể yêu nhau?

Thậm chí giờ còn chẳng có tác nhân cản trở, tại sao bản thân cứ phải cố chấp tự ngăn cản mình chứ?

Tôi không phải Lưu Tường[37], tôi chỉ thích tìm con đường bằng phẳng nhất mà đi thôi.

Vì quá ngốc, cho nên chỉ có thể để chuyện đi theo con đường đơn giản hóa.

Chúng tôi đều yêu nhau.

Anh muốn tôi cho anh cơ hội.

Vậy thì tôi sẽ cho anh cơ hội.

---

(37) Lưu Tường: Vận động viên đến kinh cấp một (chạy vượt rào một trăm mười mét) của Trung Quốc (BTV).

Chúng tôi chậm rãi thả bộ từ quán lẩu về nhà.

Hai người chúng tôi không nói với nhau câu nào, kiểu xa nhau lâu năm giờ gặp lại có chút không quen. Nhưng sự thân mật ngày đó, rất tự nhiên, rất an lòng, vẫn còn lắng đọng trong sâu thẳm cõi lòng. Đã tới ký túc xá, tôi dừng lại nói: "Anh về trước đi, buổi tối lái xe không an toàn lắm đâu".

Anh đưa tay lên sửa lại áo tôi: "Anh nhìn em đi vào".

Cùng một câu nói, cùng một người, lại có cùng tâm trạng. Nhưng giờ tôi đã khác trước, dẫu sao cũng là lão làng của cái trường này rồi, nhìn mấy đôi tình nhân trẻ đang đứng trước cửa ký túc xá lưu luyến chia tay anh anh em em, nghĩ đến khuôn mặt già quắt của mình thì không kìm được, vội đẩy đẩy anh: "Anh về trước đi, em xấu hổ lắm".

Anh đề nghị: "Không thì em đi trước, anh đi sau nhé?".

Giống như gián điệp ấy, khóe miệng tôi giật giật: "Thôi đi, cứ công khai một lần, cho chúng nó thấy chúng ta già đầu còn cưa sừng làm nghé".

Anh cười cười: "Được, vậy mang con nghé đực này đi "đập" người nào."

Vừa nghe thấy từ "đập", tự dưng tôi lại nhớ tới câu nói của Tiêu Tuyết: "Mang lão Tống nhà mày ra "đập" chúng nó đi".

Tâm trạng bỗng chùng xuống, nhưng tôi tự thấy mình chưa từng làm gì mắc nợ hắn, nghĩ thế mới thấy khá hơn đôi chút, nhưng tim tôi cứ lặng xuống, làm gì cũng không vực lên nổi.

Tôi cố không nghĩ nữa, mang theo tâm trạng bất an đi vào ký túc xá, bỗng nhiên cảm giác thân mình Tô Á Văn cứng lại, đứng như trời trồng, giọng hơi lạc đi: "Anh... anh ba".

Tôi nhìn theo ánh mắt của anh, nín thở. Một chiếc xe đậu trong góc tối nơi cổng ký túc xá, Tống Tử Ngôn tựa người cạnh xe, đốm lửa nhỏ kẹp giữa những ngón tay, chỉ mở to mắt nhìn chúng tôi.

Tôi không đọc ra trong ánh mắt đó là gì, tim co lại, ngay cả hít thở cũng dừng lại dưới mắt hắn. Lúc nhìn thấy hộp bánh sinh nhật trên nắp xe hắn, có một cảm giác khó chịu không thể gọi tên ra, khiến đầu óc tôi hỗn loạn.

Tôi đứng im ở đó, Tô Á Văn bước tới, đứng trước mặt tôi.

Ánh mắt Tống Tử Ngôn càng lạnh đi, không cử động, chỉ gọi tôi: "Qua đây".

Theo thói quen chân tôi bước tới, cố cưỡng lại, tôi nắm góc áo Tô Á Văn như nắm lấy một cành củi giữa dòng nước xiết.

Tô Á Văn mở miệng, giọng anh nghe như đang cầu xin: "Anh ba, anh nghe em nói…".

Tống Tử Ngôn không nhìn anh, chỉ nhìn thẳng vào tôi: "Qua đây".

Tôi cúi đầu.

Có một âm thanh rất kỳ lạ, tôi ngẩn người mãi mới nhận ra là Tống Tử Ngôn đang cúi đầu cười.

Nhưng tiếng cười ấy không chút vui vẻ, lạnh lùng đến mức khiến người ta đau lòng.

Tôi rất sợ, xúc cảm đang không ngừng dội trong lòng này chắc chắn là sự sợ hãi, tôi sợ hắn sẽ xông tới đây… Nhưng hắn chỉ đứng đó nhìn tôi, vẫn khăng khăng chỉ nói một câu duy nhất: "Qua đây".

350

Tôi không qua đó được, từ lúc anh nói tôi không đáng, tôi đã không bước qua đó được nữa rồi.

Có lẽ nên nói rằng, cho tới tận lúc này tôi vẫn chưa từng qua đó.

Tôi ngẩng đầu, lúng túng nói: "Tổng giám đốc, anh về trước đi, cũng muộn lắm rồi...".

Sắc mặt hắn càng lúc càng khó coi, đến nói tôi cũng không nói nổi nữa, chỉ có thể im lặng.

Cánh tay đột nhiên nhói lên, hóa ra hắn đã qua chỗ tôi, Tô Á Văn cũng đờ người ra, mãi tới khi tôi bị kéo đi mấy bước mới giật mình, chạy tới chắn trước mặt hắn.

Đường chẳng phải hẹp, nhưng Tống Tử Ngôn cũng không muốn lách qua, chỉ nhìn Tô Á Văn nói: "Tránh ra".

Tô Á Văn vẫn đứng im không nhúc nhích.

Tống Tử Ngôn gằn từng tiếng: "Anh phải đưa cô ấy về, cậu tránh ra".

Tô Á Văn không nhân nhượng: "Em biết anh rất mạnh mẽ, nhưng cũng có những thứ anh không thể quyết định, không thể làm theo cách của anh được. Anh có hỏi ý kiến cô ấy không?".

Tay tôi bị siết mạnh, Tống Tử Ngôn im lặng một lát rồi cúi đầu nhìn tôi: "Tôi chỉ hỏi em một câu, có muốn theo tôi về nhà không?".

Giọng hắn rất nhẹ, rất dịu dàng, cứ nhìn như thế, chưa bao giờ nghiêm túc đến vậy. Từ khi tôi nhìn thấy hắn, tôi như người bị bệnh tim, tim cứ nhói lên, nhưng nhìn dáng vẻ này của Tống Tử Ngôn, tim tôi thắt lại vô cùng đau đớn, suýt nữa đã nói: "Có".

Nhìn sang Tô Á Văn đang đứng cạnh, trong đáy mắt anh dường như hiện lên nỗi tuyệt vọng.

Đây là tình yêu bốn năm của tôi, giờ người con trai thẳng thắn thích cười như ánh nắng kia cũng yêu tôi. Tâm trạng đó không nên xuất hiện trong ánh mắt của anh.

Cắn chặt môi, tôi lắc đầu với Tống Tử Ngôn.

Dù không thể tiếp tục, nhưng giữa tôi và hắn vẫn còn có quá khứ. Nhưng, hắn không thể cho tôi một tương lai đảm bảo.

Mặt Tống Tử Ngôn thoáng chuyển sang màu trắng bệch chỉ trong nháy mắt rồi trở lại như bình thường.

Lạnh lùng, thản nhiên, kiêu ngạo.

Hắn từ từ buông tay tôi ra.

Trên cánh tay còn hơi ấm của hắn, nhưng rất nhanh đã bị người khác xua tan. Tô Á Văn ôm tôi, đi qua người Tống Tử Ngôn.

Trước mặt hắn, đây là lần đầu tiên tôi dũng cảm chọn lựa, mà thứ tôi chọn là:

Đi lướt qua nhau.

"Mày vui à?".

Đây là câu hỏi đầu tiên của Tiêu Tuyết.

Tôi chống nạnh: "Vui, đương nhiên là vui, đặc biệt vui, vô cùng vui, vui tới mức không thể vui hơn được". Tôi quay đầu nhìn nó: "Mày có ý gì đây? Tao chờ đợi hai năm mới chờ được tới ngày này, sao tao lại không vui?".

Tiêu Tuyết cười, cười tới mức khinh bỉ, nó nhìn tôi bằng ánh mắt như hiểu thấu tất cả: "Tao chỉ hỏi một câu thôi, sao mày phải nói nhiều thế hả? Mày đang vui cho tao xem, hay tự nói cho bản thân nghe?".

Nó ăn nói chẳng ra sao, tôi cũng mặc kệ, lúi húi bò vào giường, nằm vật ra, dang chân dang tay thành hình chữ đại: "Không nghe mày nói nữa, dù sao mày cũng chỉ cần biết hôm nay tao rất vui là được rồi".

Nó cũng trèo lên giường mắng tôi: "Mày cứ vui đi, mai là hết hạn nghỉ phép rồi, tao coi tới lúc đó mày còn vui nổi không?".

Vừa nhắc tới chuyện phải đến công ty, tôi im lặng, rốt cuộc cũng không kìm nổi, ngồi dậy hỏi nó: "Mày nói coi... hôm nay Tống Tử Ngôn tới là mừng sinh nhật tao phải không?"

"Không phải." Tiêu Tuyết quả quyết.

Tôi "ừm" một tiếng rồi nằm xuống.

Tiêu Tuyết nói: "Lão ấy tuyệt đối không phải bỏ hết công chuyện từ ngàn dặm xa xôi về đây mừng sinh nhật mày đâu, là hôm nay đúng ngày lão ấy đi công tác về, rảnh việc nên lái xe đi lòng vòng, hừ, rồi vừa hay lại chạy ngang qua cửa hàng bánh, rồi rảnh hơi nên mua một cái bánh sinh nhật, lại vừa khéo chạy tới trường chúng ta, rồi lại rảnh hơi đứng chờ ở dưới ký túc xá, hừ, rồi lại chẳng may gặp phải mày - không phải mày muốn nghe tao nói như thế sao? Đức mẹ tỷ tỷ, tao cho mày thỏa nguyện đó".

Tôi như người đánh đổ nồi lẩu, lòng cồn cào như có lửa đốt, chỉ có thể cao giọng nói với nó: "Tao bảo, hai năm liền tao phải chịu cảnh cô đơn lạnh lẽo, khó lắm mới thoát ra được, sao có hôm nay mà mày cũng không tha cho tao đi, không định để tao tự sướng được một lát hả?".

Tiêu Tuyết thản nhiên: "Tao chỉ sợ sau này mày lại khóc một mình thôi".

Nó mỉa mai: "Mày thì chờ đợi cực khổ gì? Không phải mới đây thôi còn bảo đang trải qua giai đoạn tình cảm mãnh liệt à".

Tôi chống chế: "Giống nhau sao?".

"Sao lại không giống? Tao chán lắm rồi, sơn hào hải vị ê hề ra thì không thèm ăn, lại chạy đi ăn bánh ngô, mà bánh ngô thì còn đỡ, lại còn là thứ đã từng khiến mình bị ngộ độc".

Tôi khó chịu: "Ối trời, sao mày không nói chuyện thực tế một chút đi, Tô Á Văn có phải là cái bánh ngô kinh dị thế không? Mà cho dù anh ấy là bánh ngô, còn làm tao ngộ độc, nhưng tao thích ăn lúc nào thì ăn, chẳng hơn cái loại đã ăn mà còn nơm nớp sợ ngày mai không có như sơn hào hải vị à?".

Nó cười khùng khục: "Thế này cũng không giống mày".

Tôi tò mò: "Sao lại không giống tao".

Nó chậm rãi phân tích: "Nếu là Tần Khanh trước đây thì chắc chắn sẽ nói tao thích ăn bánh ngô đấy, làm sao nào? Giờ mày cũng khá hơn nhiều rồi phải không? Ừm, khôn ra đấy. Trước nay tao vẫn nghĩ mày là đứa không có mắt, giờ cũng thấy mắt mày được rồi, chỉ là ngũ tạng lại thiếu mất hai thứ thôi".

Tôi ngẩn ra cả nửa ngày rồi mới nhận ra, bực mình: "Sao tao cứ có cảm giác mày đang chửi khéo tao là đồ không tim không phổi hả?".

Nó ngơ ngác: "Có à? Tao là hạng người ấy à? Tao có chửi khéo mày sao? Rõ ràng là tao đang chửi thẳng vào mặt mày đấy chứ?".

Tôi thua, lại nằm vật xuống giường.

Không có tiếng động.

Căn phòng vô cùng yên tĩnh, mãi một lúc lâu sau tôi mới phát hiện mình có nhắm mắt cũng không ngủ được.

Nhưng không giống lần đầu tiên hẹn hò vì hưng phấn và bất an mà mất ngủ, chỉ là không ngủ được.

Giọng Tiêu Tuyết lại vang lên trong bóng đêm, giống như đang nói mơ: "Tuy mày với Tô Á Văn đã thành ra thế này, nhưng tao vẫn không thể không trù chúng mày được".

Tôi biết, nó biết tôi vẫn chưa ngủ, nhưng không đáp lời.

Tiếng của nó vẫn đều đều đập vào tai tôi như muốn trêu người: "Tao trù chúng mày, chỉ một người không cẩn thận thôi thì phải sống với nhau tới bạc đầu".

Mũi tôi cay cay, tôi biết nó không mong, thậm chí là ghét sự chọn lựa của tôi, nhưng vẫn thật lòng chúc phúc. Tôi cố nhắm hai mắt lại, không muốn để nước mắt rơi, không muốn để nó biết, nhưng vẫn không kìm được những tiếng nức nở.

Tiêu Tuyết vẫn làm như không biết gì, trở mình, giọng nói vẫn bình thường: "Trong lòng có khổ sở gì thì cũng đừng giấu, cứ xả ra đi cho thoải mái. Khóc xong rồi thì đi trên con đường mày đã chọn đi, nhưng cũng đừng có mù quáng quá, nếu thực sự không đi nổi nữa thì quay đầu lại nhìn, người ta vẫn đứng ở lối rẽ chờ mày đấy".

Đường vẫn còn đó, cuộc sống vẫn cứ tiếp diễn.

Không phải cứ tới đoạn nối lại tình xưa, gương vỡ lại lành thì hình ảnh dừng cái roẹt ở đoạn hai người ôm nhau, rồi nhạc nổi lên, phụ đề chạy qua, thế là xong cảnh đại đoàn viên đâu.

Trung Quốc hãy còn ở giai đoạn xây dựng chủ nghĩa xã hội, sức sản xuất còn chưa cao, lao động vẫn là điều kiện tiên quyết để nuôi sống chúng tôi, tôi vẫn phải cần cù, chăm chỉ đi làm.

Bận rộn cả một buổi sáng, trưa tôi vẫn xuống căng - tin ăn cơm, ngó thấy bóng dáng Tóc Vàng đã lâu không gặp, từ sau khi tôi đi dự tiệc vẫn xin nghỉ luôn, cho nên không gặp được cậu ta. Mà hồi trước, cứ nghĩ tới chuyện thân phận hai đứa hoàn toàn khác nhau, trong lòng cũng tự động kiếm cớ tránh mặt cậu ta. Nhưng giờ thì giữa hai chúng tôi đâu còn mâu thuẫn gì, tôi khua khua đôi đũa trong tay: "Tóc Vàng! Tóc Vàng! Qua đây!".

Cậu ta nghe tiếng tôi gọi, quay người lại nhìn, nhưng vẫn đứng đờ tại đó.

Tôi vẫn vẫy vẫy tay, cười niềm nở: "Qua đây ăn chung đi!"

Cậu ta do dự một lát mới bưng khay cơm đi tới.

Cậu nhóc vừa ngồi xuống là tôi kéo ngay cái mặt nạ giả vờ niềm nở xuống, cầm đũa gõ một cái vào đầu Tóc Vàng: "Gọi thì cứ qua đây đi, còn ỡm ờ thế làm gì?".

Cậu ta liếc mắt nhìn tôi, rồi lại uể oải cúi đầu ăn, không nói tiếng nào.

Cái thằng nhóc này muốn đọ gan với tôi đấy à, có gì thì cứ nói thẳng ra cho rồi, tôi ghét nhất là phải đi nịnh nọt ai, thế nên cũng cúi đầu gắp thức ăn, coi như không có cậu ta.

Tóc Vàng đang nâng sĩ diện lên cao, kết quả là nhìn tôi cứ im lặng không nói câu nào lại thấy bứt rứt, lén nhìn tôi mấy lần rồi lẩm bẩm giải thích: "Là tôi mệt quá nên mới không muốn nói gì thôi".

Tôi khua khua đôi đũa, cằn nhằn: "Thú vui ngày thường của cậu không phải là coi phim ma à? Làm sao mà mệt được hả?". Ngay cả nói cũng không nói được?

Tóc Vàng ấm ức nói: "Mấy hôm rồi chưa ngày nào được nghỉ, đêm qua còn phải từ Mỹ về gấp".

Mặt tôi đông cứng, ngay cả đũa cũng dừng lại giữa chừng, lúc này tôi mới nhớ ra Tóc Vàng tới Mỹ cùng Tống Tử Ngôn, tôi cố che giấu nét mặt thoáng đổi sắc, vội vàng và mấy miếng cơm liền. Có lẽ nuốt mạnh quá, trong lòng có chút khó chịu.

Cậu ta hỏi: "Sao cô lại…".

Tôi không muốn nghe, lại gõ đũa vào đầu cậu: "Lại cái gì mà lại? Ăn đi!".

Tóc Vàng nhìn tôi oán trách, cũng cúi đầu ăn, nhưng tôi vẫn nghe được cái giọng khổ sở nhỏ rí của cậu: "Tôi chỉ muốn hỏi sao cô lại ăn toàn món cay thế kia thôi mà…".

Tôi vẫn giữ bộ mặt ngầu ngầu ngồi ăn, làm bộ chả nghe thấy gì cả.

Tan làm, đứng lại trước cửa công ty theo thói quen. Mãi mới nhớ ra, thực ra đã không cần phải đợi ai kia nữa rồi. Năm giờ chiều ngày hè, ánh nắng vẫn gay gắt tới phát sợ, nhìn lại con đường nhựa, có gì đó loang loáng khiến người ta cay mắt, đành nhắm mắt lại rồi mở ra, rồi mới từ từ đi ra khỏi công ty. Còn chưa đi ra ngoài, Tô Á Văn đã gọi điện tới, hẹn tôi cùng đi cơm. Tôi đứng cạnh đường chờ chưa tới mấy phút đã thấy anh đến, anh dừng xe, mở cửa, đang cúi người định chui vào trong, tôi không kìm được quay đầu lại, vừa lúc thấy một bóng dáng quen thuộc xuất hiện trước cửa công ty, quần áo thẳng thớm, đang bước thong dong, vẫn tuấn tú tuyệt vời như xưa.

Hắn liếc mắt nhìn qua chỗ tôi, chỉ liếc qua, giống như nhìn người qua đường, không để ý, không bận tâm, dường như chẳng có quan hệ gì, ánh mắt trượt qua vô tình, không hề dừng lại chỗ tôi tới nửa phút.

Lòng tôi chợt lặng xuống như ánh mặt trời đang dần tắt...

Cả nụ cười cũng cứng ngắc, Tô Á Văn phát hiện ra, hỏi: "Sao thế em?", rồi cũng đảo mắt nhìn theo tôi, anh ngẩn người, nụ cười trên môi cũng nhạt đi.

Tôi lên xe, cố nói giọng ung dung: "Em đói tới chết mất, anh tính cho em ăn gì đấy?".

Anh cũng cười, chỉ là có chút hoảng hốt: "Gì cũng được".

Từ hôm ấy, tôi cố tình ra về muộn hơn, thực ra anh cũng bận, tôi tuy không bận lắm, nhưng đi làm cũng chiếm phần lớn thời gian, hẹn hò cũng chỉ là đi coi phim vào cuối tuần, còn bình thường toàn là tan làm, cùng nhau đi ăn, ăn xong thì anh lái xe đưa tôi về.

Kể cũng tội cho tôi vẫn phải ở vùng ngoại thành, yêu đương thế này, ngoài sống chung ra mới có thể giải quyết được, còn không có vội vã thế nào cũng chẳng có thời gian.

Nhưng quan hệ của chúng tôi là quan hệ cua đồng!

Hơn nữa, trong thâm tâm, tôi vẫn mong quan hệ của chúng tôi là thế này!!

Nhưng nhiều khi nhìn anh ngày ngày đi làm, mệt mỏi mà vẫn phải lái xe đưa tôi về, lại thấy thương thương. Có lần tôi thấy tội quá, bảo anh: "Đừng đưa em về nữa, anh cả đi cả về cũng phải mất hơn tiếng".

Anh nói: "Em đi một mình anh lo lắm".

Tôi trấn an anh: "Không sao, em có cu li mà".

Anh cau mày: "Nam à?".

Tôi gật đầu, thấy ánh mắt anh vẻ giận dỗi lại vội vàng giải thích: "Tóc Vàng giống như cún cưng của em thôi, anh việc gì phải bận tâm coi một con cún là đực hay cái chứ?"

Anh hỏi: "Tóc Vàng?"

Tôi gật đầu: "Là giám đốc Triển của công ty, nhỏ tuổi hơn em, tuyệt đối không ăn hiếp! Hơn nữa nhìn còn yếu đuối hơn cả em, anh nói coi một hủ nữ như em sao có lòng dạ nào mà chà đạp cậu ta chứ? Đương nhiên là phải dâng cậu ta cho kẻ khác chà đạp rồi!".

Ánh mắt anh trở nên kỳ quặc: "Em… quen cậu ấy à?".

Tôi nghĩ một chút rồi nói:"Là bạn ăn cơm, thỉnh thoảng là bạn coi phim".

Anh nhìn tôi càng lúc càng kỳ quái: "Em biết quan hệ của cậu ấy… và anh ba không?".

Lâu lắm rồi chúng tôi mới nhắc tới Tống Tử Ngôn, tôi vờ tròn mắt, trả lời ngây thơ: "Biết chứ, không phải Tóc Vàng đang ở nhà của tổng giám đốc hay sao".

Anh lắc đầu: "Anh chỉ không ngờ là em cũng biết".

Rồi lại im lặng, tôi hắng giọng tranh nói trước: "Nhưng nói thật, anh đừng đưa em về mỗi ngày nữa, anh coi vành mắt anh đã đen như đánh than vào rồi kìa, nhan sắc diễm lệ này khiến cho em sao có thể chịu được?".

Anh gật đầu: "Được, anh quyết định rồi".

Tôi vuốt khuôn mặt anh, hài lòng: "Ngoan, nghe lời quá".

Anh liếc tôi một cái: "Sau này ngoài việc buổi tối đưa em về, buổi sáng anh sẽ đưa em đi làm".

Tôi phải học theo Mã Cảnh Đào[38], gào lên: "Tại sao?".

"Vừa nãy em mới nêu ví dụ chuyện thú cảnh đó còn gì?" Anh liếc mắt nhìn tôi, thản nhiên nói hết câu: "Đáp án của anh là, cứ cho là em có nuôi, thì cũng chỉ có thể là giống cái thôi".

Nhưng chuyện xe đưa xe đón thế này đúng là rùm beng, tuy đã cố tình tới công ty trễ một chút, nhưng lần nào cũng bị đồng nghiệp bắt gặp. Tới cả băng vệ sinh tỷ tỷ vẫn thờ ơ với thời cuộc cũng hỏi tôi: "Mấy hôm nay chị nghe nói cô đang quen với thằng khác… cô chia tay tổng giám đốc rồi à?".

"Không". Nhìn ánh mắt nghi ngờ của chị ta, tôi đáp: "Hai người bọn em chẳng có quan hệ gì với nhau cả".

Chị nghi ngờ nhìn tôi: "Không có quan hệ với nhau? Vậy trước đây hai người cùng tới cùng về là sao đó".

Tôi cũng không biết giải thích ra sao, chỉ có thể nói cứng: "Thật sự là không có gì mà".

Chị ta còn muốn hỏi thêm nhưng giám đốc Tôn đã tới, cũng nhìn tôi bằng ánh mắt tò mò, đưa cho tôi một xấp giấy tờ: "Đưa cái này lên phòng họp".

---

(38) Mã Cảnh Đào: Nam diễn viên nổi tiếng, trong mỗi phân cảnh có tình cảm kích động là diễn viên này lại gào thét lời thoại (BTV).

Câu nói quen thuộc, nhưng lần này tôi từ chối ngay: "Giám đốc Tôn, giờ em đang có việc, chị tìm người khác đi".

Cô ta lạnh lùng: "Vậy cứ để việc đó, đi đưa cái này trước".

Tôi lúng túng: "Nhưng mà…".

Cô ta không thèm để ý, nâng cổ tay lên xem đồng hồ: "Ba giờ mang lên". Rồi gõ gót giày đi mất.

Tôi đờ người nhìn đống giấy tờ, người ta vẫn nói tình yêu công sở là thứ cấm kỵ nhất, chia tay rồi thì tránh sao được chuyện gặp nhau. Chúng tôi dù không có tới mức như thế, nhưng tôi cũng thấy rất khó xử, khó xử tới độ không dám gặp hắn, ngay cả tên cũng không muốn nghe thấy.

Ba giờ, tôi ôm giấy tờ tới trước cửa phòng họp nhưng vẫn do dự không dám vào.

Mấy lần thử đặt tay lên tay nắm cửa rồi lại rụt về.

Không biết bao lâu, cửa phòng họp bỗng nhiên mở ra, tôi bất ngờ đứng đờ ra, một đám người từ trong phòng đi ra thấy tôi thì ngạc nhiên, vừa hay người đi đầu là giám đốc Tôn, tôi cúi đầu đưa giấy tờ: "Giám đốc Tôn, tài liệu chị cần đây".

Cô ta trách: "Họp xong rồi".

Tôi "à" một tiếng, lui lại, không dám cản đường họ.

Đầu óc hỗn loạn, hình như đứng thế này cũng không đúng, hình như tay đặt như thế này cũng không phải, hình như đầu phải cúi thấp hơn một chút.

Trong lúc đầu óc tôi còn rối ren hỗn loạn, một người đụng phải tôi, vốn dĩ tôi đi giày cao gót sẽ đi không vững, đụng nhẹ thôi đã ngã, giấy tờ rơi xuống đất, nhưng vẫn không dám ngẩng đầu lên.

Người kia muốn đỡ tôi dậy, đúng lúc ấy, một đôi giày da quen thuộc kiêu ngạo tiến lại chỗ tôi.

Tim tôi cứ rung lên từng nhịp, từng nhịp theo từng bước đi của hắn.

Đã lâu lắm rồi, trừ một lần nhìn thấy ở cửa công ty, đây là lần đầu tiên tôi nhìn thấy hắn, mà lại ở khoảng cách gần như thế.

Trong lòng dường như có chút chờ mong, nhưng cũng không dám nghĩ tới, chỉ nhìn hắn càng lúc càng tới gần.

Hắn thoáng dừng lại trước mặt tôi, nhưng rồi vẫn bước tiếp không do dự, càng đi càng xa.

Thực ra tôi biết, hắn sẽ như thế.

Trước ngày hôm nay, trước khi tới công ty này, ở trường đại học tôi đã biết rồi. Hắn là người rất ôn hòa lễ độ, nhưng sự ôn hòa lễ độ đó của hắn đều có chừng mực. Vì sự chừng mực đó mà rất xa cách, rất lạnh lùng.

Trước đây tôi vẫn hay ấm ức, sao hắn cứ hành hạ tôi thế, sao không thể đối xử với tôi giống những người khác, nhìn thì rất quan tâm nhưng thực ra là thờ ơ lãnh đạm, tôi ghen ty với những người đứng ngoài thế giới của hắn.

Giờ tôi đã đứng ngoài rồi.

Ánh mắt hắn nhìn tôi vẫn bình thản thế, rốt cuộc tôi cũng đạt được ước nguyện của mình, trở thành một trong những người hắn không quan tâm.

Người đụng phải tôi vội vàng hỏi: "Sao cô khóc thế? Có phải lúc nãy ngã bị thương không?".

Tôi mới phát hiện nước mắt mình đang rơi, vẫn đang rơi.

Hắn sẽ không quay đầu lại nữa, hắn sẽ không còn vẻ sốt ruột, giả như không quan tâm để ý nhưng vẫn chăm sóc tôi; hắn sẽ không còn thản nhiên cười mỗi lần tôi bị hắn làm cho cứng họng; hắn sẽ không còn ung dung khiến tôi phải nghẹn cổ bực mình. Bây giờ, dù tôi có đứng trước mặt hắn, ánh mắt hắn cũng không dành cho tôi nữa.

Có thể lúc vô tình, tôi đã bước chân vào thế giới của hắn, nhưng giờ, tôi đã bị đuổi ra mất rồi.

Lúc Tô Á Văn tới đón, anh nhìn chằm chằm tôi một lúc rồi hỏi: "Sao khóc sưng cả mắt thế này?".

Tôi đáp: "Em bị ngã".

Anh không nói, tôi cũng im lặng, chỉ có tiếng gió thổi qua.

Một lát sau, tôi quay đầu nhìn công ty đang tắm trong ánh nắng vàng rực, hạ quyết tâm.

Tôi quay lại nói với anh: "Em muốn nghỉ việc".

Anh chỉ thoáng giật mình, im lặng nhìn tôi, mãi sau mới khẽ cười: "Được".

Viết đơn xin nghỉ việc, hôm sau đưa lên, giám đốc Tôn hoài nghi nhìn tôi, rồi để tôi mang tới bộ phận nhân sự.

Vẻ mặt của giám đốc Điền khi nhìn tôi chẳng khác gì giám đốc Tôn: "Đơn xin nghỉ việc này là… của cô hả?".

Tôi gật đầu.

Ánh mắt của ông ta sầm lại rơi xuống bụng tôi, ra vẻ đã hiểu hết vô cùng quái dị.

Tôi lạnh cả người, vội vàng gọi: "Giám đốc Điền!".

Ông ta à một tiếng rồi thu lại ánh mắt, nói: "Thực ra xin nghỉ phép là được rồi, nước ta cũng có chính sách riêng dành cho chuyện này của phụ nữ mà, không cần xin nghỉ việc hẳn đâu".

Rốt cuộc là cái đầu hói của ông đang nghĩ tới chuyện gì vậy? Tôi nói rành mạch từng chữ: "Giám đốc Điền, cháu muốn xin nghỉ việc thật!".

Ông ta nhìn gương mặt nghiêm túc của tôi, cầm lấy dấu định đóng, suy nghĩ một lát lại bỏ xuống: "Cô chờ ở đây đã nhé, tôi có chút việc phải ra ngoài một lát".

Rồi lăn thân thể mập ú ra ngoài hành lang.

Thực ra tường ở đây cách âm cũng chẳng tốt, mà giọng ông ta cũng chẳng được coi là nhỏ gì, cái câu "Tổng giám đốc" vô cùng cung kính vang lên rất rõ ràng. Tôi bất giác ngồi thẳng lưng, hai tay đặt trên đầu gối nắm chặt.

Ông ta nói thêm mấy câu nữa, rồi tiếp đó chỉ vâng vâng dạ dạ, mãi tới khi ông ta đẩy cửa đi vào, tôi mới phát hiện lòng bàn tay mình đã đầy mồ hôi. Giống như vừa trải qua kỳ thi vào đại học, thấp thỏm đợi chờ, tới khi có điểm lại không dám nhìn.

Giám đốc Điền nhìn tôi một cách kỳ lạ, cũng không nói gì, chỉ đóng dấu vào tờ đơn xin nghỉ việc của tôi.

Đầu tôi chợt thấy choáng váng, trong lòng dấy lên một cảm giác không nói nên lời. Nói cho cùng vẫn là thi rớt, bản thân cũng hồ đồ rồi.

Chết! Sập bẫy rồi!

Lúc đưa hồ sơ cá nhân cho tôi, giám đốc Điền còn tốt bụng khuyên nhủ tôi: "Tuy điều kiện của công ty ta hơn những công ty khác là điều không phải bàn cãi, nhưng cũng phải thấy rằng những nơi khác cũng không phải là quá tệ, cho nên Tiểu Tần cũng không phải buồn rầu quá đâu!".

Có kiểu an ủi người ta thế này sao?

Miệng tôi nhếch lên nói câu "Cảm ơn" rồi đứng dậy đi ra ngoài, lúc ra tới cửa, giám đốc Điền đột nhiên gọi lại: "Tiểu Tần này".

Tôi quay đầu lại, giám đốc Điền lưỡng lự một hồi, rồi cuối cùng cũng không nói gì, chỉ khoát tay ý bảo tôi ra ngoài.

Tốc độ lan truyền tin tức còn nhanh hơn cả tốc độ ánh sáng.

Nhất là một đại nhân vật vốn đã có danh tiếng nổi lềnh phềnh như tôi!

Tôi vừa trở lại bộ phận thì đã có một đống người rơm rớm nước mắt nhìn tôi, ngay cả Tiết Diễm Diễm bình thường vẫn hay khinh thường tôi mắt cũng hoe đỏ. Quần chúng ngóng trông, tôi rất cảm động, liền khoan thai đưa tay lên xua xua: "Tôi đã vì nhân dân phục vụ xong, sau này các đồng chí sẽ phải khổ cực rồi!".

Bọn họ không ai đáp lời, tôi về chỗ ngồi. Thực ra vì muốn chào đón lần xin nghỉ việc đầu tiên trong đời nên cả đêm qua tôi cứ hồi hộp, lăn qua lăn lại mãi không ngủ được, sáng nay đã tới công ty từ sớm để thu dọn đồ đạc. Tôi ôm hộp giấy nhỏ - đạo cụ kinh điển khi nghỉ việc, lại vẫy vẫy tay chào họ lần nữa: "Là vàng thì đi đến đâu cũng có thể phát sáng, tuy giờ tôi đã hạ cánh rồi, nhưng mọi người không cần buồn quá đâu, sau này có dịp sẽ gặp lại nhau thôi mà".

Tôi vừa nói xong thì đã bị một đám người bay qua vây lấy, Tiết Diễm Diễm rưng rưng nói: "Tần Khanh, không đi không được à?".

Tôi bất đắc dĩ gật đầu: "Thiên tài ưu tú như tôi không thể để một mình công ty này độc chiếm được, dù sao cũng phải đi để nâng cao năng lực làm việc tập thể của những người khác chứ".

Tiết Diễm Diễm "phụt" một cái, cười thành tiếng, nước mắt chả có lấy một giọt, mà cái mặt đó lại càng không có vẻ gì là muốn khóc: "Tuy trước giờ bọn tôi có hơi khó chịu, nhưng trong lòng, tôi vẫn cảm thấy cô là người rất tốt".

Tôi ngượng, tôi sợ nhất là có người bỗng nhiên bày tỏ tình cảm với mình. Thứ nhất, tôi thấy rất buồn nôn, căn bản là bày tỏ chẳng ích gì; thứ hai, tôi không biết nên ứng xử thế nào, là nên im lặng khiêm tốn, hay là cảm động tới phát khóc. Nhưng được một người khen, nhất là một người vốn dĩ không ưa mình khen, trong lòng vẫn thấy rất tự mãn, thế nên, tôi ngượng ngập đáp lại: "Đâu nào, còn kém người được giải Nobel một chút".

Cô ta lại bày tỏ tiếp: "Cô coi, trong bộ phận mình nhiều nữ như thế, mua đồ mới đều thích hỏi ý kiến cô, đó là vì tuy cô chẳng có mắt thẩm mỹ gì, nhưng cũng không giả bộ nói cười khen ngợi này nọ. Hơn nữa, bình thường cô cũng không có ý định ganh đua với những người khác, cho nên ai đứng trước mặt cô đều có thể thoải mái, không cần phải lo lắng bị cô ngáng chân sau lưng - dù chỉ số thông minh của cô cũng chả nghĩ ra được chuyện ngáng chân đâu. Thực ra lúc nào tôi cũng ước sống như cô, không để ý không vênh váo, nhìn thì có hơi thô lỗ chút, nhưng ai cũng có thể nói chuyện được, lại còn tự nhiên nữa…".

Rốt cuộc là cô đang khen hay đang đâm thọc tôi đấy?

Tôi vội vàng đưa tay lên ngắt lời: "Tôi tự hiểu mấy ưu điểm của tôi mà, cô không cần liệt kê ra hết như thế đâu".

Tiết Diễm Diễm hạ cánh tay tôi xuống, nói thành thực: "Cô không biết đó chứ, thực ra tôi là người phải cảm ơn cô nhất. Trước đây ấy, tôi cứ thầm nhủ tổng giám đốc là người xa vời như thế, mình không với tới được. Nhưng thấy người như cô mà có thể thành công, tôi có cảm giác tình cảm đơn phương mấy năm nay của mình sớm muộn cũng có thể đơm hoa kết trái được, cho nên, từ tận đáy lòng, tôi rất cảm ơn cô, thật đó!".

Nhìn đôi mắt lấp lánh thành thực của cô ta, tôi bị đánh gục thực sự.

Có lẽ thực sự cái số của tôi là số không được người ta khen, lần trước tôi được khen là khi mới học năm thứ nhất. Trong trường có đợt dọn dẹp, tôi với Tiêu Tuyết đi thu chai lọ của cả ký túc xá, lúc mang đi bán, được bà cụ thu mua chai lọ khen không ngớt: "Cháu gái này xinh quá, xinh quá trời là xinh!".

Tôi phổng mũi vì sung sướng, còn Tiêu Tuyết đứng bên thì trợn tròn mắt hỏi: "Bà ơi, có phải mắt bà bị làm sao không?".

Bà cụ kia kinh ngạc: "Sao cháu biết được? Hồi còn bé bà bị bệnh nặng nên hỏng mắt, giờ nhìn cái gì cũng không rõ nữa".

Để chuyện cũ bay theo gió đi!

Rốt cuộc cũng thoát khỏi đám đồng nghiệp hắc ám giả mèo khóc chuột, tôi ôm hộp giấy đi về, đương nhiên là trong hộp giấy có thêm một mớ quà tặng của đồng nghiệp, bất ngờ là lần này băng vệ sinh tỷ tỷ không tặng tôi bất cứ thứ gì thuộc phạm trù vệ sinh, mà là tặng tôi một phiếu mua hàng giảm giá ở siêu thị. (Lúc về nhà tôi nhìn kỹ mới biết, phiếu mua hàng giảm giá này cũng là mua băng vệ sinh…).

Rất nhanh đã tới tầng trệt, nhìn cánh cửa kính xoay vừa có người đi qua còn đang xoay xoay, chân tôi như bị ai níu lại. Trong đầu không ngừng hiện lên cảnh tượng, tôi ném hộp giấy đi, xoay người chạy vào trong thang máy, đi thẳng lên bộ phận nhân sự, giật lại tờ đơn xin nghỉ việc của mình rồi xé quách nó đi.

Tình cảnh này giống như ngồi thi mà tưởng tượng tới cảnh nộp bài rồi ngẩng cao đầu ra khỏi phòng thi trong ánh mắt của giám thị và mấy đứa cùng phòng, chỉ có thể là tự sướng thế thôi.

Mặc dù rất chậm, rất chậm, nhưng cuối cùng vẫn phải rời đi, từng bước, từng bước một.

Chưa kịp buồn thì đã thấy Tô Á Văn đang đứng ngoài công ty chờ, tôi ngạc nhiên chạy qua: "Sao anh lại ở đây?".

Nhìn tàn thuốc dưới đất, tôi chống nạnh hung hăng: "Anh hút thuốc đấy à?".

Anh không trả lời: "Lên xe đi".

Xe khởi động rồi lăn bánh, sau cửa kính, công ty càng lúc càng nhỏ, có lẽ nắng bên ngoài chói mắt quá, tôi không thể mở mắt. Nhắm mắt lại một lát, cuối cùng tôi cũng thừa nhận là mình đang tiếc, thứ tôi tiếc không nhiều cũng chẳng ít, không thể suy nghĩ thêm nữa, tôi thả lỏng người, dựa vào ghế, thì thào xúc động: "Em thấy buồn quá".

Lạ là Tô Á Văn không nói gì, tôi quay sang nhìn anh, chỉ thấy bàn tay trên vô lăng trắng bệch đi vì nắm quá chặt.

Trực giác cho tôi hay mình vừa nói bậy rồi, bèn vội vàng nói đùa: "Em vừa nghĩ mình việc làm không có, thu nhập cũng không, trong lòng buồn bực như bị luộc lên ấy".

Anh nói: "Yên tâm, có anh nuôi em, đảm bảo tháng nào cũng cho em ăn no thịt thì thôi".

Tôi lắc đầu: "Không được, kinh tế quyết địa vị".

Anh bất đắc dĩ: "Vậy chúng ta tìm chỗ làm mới".

Nói bóng nói gió thế mà cũng không hiểu, tôi ngao ngán chỉnh anh: "Sao anh ngốc thế hả, cứ đưa hết tiền lương cho em không phải xong à? Như thế vừa thỏa mãn nguyện vọng được nuôi em của anh, vừa củng cố địa vị của em, một mũi tên trúng hai con chim, đôi bên đều tốt, hoàn thành chính sách đôi bên cùng có lợi".

Một hồi sau, anh mới thốt lên: "Em tài quá".

Vì truyền thống đạo đức khiêm tốn, tôi chỉ có thể ngầm thừa nhận. Nhìn ra ngoài xe, rõ ràng trong gương, tôi đang mỉm cười, nhưng trong nháy mắt, khóe miệng đã hạ xuống.

Chương 10: Tình cũ duyên mới

Tôi lại chính thức bắt đầu đi khắp nơi nộp hồ sơ xin việc, có ngày nhận được mấy cuộc điện thoại của người phỏng vấn, nhưng lúc đi thì vẫn là câu từ chối khách sáo: "Xin hãy về chờ thông báo".

Trong bụng chúng tôi đều hiểu rõ vĩnh viễn không có cái thông báo đó, nhưng vẫn bắt tay thân ái chào tạm biệt.

Có việc, tôi cũng đi, lương thử việc ít muốn chết, làm việc mệt không tính, còn phải nhìn sắc mặt người ta, bị người ta quát to gọi nhỏ, được vài ngày tôi cũng thôi, đương nhiên cuối cùng là làm không công.

Như Tiêu Tuyết nói thì, tôi bị người ta chiều sinh hư, ngay cả việc hầu hết sinh viên tốt nghiệp chịu được mà cũng không làm nổi.

Người ta Tiêu Tuyết nhắc tới là ai, tôi đương nhiên rõ, nhưng chỉ có thể im lặng. Mà càng nhiều thể nghiệm, tôi càng phát hiện, hóa ra mình như được một cái lồng thủy tinh bao bọc, cách xa những thứ gây thương tổn bên ngoài, vậy mà ngày nào tôi cũng oán trách sao lồng nhỏ quá, không khí không mới mẻ.

Nhìn công việc vẫn không có tiến triển gì, tôi càng lúc càng bốc hỏa, đêm ngủ không ngon giấc, miệng còn có vết loét nhỏ, đau tới muốn chết. Có lần ăn cơm, Tô Á Văn nửa thật nửa đùa nói: "Đừng tìm nữa, anh không nuôi nổi em sao, cần gì phải mệt thế?".

Tôi lắc đầu: "Rơi xuống biển chờ anh tới cứu, chi bằng đăng ký một lớp học bơi còn an toàn hơn".

Anh kinh ngạc: "Sao tự nhiên lại có chí khí thế này?".

Tôi chỉ im lặng cười, đạo lý này là người đó nói cho tôi biết.

Hình như anh cảm nhận được điều gì, cũng im lặng, mãi lâu sau mới nói: "Em ngày nào cũng đi đi về về tìm việc phiền phức lắm, anh có nhà ở thành phố, hay là em dọn qua đó đi".

Tim tôi rung lên, trước đây chúng tôi chưa từng xảy ra chuyện gì, sau khi làm lành, hai bên cũng không nhắc tới. Trước đây anh chưa từng nói, nhưng đây là lần đầu tiên, tôi có cảm giác mình không có quyền từ chối.

Nhưng trong lòng lại không muốn như thế, tôi không mở mắt, chậm rãi nói: "Nhưng ở trường còn Tiêu Tuyết, có một mình nó...".

Lý do này, ngay cả tôi cũng thấy không chấp nhận nổi, hồi tôi tới ở nhà Tống Tử Ngôn, nó cũng ở một mình.

Cuối cùng hai bên lại im lặng.

Lâu sau, Tô Á Văn mới cười, còn trêu tôi: "Em đang nghĩ vớ vẩn gì thế? Muốn làm gì anh hả? Nói cho em biết, đó là căn nhà cũ chưa bán của gia đình anh, vẫn để không, giờ cho em tới ở. Em nghĩ trong sáng một chút đi, đừng nghĩ lung tung này nọ".

Tôi nhìn anh giả bộ cười thoải mái, nhưng tiếng cười to cũng không che được nỗi đau khổ trong đáy mắt. Tôi cũng khẽ nhếch khóe miệng cười theo, không biết anh có nhìn ra điều gì từ ánh mắt của tôi không.

Thì dọn qua, phần lớn đồ đạc của tôi đều ở chỗ Tống Tử Ngôn, nhưng tôi không có đủ can đảm quay về lấy. Chỉ mang theo mấy bộ quần áo để thay, thêm mấy thứ đồ thường dùng. Lúc dọn tới, Tô Á Văn còn rất vui, vì tôi dọn qua, còn mua một nồi lẩu nhỏ, ít rau cải thịt dê, chúng tôi ngồi trong căn bếp nhỏ ăn lẩu.

Mở chai nước chanh, chúng tôi cụng chén, giữa không khí nóng bức, anh chúc mừng: "Chúc chúng ta năm nào cũng là ngày này, hôm nào cũng có lúc này".

Tôi chọc anh không hiểu văn hóa: "Đấy là chúc thọ, thực sự năm nào cũng chuyển nhà một lần, thế không phải là mệt chết à?".

Anh cũng không cự nự, chỉ cười: "Anh nói thế nào, em nhắc lại một lần nhé". Tôi gắp một miếng đậu phụ vào miệng: "Ai hâm dở với anh chứ!".

Bỗng nhiên anh kéo mạnh nồi lẩu: "Không nói thì không cho em ăn!".

Tôi đùa: "Đừng có nhỏ nhen thế, cho dù thế nào em cũng không làm mấy chuyện vô văn hóa thế đâu!"

Anh vẫn quyết tâm, thừa lúc tôi không chú ý, giật lấy đũa của tôi, cắm một cái vào bát cơm của mình, rồi cẩn thận cắm thêm đôi đũa của mình. Trên bát cơm đó cắm tới ba cái đũa. Lại thêm khói từ nồi lẩu bốc lên, biến ngay thành lư hương.

Tôi dở khóc dở cười: "Cơm cũng là trẻ con đó, xin anh hãy tha cho nó".

Anh kéo tôi đứng trước bàn, cung kính vái lạy bát cơm: "Con và Tần Khanh, năm nào cũng có ngày này". Lại bấm tôi, tôi không chịu nổi, đành nói tiếp một câu: "Ngày nào cũng có buổi này".

Anh nghiêng đầu nghe, con mắt đen láy hơi nheo lại, chính là nụ cười tươi tắn đã lâu chưa thấy trên môi anh.

Đêm khuya anh mới chịu về, tôi mệt cả ngày trời, vừa nằm lên giường được một lát đã ngủ.

Sáng sớm tỉnh giấc, ánh nắng len qua rèm cửa sổ vào phòng, có một ảo giác mơ hồ. Nơi tôi ở là nhà của Tô Á Văn, ở đây chỗ nào cũng có bóng dáng anh, từ cái máy tính kiểu cũ tới những bức ảnh cầu thủ bóng đá nổi tiếng một thời trên tường. Tôi nhìn một vòng, cuối cùng ánh mắt rơi trên một bức ảnh phóng to, trong đó là ba người, cô bé thanh mai dịu dàng ít nói, bên trái là anh đang cười tươi tắn, người còn lại nhìn thẳng vào ống kính là Tống Tử Ngôn.

Ảnh này chắc là từ bảy năm trước, tuy bọn họ hồi đấy có đôi chút ngây ngô, nhưng từ chân mày, khóe mắt đã có bóng dáng của ngày hôm nay.

Một người thanh nhã, một người rực rỡ, một người lạnh lùng.

Tôi với tay chạm từng chút, từng chút lên chân mày, đôi mắt, cái mũi, khóe miệng của người ấy... Ánh nắng rọi vào, rơi ngay trên bức ảnh. Ánh nắng, hắn, lúc tôi thức dậy đều ở cạnh tôi, như

373

ngày xưa cũ. Nỗi nhớ tôi cho rằng không tồn tại, cuối cùng đã khiến khóe mắt tôi ươn ướt, phơi bày trước ánh nắng sớm.

Còn tôi, trong căn phòng dần ngập tràn ánh nắng và ảnh của hắn, nghẹn ngào đau khổ.

Tô Á Văn trong ảnh nheo mắt nhìn tôi, nụ cười dường như giống hệt hôm qua. Nhưng anh ở ngoài ảnh thì không biết, anh chúc tôi năm nào cũng có ngày này, ngày nào cũng có buổi này, nhưng tôi vì một người khác mà rơi lệ không nỡ rời xa.

Thực ra, tôi là đứa khốn nạn.

Tỉnh dậy xuống lầu mua bánh rán cuộn trái cây và sữa đậu nành, mang về ăn hết, hôm nay không phải đi phỏng vấn, tôi cảm thấy chẳng có chuyện gì hay ho để làm. Nhớ ra trước đây Tô Á Văn từng kể, anh lớn lên ở đây, mấy người có quan hệ tốt nhất đều là ở trong khu này, có anh cả, không ai chịu làm anh hai, còn có anh ba, anh ấy là anh tư, còn có một cô em gái đi theo nữa.

Ký ức và hiện thực cách nhau rất xa, tôi còn nhớ, anh nói nhà anh ba ở ngay trên nhà anh ấy.

Trong khu này chỉ còn ba, bốn nhà còn ở lại, những người khác đã sớm dọn đi, bố mẹ Tống Tử Ngôn đã không còn ở đây từ lâu lắm rồi, nhưng lúc tôi tới, cửa nhà khép hờ. Không dằn lòng nổi, tôi chậm rãi đẩy cửa vào, cũng là kiểu nhà hai phòng ngủ một phòng khách, trong phòng khách không có ai, tôi thuận đường đi về phía phòng ngủ. Còn chưa đẩy cửa, đã nghe một giọng nói quen thuộc vang lên: "Em ở đây làm gì?".

Lưng cứng đờ, tôi gần như không dám quay đầu lại, cuối cùng xoay người lại từng chút một, nhìn vào đôi mắt lạnh lùng ấy. Tống Tử Ngôn đang nhìn tôi vẻ không thể tin nổi, hỏi lại lần nữa: "Em ở đây làm gì?"

Tôi lắp bắp: "Em… em ở tầng dưới".

Hắn nhướn mày lên, ánh mắt lạnh đi, lại hỏi: "Vậy em tới đây làm gì?".

Cái này không giải thích rõ ra được, tôi không thể nói em tới đây vì muốn thấy nhà anh, muốn thấy nơi anh đã từng sống, thử tưởng tượng quãng thời gian anh sống. Tôi không thể nói, không thì tôi là đứa khốn nạn.

Tôi cúi đầu không nói, hắn cười lạnh: "Lại quen tính chưa được người khác cho phép đã vào, tùy tiện thế à?".

Tôi không hiểu từ "lại" trong câu nói của hắn, lúng túng: "Vậy… vậy em về là được".

Lúc đi ngang qua hắn, lại bị hắn nắm lấy cánh tay: "Rốt cuộc em có biết cái gì là một vừa hai phải không?".

Tôi nhìn ánh mắt lộ rõ vẻ tức giận của hắn, không biết trả lời ra sao. Nhưng tôi im lặng lại càng khiến hắn tức hơn, tay nắm càng lúc càng chặt, tới mức khiến tôi phát đau.

"Anh ba". Tiếng Tô Á Văn vang lên từ cửa.

Chúng tôi cùng ngẩng đầu nhìn, thấy anh đứng ở cửa, mỉm cười nhìn bên này. Tống Tử Ngôn buông tay, giọng lạnh lùng: "Á Văn, cậu cũng nên quản nghiêm một chút".

Trong phút chốc, trong lòng tôi dâng lên cảm giác nhục nhã và đau đớn, bản thân tôi cũng không phân định rõ ràng, chỉ chạy tới bên Tô Á Văn, nhưng một câu giải thích cũng không có. Tô Á Văn vẫn cười như thế: "Anh ba, là em nghe tầng trên có tiếng động mới bảo cô ấy lên xem sao. Nếu làm phiền tới anh thì trách em là được rồi".

Ánh mắt Tống Tử Ngôn lướt qua tôi, rồi rơi trên người anh: "Là anh làm phiền hai người".

Tô Á Văn vội vàng xua tay: "Anh ba đừng nói đùa, sao giờ này anh lại qua đây?".

Tống Tử Ngôn nói: "Lấy hộ bà mấy thứ".

Tô Á Văn lại hỏi: "Đã ăn chưa? Dưới lầu có đồ ăn sáng đó, chúng ta xuống ăn đi".

Tống Tử Ngôn liếc nhìn tôi như có như không, cười: "Không cần đâu, lúc tới đây đã ăn rồi, hai người cứ từ từ ăn".

Tô Á Văn cũng không khách khí: "Vậy bọn em về trước".

Kéo tay tôi rất tự nhiên, đi về nhà.

Tôi chỉ cảm thấy sau lưng có ánh mắt cứ nhìn mãi vào mình, bước đi trở lên cứng ngắc.

Xuống tầng mới thấy có hai phần ăn sáng trên bàn, trừ việc tự coi thường mình, tôi im lặng không nói gì, chỉ cúi đầu ngồi xuống. Tô Á Văn làm như chưa có chuyện gì, kéo tôi qua ngồi cạnh mình. Tôi nhìn anh bình thản lấy từ trong túi ra một cái bánh mì, lọ mứt quả mâm xôi. Từng thứ từng thứ, anh làm rất cẩn thận tỉ mỉ, mũi tôi hơi cay cay, khẽ nói: "Thực ra hôm nay em…".

Anh đưa lát bánh mì qua, ngắt lời tôi: "Ăn sáng trước đã, để bụng đói không tốt đâu".

Anh cứ bình tĩnh như thế khiến tôi hoảng hốt, tôi để bánh mì xuống, chăm chú nhìn anh: "Em không biết anh ấy...".

Câu chưa nói hết, đã bị anh kéo mạnh vào lòng, tiếng anh thì thầm bên tai tôi: "Xin em, đừng nói nữa".

Giọng anh mang theo sự sợ hãi và cầu xin.

Thực ra tôi chỉ muốn giải thích, tôi không biết có người ấy ở đó, nhưng một từ cũng không thể nói ra.

Có thể chúng tôi hiểu rõ bụng dạ nhau, nhưng lại không thể nói thẳng ra, chỉ có thể đứng ngoài cửa sổ tìm hiểu ngọn nến trong phòng mà thôi.

Trái tim và ngọn nến đều lay động, nhưng cuối cùng cũng phải có một chỗ bám.

Tôi nghĩ có lẽ đó chỉ là thói quen, thói quen nhìn thấy người nào đó mỗi ngày, đột nhiên rời xa mới cảm thấy trống rỗng khó chịu. Nhưng tới khi thói quen nhạt đi là tốt thôi, tôi, vẫn còn Tô Á Văn, sẽ tốt thôi.

Đến cuối tuần, chúng tôi quyết định đi du lịch.

Vì đến lúc đi mới quyết định, cũng không lên kế hoạch đi theo đoàn, chỉ là hai đứa tự nhiên nổi hứng tới ga, ở trước cửa bán vé hỏi một lượt về những thắng cảnh, cuối cùng, trước sắc mặt càng ngày càng xấu của nhân viên bán vé và những đồng chí còn đợi đằng sau chúng tôi, quyết định đi nghỉ mát.

Thái Sơn, Sơn Đông.

Giây phút đặt chân lên vùng đất xa lạ, bỗng dưng có ảo giác mới lạ. Một cảm giác thay da đổi thịt sung sướng, làm một con người mới khi đã bóc hết lịch, đi ra khỏi cửa trại giam.

May đây không phải kỳ nghỉ lễ, không có nhiều đoàn du lịch lắm, nhưng gần tới ngày hè, cũng coi như đi ngắm cảnh tránh nóng, người đi "phượt" cũng chẳng ít. Từ lúc xuống tàu tới ra khỏi ga, đã bị nhét vào tay không dưới mười tấm danh thiếp, toàn là những đoàn du lịch trong thành phố từ sáng sớm tới tối, chúng tôi quyết định tìm chỗ nghỉ lại rồi chọn ra một đoàn để gọi điện thoại.

Không ngờ nhà nghỉ, khách sạn gì cũng hết chỗ, chúng tôi tới mấy nơi liền, cuối cùng cũng tìm được một khách sạn ba sao nho nhỏ. Tô Á Văn đi từ quầy tiếp tân ra, hỏi tôi: "Tìm hết quanh vùng này mà chỉ còn một chỗ này thôi, nhưng khách sạn cũng chỉ còn lại một phòng".

Tôi ngồi trên sofa sảnh chính coi tạp chí, lơ đãng gật đầu: "Ừ".

Anh nói tiếp: "Mấy nhà nghỉ gần đây không sạch sẽ mà cũng không an toàn, hay chúng ta ở lại đây đi".

Tâm trí của tôi hãy còn bị đầu đề của vụ án Tiểu Tam giết vợ kinh điển hấp dẫn, gật đầu cái nữa.

Anh tò mò nhìn qua: "Coi cái gì đó? Ngồi đọc chăm chú thế, nãy giờ chẳng nói được chuyện gì với em cả!".

Tôi rụt cằm, mắt vẫn nhìn vào trang tạp chí: "Anh quyết gì thì em theo đó, dù em không đồng ý thì anh cũng chẳng sửa lại đâu mà, cứ dẹp ý kiến của em qua một bên cho đỡ tốn công vô ích, em đỡ mất sức, cứ làm theo anh là tốt rồi".

Anh cười: "Anh trở nên chuyên quyền từ lúc nào thế?"

Tôi ngẩng đầu: "Còn không chuyên quyền à, anh coi, giờ em vâng lời thành thói quen rồi, chuyện gì cũng không có ý kiến!".

Lời nói ra khiến hai chúng tôi cứng đờ.

Tim tôi lạnh đi, bởi tôi biết, thói quen đó tại sao mà có.

Mấy tháng ngắn ngủi thôi mà đã thành thói quen, thói quen chuyện gì cũng không làm, không tính, tất cả để người khác quyết định; thói quen không làm gì, không nghĩ gì, chỉ tuân theo quyết định của người khác.

Mà người khác đó tuyệt đối không phải là Tô Á Văn hay dỗ dành nhường nhịn tôi.

Tôi nhìn ánh mắt anh đang sầm lại, tựa hồ như đang đau đớn lắm, tôi gượng cười, đứng lên nắm tay anh kéo đi như không có chuyện gì: "Mang hành lý vào phòng trước đi".

Anh cũng cười, để mặc cho tôi kéo đi.

Thực ra việc hai chúng tôi đi du lịch cũng là do anh hứng lên quyết định, tôi chỉ việc đi theo, căn bản là chẳng mang theo thứ gì, vào thang máy rồi mới nhận ra hai tay mình trống trơn, lại cười lỏn lẻn chạy ra, quyết định ra ngoài mua sắm đã.

Đi du lịch, trên người lại mặc quần áo công sở đúng là không thể chấp nhận được, nên chúng tôi mua lấy cái áo pull vải thô ở hàng bán rong, bốn chữ "Lưu niệm Thái Sơn" đỏ chóe in đằng sau lưng; chúng tôi tính ở đây ba ngày, nên mua liền ba cái, còn mua thêm quần sooc bằng vải bông rộng thùng thình, dép nhựa đế bằng, bất chấp sự phản đối của anh, tôi mua thêm một cái mũ cao bồi.

Mặc cả bộ vào chỉ có bốn chữ mới hình dung được, vô cùng kinh dị.

Lại ăn cơm tối ở ngoài, trời tối, chúng tôi trở về khách sạn mới phát hiện ra có điều không ổn lắm.

Hai người một phòng, một giường.

Anh đi tắm trước, tôi ngồi trên giường bắt đầu suy nghĩ miên man. Thực ra trước đây chúng tôi cũng từng đi du lịch xa với nhau rồi, lúc đó hai đứa đều là sinh viên, tuy anh cũng chẳng phải là sinh viên nghèo, nhưng khi đi du lịch, anh cứ tiêu pha "tẹt ga", cho nên tiền mang theo thường không đủ. Có khi hai đứa phải chung một phòng, tôi là người cổ hủ, cứ khăng khăng không có vé xe không lên xe[39], huống hồ cái cuống vé dự bị mà cũng không có. May là anh không đòi hỏi, hai chúng tôi rất trong sáng cùng đắp chung chăn nói chuyện linh tinh, nói ra thì chẳng có mấy người tin được.

Thực ra hồi đó có mấy lần tôi thầm mắng anh ngốc, người đâu mà rõ là thành thực, tuy em tỏ thái độ đó cho anh coi, nhưng anh cũng có thể linh động vận dụng sách lược phóng khoáng một chút, có lẽ em sẽ miễn cưỡng xuôi theo. Kết quả là Tô Á Văn cứ ngây thơ như thế, hai năm quen nhau không hề thay đổi, cứ ngố ngố ngốc ngốc, chả dám phạm vào điều cấm nào cả.

Nửa năm mới quen nhau, tôi đề phòng anh, rồi sau đó hầu như toàn là anh đề phòng tôi.

(39) Trung Quốc có câu "lên xe mới mua vé", nghĩa là "ăn cơm trước kẻng" (BTV).

Nhưng lần này, tôi lại bắt đầu đề phòng anh.

Chuyện khó nhất lại là, lần này, ngay cả đề phòng, tôi cũng không thể thẳng thắn hùng hổ như xưa.

Đương lúc tôi còn suy nghĩ thì anh đã đi ra, mặc cái áo pull màu trắng, thêm quần sooc rộng thùng thình như anh bán dưa hấu rong. Nhưng nhìn gương mặt anh, tôi lại xuýt xoa, nếu anh bán dưa nào cũng được như thế thì chắc chắn là làm phúc cho toàn bộ phụ nữ trên cả thế giới này rồi.

Anh vừa lau tóc vừa đi tới, thấy tôi đờ ra thì bước lại bẹo má theo thói quen. Trai chưa vợ gái chưa chồng cùng chung một phòng, tôi vô ý, chỉ là vô ý thôi, nghiêng người né qua một bên.

Tay anh dừng giữa không trung, vẻ mặt rõ ràng là bị tổn thương.

Mãi một lát sau, anh mới chậm rãi thu tay lại, không nhìn tôi, chỉ nói một câu như không thể tin được: "Em tránh anh".

Tôi rất muốn nói không có, nhưng hai chữ ấy cứ mắc lại trong miệng, làm thế nào cũng không nói ra nổi.

Anh cười khổ: "Sao em tránh anh chứ, sợ cái gì?".

Tôi cúi đầu, chỉ có thể cúi đầu mà thôi.

Lát sau, nghe tiếng anh thở dài, còn có tiếng tủ mở ra đóng lại, cuối cùng tôi nghe thấy anh nói: "Anh ngủ trên đất là được rồi".

Thời tiết tháng sáu, không mở điều hòa thì nóng, mở lại hơi lạnh.

Trên đất chắc chắn còn lạnh hơn.

Tôi nằm trên giường mở mắt nhìn ánh trăng tràn vào phòng, phủ lên đôi mắt suy tư của Tô Á Văn.

Tôi biết anh không ngủ được, nhất định anh cũng biết tôi không ngủ.

Nhưng hai chúng tôi chỉ có thể nằm ngay đơ như cương thi thế này, không dám trở mình, không dám nhúc nhích. Bỗng nhiên tôi nhớ tới lời Tiêu Tuyết: "Mày có vui không?". Lúc gặp Tô Á Văn, những thứ đã qua thực sự khiến tôi vui, chỉ là niềm vui ấy qua quá nhanh, nhanh tới mức chưa kịp chuyển từ khóe môi vào trong tim, đã biến mất bất thình lình. Mà chúng tôi, đều lấy mảnh băng ký ức ngắn ngủi này, cẩn thận che lấy đôi mắt, giữ vẻ ngoài bình tĩnh, giữ sự cân bằng tinh tế, giữ hạnh phúc giả dối.

Tối hôm trước đã liên hệ được với một đoàn tham quan, cho nên hơn bốn giờ sáng hôm sau đã có xe tới đón chúng tôi, không biết do mắc bệnh đãng trí nặng, hay sự yên bình giả tạo này được che giấu quá hoàn hảo, mà cảm giác lúng túng khó xử tối qua đã hoàn toàn biến mất, khiến hôm nay như một ngày hoàn toàn khác biệt.

Xe nhẹ nhàng chạy về phía núi Thái Sơn, tối qua tôi không ngủ được, sáng nay lại phải dậy sớm, nên ngả đầu lên vai Tô Á Văn ngủ mê mệt chảy nước miếng tới tận chân núi Thái Sơn mới tỉnh. Người tới cũng đông, cứ ùn ùn kéo lên trên núi, dù phong cảnh có đẹp nhường nào mà dính cái sự đông đúc này cũng xấu đi bao nhiêu, tôi không nhịn được phải cảm thán thay cho vẻ đẹp nơi này, tiện thể rủa thầm mấy người ăn mặc ấm áp dưới chân núi gió lạnh thổi vù vù, da gà da vịt của tôi nổi lên ráo trọi.

Tô Á Văn nhìn xuống dưới, nói: "Em chờ ở đây, anh đi mua hai cái áo dài tay".

Tôi nhìn lướt qua, ở dưới đúng là có cửa hàng nhỏ bán áo dài tay thật, vội vàng giục anh: "Anh đi nhanh lên!".

Anh quay người đi mua áo, tôi ôm cánh tay đứng chờ. Bỗng nhiên, một bên vai trĩu xuống, tim tôi khẽ nhảy lên một cái, có người dám sàm sỡ mình sao? Quay người lại nhìn, cánh tay này toàn lông với lông, dài tới mức có thể dùng thay găng tay được. Vị du khách nước ngoài nhìn tôi rồi toét miệng cười, tôi cũng cười toe đáp lại, anh ta rút tay về rồi tuôn ra một tràng dài.

Có mấy từ nghe rất quen, nhưng tôi vẫn chẳng hiểu gì cả, chỉ có thể nhìn anh ta rồi nhe răng ra cười cười.

Có lẽ thấy tôi không hiểu, anh ta nhắc lại thêm một lần nữa, tôi vẫn cố giữ nụ cười toe toét.

Một đôi sinh viên đi tới, cô bé bắt chuyện với du khách kia rất tự nhiên, tuy rằng phát âm không được chuẩn, diễn đạt cũng có chỗ hơi gượng, nhưng cứ khoa chân múa tay một hồi, vị du khách nước ngoài kia cũng hài lòng bỏ đi.

Tôi tấm tắc khen đôi sinh viên kia: "Giỏi quá, đúng là giữ được thể diện cho người Trung Quốc chúng ta rồi!".

Hai người họ cũng khiêm tốn: "Không có chuyện gì, bọn em cũng coi như luyện phát âm thôi". Rồi nhìn lại tôi: "Nhìn hai anh chị chắc là sinh viên, chắc cũng nhân dịp chưa tới mùa du lịch trốn học đi chơi Thái Sơn như bọn em chứ gì".

"Chúng tôi?". Tôi quay đầu lại đã thấy Tô Á Văn cầm hai chiếc áo nhìn tôi cười, thấy tôi quay đầu lại thì từ từ đi tới.

Tôi bấu cánh tay anh: "Anh đứng đó nãy giờ rồi chứ gì, anh nói anh từ nước ngoài về hẳn hoi mà cứ đứng nhìn em mất mặt ở đây không biết xấu hổ hả?".

Anh chỉ im lặng cười cười, đôi sinh viên kia vội vàng giải vây giúp anh: "Thực ra cũng có gì là mất mặt đâu ạ, bọn em học khoa Tiếng Anh năm thứ hai rồi nên mới có thể tạm nói chuyện với họ, chị nghe không hiểu cũng là chuyện bình thường thôi".

Nghe bọn họ nói xong, tôi liếc qua gặp ngay lúc anh đang nhếch miệng cười…

Càng mất mặt nữa rồi!!!

Đôi sinh viên nhiệt tình từ trên trời rơi xuống cuối cùng cũng đi mất, tôi cầm lấy cái áo từ tay Tô Á Văn mặc vào, tuy đã lạnh tê cả người, nhưng vẫn thấy ấm áp hơn rất nhiều, hai chúng tôi bắt đầu leo lên núi.

Trời chưa sáng, xung quanh vẫn còn tối mờ mờ, tuy rằng hai bên đường lên núi vẫn rải rác có đèn đường, nhưng cũng chẳng sáng quá, chỉ có thể đi theo sóng người phía trước. Hai chúng tôi vẫn nắm chặt tay nhau, thứ nhất là để phòng người chen lấn, thứ hai là nhỡ có hụt chân ngã thì cũng có thể kéo dậy được. Cứ leo núi như thế chừng được một tiếng, tôi cũng không thể chịu được, bèn ngồi phịch xuống ven đường: "Đi hết nổi rồi".

Anh dỗ dành: "Sắp tới nơi rồi, đi thêm một chút nữa thôi".

Tôi làm nũng: "Thế anh cõng em đi".

Anh đồng ý liền: "Được".

Lần này đến lượt tôi sửng sốt, đường lên núi tối mù nào phải đất bằng.

Anh cười cười, kéo tôi đứng dậy, "Không thử sao biết được không, hai người đi trên đường, em dừng lại, anh cõng em đi tiếp là chuyện thường mà".

Anh cười dịu dàng, nhưng đôi mắt toát lên vẻ kiên định xuyên thấu qua màn sương núi.

Tôi hơi cảm động, quyết định cho anh phải ngạc nhiên một phen, giả như vô ý đi vòng ra sau anh, cũng không đánh tiếng trước, nhảy phắt lên lưng anh, anh không ngờ được, ối lên một tiếng, tôi khoái chí đè lên đầu vai anh hỏi: "Anh ối cái gì?".

Anh đùa: "Đúng là dạo này em ăn quá nhiều rồi".

Tôi cáu. Một tay đặt vào cổ anh, tay kia làm động tác ra roi thúc ngựa, "Ngựa đâu, chạy nhanh lên nào!".

Anh chẳng biết làm sao, nhưng không phản đối, từ từ đi lên bậc thang.

Đường đi rất đông, anh đi chậm, người phía sau chúng tôi cứ vượt lên trước. Chân trời đã bắt đầu hửng sáng, người phía sau bước mau hơn, thấy đỉnh núi vẫn xa như cũ, tôi vỗ vai anh, "Bỏ đi, thả em xuống, không lên kịp đâu".

Anh lắc đầu: "Không cần, chúng ta tới rồi".

Nhìn ánh sáng nơi chân trời càng lúc càng rực rỡ, tôi lay anh, "Thật là không kịp mà, thả em xuống đi".

Nhưng không hiểu sao anh vẫn kiên trì, như phát điên, "Chúng ta nhất định sẽ tới!".

Nhưng câu này cũng như bóng đá Trung Quốc, không phải anh nói chỉ cần ra sức đá là có thể có thành tích, tôi tròn mắt nhìn vầng thái dương nhô lên. Tôi thở dài bên tai anh: "Anh nhìn đi".

Mặt anh trắng bệch, cuối cùng cũng thả tôi xuống.

Tôi khuyên anh: "Thực ra ngắm mặt trời mọc ở sườn núi cũng có cái thú mà".

Anh chỉ im lặng cười.

Trong lòng hơi nuối tiếc, không thể thưởng thức trên đỉnh núi, nhưng xem ở nơi khá cao so với mặt nước biển, cảnh vẫn đẹp đủ để người đời phải xuýt xoa.

Dưới thứ khí thế bàng bạc bao trọn cả ngọn núi, con người nhỏ bé biết bao. Ngoài việc ngắm nhìn vầng thái dương đỏ rực kia, không thể làm được việc gì khác, nhưng trước cảnh đẹp tuyệt vời như thế, lại cảm thấy không thể bới được trong đầu ra một cái tên, lại càng không tìm được ra từ ngữ nào để hình dung ra, bởi cảnh đẹp này đã vượt qua cả khả năng biểu đạt của con người.

Giờ khắc này, tất cả những ý niệm tầm thường dường như bị lãng quên, những dục vọng và tình cảm hỗn độn dường như bị nhấn chìm. Mâu thuẫn ở chỗ, cũng ở thời khắc này, tất cả những tình cảm lại vô cùng rõ ràng, tất cả gần như đều hiện lên trước mắt, trên nền mặt trời mọc.

Giờ khắc này, trừ những lời thô lỗ, chẳng còn thứ gì có thể phóng thích toàn bộ những ý nghĩ trong đầu tôi bây giờ, tôi nắm chặt lấy cánh tay người bên cạnh, vẻ mặt như không thể tin nổi: "Tổng giám đốc, đúng là đẹp chết đi được".

Cánh tay tôi đang nắm đột nhiên căng cứng, một tay đặt lên mu bàn tay tôi, Tô Á Văn quay sang nhìn tôi, giọng bình tĩnh lạ thường: "Tần Khanh, em vừa nói cái gì?".

Tôi ngơ ngác quay đầu lại, ánh nắng mai như vàng như đỏ bao lấy khuôn mặt Tô Á Văn, rực rỡ tới lóa mắt, nhưng mắt anh sâu thẳm như đầm nước sâu nhất, chỉ đều đều giọng hỏi tôi: "Em có biết mình vừa gọi anh là gì không?".

Có một chuyến tàu về lúc mười giờ ba mươi lăm sáng, tôi ngồi chỗ cạnh cửa sổ, bên cạnh là một bà mẹ ôm theo đứa con trai chừng ba, bốn tuổi, thằng nhóc không hiểu sao cứ khóc ầm lên, tiếng khóc rất chói tai. Tấm rèm tàu không thể kéo được, những gương mặt hoặc lo lắng hoặc trống rỗng đều vội vã lướt qua ở bên ngoài, nhưng không có anh.

Anh nói không muốn gặp lại, anh nói vĩnh viễn không muốn để đối phương thấy được bóng dáng của nhau.

Anh nói được làm được, quả nhiên không tới.

Chỗ ngồi trên tàu dần dần kín khách, giọng nữ vui vẻ phát ra từ loa thông báo chuyến tàu chuẩn bị khởi hành.

Nhìn ra cửa sổ lần cuối, tôi thấy Tô Á Văn, thấy bóng dáng quen thuộc của anh lẫn trong đám người bên ngoài.

Anh đúng là nói mà không giữ lời.

Nhưng anh vẫn chỉ khẽ cười: "Từ đầu anh đã biết rồi, chỉ tự gạt bản thân như thế thôi. Thực ra ngay từ lúc em nghỉ việc, anh đã không thể tiếp tục gạt mình được nữa. Trước đây trong mắt em chỉ có một mình anh, tất cả những người khác, việc khác đều không ảnh hưởng được tới em. Nhưng em nghỉ việc không phải vì anh, mà là vì anh ấy. Anh ấy có sức ảnh hưởng lớn như thế với em, khiến em không muốn nhìn thấy mặt anh ấy, luôn tìm cách tránh né".

Anh lắc đầu, cười: "Anh còn tưởng anh còn thời gian, quãng thời gian hai năm có thể đủ khiến em quên anh, tiếp nhận anh ấy, anh cũng có thể cho em hai năm để quên đi anh ấy, tiếp nhận anh một lần nữa, dù có là ba năm, bốn năm, năm năm. Anh tin mình đợi được. Mãi tới lúc này đây anh mới phát hiện mình sai, sai trầm trọng. Khi ở Mỹ, có một lần anh và Tử Hàm ngắm mặt trời mọc trên tàu, khoảnh khắc khi mặt trời nhô lên mặt biển, anh ngây người nhìn, nhưng trước mắt lại hiện lên gương mặt em. Đó là lần đầu tiên anh cảm thấy hoảng sợ, sau anh mới hiểu đó là lúc đáp án của trái tim khi anh còn phân vân. Nhưng khi em gọi nhầm, anh càng hiểu hơn, người có thể gạt mình, nhưng không thể gạt được trái tim chân thật của bản thân".

Tôi nhìn anh, không nói nổi nên lời.

Anh vén mái tóc bị gió núi thổi tung của tôi: "Anh đã sai, sai đến mức không thể cứu vãn nổi, nhưng anh sẽ không trơ mắt nhìn em giống anh. Quay về đi, khi còn kịp, nhất định anh ấy sẽ ở đó chờ em".

Nước mắt rơi xuống, tôi chỉ lắc đầu khóc: "Không phải thế đâu, anh lại không cần em nữa sao?".

Anh nhẹ nhàng lau nước mắt cho tôi, mỉm cười: "Không phải anh không cần em, mà là em không cần anh, mấy ngày nay, mỗi nụ cười gượng, mỗi hành động của em đều khiến anh hiểu rõ hơn. Nhưng nếu em muốn nghe, anh sẽ nói cho em nghe. Anh không cần em nữa, vì dù khi em cười khiến người ta muốn bẹo một cái, nhưng lại không đủ xinh. Anh không cần em nữa, dù mỗi lần nhìn thấy em là cảm thấy nhẹ nhõm, nhưng lại quá dễ dãi. Anh không cần em nữa, dù em có giả vờ tội nghiệp để anh phải thương, nhưng anh vẫn không cần em nữa".

Từ trước tới nay, anh đều nói dối.

Hai năm trước, anh lừa tôi.

Hai năm sau, anh lừa bản thân mình.

Mỗi câu nói của anh đều bình tĩnh như thế, dường như chẳng liên quan tới mình, nhưng tôi thấy anh ngập trong đau khổ, nhưng anh vẫn cố ý đẩy tôi ra xa. Bởi anh biết, những cảnh mặt trời mọc tuyệt đẹp, những món quà trong cuộc đời này, tôi đã âm thầm chia sẻ với một người khác.

Tôi có thể tự lừa dối bản thân, có thể cứ tiếp tục như thế, nhưng anh không nhẫn tâm.

Thực ra, tới tận giờ, anh vẫn chưa hề nhẫn tâm với tôi, dịu dàng rộng lượng biết bao.

Còn tôi tới tận giờ vẫn chỉ là người bị động, đi trên con đường do người khác chuẩn bị sẵn, để mặc cho người ta kéo đi từng bước, từng bước về phía trước.

Hóa ra, tôi mới là kẻ nhát gan nhất, ích kỷ nhất.

Cứ như thế, giống như con rùa đen rút đầu, ngay cả chuyện buông tay cũng phải chờ người tới giúp.

Tàu chậm rãi lăn bánh rời khỏi ga, từ từ tăng tốc, bóng dáng quen thuộc cũng biến mất.

Tôi tựa đầu vào cửa sổ, nước mắt lã chã rơi.

Cảm ơn nụ cười của anh, đã từng khiến em phải bối rối; cảm ơn những câu nói của anh, đã từng khiến em phải trằn trọc bao đêm; cảm ơn bàn tay ấm áp của anh, đã dắt em đi qua quãng thời gian ấy. Cảm ơn anh đã yêu em nhiều như thế khi em còn chưa biết tình yêu là gì; cảm ơn anh khi khiến em mỗi lần nghĩ tới anh đều bất giác nhoẻn miệng cười; cảm ơn vết thương anh để lại cho em, khiến em không biết làm sao cho phải, khiến em học được cách trưởng thành; cảm ơn anh đã quay lại, khiến em lấy lại được dũng khí và tự tin với tình yêu; cảm ơn anh đã buông tay, để em tự đi tìm hạnh phúc cho mình.

Em may mắn nhường nào, khi quãng đường đầu đời có anh đi cạnh bên, dù chúng ta không thể đi tới cuối con đường.

Dù chúng ta không có duyên với nhau, nhưng hãy để em được cảm ơn anh, đã cho em niềm vui, em sẽ không quên.

Khi tàu tới ga, trời mưa phùn, xuống tàu, xung quanh toàn những ánh mắt kỳ quái. Tôi mới phát hiện ra mình vẫn còn mặc quần áo lưu niệm Thái Sơn, bốn chữ đỏ chóe in đằng sau lưng áo, hơn nữa còn thêm cái quần sooc và đôi giày vải kinh dị nữa, giống hệt bà Vương bán dưa.

Ngồi vào xe taxi, tài xế còn cười vui hỏi : "Cô mới từ Thái Sơn về hả?".

Tôi gật đầu, nhìn qua kính xe thấy đôi mắt mình sưng lên như quả hạch đào.

Tài xế khởi động xe: "Đi đâu?".

Vốn định nói tên trường, nhưng lời ra khỏi miệng lại là địa chỉ của Tống Tử Ngôn.

Lảo đảo xuống xe, đứng trước cánh cổng quen thuộc, tôi… không dám đi vào.

Bình thường bề ngoài tôi ngoan ngoãn nghe lời bao nhiêu thì trong lòng thầm phỉ báng bấy nhiêu, cái con rùa bá đạo ấy, sáng sớm tôi đang ngủ ngon thì bị hắn vỗ mặt kêu dậy; tối đang chơi vui thì bị hắn tịch thu laptop không chút lưu tình. Bình thường hay bị hắn lườm bằng ánh mắt lạnh như băng. Nhưng có trời mới biết, tôi nhớ sự bá đạo của con rùa kia tới nhường nào.

Được rồi, phải thừa nhận, tôi đúng là có sẵn thể chất chịu ngược đãi, thích bị bóc lột, bị chà đạp, bị lợi dụng, bị sai bảo.

Tôi vẫn nhớ tới hắn.

Tuy bướng bỉnh không muốn thừa nhận, nhưng thực ra trong lòng cũng biết mình như Tôn Ngộ Không có thể cưỡi Cân Đẩu Vân chạy, nhưng phần hồn đã bị hắn đè dưới chân núi Ngũ Chỉ rồi.

Nhưng lúc tôi xin nghỉ việc, hắn dễ dàng đồng ý, không chút lưỡng lự, nửa chút lưu luyến cũng không có, ngay cả tiền vi phạm hợp đồng của tôi cũng bỏ, đồng nghĩa với việc tự nguyện để tôi đi.

Harvard ơi là Harvard, vốn dĩ tôi chỉ là người dự thính, giờ thì có lẽ ngay cả cửa lớp cũng không thể nào đặt chân tới được rồi.

Tôi tự ngậm ngùi.

Cúi đầu thở dài một lát, lúc ngẩng đầu lên đã gặp ngay một gương mặt dễ sợ đứng trước mặt.

Bác Vương ngắm nghía tôi một hồi rồi chép miệng thở dài: "Ài, tiểu hồ ly ơi, cuối cùng lần này cháu cũng chỉnh sửa rồi à!".

Tôi bực mình, tại sao mỗi lần cháu biến mất, bác đều cho là cháu đi chỉnh sửa lại dung nhan chứ!!!

Lẽ nào con gái nhà bác, con trai nhà nào đó mở bệnh viện phẫu thuật chỉnh hình?

Tôi tính ngoác mồm ra phản bác thì bác ta đã chắp tay sau lưng đủng đỉnh đi về, vừa đi vừa lắc đầu: "Tiếc là lần phẫu thuật này của cháu thất bại rồi, cả hai mắt đều sưng như hạt hồ đào, chẳng trách mấy hôm nay mặt cậu Tống cứ sầm sì lại".

Nghe bác Vương nói, tôi vội vàng chạy theo: "Mấy ngày nay tổng giám đốc không vui ạ?".

Bác ta ân cần dạy bảo: "Tuy cậu Tống là người giỏi giang, nhưng cháu cũng đâu cần dùng cặp mắt kia đi thử thách lòng kiên trì của cậu ta hả? Tiểu hồ ly này, cháu nghe bác khuyên một câu thôi, ai chả thích người yêu mình xinh đẹp quyến rũ, cháu thì vốn đã không đủ tiêu chuẩn đó rồi, bây giờ còn phẫu thuật cho tệ hơn. Bác nói không có ý gì chứ, trước khi phẫu thuật thành công, cháu nên giữ chặt cậu ta lại, cẩn thận không có sóng sau nó xô lên, đánh cháu chết ở bờ cát đó".

Bỏ đi, cháu không hỏi thăm bác nữa, tin thì chả moi được tý nào, có khi còn chết trước vì tức giận quá độ.

Nhưng trong lòng tôi thì đang sướng âm ỉ, rõ ràng tôi đang lưỡng lự cân nhắc, kết quả lại bị đôi mắt lửa ngươi vàng của bác bảo vệ tóm được, đây là ý trời, ý trời muốn tôi đi vào. (Cứ loăng quăng ở cửa thì ai mà chả thấy, cô còn nâng tầm nó lên thành ý trời, trời xanh sẽ phóng sét đánh chết cô!).

Thế nên, tôi đủng đỉnh đi vào, tới khi bước ra khỏi thang máy mới nhớ ra bây giờ Tống Tử Ngôn đang ở công ty, không có nhà. Cửa khóa chặt, chìa khóa tôi để lại trường, đành phải ngồi chờ.

Chết! Sập bẫy rồi!

Tôi dựa lưng vào tường, ngẫm lại quãng thời gian hai chúng tôi quen biết nhau, mới phát hiện ra đâu phải mình không có cảm giác với hắn! Hắn luôn đối xử với tôi rất đặc biệt, nhưng cái đặc biệt này cũng rất đặc biệt, cho nên đặc biệt cũng chẳng phải là đặc biệt lắm.

Kiểu ở bên nhau của chúng tôi là, đôi khi hắn tự đào một cái hố, rồi để cho tôi nhảy vào bên trong, nhưng đa phần toàn là tôi tự đào hố hại mình, hắn đứng sau nhẹ nhàng đẩy tôi rơi vào. Rồi khiến tôi lầm bước trở thành osin chuyên nấu cơm, thảm điện làm ấm giường, còn làm nô tỳ để người ta sai bảo nữa.

Mãi mà không có một thân phận, để có thể thể hiện hắn có tình cảm với tôi.

Nhưng nếu không có tình cảm, sao hắn phải cho tôi nhiều thân phận như thế?

Tôi ngẩng đầu thở dài, trái tim của đàn ông, thực đúng là kim dưới đáy biển.

Nghĩ đi nghĩ lại, có lẽ vấn đề lớn nhất bây giờ là, sau khi tôi đã gây ra chuyện như thế rồi bỏ đi, có lẽ ngay cả osin chuyên nấu cơm, thảm điện làm ấm giường, nô tỳ đều không làm được nữa rồi…

Có lẽ hôm nay quá mệt mỏi, nghĩ ngợi một lát, tôi dựa vào đầu gối, thiếp đi.

Tiếng bước chân làm tôi giật mình tỉnh dậy, tiếng bước chân đều đều quen thuộc tới mức nhắm mắt tôi cũng nhận ra.

Tôi ngẩng đầu, quả nhiên là hắn, tôi há miệng chẳng biết nên nói gì, chỉ có thể tròn mắt nhìn. Còn hắn thấy tôi thì chỉ ngẩn ra giây lát, rồi hờ hững bước qua tôi, giống như không nhận ra tôi là ai.

Tôi nhìn hắn rút chìa khóa mở cửa vào nhà, vẫn không chịu nhìn tôi. Con rùa nhỏ trong lòng tôi lại rụt đầu vào trong mai, tôi cảm giác mình thực sự không được rồi, còn ngu ngốc vọng tưởng cái gì chứ!

Tôi sững người ra thật lâu rồi mới đứng dậy, chân hơi tê tê, tôi quay người tính đi khỏi đây. Nhưng chân tôi không chịu nghe lời, vì luyến tiếc, vì không cam lòng. Sáng nay tôi mới nhận ra rằng bản thân mình là người luôn nhu nhược, bị động, lẽ nào tới chiều đã quay lại như cũ? Tôi như thấy con rùa kia đang nhếch mép lên cười chế nhạo.

Nhưng người đàn ông ấy là người tôi yêu, là người tôi muốn được ở bên cạnh. Tôi hít sâu, người nào cũng phải có một lần liều, lần này tôi đem hết dũng khí chưa bao giờ có trong hai mươi mấy năm ra quy về Đan Điền, quyết định dù có mất mặt cũng phải mất mặt như thế một lần!

Hùng hổ tới trước cửa, đưa tay lên gõ, cửa không đóng, trước khí thế của bàn tay tôi nó đã mở ra ngay.

Tôi ngạc nhiên, Tống Tử Ngôn sau cánh cửa cũng có vẻ ngạc nhiên.

Tôi nhìn tay hắn hãy còn giữ nguyên giữa không trung, toét miệng chào hỏi: "Ha, ha ha, anh phải ra ngoài à?".

Hắn thoáng lúng túng, vừa nghe tôi nói thì khóe miệng khẽ nhếch lên, sắc mặt sầm xuống rồi quay người đi.

Tôi đang nói lung tung cái gì thế chứ? Khí thế ban nãy thoáng cái đã biến mất sạch, mà nhìn bộ dạng hắn vừa thấy tôi đã muốn đi, có lẽ cũng thực sự không muốn gặp tôi rồi, con rùa trong đầu đứng ở trước cửa thang máy, ngoắc ngoắc tôi: "Về đi nào! Về đi nào!".

Chân tự động lui dần về phía sau.

Nhưng nhìn bóng lưng màu xám nhạt đang quay lại với tôi cầm cốc nước uống, tôi không đi nổi.

Một là làm, hai là không, tôi vọt vào trong phòng, ôm chặt lấy hắn từ phía sau, hắn cứng người lại, nhưng cũng không cự tuyệt. Tôi áp đầu vào lưng hắn, thì thào: "Em đã về rồi".

Từ sau lưng hắn, tôi cảm thấy hắn hít vào một hơi thật sâu, chỉ một hơi, giọng nói lạnh lùng lại vang lên, lạnh lùng và rành mạch, hắn nói: "Buông ra".

Với con cừu nhỏ lạc đường biết quay lại, với con rùa nhỏ phải vất vả lắm mới lấy được dũng khí, phản ứng của hắn chỉ là hai chữ lạnh lùng như thế.

"Buông ra".

Tôi bướng bỉnh, ôm chặt cứng: "Không buông".

Hắn im lặng, rồi nhắc lại lần nữa: "Buông ra".

Tôi bất an mà sợ hãi, nước mắt rơi xuống không thể kìm chế nổi, thấm ướt một mảng trên áo sơ mi màu xám của hắn, cất giọng mũi như đứa con nít làm nũng: "Không buông là không buông!".

Hắn ngừng một lúc, như thở dài, đưa tay lên gỡ từng ngón, từng ngón tay đang đan chặt vào nhau của tôi.

Mười ngón tay đan chặt bị gỡ ra từ từ, ý nghĩ hắn thực sự không cần mình cứ dần hiện lên rõ ràng trong đầu tôi. Cho tới giờ phút này, tôi vẫn cứ nghĩ dù mình có sai chỗ nào, chỉ cần tươi cười nịnh nọt một chút, dù hắn có xụ mặt xuống, nhưng thể nào cũng tha thứ cho tôi. Thực ra, trước giờ hắn vẫn luôn tha thứ cho tôi, nên tôi chẳng bao giờ sợ hãi. Nhưng lúc này đây, hắn không còn tha thứ cho tôi nữa, hắn thực sự không cần tôi rồi.

Tôi muốn nói với hắn nhiều chuyện, nhưng không biết phải nói như thế nào, chỉ có thể dùng toàn sức đan chặt hai tay vào nhau, khóc trên lưng hắn: "Thầy, ngay từ lần đầu tiên gặp em đã thích thầy rồi, thích cặp lông mày, đôi mắt, cái mũi, thích miệng của thầy. Mỗi một câu thầy nói em đều nhớ mãi không quên, nghe được tiếng thầy thôi là đủ cho em thấy hạnh phúc rồi. Em thích thầy, thích đến sắp phát điên lên, rời xa thầy chắc chắn em không thể nào sống được, thầy là lẽ sống của đời em, là sao mai trong bóng đêm tăm tối, soi sáng đường cho em...".

Đó là lời tỏ tình buồn nôn kinh khủng của tôi ở trường đại học ngày ấy, cũng chẳng hiểu sao tôi lại nhớ ra được đoạn này để nói ra, nhưng ngoài mấy câu đó, tôi thực sự không biết nên nói gì. Chỉ nói liền một tràng, nói xong rồi cũng chỉ có thể nấc nghẹn...

Hắn sững sờ, cả cơ thể căng lên, tay cũng ngừng lại giữa chừng.

Tôi không dám khóc to, trước đây dù bị người ta chế nhạo thì cũng chẳng sao. Nhưng lần này tôi đã phơi bày tất cả tâm tư ra trước mặt hắn, giống như con nhím phơi bụng, nếu hắn đủ nhẫn tâm thì chỉ cần một chiêu là tôi có thể bị mất mạng.

Im lặng một giây, lại thêm một giây nữa, mỗi giây trôi qua là tim tôi lại lạnh thêm một chút.

Cuối cùng lạnh dưới cả mức có thể sống được.

Tôi cảm thấy hôm nay thế là đã quá đủ rồi, đã đủ dũng khí, đủ nhiệt tình rồi, tuy kết quả không như mong muốn, nhưng có thể nói rõ ràng ra một lần, sau này cũng không tới mức hối hận nữa rồi.

Không cần hắn phải động tay, tôi chậm rãi tự buông hai bàn tay đang đan chặt vào nhau. Cho dù chỉ là một vai phụ nhỏ trong cuộc đời hắn, tôi cũng không muốn dây dưa nhiều, rút lui một cách êm đẹp nhất. Nhưng tay chưa kịp thu về thì đã bị hắn nắm lại, giọng nói pha chút châm biếm của hắn vang lên: "Sao nào? Lại muốn rút lui sao?".

Còn chưa kịp hiểu ý hắn thì hắn đã xoay người, đưa tay ôm lấy eo, rồi vỗ lên lưng tôi, rồi tiếp đó là nụ hôn thường xuất hiện trong truyền thuyết biểu thị cho việc gương vỡ lại lành ùn ùn kéo đến…

Cuối cùng thì đã làm lành rồi hả?

Tôi cầm cái muôi đứng trong phòng bếp nghĩ.

Bởi vì hắn rất vội vã, rất ngang ngược, rất khí thế, rất nóng bỏng, hai đứa suýt chút nữa ngã lên sofa, đương nhiên thứ cuối cùng ngăn cản sự rơm bén lửa này chính là tiếng kêu từ bụng tôi… Ấy, dù sao cả ngày nay tôi đã có hột cơm nào vào bụng đâu.

Trừ chuyện ngã lên giường ra thì nước mắt, hôn đắm đuối, hai cái này giống hệt trình tự trong tiểu thuyết.

Nên là, cuối cùng cũng làm lành rồi…

Nhưng, hai bên chả nói gì với nhau cả, cũng không có giải thích, cũng không có tự nhìn lại bản thân, có phải là hơi kỳ cục không?

Nhẽ ra hai chúng tôi phải ngồi trong phòng khách, tôi cay đắng ray rứt tự kiểm điểm bản thân: Em sai rồi, em không nên XXX, em không nên XXX, sau này em sẽ quyết XXX, cố gắng XXX, cố trở thành XXX, tôi bị shock bởi chính mình.

Thôi được, ai mà có thể nói rành mạch chuyện tình cảm chứ, cũng chẳng sai nguyên tắc, cứ giả vờ ngu ngơ thế có khi còn hợp hơn.

Vui vẻ dọn bàn, ăn cơm!

Tống Tử Ngôn đã thay đi bộ quần áo chỉn chu thường ngày bằng bộ quần áo ở nhà, mặc đồ ở nhà thoải mái như thế này, tôi mới phát hiện ra, hắn gầy đi không ít. Trong lòng thấy thương thương, quan tâm gắp thức ăn qua cho hắn.

Gắp xong tôi mới nhớ ra, hắn có bệnh ưa sạch sẽ, cứ nhìn những buổi liên hoan công ty từ trước tới nay đều là ăn theo kiểu Tây là biết, ngay cả việc ăn cùng một đĩa với người khác, hắn cũng ghét, tuy trong bữa ăn hắn có nể mặt mũi tôi, nhưng…

Quả nhiên, hắn nhìn vào bát, rồi tự nhiên đờ người ra.

Tôi vội vàng cắm đầu vào bát cơm, hạ quyết tâm, dù hắn gắp thức ăn bỏ ra không khách khí, tôi cũng làm bộ không thấy gì hết!… Như thế cũng còn giữ được thể diện. Nhưng vẫn không nhịn được, len lén nhìn lên, hắn thản nhiên nhìn tôi, rồi lẳng lặng đưa đũa lên gắp ăn, nụ cười thoáng hiện trong ánh mắt.

Tôi thầm rớt nước mắt, quả nhiên số mình trời sinh là nô tỳ, hắn chỉ ăn một miếng thức ăn tôi gắp, chỉ mỉm cười rất nhẹ nhàng, đã cảm thấy như đang ngâm mình trong suối nước nóng, thoải mái muốn chết. Nhưng nụ cười của hắn ấm áp quá, giống như khi tôi lạc đường trong đám sương mù dày đặc, thỉnh thoảng quay đầu lại, hắn vẫn đứng ở chỗ ấy, cứ thản nhiên dõi theo tôi, như đang nói, không sao, tôi còn đứng ở đây chờ em mà.

An tâm biết chừng nào!!

Bỗng nhiên tôi cảm thấy thế là đủ.

Nhưng lúc rửa bát, tự nhiên tôi nhận ra mình vẫn đang dậm chân tại chỗ.

Tôi đã chân thành bày tỏ tấm chân tình ngây thơ nóng bỏng của mình, nhưng hắn thì sao, ba chữ "Anh yêu em" vẫn chưa nói một lần, mà là câu: "Em đói bụng à? Đi làm cơm đi".

Cách mạng chưa thành công, các đồng chí hãy tiếp tục cố gắng!

Phải thay đổi cách nhìn nhận vấn đề, giờ Tống Tử Ngôn không yêu tôi, không có nghĩa sau này hắn sẽ không yêu tôi. Hắn là con cá voi xanh to lớn ở biển, có thể nuốt chửng một người lớn. Nhưng tôi là một con tằm nhỏ, cứ ăn từng miếng từng miếng thôi cũng có thể xử lý hết toàn bộ lá dâu.

Từ hôm nay trở đi, tôi sẽ bắt đầu cuộc chiến đuổi bắt tình yêu!!!

Dựa vào kinh nghiệm đọc vạn cuốn tiểu thuyết tình yêu của mình, sớm muộn gì hắn cũng sẽ phải quỳ dưới tạp dề của tôi thôi!!!

Sửa soạn kỹ càng, vào phòng ngủ, hắn đang nằm trên giường đọc tạp chí. Là loại tạp chí tiếng Anh nhìn đã thấy đau đầu, kỳ quái nhất là ngay cả hình phụ nữ khỏa thân cũng không có, thế mà ngày nào cũng thấy hắn đọc rất hăng say.

Tôi nằm xuống giường, nhìn gương mặt đang nghiêm túc đọc sách của hắn, nắm tay! Ngọn lửa tình yêu phải bắt đầu từ bình đẳng, bước đầu tiên của bình đẳng chính là phải thay đổi cách xưng hô.

Đá bay cái cụm từ "tổng giám đốc" đi!!

Tôi nơm nớp: "Tống...".

Mãi một lúc lâu mới thốt ra một từ.

Hắng giọng hai cái, hít sâu một hơi, tôi thử lại lần nữa: "Tống... Tử...".

Hắn đột nhiên quay đầu lại: "Tống Tử cái gì?".

Tôi bị hắn dọa cho giật bắn mình, trả lời: "Tống Tử Quan Âm[40]!".

---

(40) Tống Tử Quan Âm (Quan Âm cho con): Ở Trung Quốc, phụ nữ vô cùng sùng bái Quan Âm Bồ Tát. Trong Phật giáo, Quan Âm có một khả năng đặc biệt so với các vị Phật, Bồ Tát... khác, đó là cho con. Phụ nữ Trung Quốc thường đến chùa để cầu xin Quan Âm Bồ Tát ban cho con (cầu tự). Vì tên Tống Tử Ngôn và "Tống Tử Quan Âm" có hai âm đầu đều là phát âm là "song zi", nên khi Tần Khanh không dám nói tiếp từ "Ngôn", liền đổi sang "Quan Âm" (BTV).

Lời vừa nói ra, cả hai chúng tôi đều ngạc nhiên...

Vẻ mặt hắn là rất mờ ám, vẻ mặt tôi là khóc thầm trong lòng, sao lại cái khó ló cái khôn kiểu này?

Vẻ mặt mờ ám của hắn chậm rãi chuyển thành nụ cười đen tối, ghé tai tôi: "Muốn có em bé hả?".

Mặt tôi nóng bừng lên, cuống quýt xua tay: "Không phải, không phải mà".

"Không phải à". Hắn dài giọng, không chút tiếc nuối, tôi vội vàng gật gật đầu như gà con mổ thóc, hắn lại dịch qua: "Thế là muốn làm chuyện có thể sinh em bé phải không?".

Tôi vội vàng lắc đầu như trống bỏi.

Nhưng dù đầu tôi có thành trống bỏi cũng vô dụng, vì Tống Tử Quan Âm đã bắt đầu hăng hái rẩy Cam Lộ rồi.

Mây tan mưa ngừng, đã lâu lắm rồi tôi mới mệt thế này.

Tuy nói là tiểu biệt thắng tân hôn, nhưng anh cũng đừng nên rẩy Cam Lộ như thế chứ, không thì quần chúng nhân dân lao động khổ cực sớm muộn gì cũng bị anh làm cho chết đuối mất!

Nhưng bị chết đuối là kế hoạch bình đẳng cách xưng hô của tôi, tôi rơm rớm nước mắt tiếp tục sang kế hoạch thứ hai, tìm hiểu.

Ông bà nói, tìm hiểu là khởi đầu của tình yêu, hôm nay tôi sẽ vì tương lai của chúng tôi mà đặt nền móng vững chắc!

Tôi dí dí vào đôi mắt đang nhắm của Tống Tử Ngôn: "Tổng giám đốc...".

Hắn không thèm mở mắt ra: "Tống Tử Ngôn".

"Hở?". Tự mình gọi mình là sao?

Hắn mở mắt nhìn tôi, nói: "Không phải lúc nãy em muốn gọi như thế à?".

Hóa ra là anh đã biết hết, thế mà còn giả làm Tống Tử Quan Âm cái gì chứ?

Tôi không dám thắc mắc tiếp tục tiến hành theo kế hoạch thứ hai: "Tống...Tống Tử Ngôn, anh thích màu gì?".

Hắn cau mày, rõ ràng là không đoán được tôi sẽ hỏi chuyện này, nhưng vẫn trả lời: "Đen, trắng, xám".

Tôi nhẩm nhẩm ba lần để nhớ, hỏi tiếp: "Thích ăn trái cây gì?".

Hắn đáp: "Gì cũng được".

Lại hỏi: "Thích nghe nhạc gì?".

Giọng hắn đã bắt đầu không chịu đựng nổi: "Nhạc đàn piano".

Tôi tiếp tục cố gắng: "Thích gì?".

Cuối cùng thì hắn cũng không chịu được nữa: "Em hỏi mấy cái đó làm gì?".

Tôi im lặng chọc chọc ngón tay: "Tăng hiểu biết đôi bên mà".

Hắn hỏi lại :"Hiểu biết có tăng không?".

Tôi độp lại: "Nếu không làm thế thì phải tăng thế nào đây?".

Hắn nhìn tôi một cái: "Em, Tần Khanh, thích màu trắng, vàng nhạt, xanh nhạt. Không thích ăn hoa quả, nhưng ngày nào cũng sẽ ăn hai quả táo, sáng, chiều mỗi buổi một quả. Thích nghe nhạc đang thịnh hành, nhất là Châu Kiệt Luân và Trần Dịch Tấn. Thích ngủ, lười, xem tiểu thuyết và phim. Lúc đọc tiểu thuyết và xem phim thì ghét nhất là bị người khác làm phiền, sau khi xem xong thì rất hăng hái đi làm phiền người khác. Sáng sớm phải có người gọi ba lần mới tỉnh được, tối thì phải giục tới ba lần mới chịu đi ngủ. Gọi điện thoại cho bố mẹ ba ngày một lần, mỗi lần gọi nội dung đúng sự thực chưa lần nào vượt quá ba mươi phần trăm. Thích ăn cay, lúc ăn còn thích uống nhiều nước, vì sợ sẽ nổi mụn trên mặt". Từ từ nói ra cả tràng dài như thế xong, hắn mới dừng lại: "Đã đủ chưa?".

Làm sao hắn biết được? Trong đó còn có mấy thứ ngay cả tôi cũng không phát hiện ra! Tôi kinh hãi khâm phục hắn.

Nhưng nhìn bộ dạng tự tin tràn đầy của hắn, tôi không kìm được, phải đả kích hắn một chút: "Thứ cơ bản nhất sao không kể ra, còn chiều cao, số đo, dáng người thì sao?".

Đã lâu chưa đi cân đo, tôi cũng không biết, để coi hắn nói thế nào.

Hắn nhìn tôi một chút, thản nhiên: "Chiều cao, dưới vai anh. Cân nặng, ẵm lên được. Vóc dáng… chậc, cũng có cảm giác đó. Mặt mũi, cũng coi được".

Tôi đổ mồ hôi, mấy cái đó toàn lấy hắn làm tiêu chuẩn. Hóa ra trái đất xoay quanh anh à? Hóa ra em tồn tại là vì anh à?

Tôi nghiêm túc: "Khách quan, khách quan".

Hắn cũng nghiêm túc hỏi lại: "Muốn nghe thật à?".

Tôi cười gian: "Sợ anh không nói được".

Hắn lắc đầu, mỉm cười: "Chiều cao, bình thường. Cân nặng, khỏe mạnh. Vóc dáng, tốt. Mặt mũi, phổ thông".

Tôi tức! Tôi tức cực lực!!!

Tự nhiên lại sỉ nhục hình tượng vinh quang của tôi, tôi tức mình, vùng vằng kéo chăn quay lưng lại với hắn.

Nhưng nghĩ một lát lại không nhịn được, quay người qua, vui vẻ nhìn hắn hài lòng: "Tổng... à, Tống Tử Ngôn, trước đây anh chưa từng nói nhiều như thế với em đó".

"Phải". Hắn gật đầu: "Sau này cũng sẽ không nữa".

Tôi lại tức! Tôi lại tức cực lực!

"Tại sao?". Vất vả lắm mới trò chuyện an lành như thế, anh lại cứ thích bóp chết tươi ngay à?

Hắn thở dài: "Bởi vì có nói thì em cũng không hiểu, làm trực tiếp thì tốt hơn".

Tôi nghi hoặc: "Làm cái gì?".

Hắn nhào qua, nằm đè lên tôi, cười đến là mờ ám: "Làm... chuyện đó ấy".

Rồi, Tống Tử Quan Âm lại bắt đầu bận rộn làm việc chăm chỉ...

Hôm sau, tôi cứ mặt dày tới công ty cùng Tống Tử Ngôn, dù sao có việc làm thì mới cảm thấy yên tâm được, đã làm lành rồi, tôi cũng không có lý do để nghỉ việc, hơn nữa lại được ở gần nhau, tôi cảm thấy nên ở cạnh, còn nắm được hành tung của hắn nữa.

Tôi thành một nhân viên hoành tráng nghỉ việc hai ngày rồi quay lại làm việc.

Nhưng lúc tới bộ phận nhân sự, nhìn mặt giám đốc Điền như đang nói "tôi biết cô sẽ như thế mà" khiến tôi thấy khó chịu đôi chút.

Xốc lại tinh thần trở về bộ phận, tôi phát hiện mọi người đang tụ tập nói chuyện vui vẻ, mà người ở trung tâm đang nói chuyện cười đùa lại là Tiết Diễm Diễm. Tôi ló đầu qua nhìn, mà chả thấy ai giật mình hay chế nhạo gì cả, cũng giống như lúc nghe tôi sẽ nghỉ việc, còn tự động xích qua chừa cho tôi một chỗ.

Tôi hỏi: "Mọi người đang nói gì vui thế?".

Tiết Diễm Diễm nhướn mày vui vẻ nói: "Là có chuyện thế này, hôm qua tôi buôn chuyện với bảo vệ cổng, bác ấy kể cho tôi, khu chung cư chỗ bác ấy có một con hồ ly tinh, nhìn cũng như người bình thường. Trong lòng không cam chịu nên đi phẫu thuật thẩm mỹ, còn làm tới tận hai lần, một lần phẫu thuật nhầm chỗ, không sửa mặt mà lại đi sửa chân, lần thứ hai thì sửa đúng chỗ, nhưng hai mắt thì sưng húp lên như hai quả hồ đào".

Tôi càng nghe càng thấy quen, nghe hết rồi thì khóe miệng không tự chủ được mà co giật, bác ơi, bác quả nhiên là dân buôn dưa, ai cũng buôn được.

Tiết Diễm Diễm nhìn tôi kỳ lạ: "Ối trời, vẻ mặt cô là sao hả, không thấy buồn cười à?".

Mấy vạch màu đen chảy dài trên mặt tôi: "Tôi cười đấy chứ, cười tới phát khóc ấy".

Tiết Diễm Diễm hạ giọng xuống, thì thào với tôi: "Tần Khanh này, theo nguồn tin vỉa hè đáng tin cậy, tổng giám đốc công ty chúng ta tuy bề ngoài là dát vàng nạm ngọc, nhưng bên trong lại mục nát hết rồi, còn vì chuyện đó đó mà nhập viện nữa. Tôi đang sợ mình giỏi giang vậy bị lọt vào mắt anh ta, rồi bị cho vào tròng, giờ cô tới, tôi thấy an tâm rồi."

Miệng tôi co giật càng dữ dội hơn, cái gì mà nguồn tin vỉa hè đáng tin cậy chứ, căn bản là cái miệng buôn dưa lê của bác bảo vệ kia thì có.

Tiết Diễm Diễm còn tiếc rẻ: "Cô nói coi, tổng giám đốc bề ngoài, gia thế cái nào cũng tốt, thế mà sao lại như thế nhỉ? Thượng đế cho anh ta nhiều cái cửa, cho nên phải đóng đi cái cửa sổ, thế mới thấy thế giới này có công bằng".

Tôi trịnh trọng gật đầu, thuận tay gỡ cái mũ tình địch trên đầu cô ta xuống.

Nhưng tình địch của tôi không chỉ có một người này.

Ngồi ăn cơm trưa trong căng - tin, tôi mài đao xoèn xoẹt nhắm đến tên tình địch lớn nhất của mình, Tóc Vàng.

Coi "Thâm cung nội chiến" nhiều rồi, tôi bày ra bộ mặt tươi cười thân mật nhất, thái độ rất ung dung.

Nghĩ coi, giờ tôi đang sống trong nhà của Tống Tử Ngôn, cậu ta lại sống trong nhà được Tống Tử Ngôn tặng, thế nào thì tôi cũng được tính là phòng nhất, cậu ta là phòng nhì. Nói ra thì sao tôi cũng được coi là bà cả, cậu ta là bà hai… à, ông hai.

Tôi không thể nào vứt tiền ra mua chuộc cậu ta, chỉ dùng bảy tấc lưỡi này mà đuổi cậu ta đi được thôi!

Cuộc chiến bảo vệ tình yêu đã chính thức nổi hồi kèn lệnh!!!

Ăn đĩa cơm dưa chua xào thịt, tôi lén ngắm Tóc Vàng đang cúi đầu ăn cơm trước mặt mình, đầu óc cứ xoay vòng vòng.

Nói ra thì, để chia uyên rẽ thúy có hai sách lược có thể dùng được. Một là sách lược tiền to của nhiều, cứ đập một tờ chi phiếu ra trước mặt cậu ta, để cậu ta tự động lướt đi. Một là sách lược cầu xin đau khổ, tự hạ thấp bản thân, lấy nước mắt khơi gợi lên tình cảm mẫu tử của đối phương. Cuối cùng là một loại phương pháp dã man không biết lý lẽ nhất, cứ mắng mỏ chửi rủa đối phương té tát tới mức xấu hổ không chịu được để tránh xa.

Cũng phải nói là, độ khó cũng khá cao.

Theo mức thu nhập của tôi, mở chi phiếu là chuyện không thể, sách lược thứ nhất không đáng suy xét. Còn sách lược thứ hai à, nhỡ chẳng may động vào đối phương là người lạnh lùng nhẫn tâm nhất quyết không thèm để ý tới nước mắt nước mũi của tôi, cũng rất khó thực hiện, đó là còn chưa nói tới cái thân tôi ăn gì cũng thấy ngon, chưa từng phải trải qua nỗi khổ sở kinh điển của con dâu nuôi. Còn lại một phương pháp tương đối phù hợp với tình trạng của tôi, nhưng mà… nhìn gương mặt bầu bầu môi hồng răng trắng của Tóc Vàng, tôi lại thấy hơi tiếc…

Đang khổ cực suy nghĩ, cậu ta đã mở miệng trước: "Về đi".

Tôi cúi đầu nhìn mới phát hiện, đương lúc mình tập trung suy nghĩ, cả hai chúng tôi đã ăn xong rồi. Theo thói quen cùng ăn cơm duy nhất xưa nay của hai đứa, đã ăn xong rồi thì trở về phòng làm việc.

Thấy Tóc Vàng đã đứng dậy, tôi vội vàng đưa tay kéo lại: "Chờ một lát!!".

Cậu nhóc quay đầu lại: "Gì đó?".

Tôi bí quá nói bừa: "Tôi… còn chưa ăn no, muốn ăn thêm một suất nữa."

Rất nhanh, Tóc Vàng đã bưng thêm một đĩa cơm đầy ụ tới.

Tôi vừa giả vờ ăn, vừa lơ đãng hỏi: "Tóc… à, Tiểu Triển này, bình thường tổng giám đốc đối xử với cậu thế nào?".

Cậu ta suy nghĩ một lát rồi nói: "Trong công ty, anh ấy với cô là hai người đối xử với tôi tốt nhất."

Không biết có phải là chột dạ hay không, tim tôi khẽ rung lên một cái. Thực ra từ lúc vào công ty, trừ Tống Tử Ngôn ra, tôi chỉ qua lại với cậu là nhiều nhất, nhất là lúc tôi còn lơ ngơ chưa quen, cậu và băng vệ sinh tỷ tỷ là hai ngọn lửa trong đêm đông, rừng rực cháy sáng. Nhưng đến tôi là điển hình của có dị tính, không nhân tính cũng phải lắc đầu cảm thán thế sự vô thường: Đã sinh Khanh, sao còn sinh Tóc!

Không dám nhìn gương mặt đáng yêu đầy vẻ tin tưởng trong sáng của cậu, tôi chúi đầu vào đĩa cơm, nhân thể ngồi hối tiếc, mình thực sự không có khả năng bẩm sinh làm người ác…

Đương lúc oán thán, cả đĩa cơm lại vào bụng, Tóc Vàng đưa qua một cốc sô-đa: "Ăn nhanh quá đó, uống nước đi".

Cứ chăm sóc cẩn thận chu đáo thế, tôi càng không dám nhìn mặt cậu, chỉ ừng ực uống hết cốc nước. Cậu nhìn đồng hồ: "Về đi, còn làm việc nữa".

"Chờ một chút!". Thấy cậu muốn đi, tôi lại cố sống cố chết ngăn lại.

Cậu ta nghi hoặc: "Lại làm sao thế?".

Tôi ngáp ngáp, cuối cùng lại là: "Tôi… tôi còn chưa ăn no…".

Đĩa cơm thứ ba lại được đặt lên bàn, ánh mắt Tóc Vàng nhìn tôi đã có thể dùng từ ngưỡng mộ để hình dung.

Tôi vừa ăn vừa tự giận mình, ba người dây dưa lằng nhằng, chắc chắn có một người không có kết cục tốt đẹp rồi, đương nhiên tôi không mong người đấy lại là mình, cho nên hôm nay có bằng giá nào cũng phải thực hiện với Tóc Vàng!

Tự đánh mình tới N lần, cuối cùng tôi cũng hạ được quyết tâm, ngẩng đầu trịnh trọng gọi cậu: "Triển Dương".

Cậu nhóc nhìn đĩa cơm trống trơn trước mặt tôi, khóe miệng co giật mấy cái, cẩn thận hỏi: "Cô... không phải lại chưa ăn no đấy chứ?".

Tôi không để ý tới câu xuyên tạc của cậu ta, vẫn nghiêm túc nhìn: "Tôi có chuyện muốn nói với cậu".

Tóc Vàng "ừ" một tiếng, nhìn tôi bằng đôi mắt trong sáng ngây thơ.

Tâm lý xấu xa ích kỷ của tôi bị cậu ta dìm chết trong đôi mắt đó, hết nhoi nhoi rồi giãy giụa, cuối cùng lại là: "Tôi muốn qua nhà cậu coi phim ma!".

Tôi im lặng khóc ròng trong lòng cho tới khi tới nhà cậu ta.

Lúc cậu ta rút chìa khóa ra mở cửa, mới chợt nhớ ra hỏi tôi: "Chúng ta trốn việc thế chắc không có chuyện gì chứ?".

Tôi rơm rớm nước mắt lắc đầu, tay sau lưng nắm chặt, tự kỷ ám thị trong lòng. Tới cũng tốt, tới cũng tốt, chờ lúc mày thấy cậu ta sung sướng ở trong nhà người đàn ông của mày, mới có thể hiểu được ghen tuông khiến cho cả con người mù quáng, mới có thể tiến thêm một bước, phát huy uy lực sư tử Hà Đông!

Tôi bước vào nhà, giật mình, cách bài trí bên trong đã bị đổi.

Phòng khách đổi thành phòng ngủ, một cái giường lớn đặt giữa phòng, đối diện là ti vi treo tường lớn, trên màn hình còn ngưng hình một cái mặt ma, chiếm hết nửa tường.

Tôi quen tay kéo Tóc Vàng lại, chỉ chỉ vào cái mặt ma: "Cậu không sợ à?".

Cậu nhóc cười hì hì, trịnh trọng tuyên bố: "Tôi đã có bí quyết".

"Bí quyết gì?".

Tóc Vàng không trả lời, chỉ ấn nút trên điều khiển từ xa. Hình ảnh trên màn hình bắt đầu chuyển động lại như bình thường, cái không bình thường là âm thanh, ti vi không phát ra tiếng, phát ra từ loa là bản Lương Chúc[41] du dương trầm bổng.

Hóa ra, cậu vừa coi phim ma, vừa nghe Lương Chúc.

Tôi nhìn lại màn hình lần nữa, đôi mắt đầy tia máu của ma nữ bây giờ nhìn vào cũng có vài phần ai oán tình thâm, đừng nói kinh khủng, phải nói là khiến cho mình cũng có phần thông cảm…

Tôi nhìn sang Tóc Vàng đang hí hửng đắc ý chờ được khen, tôi không nhịn được phải vỗ tay tán thưởng: "Chuyện này mà cậu cũng nghĩ ra được, đúng là giỏi quá!".

Vẻ hí hửng đắc ý trên mặt cậu nhóc chợt xị xuống, thậm chí có vài phần ngậm ngùi: "Tôi cũng hết cách rồi, vì không có ai xem với tôi cả".

_____

(41) Lương Chúc: Bản nhạc nổi tiếng của Trung Quốc, viết về câu chuyện tình yêu của Lương Sơn Bá và Chúc Anh Đài (BTV).

Nghe giọng điệu u oán của Tóc Vàng, tôi giật mình, không lẽ đây là lời ai oán trong truyền thuyết? Oán hận Tống Tử Ngôn vẫn bên cạnh tôi? Tôi chuyển từ trạng thái tán thưởng sang phòng ngự tấn công, chủ động tiếp cận: "Tổng giám đốc... không thường tới đây sao?".

Cậu ta kinh ngạc: "Sao anh ấy phải thường tới đây?".

Tôi quan sát thật kỹ mắt cậu ta, không tìm ra được chút dối trá nào cả. Đối diện với một người có kỹ thuật diễn xuất khá như thế, tôi cũng không vòng vo tam quốc nữa, hỏi thẳng: "Cậu với tổng giám đốc là quan hệ gì?".

Tiếng trả lời bằng chất giọng trầm trầm vang lên phía sau: "Sao không tới hỏi anh?".

Toàn thân tôi lập tức đơ ra, xui xẻo quá, lại bị bắt đúng lúc. Kéo ra nụ cười giả tạo chính tông, tôi chậm rãi xoay người lại, vẫy tay chào: "Hi, hello, sao tổng giám đốc cũng tới đây?".

Tống Tử Ngôn ăn mặc chỉn chu đứng ở cửa, tôi nhìn cánh cửa đang mở rộng, trong lòng tự ghi nhớ: Sau này nhất định phải đóng cửa!!

Hắn đi vào, lạnh lùng nhìn tôi và Tóc Vàng, nói: "Hai người trốn việc".

Hóa ra là vì chúng tôi bỏ việc, hắn nhận được báo cáo đã bỏ hết công việc, vội vàng chạy tới đây, tôi khóc, rốt cuộc ham muốn được giữ lấy Tóc Vàng của hắn lớn tới mức nào đây?

Vừa nghĩ tới đó, răng chua chua, tim cũng chua chua, dạ dày cũng chua chua.

Dạ dày cuộn một cái, tôi bịt miệng chạy vào trong nhà vệ sinh nôn, ôm bụng nôn thốc nôn tháo.

"Làm sao thế?".

"Đi bệnh viện".

Tôi súc miệng nhìn ra cửa nhà vệ sinh nơi vừa có hai người nói cùng một lúc.

Làm sao vậy? Là Tóc Vàng hỏi, vẻ mặt rất quan tâm, nội dung rất bình thường.

Đi bệnh viện. Là Tống Tử Ngôn nói, vẻ mặt rất đàng hoàng, nội dung rất kỳ dị.

Tôi nói, chuyện nhỏ thế mà phải đi bệnh viện, đúng là ông nội mở bệnh viện, anh cũng phải tăng thu nhập cho ông!!!

Tuy khăng khăng từ chối, nhưng bị Tống Tử Ngôn đảo mắt lườm cho một cái, tôi đành phải ngoan ngoãn ngồi lên xe, Tóc Vàng ngồi ghế sau, ba người chúng tôi cùng kéo quân tới bệnh viện.

Mới được bao lâu, tôi đã tới phòng cấp cứu lần thứ ba, nằm trên giường bệnh lần thứ hai.

Nguyên nhân của lần đầu tiên rất đáng xấu hổ, băng gạc không mở ra được... lần này tốt hơn một chút, dẫu sao tôi cũng bị khó chịu.

Trước ánh mắt của Tống Tử Ngôn, Tóc Vàng, và ông cụ, tôi tường thuật lại bệnh trạng cho ông bác sĩ: "Cũng không có gì, nãy bỗng nhiên thấy đầy bụng, hơi ấm ách một chút, dạ dày cuộn lại một cái, không nhịn được mà nôn thôi".

Bác sĩ xoa xoa cằm, hỏi: "Kinh nguyệt của cô tháng này có bình thường không?".

Đầu tôi "ding" một tiếng, câu hỏi này... không phải là đang nghi ngờ tôi có cái kia đấy chứ!!!

Nhưng, nhưng, chúng tôi vẫn luôn làm theo phương án kế hoạch hóa gia đình của quốc gia mà!!!

Tôi rơm rớm nước mắt quay sang cầu cứu Tống Tử Ngôn, vừa nhìn thấy vẻ mặt của ba người kia, tôi đã giật mình kinh sợ.

Ba khuôn mặt đều đờ ra, sáu con mắt cùng nhìn chăm chăm vào bụng tôi... cứ như thể chỉ sau một lát là sẽ có một đứa bé nhảy ra từ đó...

Một lúc sau, ông cụ mới có phản ứng, hắng giọng quát lớn: "Chuẩn bị máy CT, máy đo điện não, máy siêu âm, máy chụp X-quang cho tôi, nghênh đón chắt vàng nhà tôi!".

Phòng cấp cứu chộn rộn hẳn lên.

Tống Tử Ngôn ngồi xuống bên cạnh, cầm tay tôi.

Tôi nhìn sang Tóc Vàng đang ôm vẻ mặt cô đơn đứng bên, thổn thức, mẹ sang vì con quả nhiên là chân lý của trăm ngàn năm qua.

Nhưng mà!! Con ơi, mẹ không cần con đâu!!

Nghĩ tới cảnh một năm sau họp lớp, những người khác đều công thành danh toại giới thiệu người bên cạnh mình: "Đây là người yêu của tôi....", "Đây là bạn trai tôi...", "Đây là hôn thê của tôi...", người nhanh tay nhanh chân cũng chỉ nói: "Đây là chồng của tôi...".

Còn tôi thì nhảy ngay thành thiếu phụ có tuổi, giới thiệu: "Đây là con tôi…".

Quá kinh dị rồi!!!

Thượng đế, thánh Ala, Quan Âm Bồ Tát, xin các ngài hãy lắng nghe lời cầu xin chân thành của con. Dù có là Ngư Hương Nhục Ti hay là Cung Bảo Kê Đinh, cũng mời các ngài ăn trước!!

Đang cầu khấn thì một bác sĩ râu tóc bạc phơ đã được mời vào, còn bảo tôi giơ tay ra chẩn bệnh, hóa ra là Trung y.

Chẩn bệnh xong, ông ta vân vê ria mép, chậm rãi nói: "Ừ ừm ừm".

Chúng tôi bốn người, tám con mắt mở trừng trừng, còn ông ta thì cứ ừ ừm thế mãi.

Rốt cuộc là sống hay chết thì ông cũng phải nói đi chứ! Tôi bực mình!

Nhưng ông nội đã nổi đóa lên trước: "Rốt cuộc là làm sao hả? Cái lão già dai ngoách này nói nhanh đi".

Ông bác sĩ kia từ từ nhắm mắt lại, vuốt chòm râu bạc gật gù: "Ngũ hành tương khắc, âm dương luân hồi, làm bất cứ chuyện gì cũng phải có chừng mực. Cứ cố cưỡng cầu tham lam sẽ chỉ khiến ngũ tạng phải gánh chịu quá nhiều, khiến người không khỏe mạnh. Đạo trời tổn hại có thừa, cháu là quá thừa nên phải nôn ra thôi".

Tôi bị ông ta nói tới hoa cả mắt, yếu ớt hỏi: "Chuyện đó có thể nói thẳng ra được không?".

Bác sĩ mở mắt ra nhìn tôi một cái: "Nói thẳng ra là cô không mang thai".

Tôi thở phào.

Ông cụ nổi điên, trừng mắt nạt: "Đúng là cái đồ lang băm, nếu không phải là chắt vàng nhà tôi thì nó nôn cái gì mà nôn!".

Lang băm kia chớp mắt mấy cái, tuyên bố đáp án: "Cháu nó ăn quá... no".

Ông cụ vẫn không chịu nghe, tiếp tục mắng: "Có người ngốc đến mức ăn tới nôn ra sao?".

Tóc Vàng yếu ớt chỉ tay sang chỗ tôi: "Lúc nãy, cô ấy ăn ba đĩa cơm...".

Thế giới lặng im trong phút chốc, chỉ có một đàn quạ đen bay qua trong phòng bệnh, xếp thành hình chữ nhất, rồi lại xếp thành hình nhữ nhân...

Không khí căng thẳng được một lúc, Tống Tử Ngôn nắm tay tôi hỏi, giọng nói dịu dàng tới kỳ quặc: "Em đói như thế sao?".

Tôi lắc đầu, thút thít: "Em muốn ngửa bài với Tóc Vàng, ai dè chỉ không chú ý một chút thôi đã ăn hết cả ba đĩa cơm rồi."

Giọng hắn hơi mất tự nhiên: "Ngửa bài cái gì?".

Dù sao cũng không thể nói dối được nữa, nhìn qua vẻ mặt rất choáng váng của ông cụ, tôi quyết định phải nhân cơ hội này lôi quan hệ của hai người ra trước ánh sáng, ra trước người đang mong chờ cháu chắt này, hoàn thành được tâm nguyện chia uyên rẽ thúy của mình.

Tôi hạ giọng: "Thực ra em đã sớm biết quan hệ của hai người rồi".

Lời nói ra, hắn và Tóc Vàng đều đờ người, nhưng điều ngoài dự đoán của tôi là, ngay cả ông cụ cũng ngây người.

Hóa ra, ông cụ cũng biết, hơn nữa còn rất thông cảm.

Tôi không khỏi thấp thỏm, thật vất vả mới làm người xấu được, không lẽ đã sai ngay từ bước đầu tiên sao?

Cứ như thế thì không thể dùng người lớn trong nhà ngăn cản bọn họ, hơn nữa rất có thể Tống Tử Ngôn sẽ thấy được tôi đang âm mưu uy hiếp hắn, thế thì rõ ràng địa vị không chắc chắn của mình lại càng thêm lung lay. Thế nên, tôi vội vàng bày tỏ lập trường: "Thực ra em hiểu mà, hơn nữa, từ tận đáy lòng còn đặc biệt yêu thích nữa, chuyện này tổng giám đốc cũng biết đấy. Có nhiều khi, em thấy hận vì mình không phải là đàn ông, có thể tiến làm "công", lui làm "thụ", như thế mới coi là thế giới ngập tràn yêu thương".

Mấy người kia, không cảm động tới rớt nước mắt thì chớ, trái lại, mặt mũi còn mờ mịt.

Hóa ra ai cũng là người diễn xuất giỏi, tôi thẳng thắn nói ra: "Yên tâm, tuy em quyết tâm chia rẽ đôi tình nhân các anh, nhưng trong thâm tâm, em vẫn luôn ủng hộ cho hai người mà". Rồi lại đau khổ nhìn Tóc Vàng: "Tôi biết cậu là người vô cùng tuyệt vời, nhưng ai bảo cậu yêu người tôi yêu chứ?".

Tóc Vàng ngơ ngẩn, thì thào nhắc lại: "Tôi yêu người cô yêu?".

Ông cụ còn cẩn thận hỏi lại ông bác sĩ râu tóc bạc phơ kia: "Không phải là nó no quá nên đầu óc có vấn đề chứ?"

Chỉ có Tống Tử Ngôn là bình thường, sắc mặt hắn vẫn rất bình thường, hỏi câu lại càng bình thường hơn: "Em nghĩ bọn anh có quan hệ gì?".

Tôi từ từ nhắm mắt lại, đau khổ đáp: "Người yêu".

Tàn nhẫn quá, để lá chắn như tôi phải tự thừa nhận quan hệ của bọn họ, tôi cảm thấy tim phổi đau chết đi.

Vẫn là câu nói cũ mèm, nói hai chữ kia xong tôi lặng tim quặn ruột.

Tống Tử Ngôn nở nụ cười lạnh lùng: "Rất tốt".

Rất tốt? Tôi mở mắt ra đã thấy sắc mặt hắn chuyển thành màu đen, trên tay gân xanh nổi lên rần rần như muốn xông ra bóp cổ tôi.

Nhìn sắc mặt của hắn, có lẽ xã hội cua đồng gì đó cũng không cứu được tôi rồi, chắc chắn tôi sẽ bị giết người diệt khẩu.

Tôi vội vàng nhảy xuống giường bệnh, trốn ra sau lưng ông cụ: "Ông nội cứu cháu với!!"

Ông cụ được tôi gọi thế thì mừng ra mặt, hai tay dang rộng ra như gà mẹ che gà con, chắn trước mặt tôi: "Không được bạo lực gia đình!".

Có chỗ dựa vững chắc, tôi củng cố tinh thần, ở sau lưng ông nhăn mặt với Tống Tử Ngôn, còn lạnh lùng nhắc nhở nhẹ nhàng: "Nhớ đó, phải nghe lời ông nội!". Lúc tôi nói câu này, lưng ông cụ càng thẳng lên, còn gật đầu rất tự hào.

Tống Tử Ngôn thản nhiên nhìn hai chúng tôi, một già một trẻ, nở nụ cười mờ ám, cũng lạnh lùng nhắc nhở nhẹ nhàng: "Từ nhỏ tới lớn, đã lúc nào cháu nghe lời ông chưa?".

Câu đó là nói cho ông cụ nghe, mà cũng là nói cho tôi nghe luôn.

Ba giây sau, dưới đôi mắt bi phẫn của ông cụ không có uy phong trong nhà, tôi bị Tống Tử Ngôn lôi ngay ra...

Tôi giống như gà con bị xách cổ lôi tuột ra ngoài, tôi đã không thể trông cậy vào ông nội được rồi, chỉ có thể trông vào niềm hy vọng cuối cùng, ngước đôi mắt đầy chờ mong nhìn Tóc Vàng. Nhưng Tóc Vàng đỏ bừng mặt giận dỗi quay phất đi, dưới tình cảnh bị nhân dân kỳ thị xa lánh, tôi bị nhét vào trong xe.

Tôi che mặt trước, lui vào chỗ ngồi cạnh ghế lái xe kêu lên: "Không được đánh vào mặt!".

Bên tai có tiếng hít thở sặc mùi tức giận, tôi cuống quýt giải thích: "Không phải em đòi hỏi gì nhiều, mà cái mặt này phần lớn là để cho anh nhìn, đánh nó cũng khiến mắt anh vất vả lắm đó".

Thật lâu sau, vẫn không có tiếng động gì, tôi len lén tách ngón tay ra, quan sát tình hình qua kẽ ngón tay.

Tống Tử Ngôn vẫn nhìn tôi bằng sắc mặt xanh xám.

Hiểu lầm lần này có lẽ không phải chỉ cần xin lỗi qua loa là có thể cho qua được rồi.

Tôi cúi đầu: "Em sai rồi, thật đó, em đã thực sự biết sai lắm rồi! Người dâm thấy dâm, hủ nữ thấy hủ. Vừa lội vào biển đam mỹ thâm sâu, mắt em đã bị nhục dục che mờ, không còn trong sáng như tuyết nữa, cho nên mới phạm phải sai lầm rõ ràng như thế. Tổng giám đốc, anh coi như em đi lạc đường hơi xa mà tha cho em đi".

"Hơi xa à?". Hắn cười nhạt: "Em còn có thể lạc xa tới đâu hả?".

Tôi nuốt nước bọt: "Xa hơn một chút còn có thể dính cả ông nội vào, ông cháu yêu nhau, rồi kiểu kiểu như thế…".

Hắn cười càng lạnh hơn: "Anh có nên cảm ơn em đã lưu tình?".

Tôi thấp giọng phân bua: "Cái này cũng đâu thể trách em được, anh để Tóc Vàng ở trong nhà mình, mỗi lần đi công tác thì cứ dính lấy cậu ấy, bất kỳ người nào cũng khó tránh được việc hiểu lầm mà?".

Hắn miệng cười nhưng lòng lạnh tanh: "Thế à?".

Tôi cười ngượng giải thích: "Bất kỳ người nào ở đây chỉ là hủ nữ[42]…".

Hắn trừng mắt nhìn nụ cười giả lả của tôi, rồi bất đắc dĩ thở dài: "Vốn dĩ không tính nói cho em, là sợ em suy nghĩ nhiều. Giờ xem ra cứ giấu em như thế, không chỉ có chuyện em nghĩ nhiều, mà là quá nhiều".

Tôi không nói gì, chỉ cúi đầu yên lặng chọc chọc hai ngón tay.

Im lặng một lúc, hắn mới nói: "Thực ra Triển Dương là em trai anh".

Tôi hiếu kỳ: "Có quan hệ huyết thống à?".

Hắn mím môi, rõ ràng là không muốn trả lời: "Cứ cho là thế đi".

Theo tôi được biết, ông nội hắn là độc đinh, ông nội hắn đẻ con trai cũng là độc đinh, rồi tới lượt Tống Tử Ngôn cũng là độc đinh. Nói cách khác, hiện giờ nhà họ Tống là ba đời độc đinh, hắn

---

(42) Hủ nữ thường được chỉ các cô gái thích Boy Love, truyện tình nam nam (BTV).

cũng không có cô dì chú bác ruột gì cả, sao tự dưng lại nảy ra một em trai nữa? Nhìn thái độ rõ là không muốn nhắc tới chuyện đó nữa của hắn, tôi lập tức hiểu ra.

Rồi không nhịn được mà khen ngợi: "Tống Tử Ngôn, bác trai nhìn rất đàng hoàng, không ngờ lúc còn trẻ cũng là người đào hoa phong lưu thật đó!". Cũng phạm phải sai lầm của người đàn ông, còn làm ra được thằng nhóc Tóc Vàng lớn tổng ngổng thế…

Lúc Tống Tử Ngôn nghe tôi nói xong thì thoáng sững người ra, tiếp là mặt xanh lét. Nhìn thấy đôi tay kia không kiềm chế được lao về phía cổ mình, tôi hãi hồn. Quả nhiên là xã hội cua đồng, chuyện của lãnh đạo không được buôn, buôn một cái là mình cũng bị cua đồng rồi!

Đúng lúc đó thì di động trong túi rung lên, tiếng chuông đổ dồn.

Bàn tay diệt khẩu của Tống Tử Ngôn thu lại, chỉ có ngực tôi vẫn còn nhấp nhô kịch liệt.

Tôi vừa nhìn màn hình một cái đã muốn khóc, mẹ ơi, người hiểu con rõ nhất trên thế giới này là mẹ, là mẹ, và cũng chỉ có mẹ thôi!

Run run nhận điện thoại, còn chưa kịp mừng rỡ với đấng sinh thành thì tiếng mẹ già đã bắn vào tai: "Ở đâu? Làm gì?"

Tôi tiếp tục giữ tỷ lệ bảy mươi phần trăm, nghiêm túc nói dối: "Con đang nằm trong ký túc xá xem "Gone with the wind".

Tống Tử Ngôn liếc sang nhìn tôi, cũng không nói, chỉ im lặng khởi động xe.

Xe rời khỏi bãi đỗ xe, đi ra ngoài đường, công việc tra vấn của mẹ tôi vẫn tiếp tục: "Đó là cái gì?".

Tôi nghiêm túc trả lời: "Là một tác phẩm nổi tiếng thế giới, tên dịch sang tiếng Trung cũng rất đình đám, là "Đồi gió hú", mẹ nghe qua rồi chứ?".

Mẹ tôi suy tư một lát, cuối cùng cũng tin thật: "Ờ, có nghe nói rồi, hình như nữ diễn viên tên là Jane Eyer gì đó hay sao ấy".

Còn không đợi tôi nói tiếp, bà đã lớn giọng nói át: "Tuần sau mày tốt nghiệp rồi hả, thế định khi nào về nhà đây?".

Tôi nhìn sang Tống Tử Ngôn đang chăm chú lái xe, khẽ nói vào di động: "Không phải con đã tìm được việc ở đây rồi sao?".

Mẹ tôi đáp lại thẳng thừng: "Đó là làm thuê cho người ta, mẹ không muốn. Mày về nhanh lên".

Tôi bó tay: "Trừ phi mẹ mở một hàng bán đậu phụ cho con được làm nàng Tây Thi đậu phụ[43], không thì tới đâu cũng là làm thuê cho người ta thôi, được không ạ?".

Mẹ vẫn kiên quyết: "Không giống nhau, dù sao thì vào làm trong cơ quan nhà nước mới là phải đạo".

Tư tưởng của bố mẹ tôi rất lỗi thời, cứ cho rằng vào làm trong cơ quan nhà nước lương thấp một ngàn tệ mới là làm việc, từ lúc tôi học năm thứ tư, hai bên đã bắt đầu hục hặc về chuyện tôi có được tìm việc ở ngoài, hay tìm việc gì. Thực ra bình thường lúc nào cũng là tôi gọi điện về, lần này mẹ tôi đích thân gọi điện tới, câu đầu đã nói tôi phải về nhà, xem ra đã quyết định rồi, nhưng quyết tâm của tôi cũng rất lớn, thẳng thắn nói rõ lập trường luôn: "Dù sao việc làm hiện giờ của con cũng tốt, không về đâu".

---

(43) Tây Thi đậu phụ: Một nhân vật trong truyện của Lỗ Tấn (BTV).

Mẹ tôi sẵng giọng: "Việc gì mà việc, người như mày có thể tìm được việc gì tốt chứ? Mày nghĩ gì không lẽ mẹ không biết? Không phải cứ về nhà lần nào là mày lại kể về thằng ranh họ Tô à? Tục ngữ nói "có chồng quên mẹ", vì một đứa tới mẹ cũng chưa được thấy mặt mà mày nỡ nhẫn tâm bỏ lại bố mẹ tuổi già không nơi nương tựa à?".

Miệng tôi giật giật... nếu nói tôi có một cái máy tính, một đường dây mạng là có thể vươn tới trái đất, thì mẹ tôi chắc chắn phải là chỉ một bàn mạt chược thôi là có thể làm Mạnh Khương Nữ say sưa đè lên trái đất! Mà cái bà nàng Mạnh Khương[44] còn chưa tới bốn mươi tuổi, ngày nào cũng chà chà cái bàn mạt chược tới tận sáng tự nhiên lại khóc lóc với tôi là "tuổi già" "không nơi nương tựa"!

Tôi mất bình tĩnh, đáp lại: "Mẹ đừng quản con nữa, nói sao thì con cũng không chịu về ăn cơm nhà nước đâu!".

Mẹ tôi cũng nổi giận: "Được, mày không về thì mẹ ra đó!".

Rồi cúp máy.

Nghe tiếng tút tút từ máy, tôi uể oải cất di động đi.

Thực ra có thể ở gần bố mẹ lúc nào chả tốt, nhưng tôi thực sự không muốn đi theo con đường họ sắp xếp sẵn. Tiền lương thì ba cọc ba đồng, rồi tìm một người dáng dấp thành thực, tính cách

---

(44) Trong truyền thuyết nàng Mạnh Khương đi tìm chồng bị đi xây Vạn Lý Trường Thành. Cuối cùng biết tin chồng bị chết vùi trong Trường Thành, nàng Mạnh Khương đã khóc đổ cả Trường Thành. Tác giả ví bà mẹ của Tần Khanh chỉ có thể vì thua bài mạt chược mới khóc lóc thảm thiết như nàng Mạnh Khương (BTV).

hiền lành bình thường nhàn nhạt, kết hôn sinh con, lấy rồi từ từ vun đắp tình yêu.

Chỉ nghĩ thế thôi da đầu đã tê dại đi.

Thứ từ trước tới nay có thể vun đắp được là tình cảm, cái thói quen dựa vào nhau sau một quãng thời gian dài ấy không phải tình yêu.

Tôi không muốn làm con ếch xanh chết trong nước sôi, lại càng không muốn chết không có đất chôn.

Hơn nữa, dù tôi không có tham vọng làm việc, nhưng đối với việc làm, tôi còn cần sự hứng thú. Cần thỉnh thoảng được trốn trong nhà vệ sinh, hí hửng ngồi hóng trộm mấy chuyện của mấy bà tám, thỉnh thoảng được một trăm tệ tiền thưởng lại vui vẻ sung sướng tự thưởng cho bản thân những ba trăm tệ, bản thân mỗi ngày có mục tiêu tiến tới từng chút một. Chứ không phải đi trên con đường tốt đẹp bố mẹ đã dọn sẵn.

Con người sống trên thế giới này thường phải chịu oan ức, cho nên những lúc bản thân có thể lựa chọn được, ngàn vạn lần đừng khiến bản thân mình chịu thiệt.

Trân trọng bản thân, tránh xa chịu thiệt.

Tôi vừa khiến mẹ tôi phải tủi thân, có lẽ cúp máy xong còn quay lại trừng mắt lườm bố tôi: "Coi ông dạy con gái tốt chưa kìa!".

Tôi cũng cất điện thoại, đưa đôi mắt chờ mong nhìn Tống Tử Ngôn. Bằng sự nham hiểm xảo quyệt của hắn, chỉ một từ thôi là đã có thể hiểu hết toàn bộ, càng không nói tới việc hiện trường gây án của tôi là ngay ở cạnh hắn. Tôi bất hiếu dữ dằn thế, nói sao thì cũng có một phần tại hắn… hắn cũng nên thể hiện chút thái độ, chứng minh rằng vẫn luôn ở cạnh cổ vũ động viên tôi chứ.

Tôi ngước đôi mắt chờ mong nhìn Tống Tử Ngôn, hắn vẫn chăm chú lái xe như cũ, tới mắt cũng không thèm chớp.

Cuối cùng tôi cũng hiểu rõ rồi, cho dù không tồn tại hòn đá nhỏ Tóc Vàng, con đường cách mạng vẫn còn rất dài, rất dài…

Tuy cự nự mẹ mấy câu, nhưng thực sự tôi chẳng để tâm lắm. Mẹ tôi là điển hình của mẫu người chỉ được cái to miệng, có lẽ quay sang trách móc bố tôi hai câu là lại dấn thân vào món quốc túy kia rồi. Thế nên tôi cũng không nghĩ tới nữa, tích cực lao vào công cuộc cách mạng đánh đồn địch.

Sáng sớm phải hôn chào buổi sáng.

Buổi trưa đưa cơm hộp tình yêu.

Buổi tối tích cực đi hẹn hò.

Tuy phản ứng của Tống Tử Ngôn chẳng có vẻ gì là hưởng thụ, nhưng cũng được coi là phối hợp. Bởi tuy sáng sớm tỉnh dậy chưa đánh răng, nhưng hắn vẫn để cho tôi hôn. Buổi trưa tuy cơm nước hơi nguội một chút, nhưng hắn vẫn nhẫn nại ăn. Hẹn hò buổi tối tuy rất là lãng mạn, vẻ mặt hắn rất sốt ruột, nhưng chí ít thì cũng hoàn thành.

Tôi như đang download trái tim của hắn, tuy tiến độ hơi chậm một chút, nhưng số phần trăm cứ nhích lên sẽ không khiến người ta thất vọng. Cho dù mỗi ngày chỉ 0,1% nhưng tới 100% cũng chỉ là một nghìn ngày thôi, tôi vẫn có thể tiêu phí thời gian với hắn.

424

Chết! **Sập bẫy rồi!**

Tôi cố gắng suy xét, cùng nhau coi ca nhạc, nắm tay đi dạo phố, ngẩng đầu nhìn đèn sau đuôi máy bay bay qua hẹn ước lãng mạn đã làm hết rồi. Từng bước tiến hành kế hoạch chinh phục, hôm nay tới lượt bữa tối dưới ánh nến, đang tính đi ra ngoài mua nến thì di động trong túi quần đã rung lên. Tôi nghe máy đúng một câu thì bao dự định lãng mạn đã bay vèo đi đâu hết.

Mẹ, mẹ tôi tới đây thật!!!

Tôi như con kiến bò trên chảo nóng, cứ lượn từ phòng này sang phòng kia, rồi lại chui từ phòng kia sang phòng này.

Tống Tử Ngôn thả tờ tạp chí trong tay ra, nhìn tôi: "Làm sao thế?".

"Em…". Nhìn ánh mắt bình thường của hắn, tôi không nói nổi nên lời.

Thứ nhất, để mẹ tôi biết hai chúng tôi ở chung, chắc chắn sẽ thiến Tống Tử Ngôn trước, rồi giết tôi sau.

Thứ hai, dù mẹ tôi có thấy Tống Kim Quy rất là Kim Quy mà tha cho tôi, nhưng đợi tới lúc bà thấy Tống Tử Ngôn không nồng nàn với tôi như thế, là tôi tình nguyện sáp vào thì số phận cũng như nhau thôi.

Chính là vẫn thiến Tống Tử Ngôn, rồi giết tôi…

Là kết quả nào thì tôi cũng phải chịu tai ương.

Tôi liếc nhìn Tống Tử Ngôn, lại liếc sang nhìn Tống Tử Ngôn, rồi lại liếc nhìn Tống Tử Ngôn.

Tuy hắn rất nham hiểm, nhưng bà mẹ đầu gấu của tôi vẫn là người không cùng cấp bậc với hắn.

Thầm nghĩ, vậy cứ giấu đi, kết quả tệ nhất cũng chỉ là tôi bị một bà mẹ chẳng biết gì xách cổ lôi về nhà thôi.

Thế nên mới thē thọt: "À, bọn em cũng sắp tốt nghiệp rồi, mọi người trong ký túc xá muốn tụ tập lần cuối, em... có thể về ký túc xá trường ở mấy ngày được không?".

Hắn nhìn tôi kỳ lạ một hồi lâu, cuối cùng hạ mắt xuống: "Tùy em".

Không biết có phải ảo giác hay không, mà giọng điệu lạnh tanh ấy hình như có chút thất vọng.

Còn tôi thì tuyệt vọng quay lại ký túc xá trường, chộn rộn sửa sang giường chiếu, cố gắng để chiều mai khi mẹ tôi đến sẽ bị mắc một loại, ờ, ảo giác về chỗ ở của tôi.

Lúc Tiêu Tuyết về, tôi đang trèo lên trèo xuống chỉnh sửa giường chiếu, nó vừa hỏi một cái tôi đã tuôn ra sạch mọi chuyện.

Nó khinh bỉ ngắt lời tôi: "Ngốc".

Tôi không hiểu.

Nó ân cần chỉ dạy: "Thực ra phụ huynh nhà mày cũng chỉ sợ mày ở bên ngoài chịu ấm ức, bác gái muốn thấy mày sống thoải mái ở đây, mày cứ để bác ấy thấy mày đang thoải mái là xong rồi còn gì? Có việc làm ngon, có bạn trai tốt, bác ấy cần gì phải phí thời gian lôi mày về nhà chứ?".

Đương nhiên là tôi biết mấy thứ đó rồi, chỉ là: "Việc làm ngon thì tao có rồi, thế bạn trai tốt thì tìm ở đâu?".

Nó lườm: "Thế lão Tống nhà mày thì vứt đâu?"

Không muốn nhắc mà cứ nhắc ra, tôi ngồi thu lu trong góc vẽ vòng tròn.

Nó thì thầm: "Chúng mày tính trò gì đó?". Nhưng vẫn đưa ra biện pháp thần bí: "Cho dù nhất thời tìm không được, không lẽ không thể làm giả một người?"

Xưa có học sinh thuê người giả làm phụ huynh.

Nay có tôi lôi Tóc Vàng ra giả làm bạn trai.

Đương nhiên, lúc đầu cậu ta có chết cũng không chịu làm, nhưng sự thật chứng minh rằng, shota[45] luôn luôn phải quỳ xuống dưới sự chèn ép của chị hai. Chiều hôm sau, cậu nhóc đau khổ cùng tôi tới ga.

Tàu vừa dừng ở ga, tôi đã cười cười khoác tay cậu nhóc, làm bộ thân thiết lắm. Tóc Vàng cứng đờ, vội vàng đẩy tay tôi ra, miệng vẫn cười nhưng trong lòng thì đau khổ, tôi hạ giọng uy hiếp cậu ta: "Chú cứ thử phá vỡ kịch của chị dâu chú lần này thử coi!".

Tóc Vàng run rẩy, cánh tay vừa rút ra đơ ngay tại chỗ.

Tôi cười thầm, quả nhiên là shota dễ dạy bảo, thực ra nếu cậu ta thực sự muốn phá vở diễn này, tôi cũng chỉ có thể trơ mắt ra đứng nhìn thôi.

Thử coi, chính là ý này đó…

Không chờ nụ cười gian của tôi kịp nở ra, tư thế mạnh mẽ của mẹ tôi đã xuất hiện trước mắt, tôi kéo Tóc Vàng đi qua, ngọt ngào gọi: "Mẹ!".

Tóc Vàng ngây người, chẳng thấy có phản ứng gì cả, tôi lén đẩy nhẹ một cái, cậu ta mới như người vừa tỉnh mộng, cũng kêu theo: "Mẹ!".

_____

(45) Shota: Các bé trai (BTV).

Mẹ tôi sửng sốt, mặt mũi thì vẫn nghiêm túc, nhưng mấy nếp nhăn nơi khóe mắt thì hơi nhếch lên, hai phân.

Cái kiểu shota như Tóc Vàng bé nhỏ này đúng là không vừa đâu, ngay cả một bà cô già quái dị hung hăng như mẹ tôi mà cũng bị thu phục!!

Tôi giới thiệu: "Đây là người con đã kể với mẹ, Tô Á Văn". Để đề phòng, nên đơn giản một chút, đã đến lúc sửa lại họ cho Tóc Vàng bé nhỏ rồi (Người ta vốn dĩ cũng chẳng phải họ Tóc!!!).

Tóc Vàng căn bản đã trở lại trạng thái bình thường, tự động đỡ lấy túi xách trong tay mẹ tôi.

Tôi nhìn lại, mặt mẹ tôi vẫn nghiêm túc như cũ, nhưng nếp nhăn đã nhếch lên tới tận năm phân rồi.

Hai, ba ngày sau đó rất vui vẻ.

Mẹ tôi là người vui vẻ nhất, ăn ngon, ở tốt, chơi vui, mua cái gì cũng hay. Nhất là đối với con rể tương lai của mình thì rất vừa ý, chỉ có một lần lén hỏi tôi: "Sao mẹ cứ có cảm giác Tiểu Tô ít tuổi thế nhỉ?".

Tôi nói dối không chớp mắt: "Anh ấy vốn dĩ nhìn già queo rồi đó, nhưng sau lại đi căng da nên mới trẻ thế".

Sau đó, có hôm đang ngồi ăn, mẹ tôi cứ nhìn chằm chằm vào khuôn mặt nhỏ nhắn của Tóc Vàng thật lâu, tới mãi khi đương sự càng lúc càng lúng túng mới chịu hỏi thẳng vấn đề: "Cháu làm phẫu thuật ở đâu thế?".

Dĩ nhiên Tóc Vàng chả hiểu gì cả, tôi cuống quýt cứu bồ: "Không phải làm trong nước đâu ạ, kỹ thuật phẫu thuật thẩm mỹ ở nước ta lạc hậu lắm".

Mẹ tôi hỏi: "Thế là ở đâu?".

Tôi hỏi lại: "Thế vũ trụ là do người nước nào tạo ra ạ?"

Mẹ tôi gật gật đầu, có vẻ đã hiểu, cũng không khỏi tiếc nuối: "Bỏ đi, mẹ không đi đâu".

Ăn cơm xong, thừa dịp mẹ tôi vào nhà vệ sinh, Tóc Vàng hỏi: "Lúc nãy mẹ mình hỏi thế là có ý gì?".

Hồi đầu cậu nhóc hành xử hơi ngây ngô, càng đi xa càng thấy quen. Có khi đang đi còn rất tự nhiên khoác tay tôi trước, nghiễm nhiên biểu diễn tiết mục người đàn ông quan tâm chăm sóc, nhưng lại có cái tính đặc biệt dễ xấu hổ, dễ đỏ mặt, dễ thỏa hiệp của shota, không chỉ gần gũi tự nhiên, mà còn bởi tính cách ngây thơ thành thật của cậu ta, ngay cả phụ huynh cũng không cảm thấy chướng mắt. Nhập vai xuất thần, ngay cả khi người không có ở đây mà vẫn gọi là mẹ.

Nhưng tôi thì không nhập vai được, mấy ngày nay toàn dùng tiền của Tóc Vàng, tôi đi theo nhìn mà máu trong tim cứ nhỏ ra tong tỏng, đau khổ hỏi: "Tổng cộng là bao nhiêu? Cậu tính đi rồi nói lại cho tôi hay".

Cậu ta sửng sốt, mặt thoáng tái nhợt đi, cúi đầu nghĩ, rồi nói: "Không cần".

Tôi là đứa rất hám lợi, nhưng hết lần này tới lần khác, hổ thẹn lương tâm không biến mất, đã định là cái số không chiếm được lợi của người khác. Tuy cậu ta nói thế, nhưng tôi vẫn kiên trì: "Không được, anh em ruột thịt còn phải rõ ràng sổ sách, huống hồ tôi là chị dâu của cậu".

Cậu mở miệng tính nói gì nữa, nhưng mẹ tôi đã quay lại.

Chúng tôi vội vàng mỉm cười rồi đứng dậy đi ra ngoài.

Mẹ tôi ở tới tận ngày thứ tư thì về nhà, nói là không muốn làm lỡ dở công việc của chúng tôi, thực ra nguyên nhân chính xác mẹ tôi biết, tôi cũng biết. Nhưng con người và tiền bạc của Tóc Vàng khiến mẹ tôi khá hài lòng, cũng không thèm nhắc lại chuyện bắt tôi phải về, làm tôi mừng hết cỡ. Chỉ có Tóc Vàng là cô đơn nhất, tự nhiên lại cố nài mẹ tôi ở lại làm chúng tôi toát hết cả mồ hôi hột. Cuối cùng mẹ tôi cũng mang hết quà cáp về, đứng ở cửa trường, tôi với Tiêu Tuyết xách hết đồ mẹ mua mấy hôm nay ra. Xe Tóc Vàng lại vừa bị hỏng, Tiêu Tuyết nói: "Mọi người chờ ở đây nhé, cháu ra gọi xe".

Tôi một tay khoác tay mẹ, một tay khoác tay Tóc Vàng đứng chờ.

Tiêu Tuyết từ bên đường đối diện về rất nhanh, vẻ mặt vô cùng kỳ quái: "Chỗ này là đường một chiều, xe quay đầu nhanh thôi".

Nhìn tôi đang khoác tay hai người, hạ giọng nhắc nhở: "Nhớ phải bình tĩnh đó".

Lẽ nào nó sợ mẹ đi rồi tôi sẽ khóc???

Thế này đúng là coi thường tôi quá…

Một chiếc taxi đi tới rất nhanh, rồi dừng ngay trước mặt chúng tôi.

Tôi nói: "Bê cái hộp kia để ra ghế đằng sau, túi chúng tôi cầm…".

Lời chưa hết đã ngừng, bởi cửa xe đã mở ra, người xuống xe áo quần thẳng thớm như mới, ánh mắt lạnh lùng như hồ nước ấy là Tống Tử Ngôn.

Tôi đơ người, Tóc Vàng cũng đơ người.

Chỉ có mẹ tôi hoàn toàn không biết gì hết, còn xách cái túi trên đất đi tới cạnh xe.

Tôi chậm chạp quay đầu sang nhìn Tiêu Tuyết một cái, mới phát hiện vẻ mặt kỳ quái của nó hóa ra là thông cảm...

Vô cùng thông cảm... với tôi...

Tôi vội vàng buông bàn tay đang khoác tay Tóc Vàng, đứng nghiêm.

Thực ra, trừ mẹ, ba người chúng tôi đều đứng thật nghiêm, chỉ có mẹ tôi không biết gì cứ cúi người xách đồ. Tống Tử Ngôn cũng tới gần, làm như không quen chúng tôi, cũng bê đồ đi tới cạnh xe.

Chúng tôi ba mặt nhìn nhau, hắn ta tính làm cái gì đây?

Tóc Vàng ngồi phía trước, tôi, mẹ và Tiêu Tuyết ngồi ghế sau.

Bầu không khí trong xe rất quái dị.

Mẹ tôi lại lần nữa không biết sợ là gì, xem xét Tống Tử Ngôn, rồi giật mình tỉnh ra: "Con gái này, mẹ vẫn nghi ngờ con thuê một người tốt như thế đóng giả làm con rể cho mẹ coi, giờ mẹ tin thật rồi. Thành phố lớn nhiều người tốt quá nhỉ, ngay cả tài xế taxi cũng có dáng vẻ này".

Tôi với Tiêu Tuyết không dám trả lời, chỉ có thể cười khổ.

Mẹ tôi nhìn lại Tống Tử Ngôn, càng thêm xúc động, còn vỗ vỗ lên ghế của Tóc Vàng, chân thành nói: "Tiểu Tô này, xem ra cháu còn phải tiếp tục rèn luyện nữa, khí thế của cháu còn kém một phần đó".

Trong lúc len lén quan sát, từ "Tiểu Tô" của mẹ vừa phát ra, mặt Tống Tử Ngôn cũng đen đi một phần…

Cuối cùng cũng tới nhà ga, mấy người chúng tôi xuống xe, còn chưa kịp thở phào đã thấy Tống Tử Ngôn cũng xuống theo, nói với mẹ tôi: "Để cháu tiễn mọi người lên tàu".

Mẹ tôi lần thứ hai xúc động lắc đầu: "Đúng là xã hội cua đồng, ngay cả ngành dịch vụ cũng cua đồng như thế!".

Ngành dịch vụ có cua đồng không thì tôi không biết, dẫu sao lát nữa về tôi nhất định sẽ bị cua đồng…

Tàu ầm ầm chuyển bánh, mang theo bà mẹ già của tôi.

Trên sân ga chỉ còn lại ba đứa chúng tôi đang muốn che giấu vụ việc, thêm một Tống Tử Ngôn "lạnh lùng như tủ đá".

Tiêu Tuyết nhìn quanh một lát, cười gượng: "Mấy người cứ trò chuyện trước đi nhé, tôi đi vệ sinh."

Đúng là tên đào ngũ không có nghĩa khí gì hết…

Tóc Vàng nhìn qua nhìn lại chúng tôi một lát, mở miệng, rồi lại im lặng, cuối cùng cũng tìm một lý do rút lui nhẹ nhàng.

Người chịu đựng càng ít thì áp lực càng lớn, chỉ còn lại tôi đứng cười khổ. Cuối cùng tôi thực sự không chịu nổi áp lực tinh thần này nữa, đành cười gượng hai tiếng: "Ha ha, không ngờ tổng giám đốc còn có nghề tay trái?".

Điệu cười này không tiếp tục được nữa, vì ánh mắt của Tống Tử Ngôn đã có thể giết được người…

Tôi rụt đầu lại, tiếp tục đứng kiểu đà điểu.

Mãi thật lâu sau, giữa tiếng người ồn ã, tôi nghe được tiếng thở dài của hắn, âm thanh đầy vẻ bất lực vang lên bên tai: "Tần Khanh, rốt cuộc là em quá ngốc, hay là tôi quá thất bại đây?".

Đương nhiên là vế sau rồi? Tôi ngẩng đầu đang muốn trả lời thì thấy ánh mắt phẫn nộ của hắn, chỉ có thể tiếp tục giả ngây.

"Bỏ đi". Hắn kéo tay tôi: "Đi theo anh".

Tôi "cùng" hắn đi vào trung tâm mua sắm nổi tiếng gần đấy, vừa đi vào đã bị ánh vàng lóng lánh bên trong "đâm" cho đau cả mắt.

Trước đây tôi vẫn không hiểu tại sao con gái lại mê muội đồ trang sức tới như vậy, nhưng vừa nhìn những thứ lóng lánh được bày trong quầy, trong lòng tôi chỉ còn một ý nghĩ - muốn quá trời!!!

Đến trước một quầy trang sức, Tống Tử Ngôn nhìn liếc qua bên trong rồi dừng lại, nói: "Chọn lấy một cái em thích đi".

Tôi nhìn đống nhẫn bên trong đang vẫy những cánh tay bé xíu nuột nà với tôi, đau lòng hỏi: "Chỉ có thể được một cái thôi ạ?".

Mặt Tống Tử Ngôn đen lại, tôi vội vàng cúi đầu chọn.

Cái này nhìn đẹp, nhưng cái bên cạnh cái đó cũng rất đẹp, nhưng mà cái ở trên cái kia cũng rất rất đặc biệt…

Chọn nhiều cũng là không chọn gì hết, cuối cùng thì bây giờ tôi đã hiểu ra.

Dù chọn cái nào cũng đều đau lòng, tiếc nuối!

Thế nên tôi chọn một cách an toàn nhất, quay sang cô bé bán hàng, nói: "Lấy cho tôi xem cái đắt nhất".

Tống Tử Ngôn liếc nhìn tôi, mặt vẫn tỉnh bơ.

Cô bé đứng quầy nhanh chóng đem ra, một cái hộp nhỏ bọc nhung đỏ, bên trong là một chiếc nhẫn rất vừa ý, tôi đang tính lấy ra thì Tống Tử Ngôn đã thủng thẳng nói một câu: "Để đó cho anh".

Ngón tay thon dài của hắn gỡ chiếc nhẫn ra, một tay cầm tay trái của tôi, tay kia chậm rãi đeo nhẫn vào.

Tôi nhìn dáng dấp cúi đầu chăm chú trông đẹp trai của hắn, ngón giữa tay trái tê rần rần, như có một dòng điện chạy từ đầu ngón tay tới tận đỉnh đầu, không kìm được lắp bắp: "Anh... anh không có ý đó chứ?".

Hắn liếc nhìn tôi, cảnh cáo: "Nếu em còn nói ra chuyện gì ngốc nghếch, anh có thể đảm bảo, số phận của em sẽ rất thảm thương".

Cái gì mà số phận với chả số phận, tôi không thèm để ý, trong lòng đang mừng muốn chết đây này. Nhưng bản thân không dám quá tin tưởng, vẫn hỏi tiếp: "Ý của anh là... ý đó?".

Hắn "ừ" một tiếng mơ hồ.

Anh không nói thì làm sao em biết được chứ, anh không nói thì sao em dám tin đây?

Tôi kéo tay áo hắn, vẫn chưa chịu buông tha: "Là... ý kia đó hả?".

Khóe miệng hắn nhếch lên thành một nụ cười: "Chính là thứ em đang nghĩ đó".

Tôi mừng như điên, hận không thể leo lên trên quầy hàng, dang rộng hai tay đón gió hét dài: "I'm the King of the world".

Nhưng vẫn phải cẩn thận xác nhận: "Anh… biết chuyện em đang nghĩ là chuyện đó đó sao?".

Mặt hắn xám xịt: "Chỉ cần đầu óc em bình thường thì chắc chắn là ý đó".

Tôi nghiêng đầu suy nghĩ một lát, tuy rằng đầu óc tôi thông minh hơn người thường chút đỉnh, nhưng tuyệt đối bình thường.

Thế nên, lại tiếp tục mừng như điên.

Cô bé bán hàng cũng buồn cười vì kiểu nói chuyện ý tứ đó của chúng tôi nên khẽ cười trộm, nhưng vẫn không quên kinh doanh: "Quý khách đã chọn được nhẫn rồi, xin mời tới quầy thu ngân thanh toán".

Tống Tử Ngôn rút thẻ tín dụng ra, cô bé bán hàng tốt bụng giúp chúng tôi đi thanh toán.

Tôi sung sướng nhìn chiếc nhẫn, thừa dịp quanh đó không có ai, lén lén hỏi một câu: "Tống Tử Ngôn, em có thể hôn trộm anh một cái được không?".

Hắn giật mình, tự nhiên cũng nghiêm trang đáp lại: "Được".

Đáng tiếc động tác của cô bé tốt bụng kia quá nhanh, trong chớp mắt đã quay lại, cái hôn trộm bị hoãn.

Nhưng tâm trạng vẫn phơi phới, tới tận nhà vẫn cười hỉ hả, vào nhà, Tống Tử Ngôn cởi áo khoác, ngồi xuống sofa.

Tôi đã đi qua đi lại mấy lần mới phát hiện ra hắn chẳng làm gì hết, chỉ ngồi ở sofa, nhìn tôi vẻ rất mờ ám.

Tim tự nhiên nhảy lên một cái, nhìn ánh mắt như đòi nợ này của hắn, không lẽ là… hối hận rồi?

Tôi vội vàng giấu biệt tay trái ra đằng sau.

"Qua đây". Hắn phát hiện ra động tác của tôi rồi.

Tôi bĩu môi chầm chậm đi qua.

"Đưa đây". Hắn nói.

Tôi giả ngốc: "Cái gì?".

Hắn hé miệng: "Cái ở cửa hàng ban nãy đó".

Tôi khóc: "Không phải chứ?".

Hắn gật đầu, quả quyết.

Quả nhiên hạnh phúc ngắn chẳng tày gang, tất cả đều là hư không. Tôi rơm rớm tháo nhẫn ra.

Hắn nhìn tôi tò mò: "Em đang làm gì đó?".

Còn không phải do anh nói một đằng làm một nẻo à, tôi ai oán nhìn hắn, ngẩn người ra, lần thứ hai mặt hắn đen đi: "Anh không nói cái đó".

Không phải cái đó?

Nghĩ thật kỹ một chút, cuối cùng tôi cũng hiểu ra, nếu bản thân người bị hôn trộm đã chủ động yêu cầu, tôi đây cũng không khách khí nữa!!!

Rất lâu sau, tới khi đã lấy lại nhịp thở, tôi nhìn trần nhà tổng kết kinh nghiệm rèn luyện.

Khởi đầu tốt là thành công được phân nửa, cho nên rèn luyện lần này rất thê thảm.

Lần đầu tiên chủ động tiếp xúc thân thể, dũng khí có thể tăng, nhưng cuối cùng vẫn là số phận bị áp đảo...

Con đường cuối cùng của đại học, cầm bằng tốt nghiệp, mặc đồ cử nhân, chụp ảnh tốt nghiệp.

Có lẽ môi trường đại học cũng là một xã hội thu nhỏ, tình cảm không thể thuần khiết được như hồi tiểu học, trung học. Cũng có thể vì năm thứ tư này phải lăn lộn, khiến người ta phải dựng lớp hàng rào bên ngoài trái tim.

Cho nên dù người người có buồn, có tiếc, có lưu luyến.

Nhưng không ai khóc.

Chỉ chụp ảnh điên cuồng.

Cả lớp tôi, cả phòng ký túc xá, mấy người bạn thân ở đại học đều hăng hái chụp ảnh ở trường.

Cổng, căng-tin, phòng học, sân thể thao, ngay cả nhà vệ sinh ở ký túc xá cũng không tha.

Chụp xong ảnh, mọi người đều lần lượt rời trường, chúng tôi đứng ở cổng trường tiễn từng người, từng người một. Mỗi một lần tiễn là vắng đi một người. Tiễn tới lần thứ tư, chỉ còn tôi với Tiêu Tuyết trở về.

Im lặng một lúc rất lâu, nó mới mở miệng: "Tao cũng phải về rồi".

Tiêu Tuyết quyết định về quê, không phải vì công việc khổ cực, mà bỗng nhiên thấy chán.

Nhìn ảnh dòng họ của nó ở quê, thế nào cũng có địa vị hô phong hoán vũ, mà nó ở nhà lại là chủ nhân hô phong hoán vũ. Ở đây thiếu việc làm, mà lương lậu lại càng tệ, nhưng theo tính tình của Tiêu Tuyết, lúc đầu việc nhìn sắc mặt người ta mà sống cũng còn được, tới khi không còn nhiệt tình thì chán. Tranh đoạt chức quyền, quan hệ với người khác, lợi ích, chính là những thứ khiến nó rất ghét. Như lời của nó thì, nó không có vận may như tôi, may mắn sẽ gặp được một người che chở cho, để nó được thoải mái làm việc, tránh xa thị phi, cho nên sẽ không phải chịu đả kích, quay lại đả kích người khác.

Tôi hiểu, lúc có thể làm một con thiên nga, chẳng ai muốn làm hải âu.

Chuyển hải âu lại thành thiên nga, là tấm vé tàu bốn giờ chiều ngày mai.

Tôi và Tống Tử Ngôn đi tiễn nó, hầu hết đồ đạc của nó đã gửi về trước, chỉ còn mấy thứ lặt vặt được Tống Tử Ngôn lái xe đem tới.

Đứng đợi ở sân ga, còn muốn cười thật vô tư, cố gắng cười thật vô tư.

Nó nhìn cái nhẫn trên tay tôi, vẫn đùa như trước: "Ối chà, giờ sao cũng là vợ người ta rồi, lúc nào có em bé phải nhớ để tao làm mẹ nuôi đó".

Tôi gật đầu: "Yên tâm, tiền mừng tuổi của mày sao bỏ đi được".

Nó cười hì hì gian xảo: "Con mày là con nuôi của tao, thế lão Tống nhà mày có được tính là chồng nuôi của tao không?".

Tôi bừng tỉnh, cũng cười hì hì đáp lại: "Thế thì mắt mày cũng phải tinh tường một chút, tao không muốn nghĩ tới việc không mang được chồng nuôi tương lai của tao đi".

Nó an ủi tôi: "Yên tâm, mắt tao cũng không kém như lão Tống đâu".

Con ranh này còn đâm chọc tôi.

Tôi rất muốn đâm lại một nhát, nhưng nhìn gương mặt tôi đã nhìn suốt bốn năm trời vẫn chưa biết chán, môi mấp máy, nước mắt đã dâng lên trước. Bèn dụi dụi mắt: "Chậc, sao gió ở sân ga lớn thế chứ".

Nó cũng lau mắt: "Bụi nhiều thật".

Hai chúng tôi không ai khóc cả, chỉ là liên tục dụi mắt thôi.

Cuối cùng tàu cũng tới, lúc hai đứa hạ tay xuống, mắt đã như mắt thỏ.

Vì phải băng qua đường, không thể ở lâu, nó chen lên trước, còn tôi đứng lại.

Tôi biết chỗ ngồi của nó cạnh cửa sổ, là cửa sổ bên chỗ tôi đang đứng.

Nhưng mãi cho tới khi tàu chuyển bánh, nhìn thấy cả toa cuối, nó cũng không chịu vẫy tay qua cửa sổ chào tạm biệt với tôi.

Chắc là không kịp, bởi vì nó cũng khóc như tôi, cho nên không có thời gian.

Ngực áo Tống Tử Ngôn bị tôi khóc ướt một mảng lớn, thật lâu sau, hắn mới khẽ vuốt tóc tôi, nói: "Được rồi, về đi".

Chúng tôi cùng nắm tay nhau đi về, rời khỏi cái nơi chen chúc mà buồn thương này.

Từ nhỏ tới lớn, người từng gặp càng lúc càng nhiều, mà người rời xa cũng càng lúc càng nhiều.

Từ trưởng bối đầu tiên trong nhà tôi qua đời, khi đó tôi còn chưa biết cái gì gọi là qua đời, tỉnh tỉnh mê mê bị mẹ kéo tới đứng trước linh đường nhìn người trong tấm ảnh rất quen thuộc. Tới lúc càng nhiều người rời bỏ, người khác rời bỏ tôi, tôi rời bỏ người khác. Chầm chậm, càng lúc càng lặng, càng lúc càng quen.

Nhưng luôn có những người, khiến cho người ta phải luyến tiếc như thế.

May là vẫn còn những người, sẽ không dễ dàng rời bỏ.

Giữa biển người mênh mông, tôi nhẹ nhàng nắm tay Tống Tử Ngôn, hắn như không để ý, nhưng lực trên tay càng lúc càng mạnh. Chặt như thế, chiếc nhẫn trên tay cọ vào phát đau, nhưng trên môi vẫn không thể ngăn được nụ cười đang hiện lên.

Tới giữa tháng sáu, công ty bắt đầu bận rộn, bởi khi ấy đã là giữa năm, các loại báo cáo, họp giữa năm, kết toán đều đang tiến hành. Trải qua một tuần như địa ngục, cuối cùng bận rộn cũng qua, may là còn có một bữa tiệc rượu coi như đền bù.

Tiệc rượu không quan trọng, quan trọng là tiền thưởng nửa năm của mọi người trong tiệc này!

Mà đối với tôi, còn có một ý nghĩa khác, chạm tay vào chiếc nhẫn, tôi cảm thấy nên khoe khoang một chút.

Công ty là của Tống Tử Ngôn, dù sao tôi cũng được coi như bà chủ tương lai rồi, nên để cho bọn họ hiểu rõ, nên tới nịnh bợ Đát Kỉ hiện đại tôi đây, tôi cũng muốn nếm thử mùi vị được hô phong hoán vũ, tốt nhất là cũng có thể kiếm thêm tí màu mè nữa.

Quyết định như thế, tôi sớm bắt tay vào chuẩn bị.

Một bộ tiểu lễ phục tuyệt đẹp, bình thường, dù tôi có đi thử đồ cả ngàn lần cũng sẽ không bỏ tiền ra mua. Nhưng vì cơ hội này, tôi nghiến răng quyết định mua. Bộ tiểu lễ phục kết hợp với một đôi giày cao gót tinh tế trước đây vẫn khiến tôi chùn bước.

Xoay một vòng trước gương, ừm, trừ việc, eo có hơi bánh mỳ, ngực có hơi lép, thì những chỗ khác đều rất hài lòng.

Còn cố gắng trang điểm thật đậm, trước vẻ kinh ngạc của Tống Tử Ngôn, tôi nghĩ hiệu quả cũng không tồi.

Có điều đi đứng không vững, cứ khập khà khập khiễng.

Tôi khoác tay hắn đi xiêu vẹo, còn không quên tranh thủ quyền lợi: "Đợi lát nữa có vũ hội, ha ha".

Hắn chỉ "ừ" một cái, không nói thêm.

Với chỉ số thông minh của hắn, cứ nói bóng nói gió với hắn thì không ổn, thế nên tôi nói thẳng toẹt: "Đợi lát nữa anh tới mời em nhảy nhé".

Hắn hỏi: "Em biết nhảy à?".

Tôi nghĩ một lát, thành thực lắc đầu, nhưng giữa ánh mắt chăm chú của mọi người, dưới ánh sáng rực rỡ của những ngọn đèn chùm, khiêu vũ với người mình yêu thương, giống phim thần tượng, quá lãng mạn, tôi vẫn kiên trì bám trụ: "Vậy thì anh cứ dìu em đi, không phải hai người cứ bước qua bước lại là được à".

Hắn ngừng một lát, hình như hơi dao động. Rồi liếc qua đôi giày cao bảy phân của tôi, lại kiên quyết lắc đầu.

Tôi tức, đang muốn mè nheo thêm thì cửa hội trường đã hiện ra trước mắt.

Chúng tôi cùng vào hội trường, bên trong trang trí tao nhã mà rất tráng lệ, hầu hết nhân viên trong công ty đã tới. Tống Tử Ngôn đi qua, không ít người chào hỏi, tôi đi phía sau, âm thầm tính toán đưa tay lên vén tóc. Hận không thể đặt một mũi tên màu đỏ chỉ vào tay, nhìn ở đây, nhìn ở đây, nhìn ở đây này!

Đúng là công sức không phụ lòng người, mấy đồng nghiệp nữ tốt bụng đều xuýt xoa: "Woa! Đẹp quá!" rồi vội hỏi: "Mua ở đâu đấy?", rất ước ao: "Nếu sau này XX có thể tặng tôi một chiếc nhẫn thế này thì tốt biết mấy...". Nhưng lúc mấy người đó xuýt xoa thăm hỏi mơ ước xong rồi, tuy lòng ham hư vinh của tôi cũng được thỏa mãn đôi chút đó, nhưng cái câu nặng đô nhất "Ai tặng thế?" thì chẳng ai thèm hỏi. Việc này khiến cho nỗi chờ mong được hô phong hoán vũ, được hối lộ bị đả kích trầm trọng.

Tôi bực bội đi tới chỗ để đồ ăn, đi ăn để trút bực.

Vừa hay băng vệ sinh tỷ tỷ cũng bưng khay tới lấy bánh ngọt, liếc chiếc nhẫn trên ngón tay tôi, không xuýt xoa cũng chẳng hỏi thăm, chỉ rất thân tình lắc đầu thở dài một cái: "Tình yêu tới nhanh đi cũng nhanh, đối với phụ nữ mà nói, chỉ có một thứ là vĩnh viễn mà thôi".

Tôi đang nhai thức ăn, chưa kịp cản thì chị ta đã nói luôn: "Đó chính là băng vệ sinh, từ lúc làm thiếu nữ ngây thơ tới lúc cô thành bà lão, vẫn làm bạn không rời xa. Không vứt đi, không từ bỏ, mỗi khi cô cần, nó sẽ nằm im trong siêu thị ngoan ngoãn chờ cô sử dụng, cho dù ở siêu thị này không tìm thấy, siêu thị ở cạnh cũng sẽ có. Đây là quy luật tồn tại vô cùng vững chắc, bảo vệ cô, bảo vệ chuyện mỗi tháng của các cô...".

Tôi thực sự là không nhai nổi nữa, xám mặt bưng khay thức ăn chuyển tới một góc nhỏ, vừa hay thấy Tóc Vàng cũng bưng khay ngồi ăn ở bồn hoa trong góc.

Nhớ lần công ty đón nhân viên mới, lúc đi ăn cũng là lúc gặp được hai người bọn họ, lần này cũng như thế. Khoảng thời gian mấy tháng, dường như chẳng có gì thay đổi, thực ra đã xảy ra rất nhiều chuyện, không khỏi có chút sụt sùi.

Thế nên tôi đi qua đó, khẽ đá đá cậu ta, Tóc Vàng đang chăm chú ăn, ngẩng lên nhìn tôi, rồi dịch qua một bên, chừa chỗ cho tôi ngồi xuống. Trong sân có gió mát trăng thanh, xa thêm chút nữa có ánh đèn rực rỡ, có thức ăn ngon, còn mong gì hơn nữa!

Chúng tôi cùng ngồi ăn, ăn được một nửa, bỗng nhiên tôi nhớ ra, ăn hết khay thức ăn này chắc cái bụng đã tròn lại càng tròn mất, bèn vội vàng ngừng lại. Nhưng nhìn thức ăn trong khay, thực sự có muốn ngừng cũng chẳng được. Đành đưa cho Tóc Vàng: "Ăn giùm đi".

Cậu nhìn tôi một lát, chẳng nói gì, chỉ nhận lấy.

Nhìn dáng vẻ của cậu, tôi mừng hết xiết.

Cứ nói chị dâu với em gái chồng là kẻ địch, với em trai chồng là người thân, Tống Tử Ngôn không có em gái, nhưng cũng có Tóc Vàng đây, lời ấy xem ra cũng có một nửa là sự thật!

Tay chống cằm, tôi dịu dàng nhìn cậu nhóc: "Yên tâm, sau này chị dâu sẽ thương chú mà".

Cậu ta đang ăn, ngước mắt nhìn tôi mỉm cười, nhưng khi ánh mắt rơi trên chiếc nhẫn trên tay tôi thì ảm đạm đi vài phần.

Tôi nhìn theo ánh mắt của cậu xuống chiếc nhẫn trên tay trái mình, không kìm được lắc lắc tay khoe: "Đẹp chứ?".

Cậu ta thu ánh mắt lại, nhìn vào khay thức ăn trên đầu gối, gật đầu.

Ai cũng thế, tôi nổi giận: "Hỏi tôi là ai tặng mau!".

Cậu nhóc ngẩng đầu, ánh đèn sau lưng tôi in trong mắt cậu, như ánh trăng in trên mặt nước hồ, dập dềnh vỡ ra, lạnh lùng bi thương, tôi nhìn tới ngây người.

Cậu ta cười, khóe miệng khẽ nhếch lên tựa hồ có thể tan đi trong gió, nhưng vẫn hỏi theo lời của tôi: "Cái ấy là ai tặng thế?".

Tôi gật đầu thỏa mãn, giọng cũng kiêu hẳn lên: "Tổng giám đốc tặng đó!".

Cậu ta cụp mắt xuống: "Ừm, chúc mừng".

Vốn nghĩ đó là chuyện rất vui sướng, nói thẳng ra rồi, lại thấy bản thân hơi quá trớn, thậm chí còn tự thấy rất khinh bỉ.

Xem ra kỹ thuật ỷ thế bức ép người này tôi không làm nổi rồi.

Tôi thở dài, nhìn cậu: "Xem ra cái số tôi không được làm hồ ly rồi". Cho nên không mượn được uy.

Cậu không nhìn tôi, nhìn ra ánh đèn ngoài sân, giọng khẽ khàng như tự nói cho mình nghe: "Thực ra có lúc tôi ước được như anh ấy, luôn biết bản thân muốn gì, rồi ra sức thực hiện. Còn tôi lần nào cũng chậm một bước, tới khi đã hiểu ra thì không còn kịp nữa rồi…".

Tôi nhìn theo ánh mắt cậu nhóc, Tống Tử Ngôn đang đứng giữa một đám người. Nhìn lại ánh mắt lạnh lẽo của Tóc Vàng, bỗng thấy nỗi thương cảm dâng lên trong lòng, có lẽ làm con riêng đều đa cảm thế này.

Cho nên bèn an ủi cậu ta:"Không sao, không sao, rồi sẽ có cơ hội thôi mà, mà không có cơ hội thì ta cũng có thể tạo ra cơ hội chứ".

Cậu ta cười khổ: "Thật à?".

Tôi trịnh trọng gật đầu, kiên quyết: "Cậu hãy nhìn vào đôi mắt thành thật của tôi xem!".

Cậu ta nhìn đôi mắt cố gắng trợn thật to lên nhưng vẫn bé như cũ của tôi, cuối cùng cũng chịu nở nụ cười.

Tiếng nhạc vang lên, tôi đứng dậy phủi phủi bụi rồi kéo cậu dậy: "Đỡ tôi qua đó".

Cậu ta cũng đứng lên, lúc này tôi mới có thể giữ được dáng vẻ hoàn mỹ đi tới đó.

Mới đi tới gần đám người thì tiếng ồn ã đã từ từ lắng xuống.

Mới đầu chỉ là những người cạnh cửa quay đầu lại nhìn cửa ra vào, sau đó là chỗ gần cửa, dần dần, yên lặng lan đi như bệnh dịch, ánh mắt mọi người đều nhìn hướng ra phía cửa.

Không ai nói chuyện, có lẽ tất cả đều đang suy nghĩ, sao lại có một người phụ nữ mỹ lệ tới như thế.

Không phải đẹp, không phải thiếu nữ, mà là người phụ nữ mỹ lệ.

Không phải vì những lọn tóc xoăn, không phải vì gương mặt sáng bừng đẹp đẽ của cô ấy, cũng không phải vóc dáng khiến cho người ta mơ tưởng.

Mà là một khí chất phong tình, có những người trời sinh tự tỏa sáng, trời sinh thu hút ánh mắt mọi người, khiến họ phải ngưng thở.

Có những người khiến cho người ta không ghen tỵ nổi, chỉ có thể mơ ước.

Nếu nói cái cô Tử Hàm ở bệnh viện là ánh trăng dịu dàng, trong sáng vô ngần, thì người phụ nữ này là mặt trời, rực rỡ sáng chói khiến cho người khác đui mù.

Tôi cúi đầu liếc qua bộ tiểu lễ phục mình đang mặc, bỗng nhiên tự thấy mặc cảm, giống như một cô Đông Thi biết mình biết người khi thấy Tây Thi nhăn mày.

Nhưng, người này là ai? Tại sao lại xuất hiện trong bữa tiệc nội bộ công ty?

Nếu là đi nhầm cửa, vậy thì... nhân viên nữ công ty này quá bất hạnh, còn nhân viên nam quá ư may mắn!!!

Nhưng hiển nhiên là người phụ nữ này không đi nhầm cửa, bởi vì cô ta bước về phía Tống Tử Ngôn, đứng bên hắn, khẽ mỉm cười: "Ông nội nói, nếu anh không có ở nhà thì chắc chắn đang ở chỗ này".

Tim tôi nhảy lên rất mạnh, lúc cô ta xuất hiện tôi đã thấy bị uy hiếp, giờ một đại mỹ nữ như thế lại đứng cạnh người đàn ông của mình, hơn nữa thái độ như rất thân quen, tôi cảm thấy hơi khó thở. Nhưng khí thế của cô ta rất mạnh mẽ, giống như nữ hoàng, ngay cả sức để tôi chạy tới tỏ rõ thế lực tôi cũng không có, chỉ có thể đứng lặng ở chỗ này nhìn chằm chằm theo dõi phản ứng của Tống Tử Ngôn.

Hắn quay đầu lại nhìn lướt qua tôi rồi nhanh chóng quay đi, nói với mỹ nữ kia: "Mừng em đã về".

Tôi cảm thấy tim mình bắt đầu chùng xuống.

Ánh nhìn của cô ta cũng rơi trên người tôi, cười hỏi Tống Tử Ngôn: "Cô ấy là ai thế?".

Không đợi Tống Tử Ngôn trả lời, tầm mắt cô ta đã chuyển sang Tóc Vàng đang đứng cạnh tôi, mừng rỡ: "Tiểu Dương!".

Tóc Vàng cười cười, nhưng chân không di chuyển, cũng may là cậu ta không nhúc nhích, lúc này cơ thể tôi mềm nhũn, có lẽ cậu ta chỉ khẽ động một chút là tôi sẽ ngã.

Tống Tử Ngôn lạnh nhạt: "Đây là tiệc công ty anh, có việc gì ngày mai chúng ta hãy nói nhé".

Mỹ nữ kia lại nói thêm gì đó với hắn, có lẽ là không chịu đi. Thừa dịp này, tôi thì thào hỏi Tóc Vàng: "Người kia là ai?".

Cậu cũng thì thào đáp lại: "Chị tôi".

Tim tôi thoáng cái đã bình tĩnh lại, hóa ra là em gái chồng hoặc chị gái chồng, chẳng trách vừa xuất hiện đã thấy không khí khác thường. Nhưng kẻ địch này so với tưởng tượng của tôi còn tốt hơn gấp ngàn vạn lần, tôi ho nhẹ một cái, sửa sang lại bộ dạng định đi qua đó.

Còn chưa kịp đi thì đã bị Tóc Vàng kéo lại, cậu nhóc bình tĩnh nhìn tôi, ánh mắt lưỡng lự: "Tần Khanh, tôi có mấy chuyện muốn nói với cô".

Tôi nhìn cậu ta tò mò, nhưng dáng vẻ ấp úng của cậu ta khiến tôi chẳng thấy thoải mái chút nào, anh trai muốn gì thì sẽ đi cướp lấy đoạt lấy, còn cậu ta làm gì cũng rề rà rề rề, lẽ nào con riêng thì không có quyền sao? Giận thay cho sự không may của cậu, buồn thay cho sự không tranh nổi của cậu, tôi cau mày: "Cậu muốn nói gì thì nói, muốn đoạt cái gì thì đoạt đi!".

Lời tôi nói hiệu quả tức thì, ánh mắt cậu trở nên dứt khoát: "Người đó là chị tôi... tổng giám đốc là anh rể tôi".

Trong đầu tôi như có sét đánh, mãi lâu cũng chẳng có phản ứng, tới khi phản ứng được thì đầu óc rối loạn, tóm lấy cậu ta, hỏi: "Tôi không nghe nhầm chứ... là anh rể sao?".

Cậu ta gật đầu.

Tôi lại hỏi, ôm tia hy vọng cuối cùng: "Chưa ly hôn sao?".

Cậu lắc đầu.

Tôi quay đầu lại, nhìn đôi trai thanh gái lịch đang nói chuyện bên kia, thực sự nổi giận!!!

Băng vệ sinh tỷ tỷ nói rất đúng, tin vào tình yêu chẳng thà tin vào băng vệ sinh, ít ra người ta dùng tiền là có thể mua được hàng thật!

Tôi còn tưởng cuối cùng mình đã chọn đúng, không ngờ tới nguyện vọng hai của mình cũng như thế, căn bản là người ta học xong lớp chính khóa lại tiện thể tới lớp buổi tối mà thôi! Là không chính quy, không có danh phận, là thay thế!!!

Tôi còn vừa tỏ tình vừa vun đắp, hóa ra là chẳng có tình yêu gì sất!

Tôi đúng là bị mù mất rồi, lơ mơ lại thành kẻ thứ ba, thảo nào tên kia chẳng nói tới chuyện hứa hẹn, cả tiếng yêu cũng chẳng hề có, hóa ra là vì thế này.

Vứt cái nguyên tắc nhân phẩm đi, nếu lúc này có thể nhịn xuống được thì tôi sẽ không xứng là gossip girl, không xứng mắng lũ đàn ông thấp hèn, không xứng làm con gái của bà mẹ già hung hăng nhà tôi, không xứng làm bạn của Tiêu Tuyết ác độc!!!

Thế nên tôi gạt tay Tóc Vàng ra, hùng hổ bước tới. Tiện tay cầm một chén rượu trên khay của bồi bàn, lại nhân thể rút luôn cái khăn trắng cài trước ngực anh ta.

Tới trước mặt hai người họ, trước tiên quay sang cười khách sáo với mỹ nữ kia. Ý là tuy cô đẹp hơn nhiều so với tôi, nhưng bị tên đàn ông này lừa gạt thì số phận của chúng ta vẫn là giống nhau thôi.

Nhét cái khăn trắng vào tay Tống Tử Ngôn, hắn hơi kinh ngạc: "Đưa anh cái này làm gì?".

Tôi thản nhiên cười: "Sẽ có lúc dùng".

Rồi tay kia giơ chén rượu lên, tạt thẳng vào người hắn.

Cả hội trường người kêu lên kinh ngạc, người nín thở, cuối cùng tất cả ngây ra. Giữa ánh mắt của mọi người, tôi bi tráng xoay người đi về, gót giày gõ lộp cộp xuống nền nhà.

Nhưng đang đi đứng ngon lành, bỗng nhiên tôi bị trật chân một cái, cả người lảo đảo, sắp sửa hôn vào đất mẹ. Một bàn tay quen thuộc phía sau tóm lấy khuỷu tay tôi, tôi ngẩng mặt lên thì thấy khuôn mặt còn ướt đẫm rượu của Tống Tử Ngôn.

Tôi vội vàng đứng thẳng, gỡ giày ra, mạnh tay bẻ gãy luôn hai gót giày, rồi đi lại vào chân. Tống Tử Ngôn giận dữ gằn giọng hỏi: "Em làm gì đó?".

"Làm gì à?". Tôi cười nhạt, cúi đầu nhìn cái nhẫn vẫn còn trên tay trái mình, đúng là quá mỉa mai, tay phải hung hăng rút nhẫn ra, vứt xuống trước mặt hắn, chống nạnh quát: "Không làm gì cả, Tống Tử Ngôn, anh nghe rõ cho tôi, bà đây không thích anh

449

nữa, sau này thích bảo ai nấu cơm thì nấu, thích tìm ai bắt nạt thì đi - bà đây không theo hầu nữa!".

Hắn nhìn tôi bằng vẻ mặt không thể tin được, vẻ mặt nhăn nhó tới mức có thể dọa trẻ con khóc được.

Ha ha, nhưng giờ tôi không sợ nữa!!

Tôi xoay người đi không chút lưu luyến, đi từng bước về phía trước, tuy rằng không đi giày cao gót, tuy rằng đi khập khiễng, nhưng chưa lúc nào tôi cảm thấy mình hào hùng như lúc này.

Từ trong ra ngoài, từ trên xuống dưới, từ sợi tóc tới đầu ngón chân đều tỏa ra thứ khí thế toàn vẹn của một đại tỷ!

Mấy giây ngắn ngủi, tôi đã trải qua quá trình biến đổi từ bị ngược đãi sang đi ngược đãi!!!

Chương 11: Lấy lòng mẹ vợ

Nhưng khi cửa nhà mở ra, nhìn thấy vẻ mặt sốt ruột của mẹ thì khí thế ấy trong nháy mắt đã tiêu tan, tôi chỉ còn biết nức nở. Tôi rưng rưng nước mắt vươn hai tay định ôm chặt mẹ mình, môi run run kéo dài tiếng gọi: "Mẹ...", còn chưa kịp ôm thì mẹ bị mấy bà bạn đánh bài gọi vào, đừng nói tới chuyện hỏi han tại sao tôi lại về, tới liếc mắt nhìn tôi cũng chẳng thèm. Tôi chậm chạp lê thân về phòng mình, nằm trên giường, cũng không biết nghĩ gì, lấy di động trong túi xách ra, trên màn hình vẫn là gương mặt vô cùng thu hút của chú Đạo Minh[46].

Tới một tin nhắn, một cuộc gọi nhỡ cũng không có...

Tim thắt lên một cái, lấy cái gối đè lên mặt, cứ như thế một lát, tay từ từ trượt xuống dưới.

Sau bảy, tám giờ vật vã, tôi mệt mỏi ngủ thiếp đi...

Lúc tỉnh dậy, đêm đã khuya, phòng tối mịt mù. Bỗng nhiên cửa phòng bật mở, có người bật đèn phòng "tách" một tiếng, ánh sáng trắng chói mắt, mắt tôi nheo nheo, thấy mẹ đang bê một chiếc khay đi vào.

_____

(46) Đạo Minh: Nam diễn viên nổi tiếng Trung Quốc (BTV).

Đặt khay xuống đầu giường, mẹ quát một tiếng rõ oai: "Qua ăn đi".

Tôi đói rã rời, bèn ngồi dậy, cầm lấy một con tôm rán, bóc vỏ ăn ngấu nghiến.

Mẹ nhìn tôi bằng ánh mắt không dịu dàng gì lắm, làm như lơ đãng, hỏi: "Cãi nhau với cái cậu tài xế kia à?"

Tôi suýt nữa nghẹn chết, kinh hoàng nhìn mẹ: "Mẹ... mẹ biết ạ?".

Mẹ tôi quát: "Tưởng sự cẩn thận của mày mà giấu được mẹ à? Đừng quên, hơn hai mươi năm trước, mày là một cục thịt được lôi từ bụng mẹ ra đấy nhé".

Tôi lờ đi câu cuối cùng của bà, nghi hoặc: "Thế sao lúc ấy mẹ không lật tẩy con?".

Mẹ nhón tay lấy một con tôm bỏ vào miệng nhai nhóp nha nhóp nhép: "Tuy giờ nghề nghiệp cậu ta không tốt lắm, nhưng nhìn khí chất của cậu ta, tương lai cũng có thể phất lên được. Hơn nữa, cậu ta còn rất tận tâm đưa tiễn mẹ, nói ra thì cũng có tình cảm với mày lắm, thế nên mẹ mới mắt nhắm mắt mở cho qua đấy".

Tôi nhìn bà oán giận: "Lúc đó nếu mẹ mở to pháp nhãn, nhận ra hắn là yêu nghiệt thì nên đánh con ngất đi rồi kéo về mới phải". Tôi đây còn có thể ngồi nhà mơ mộng về một đôi tình nhân cách xa vì bị gia đình ngăn cản, ít ra còn có hồi ức đẹp đẽ, so với tình trạng bây giờ còn tốt hơn gấp trăm lần.

Mẹ lườm tôi một cái: "Dù sao giờ không phải mày đang ngồi nhà đây à, mẹ mày đây vừa tính qua một cái đã biết hai đứa chúng mày không có kết cục tốt rồi".

Tuy sự thật là thế, nhưng tôi vẫn nổi giận: "Tại sao?".

Mẹ tôi ăn thêm một con tôm nữa, không quên phân tích: "Mày đứng trước mặt thằng nhóc đó chẳng khác gì bố mày đứng trước mặt mẹ, cả đời này không thể vùng lên làm chủ được. Bố mẹ chả đi guốc trong bụng chúng mày ấy, nếu thật lòng đối xử tốt với hai đứa thì chúng mày chắc chắn là thoải mái rồi, nhưng nếu muốn đấu với hai ông bà này thì tới khóc cũng không có chỗ mà khóc đâu con ạ".

Tôi ngậm miệng im lặng, lâu sau mẹ tôi mới xích lại gần: "Mẹ nói nãy giờ có làm mày tỉnh ngộ không? Sao im lặng lâu thế hả?".

Tôi nhìn chằm chằm mẹ bằng ánh mắt hiểu hết rồi: "Cuối cùng con cũng hiểu rồi, hóa ra con như ngày hôm nay đều tại mẹ gây nên". Hậm hực: "Mẹ không chọn bố tốt cho con!", di truyền cho con cái gene như thế này.

"Bốp!", mẹ tôi đập một phát lên ngực tôi, nhướn mày: "Trách mẹ à? Sao không nói thân mày không có được tinh hoa của mẹ mà lại thô tạp như gương bố mày hả!".

Tôi lại iu xìu, thở dài: "Trừ việc đột biến gene thì có lẽ con chỉ có thể như thế này thôi, mẹ, mẹ nói coi giờ con nên làm gì bây giờ?". Giờ bạn trai, việc làm, hai thứ tôi đều chẳng có.

Mẹ tôi rút khăn ra lau tay, thản nhiên đáp: "Nếu đã về rồi thì cũng đừng nghĩ được như trước đây nữa. Mai bảo bố mày coi giờ có việc gì không, tiện thể buổi chiều đi xem mặt luôn".

Chiều mai đi xem mặt? Đúng là tiện thật đấy...

Không ngờ mẹ tôi cũng chẳng phải là người chỉ thuận miệng nói thế, lôi ngay từ trong túi áo ra một xấp ảnh, bắt tôi chọn. Đêm khuya, hai mẹ con ngồi xếp bằng trên giường chọn trai. Nhưng nhìn kiểu gì cũng không thấy ai thuận mắt, người không cao bằng Tống Tử Ngôn, người mắt không to bằng Tống Tử Ngôn, người mũi không thẳng như Tống Tử Ngôn, người cười không gian như Tống Tử Ngôn...

Xem qua xem lại cũng chẳng chọn được ai, cuối cùng mẹ tôi cũng không chịu nổi, dúi đầu tôi một cái: "Chọn một thằng rể tốt cho mẹ, đừng có mơ mộng giả làm liệt nữ!".

Tỉnh táo đầu óc! Tỉnh lại đi!

Nói rất phải! Hóa ra tôi làm người thứ ba mà còn phải lập cổng chào trinh tiết vì tên gian phu kia à?

Mỉa mai quá đó, tôi bừng bừng lửa giận. Chăm chú nhìn ảnh chụp, cuối cùng mười ngón tay đã tóm ra được bức ảnh chụp một người đang cười rất tươi: "Anh này đi!".

Tục ngữ có câu, muốn quên đi một cuộc tình thì phương pháp tốt nhất là bắt đầu một cuộc tình mới. Hơn nữa, người trong ảnh này mắt sáng mày kiếm, tóc dày, mặt mũi đường hoàng lại có phần khí khái. Tâm trạng hứng khởi lần đầu tiên đi xem mặt, tôi còn cẩn thận chọn lựa quần áo, đến nhà hàng mà mẹ tôi và mẹ đối tượng đã hẹn lúc ban sáng.

Vào nhà hàng, đảo mắt nhìn qua một vòng, không thấy người.

Lại đảo thêm một vòng nữa, một người ngồi trong góc giơ tay vẫy vẫy tôi, tôi qua đó nhìn một cái, hãi hồn! Người này tuổi chưa già, nhưng tóc trên đỉnh đầu đã có xu hướng hoang mạc hóa, hai mắt vô thần, lông mày chữ nhất quẹt ngang mặt, dáng như người có bệnh nan y. Hóa ra là nhận nhầm người, tôi tính đi thì gã đã gọi tôi lại: "Tần Khanh phải không?", còn giơ tờ báo trong tay lên - ám hiệu đã quy định trước của chúng tôi.

Nhìn lại khuôn mặt thật ba phần giống ảnh, bảy phần biến dạng của gã, tôi không khỏi thốt lên một câu:

Photoshop đúng là quá tay rồi!!

Bữa cơm này ăn gì tôi cũng không nhớ, chỉ cố gắng nhìn chằm chằm vào mặt gã nghiên cứu kỹ thuật photoshop quỷ khóc thần sầu. Tới lúc ăn xong, tôi đã có bản thống kê sơ lược, cái mặt này mà photoshop thành cái ảnh kia, không thực hiện theo khoảng một vạn bước thì không thể thành công như thế được. Đang thần người ra trước gương mặt đã qua phần hậu kỳ trăm gọt ngàn dũa, bỗng nhiên nghe tiếng gã ta gọi to: "Tần Khanh, Tần Khanh!".

Tôi giật mình, mở miệng "a" một tiếng.

Gã hỏi rất nghiêm túc: "Anh vừa kể chuyện cười, sao em không cười?".

Ối! Chết thật, chết thật, tôi vội vàng há miệng ra "ha ha ha" vài tiếng, rồi ôm bụng, cũng nhìn lại rất nghiêm túc: "Cười rồi, em cười rồi, em cười đau bụng quá".

Anh ta rất hài lòng: "Anh kể thêm chuyện nữa cho em nghe nhé".

Nếu nói lúc nãy tôi không nghe thì là thất lễ, giờ tôi chỉ hận không thể thất lễ thêm một vạn lần nữa. Đợi tới lúc anh ta đã kể hết ba chuyện cười, tôi đã như người bị con rồng bự chảng phun băng trúng người, từ trên xuống dưới trắng xóa. Tôi nói này đại ca ơi, hãng áo lông không tìm đại ca làm người đại diện thì đúng là không có mắt rồi, ngày nào cũng dựng quầy ở đường dành riêng cho người đi bộ, để người mẫu đi làm tiếp thị đều vô dụng hết thôi, đại ca chỉ cần cầm mic đọc diễn cảm mấy mẩu chuyện cười thôi, đảm bảo là áo lông bán hết veo. Đại ca đáng được Obama mời đọc diễn văn, là người thích hợp nhất để thông qua việc biến động lượng cầu những sản phẩm chống rét của nước Mỹ mà dẫn ra nguy cơ tài chính toàn thế giới!

Khoa trương? No! Hãy nhìn vào đôi mắt thành thật của tôi đi, hãy tin là tôi đúng, bạn chắc chắn là người có năng lực!

Đấng cứu thế chưa được trọng dụng cuối cùng cũng buông tha, tôi lập cập mãi cũng lết được nửa cái mạng về nhà.

Lúc về nhà, mẹ hãy còn đang chơi mạt chược, không rảnh hỏi tới tôi. Tôi về phòng trước, nhào lên giường, kéo chăn ra quấn khắp người. Di động bỗng nhiên đổ chuông, tôi vội vàng quơ lại, vừa nhìn màn hình đã thấy hơi nản lòng. Là đấng cứu thế lúc nãy, tin nhắn chỉ rất đơn giản có mấy chữ: "Anh hài lòng về em lắm".

Da đầu tôi tê dại, dựa vào mức độ đờ người ra vừa nãy của tôi, có lẽ người bạn đời lý tưởng của gã nên là một con búp bê bơm hơi, nhưng vẫn phải run run nhắn lại: "Cảm ơn".

Gã trả lời: "Ừm, chuyện cười anh kể rất cao thâm, người bình thường khó có thể hiểu, em là một trong số ít những người đạt tới được tiêu chuẩn thưởng thức".

Tôi choáng: "Anh cũng khen quá rồi, em chỉ là học đòi văn vẻ thôi...".

Gã đáp: "Không sao, trẻ nhỏ dễ dạy, sau này anh dạy thêm cho chút mới có thể hiểu sơ ra được".

Còn da với lông[47] nữa… tôi đương tính nhắn lại một câu, đừng tính tới chuyện da lông, mày có cởi truồng thì bà đây cũng cóc thèm. Bỗng tiếng mẹ tôi đã sang sảng ngoài phòng khách: "Tần Khanh, đi mở cửa!".

Tôi hiểu, lúc các bà đánh bài thì chẳng muốn làm gì, rót nước mở cửa đều sai tôi làm hết.

Nhét di động vào túi quần, tôi đi ra phòng khách, vặn nắm đấm cửa, giữ nụ cười tươi, lễ phép đón khách.

Mới hé cửa, tôi đã giật bắn mình, khóe miệng vừa nhếch lên đã đông cứng trên khuôn mặt.

Người mang vẻ mặt lạnh lùng đang đứng ngoài cửa là Tống Tử Ngôn.

Tôi nhìn hắn, hắn nhìn tôi, không ai mở lời, cứ thế được một lát, tôi cúi đầu nhìn tay mình vẫn còn đặt trên nắm cửa, quyết định giả như chưa có chuyện gì xảy ra, rất tự nhiên lùi ra sau một bước, rồi "rầm", đóng cửa lại.

Nhưng trong lòng vẫn hơi nhộn nhạo, không thể giữ nổi bình tĩnh, quay vào phòng khách tìm tìm này nọ, không về phòng nữa. Mẹ liếc nhìn tôi kỳ quái: "Ai đó?".

Tôi đáp: "Nhầm nhà ạ". Lại sợ mẹ thấy kỳ lạ, bèn ngồi ngay ở sofa, cầm dao gọt táo rồi bắt đầu ngồi gặm.

Im lặng trôi qua, chuông cửa lại vang lên đều đặn.

Tôi làm bộ không nghe thấy, vẫn tiếp tục ăn táo, mẹ hét: "Đi mở cửa!".

---

(47) Nguyên văn là 皮毛, vừa có nghĩa là hiểu sơ sơ, bề nổi, vừa có nghĩa là da lông (BTV).

Tôi thành khẩn nhìn mẹ, vẻ mặt rất nghiêm túc: "Mẹ, không cần để ý đâu, đây là ảo giác, tất cả những thứ này là ảo giác!".

"Bốp!", mẹ tôi phi cái dép qua: "Ảo giác cái đầu mày, ồn chết đi được, đi mở cửa đi!".

Tôi vuốt cái mũi chắc bị đập bẹp, ấm ức đi mở cửa.

Quả nhiên là hắn, tôi không dám để hắn vào trong nhà, đành phải tự mình ra ngoài.

Hắn vẫn không nói tiếng nào, chỉ lạnh lùng nhìn tôi, theo thói quen, tôi cúi đầu trước uy phong của hắn, không dám động đậy. Nhưng lại nghĩ, rõ ràng người sai đâu phải là mình, lại ưỡn ngực lên, hùng hổ nhìn hắn.

Mắt to mắt nhỏ lườm nhau chán chê, hắn mở miệng trước: "Sao bỗng nhiên lại về nhà?".

Tôi nhướn mày: "Tôi vui, tôi tự nguyện, bình thường về thăm nhà không được sao?".

Hắn mím môi, hỏi: "Khi nào trở lại?".

Tôi không nén được, nhìn hắn khinh bỉ, anh nói coi, đồ gian phu như anh sao lại giống bọn nam chính vô sỉ như trong tiểu thuyết của Quỳnh Dao thế, có người vụng trộm mà còn quang minh chính đại, đường đường chính chính như anh sao? Tiếc là tôi không phải kẻ thứ ba độ lượng của nhà anh, bèn hừ một tiếng: "Anh là gì của tôi, khi nào tôi trở lại anh quản được à?".

Gân xanh trên trán hắn nổi lên rần rần, nhưng không cáu, chỉ nhắc nhở: "Em còn chưa nghỉ việc".

Tôi gật đầu: "Thì chưa nghỉ việc, nhưng tôi bằng lòng bồi thường, anh cần gì xin mời đi tìm luật sư của tôi, tôi còn bận nhiều chuyện, không rảnh tiếp anh, đi thong thả, không tiễn".

Nói rồi quay người, định mở cửa đi vào.

Giọng hắn đầy áp lực: "Theo anh về".

"Về?". Tôi xoay người, lạnh lùng nhìn hắn, hỏi hắn câu đã từng hỏi tôi, từng chữ, từng chữ một: "Anh đáng sao?".

Tục ngữ nói đúng lắm, thiện hữu thiện báo, ác hữu ác báo, không phải không báo, mà là thời gian chưa tới.

Tục ngữ còn nói, trái tim của phụ nữ như kim đáy bể.

Hôm nay tôi đã tỉnh ngộ ra rồi, căn bản tôi là đại diện cho mẫu người nhỏ nhen. Đã nắm được cơ hội sẽ không buông, bụng dạ đen tối hẹp hòi.

Câu ấy vừa nói ra, đã thấy hắn cứng người lại, trừng mắt nhìn tôi như không thể tin được.

Tôi đang thầm sướng trong lòng, nụ cười bên môi còn chưa kịp trưng ra thì đã thấy sắc mặt hắn tái đi, từ từ đưa tay lên.

Tôi giật mình, nhảy lui về phía sau ba bước, nhìn khóe môi hắn nhếch lên, toàn thân rực lửa tức giận, lại theo thói quen bị uy phong chèn ép, nỗi sợ hãi trong tôi lại dâng lên. Nhìn thấy hắn sắp đi qua, tôi luống cuống bị ép tới đường cùng, nhớ tới một cảnh kinh điển trong ti vi, vội vàng đưa dao lên kề ngay ở cổ mình: "Đừng có qua đây! Còn bước một bước qua đây thì tôi sẽ…".

Hắn đứng lại nhìn con dao trong tay tôi, khinh bỉ: "Thì sẽ làm sao?".

Tôi cúi đầu liếc nhìn thứ trên cổ mình, dao gọt hoa quả có điều đặc biệt là cắt lông cũng không đứt, méo miệng: "Chẳng làm sao cả". Tôi nhìn vẻ mặt lạnh lùng nghiêm nghị của hắn, run run nhát cáy đưa con dao gọt hoa quả cắt ngón tay cũng không đứt lên cổ mình.

Bỗng nhiên nghĩ không đúng, quá là không đúng.

Đây là cửa nhà tôi, chỗ của tôi phải nghe tôi chứ, hơn nữa bằng tốt nghiệp đã lấy rồi, việc làm tôi cũng không cần, tiền bồi thường cũng đã đồng ý. Còn người đàn ông trước mặt mình đây thì càng chẳng có gì mà suy nghĩ.

Dựa vào cái gì mà tôi còn bị hắn uy hiếp?

Nói khác đi, tôi thì có gì mà phải sợ hắn? Chỉ cần tôi hét lên một tiếng, mẹ sẽ lập tức lao ra, vác theo hai con dao phay chém hắn liền.

Phải hiểu rằng tôi và bố là vật sở hữu của mẹ, có nghĩa vụ bị mẹ chà đạp, nhưng mẹ cũng phải đảm bảo không ai có quyền bắt nạt hai bố con tôi. Nhưng một đêm nên nghĩa vợ chồng, Tống Tử Ngôn đối với tôi bất nhân, tôi không thể bất nghĩa với hắn được. Trước khi bị mẹ phát hiện, tôi phải đá hắn đi trước.

Thế nên tôi đứng thẳng người, buông dao ra, khoanh tay trước ngực, quay sang hướng khác, khẽ nâng cằm lên, nhìn với vẻ miệt thị, hừ một tiếng: "Muốn chị đây trở lại là chuyện không thể, giờ tôi đi vào sẽ không ra mở cửa cho anh đâu, có giỏi thì anh cứ đứng đây gõ cửa đến chết đi".

Hắn đáp: "Chúng ta cứ thử xem".

Hắn cứ gõ cửa thì không chết hắn, nhưng có thể gõ tới khi mẹ ra chém chết hắn.

Kiểu như hắn, tôi tin hắn có khả năng ấy. Tôi xoa trán, nếu thực sự gây náo loạn, mình cũng không thể bỏ hắn ở khu này được. Cứ cho là mẹ tôi không chém chết hắn, nhưng hắn cứ loanh quanh trước cửa nhà tôi như thế, để hàng xóm thấy thì kiểu gì cũng bị chỉ trỏ.

Tôi bực mình: "Giờ tôi ra ngoài, không ở nhà, anh cứ đứng đây gõ đến chết đi!".

Tôi hậm hực đi qua hắn, bước thình thịch xuống cầu thang, lúc xuống tầng dưới còn lén nhìn lên. Quả nhiên, hắn bắt đầu thong thả đi theo sau tôi. Lén thở phào trong lòng. Loáng thoáng có tiếng xáo mạt chược từ trên lầu nhà tôi vẳng tới, tôi không kìm được tự cảm thán, coi như hôm nay mình đã cứu được một mạng người rồi!

Rồi tôi với Tống Tử Ngôn lại bắt đầu hành trình dắt chó đi dạo, một trước một sau, không nhanh không chậm, dừng cùng dừng, đi cùng đi...

Ra khỏi chung cư tới vườn hoa, qua vườn hoa lại lên cầu vượt, xuống cầu vượt lại vào cửa hàng, tới lúc ra khỏi cửa hàng hắn vẫn đi theo tôi, cứ nhiệt tình như thế, tôi đã phải lè lưỡi thở mà bộ dạng hắn vẫn còn khoan thai nhẹ nhàng. Tôi có hơi hối hận về chính sách này, hận không thể quay đầu lại chống nạnh chửi to: "Cút đi cho tôi! Cả đời này tôi không muốn nhìn thấy mặt anh nữa!". Nhưng giờ chúng tôi coi như đang là chiến tranh lạnh, giằng co, dù muốn tôi cũng không thể xông ra đánh cho hắn một trận. Vì nguyên tắc thứ nhất của chiến tranh lạnh, ai mở miệng trước là bị thua.

May thay, đi từ cửa hàng ra được một, hai bước thì gặp một ông chú đội mũ cảnh sát ở ngã tư đường.

Nắm vững khẩu hiệu "khi khó khăn tìm cảnh sát", tôi vội vàng chạy qua đó, vẻ mặt kinh hoàng: "Chú cảnh sát, có người theo dõi cháu".

Đồng chí cảnh sát kia rất tận tụy, lập tức cảnh giác: "Ai?".

Tôi chỉ chỉ qua Tống Tử Ngôn hãy còn chưa đuổi kịp vì tôi chạy nhanh: "Là người kia, mặc áo cộc tay màu kem ấy ạ".

Cảnh sát lập tức vẫy tay với hắn: "Qua đây".

Tống Tử Ngôn thong thả đi tới.

Vừa tới gần, cảnh sát nhìn kỹ hắn một lúc, rồi nghi ngờ nhìn lại tôi, ho khan một cái, bắt đầu hỏi: "Là cậu… theo dõi cô bé này hả?".

Câu hỏi rất nghiêm túc, nhưng nghe sao cũng chẳng thấy giọng điệu chất vấn gì, mà là nghi ngờ, hơn nữa là có vẻ nghi ngờ tôi…

Tống Tử Ngôn khẽ ngẩn người ra, ra vẻ rất ngỡ ngàng, rồi cười tao nhã: "Đồng chí cảnh sát, đồng chí nghĩ tôi giống thế sao?".

Ông chú cảnh sát xoa cằm trầm ngâm: "Nhìn dáng cậu cũng không giống lưu manh".

Tôi sốt ruột nói xen vào: "Đừng để bề ngoài của hắn ta đánh lừa chú ạ, hắn là một tên lưu manh, lưu manh giả danh trí thức!".

Cảnh sát nhìn hắn rồi nhìn tôi, coi bộ khó cân nhắc quyết định.

Tống Tử Ngôn lại cười hiền lành: "Nói lại, cứ cho là tôi có ý đồ xấu xa gì đó đi, thì có thể để ý tới cô ấy sao?". Lúc nói câu cuối thì ánh mắt lại trượt qua người tôi.

Cảnh sát cũng nhìn theo hắn, mặt tràn đầy vẻ đồng tình, tôi chỉ biết, công bộc của nhân dân đã bị thế lực tà ác khuất phục rồi! Nhìn lại Tống Tử Ngôn đang đứng ngay cạnh, tôi khóc không ra nước mắt, quả nhiên là không sợ trời, không sợ đất, chỉ sợ lưu manh giả danh trí thức!

Lưu manh thành trí thức, ngay cả con mắt sáng suốt của đồng chí cảnh sát cũng không nhìn ra!!!

Tạm biệt ông chú cảnh sát mắt kém, tôi bực tức đi trên con đường cái của chủ nghĩa xã hội cua đồng, trời nóng bức, đi mãi cũng không tránh khỏi miệng lưỡi khô queo, hận không thể lè lưỡi tống hết khí nóng ra. Nhưng người đằng sau thì ngược lại, vẫn nhẹ nhàng ung dung, khoan thai đi theo, tôi bực đó!

May là cách đấy không xa có một quán nước, tôi vội vàng đi vào, gọi một cốc nước mơ để giải khát, vừa hí hửng mơ tưởng tới việc tôi ngồi đây thản nhiên uống nước mát, còn ai đó vẫn phải đứng phơi nắng ngoài kia. Nhưng còn chưa kịp cười thành tiếng đã thấy hắn đi vào theo, ngồi xuống một bàn gần tôi…

Đầu tôi thực sự thành óc lợn rồi, muốn ngược đãi người ta tới phát điên rồi. Dựa vào cái gì mà tôi có thể vào quán, người ta lại không thể vào? Nhìn qua hắn còn được hậu đãi hơn tôi, bên đó đã được bưng qua hai cốc nước đá mà bên tôi còn chưa có động tĩnh gì, trừ đôi mắt đang thất thần thì không còn gì mà nói nữa.

Không ngờ chuyện chán đời còn ở phía sau, lúc uống nước rồi tôi mới phát hiện, vốn dĩ cứ nghĩ ra mở cửa, không cần mang túi, mà ví tiền của tôi lại nhét ở trong túi.

Nói cách khác… tôi không có tiền…

Nhìn ba cô bé phục vụ vừa đứng nói chuyện phiếm bên quầy hàng, thỉnh thoảng lại đảo mắt nhìn qua Tống Tử Ngôn, tôi thầm tưởng tượng: Nếu tôi đưa số chứng minh thư, mật mã tài khoản, ngày sinh, sở thích, chòm sao, địa chỉ của người kia cho các cô biết, liệu có thể… miễn tiền nước cho tôi được không…

Nhưng cuối cùng tôi cũng chẳng làm, lần trong túi quần lấy di động ra, tôi quyết định tìm sự trợ giúp của người thân.

May là nhà của một trong các bà chị tôi cách đây không xa, tuy chị ấy có hơi dở hơi, hơi hoang tưởng một tí, nhưng lại là một cô gái nhiệt tình, thế nên tôi gọi điện cho chị ấy.

Giọng nói nhẹ nhàng cất lên: "A lô".

Tôi lấy tay che miệng, hạ giọng nói: "Là em, Tần Khanh đây, giờ em đang ở quán nước trước nhà chị, chị có thể mang ít tiền qua đây cho em được không?".

Giọng chị vẫn nhẹ nhàng như trước: "Chị đây không rảnh".

Trước khi chị dập máy, tôi vội vàng thêm một câu: "Chỗ này có một người nhìn rất giống Cổ Thiên Lạc trước khi phơi nắng đen da".

Chị ấy "oa" một tiếng: "Theo dõi anh ta cẩn thận, chị qua ngay lập tức đây!", rồi vội vàng dập máy.

Nghe tiếng tút tút từ di động, khóe miệng tôi nhếch lên, tôi đã nói rồi mà, Tiểu Mẫn là một người rất nhiệt tình…

464

Không quá ba phút, Tiểu Mẫn đã xuất hiện trước cửa quán nước, chị mở to mắt đảo quanh một vòng, đương nhiên là không phải tìm tôi, rồi lập tức đi thẳng tới chỗ Tống Tử Ngôn. Tôi chỉ thấy hai người họ nói hai câu ngắn gọn với nhau, Tiểu Mẫn đã cúi đầu đi tới. Tôi tò mò: "Hai người vừa nói gì đó?".

Tiểu Mẫn ngồi xuống trước mặt tôi: "Chị hỏi anh ta, một người à?".

Tôi nhoài qua: "Anh ta nói thế nào".

Chị ấy ỉu xìu: "Anh ta "ừ" một tiếng, chị đang muốn hỏi có thể ngồi xuống không thì anh ta đã nói thêm một câu nữa".

Trực giác và kinh nghiệm mách bảo tôi, câu ấy có thể làm nghẹn chết người, tôi dịch hai ly thủy tinh ra rồi mới hỏi: "Câu gì?".

Tiểu Mẫn bắt chước theo ngữ điệu lạnh lùng của Tống Tử Ngôn: "Nếu cô ngồi xuống, ở đây sẽ còn lại mình cô".

Đầu óc tôi bắt đầu vận động, lúc hiểu được thì thiếu điều phun ra, thế này đúng là quá vòng vèo mà cũng chẳng thèm nể mặt gì.

Tiểu Mẫn nheo mắt nhìn tôi: "Người cô nói tới là anh ta à?".

Tôi trợn to hai mắt, đờ ra, gật đầu.

Chị chống má rồi kết luận: "Chẳng có điểm gì giống Cổ Thiên Lạc trắng cả, nhưng mà cũng là thượng hạng". Nhưng sự háo sắc của Tiểu Mẫn luôn nhanh tới cũng nhanh đi, có thể đùa thì đùa, không thể đùa thì chuyển sang thưởng thức, cũng chẳng buồn lâu lắm, lại hỏi: "Ấy chà? Nghe bảo em ở chỗ đó cũng được trọng dụng lắm cơ mà, sao lại chạy về đây rồi?".

Tôi không tính giấu diếm, quan trọng nhất là con mắt của người đời quá sắc, lúc che giấu cũng là lúc bị vạch trần, bèn lôi sạch ra, một chín một mười kể cho Tiểu Mẫn nghe hết. Chị ấy nghe xong thì hất hàm qua chỗ Tống Tử Ngôn: "Thằng Trần Thế Mỹ đó là tên bên kia hả?".

Tôi gật đầu, thấy Tiểu Mẫn định đứng lên thì vội vàng kéo tay lại: "Chị làm gì đó?".

Chị thản nhiên đáp: "Cho thằng ấy hai cái bạt tai".

Coi bộ Tiểu Mẫn yêu trai nhưng cũng có lương tâm lắm.

Tôi nhìn chị ấy cầu xin: "Đừng đi mà, nhỡ may làm loạn lên thì em cũng chẳng thoát được, chị nghĩ cách nào giúp em đuổi hắn đi thôi".

Tiểu Mẫn vẫn bực bội, nhưng cũng đồng ý với tôi, nghĩ một lát rồi nói: "Chị dắt cô đi một chỗ, đảm bảo thằng kia không theo được".

Chỗ chị ấy nói thực ra cũng chẳng có gì mới lạ, là spa cho nữ, nam không vào đó được.

Tôi theo chị đi làm mặt, trong đó có âm nhạc dịu êm, còn được trò chuyện thư thái với nhau, nhưng trong lòng vẫn không nhịn được nghĩ, người đó có phải vẫn còn đứng ở ngoài hay không? Trong đầu vô thức vẽ ra một cảnh tượng như trong truyện Quỳnh Dao, lúc trời hãy còn nắng chang chang, người đàn ông yêu tôi thật lòng kia đứng ở ngoài chờ, bỗng nhiên, bầu trời nổ sấm chớp, trong nháy mắt, mưa to trút xuống. Từng hạt mưa rơi trên người hắn, thân mình khẽ lay động nhưng vẫn kiên quyết không rời đi một phân, quần áo ướt đẫm, trắng bệch như màu hắn yêu thích, môi tím tái, còn tôi thì cầm một cây dù xuất hiện ở cửa, vội vàng chạy qua đó, giương ô che cho hắn.

Con người đang bị mưa làm cho không mở mắt nổi ấy, thấy tôi tới, bèn ôm chặt tôi vào trong lòng, tôi kêu lên hoảng hốt, ô rơi xuống đất, hắn ôm cứng lấy tôi, môi hắn vội vã kiếm tìm môi tôi, giữa màn mưa, có hai kẻ tự nhận là điên chơi trò kiss điên cuồng... rồi, sau đó là phát sốt lên, bị nghi là mắc dịch cúm lợn, bị tống vào phòng cách ly...

Hiện thực và tưởng tượng luôn có một khoảng cách rất lớn. Ba giờ sau, chúng tôi đi ra thì trời đã xẩm tối, đèn đường mới mở, ánh sáng rực rỡ lóa mắt. Còn trước cửa spa, là một khoảng không chẳng có bóng người.

Tôi không khỏi hơi thất vọng.

Giấu vẻ thất vọng, tôi tạm biệt Tiểu Mẫn, chị ấy tiễn tôi tới tận khi lên xe, ngồi trên xe lắc lư về nhà, tuy cũng chẳng xa, nhưng cảm giác thật mệt mỏi. Dưới lầu không có ai, cầu thang cũng không có, tôi nghĩ mình có thể hết hy vọng hoàn toàn rồi. Đứng ngoài mệt mỏi ấn chuông cửa, chờ đợi, cửa mở, tôi sợ tới đờ người ra.

Chuyện này cũng giống khi tôi mở cửa sáng nay, chỉ là, giờ người ở ngoài là tôi, còn người mở cửa là Tống Tử Ngôn.

Thấy tôi, hắn còn làm dáng mời: "Nhanh vào đi".

Tôi mơ hồ đi vào nhà, bỗng nhiên nghe tiếng mẹ gọi: "Tiểu Tống, mau tới đây, tới lượt cháu chia bài rồi!".

Tôi chỉ có thể đần thối mặt ra nhìn Tống Tử Ngôn đi qua mình, ngồi xuống bàn mạt chược, xếp bài rất tự nhiên, rồi đánh một quân, tiếp đó là tiếng mẹ tôi vang lên rất phấn khởi: "Ha ha, hồ!".

Tôi xoa trán, rốt cuộc đây là cái thế giới gì hả trời!!!

Cáo chúc tết gà thì không sợ, cái đáng sợ chính là cáo lại trở thành bạn đánh bài của mẹ gà!!!

Tôi chỉ có thể ngồi ngoài phòng khách lén quan sát tình hình quân địch.

Theo tôi được biết, Tống Tử Ngôn không chơi bài, hơn nữa còn bài trừ loại trò chơi quốc túy này. Nhưng mà... giờ nhìn hắn ăn mặc nghiêm chỉnh cùng chơi mạt chược với ba bà già, tự nhiên tôi cảm thấy vấn đề không chỉ ở tuổi tác, dáng vẻ và giới tính, mà là khí chất, thứ khí chất lồ lộ! Nhìn mẹ với hai cô cùng chơi mặt mũi đỏ bừng, mắt lóe sáng, nhìn lại Tống Tử Ngôn sắc mặt không đổi, nhẹ nhàng từ tốn. Cái này đâu phải trái ngược không thôi, tôi chỉ muốn tới đánh hắn một trận, anh đang chơi mạt chược, chơi mạt chược, chơi mạt chược, không phải đang câu cá, câu cá, câu cá đâu!

Nhưng mẹ tôi thì làm gì có cái suy tưởng cao xa như tôi, khóe miệng mẹ cứ dần nhếch lên từng phân, từng phân theo số tiền "thua" mà Tống Tử Ngôn đưa liên hồi cho bà. Tới mười một giờ khuya, giờ tan hội bất thành văn của các bà, chỉ mình Tống Tử Ngôn thua, ba người kia đều thắng, đặc biệt là mẹ tôi, thắng đậm nhất.

Hai cô kia lần lượt chào mẹ tôi đi về, Tống Tử Ngôn cũng đứng lên, lễ phép: "Cô, cháu cũng xin phép về trước".

Mẹ tôi thắng nhiều như thế, rốt cuộc cũng lòi ra được một tí lương tâm: "Chờ một chút, tối nay còn chưa ăn mà, ở lại ăn đi cháu".

Tống Tử Ngôn mỉm cười đáp lại, nhưng mắt thì làm như vô ý liếc qua nhìn tôi: "Sợ là... không tiện lắm".

Tôi cười nhưng trong lòng thì lạnh tanh, nói tiếp: "Thế thì mời anh đi về nhanh lên, hẹn sau này không gặp lại".

Tống Tử Ngôn chỉ cười mà không đáp, nhưng mẹ thì đập cái bốp vào sau gáy tôi: "Sao lại nói thế với khách hả, đi làm bữa khuya đi!".

Tôi tức lắm nhưng không dám nói, không cam tâm tình nguyện đi vào nhà bếp.

Cứ nói vống lên là bữa khuya, thực ra cũng chỉ là đi nấu mì tôm. Tráng trứng gà, cho nước vào, thả mì tôm, đợi thêm một chút. Tôi cầm cái muôi đi ra kêu cả nhà: "Ăn nào!". Vừa kêu xong đã thấy bố mẹ đang ngồi nói chuyện trong phòng khách với Tống Tử Ngôn đồng loạt quay đầu lại nhìn tôi, mặt ai cũng có vẻ đăm chiêu lạ kỳ.

Tôi nhìn một cái, tự nhiên thấy sợ sợ, thả lại một câu: "Mau vào ăn". Rồi chuồn vào bếp.

Tới khi mì đã nở hết, cả ba người mới vào. Bố mẹ tôi đều bê ra ngoài, Tống Tử Ngôn vừa vươn tay ra đã bị tôi lấy đũa gõ cho một cái, hạ giọng: "Không có phần của anh".

Hắn còn chưa đáp, tiếng mẹ tôi ở ngoài đã vang lên: "Hai đứa sao còn chưa ra đây hả?".

Tống Tử Ngôn cười, tay không đi ra khỏi bếp, thấy mẹ tôi hỏi, hắn đáp: "Không sao, cháu không đói bụng ạ".

Tiếp đó là tiếng hét cao lên hai độ của mẹ: "Tần Khanh, bê phần của Tiểu Tống ra đây đi!!!".

Tôi cắn răng vâng lời, lúc đặt bát xuống bàn thủy tinh, chiếc bát "cạch" một tiếng to, Tống Tử Ngôn làm lơ, còn rất dịu dàng lễ độ cảm ơn tôi: "Cảm ơn".

Tôi quay lại thì thấy ánh mắt không đồng ý của bố mẹ đang hướng về mình kèm theo vẻ hài lòng về thái độ của hắn, muốn khóc thật.

Những hành động đầy nghĩa khí chỉ làm tình hình rối thêm, dù sao thì cũng chỉ là cùng ăn bát mì, đi thì vẫn phải đi thôi.

Đã nghĩ thông suốt, tôi không thèm để lộ thái độ gì nữa, chỉ lạnh lùng ngồi ăn. Ngay cả khi bố mẹ nhiệt tình hỏi chuyện Tống Tử Ngôn, tôi đều làm bộ không nghe thấy, thành tượng bồ tát bằng đất luôn!

Cuối cùng thì cũng ăn hết bát mì, Tống Tử Ngôn chào: "Cô chú, cháu xin phép, muộn nữa chỉ sợ không đặt được phòng khách sạn mất".

Tôi vội vàng chạy ra mở cửa, hơi cúi người, tay hướng ra ngoài tiễn khách, nhăn nhở cười: "Chào, không tiễn!".

Hắn liếc nhìn tôi, tỉnh bơ đi ra phía cửa, mẹ tôi cản lại, hỏi: "Cháu còn chưa đặt được phòng khách sạn à?".

Tống Tử Ngôn khẽ cau mày: "Hôm nay cháu đi cũng hơi gấp, cho nên giờ vẫn chưa đặt được phòng".

Kinh dị, theo tính cách lúc nào cũng phải lên kế hoạch cho mọi việc của hắn, câu này đúng là rất khó tin! Nhưng nghĩ lại lúc hắn tạm biệt, còn cố tình nói "Còn muộn nữa chỉ sợ không đặt được phòng khách sạn mất", hắn tuyệt đối không nói thừa từ nào.

Tóc gáy tôi dựng lên hết ráo, trong câu đó chắc chắn là phải có một âm mưu không muốn để người ta biết!

Cái không muốn để người ta biết ấy chỉ tồn tại một giây rồi ai cũng thấy.

Bố mẹ tôi thoáng nhìn nhau rồi nói: "Nếu không thì cháu cứ ở lại đây trước đã".

Sét giữa trời quang, tôi bực mình hét to: "Mẹ!".

Tống Tử Ngôn cũng giả vờ: "Thế cũng không tiện ạ".

Chưa lúc nào tôi đồng ý với lời hắn như lúc này, vội vàng gật đầu lia lịa như gà mổ thóc.

Mẹ tôi khoát tay: "Nhà cô có phòng dành cho khách, bình thường vẫn không có ai dùng, cháu không chê là được, lãng phí gì chứ đừng lãng phí tiền, có tiền thì chi bằng thua cho cô đây này".

Miệng tôi giật giật, mẹ, mẹ cũng trắng trợn quá đó.

Mẹ tôi vẫn vô tư thản nhiên quay lại ra lệnh cho tôi: "Tần Khanh, con vào dọn dẹp phòng đi".

Tôi tức không chịu nổi, không dám tin nữa, nhưng nhìn quyết tâm của mẹ, chỉ có thể nuốt giận vào trong bụng, nặng nề lê chân vào dọn dẹp lại phòng cho khách.

Trong phòng cho khách vốn có một chiếc giường, kiểu cách của hơn chục năm trước, trên giường toàn là những thứ quần áo cũ lung tung và đồ dùng hàng ngày. Tôi dọn quần áo và vật dụng cho vào tủ, rồi kéo ngăn tủ khác, lấy ra một cái chăn. Bỗng nhiên có cảm giác khó chịu trên lưng, tôi biết là ánh mắt của hắn, cũng không quay đầu lại, cố ý nói ác: "Không biết chơi bài thì đừng có đua theo, thua cho sướng đi".

Hắn chỉ thản nhiên cười: "Em không nhận ra là tôi cố ý à?".

Tôi không đáp trả, chỉ lườm hắn một cái, tiếp tục quay lại lồng ruột vào cái vỏ chăn rộng thùng thình. Hắn bước tới, cũng không nói gì, chỉ cầm lấy một góc chăn. Người ta tới giúp, tôi cũng chẳng hâm tới mức nói anh cút đi, chỉ buồn bực lồng ruột chăn. Giọng nói lạnh lùng của hắn lại vang lên: "Anh biết hết rồi".

"Hả?". Tôi ngẩng đầu, đáp một câu chẳng đầu chẳng đuôi.

Hắn nhìn tôi, nói: "Cô đã nói cho anh biết rồi".

Tôi chẳng biết nên nói gì, chỉ có thể giả bộ không nghe thấy, tiếp tục sửa sang chăn gối, tóc theo động tác rũ chăn xõa xuống trên vai, ngăn ánh mắt của hắn thấy được vẻ mặt khổ sở khó che giấu nổi của tôi.

Hắn đưa tay vén tóc tôi cài ra sau tai, giọng thấp xuống như tiếng thở dài: "Rốt cuộc là em không tin anh, hay không tin bản thân mình?".

Không tin ai cũng mặc kệ, mà có lẽ ai cũng chẳng đáng tin.

Dù không có kết luận thì tôi cũng đã đâm đầu vào ngõ cụt rồi.

Tôi không trả lời, cũng không biết phải trả lời cái gì, bèn nhét cái chăn đã lồng ruột cẩn thận vào tay hắn rồi đi như chạy ra khỏi phòng.

Tôi cứ ngỡ cả đời này cái chăn ấy chỉ được Tống Tử Ngôn dùng có một đêm thôi, nhưng không ngờ sang hôm sau nó vẫn được hắn lôi ra xài tiếp, quấn qua quấn lại thêm chục ngày nữa. Đã hơn hai tuần trôi qua, Tống Tử Ngôn vẫn chưa có dấu hiệu muốn đi, ngược lại còn có ý muốn cắm rễ ở đây nữa. Ngoài mấy vật dụng hằng ngày đã mua trong mấy ngày đầu ra, hắn thậm chí còn bắt đầu mua mấy thứ trang trí cho phòng của hắn.

Tôi nghĩ chuyện bắt đầu to rồi đây.

Thực ra, hắn cũng chẳng làm chuyện gì khiến người ta phải tức giận cả, chỉ từng bước tiến vào nội bộ gia đình tôi.

Chiều nào cũng kiên nhẫn ngồi chơi mạt chược với mẹ tôi, thời gian hắn ở càng lâu, tiền thua bài càng nhiều, mẹ tôi càng đối xử tốt với hắn hơn. Đúng là vòng tuần hoàn đáng sợ! Đáng sợ hơn ở chỗ những cô, những bác đã biết tôi từ bé tới giờ đều về một phe, lúc bọn họ chơi mạt chược, Tống Tử Ngôn rất tự nhiên kêu cái đứa chuyên rót trà bưng nước là tôi đưa cho cốc nước đá, tôi chỉ lạnh lùng đáp lại một câu: "Không rảnh". Liền bị cả đại dương trách móc của các cô các bác dội về, còn Tống Tử Ngôn thì ngây thơ trá hình ông thánh, giả làm người tốt.

Quả nhiên là kinh tế quyết định kiến trúc thượng tầng, trước sự vung tiền ra mua lòng người của người giả nhân giả nghĩa nào đó, tôi rơi vào vòng cô lập.

Tôi mà cau có với hắn thì tất cả mọi người sẽ cau có lại với tôi.

Nhưng được mấy ngày thì tôi cũng thông minh hơn, tôi không cau có với hắn, mà tu luyện công phu không nhìn, coi hắn như vô hình.

Trừ phi anh yêu cầu trước, không thì tôi cứ coi anh là không khí. Gặp nhau trong nhà, tôi không thèm nhìn, chạm vai lướt qua. Lúc ăn, tôi cứ im lặng là vàng, chỉ nhìn vào bát cơm của mình. Lúc hắn đi lại trong nhà thì tôi rúc vào trong phòng mình. Cùng ở dưới một mái nhà thì tôi cố gắng không xuất hiện cùng nhau, cứ coi như hắn chỉ là một oan hồn vật vờ.

Không thể động vào thì cứ tránh đi!

Nhưng chuyện kỳ quái chính là, Tống Tử Ngôn cũng không động tới tôi. Không uy hiếp, không bắt ép, không miễn cưỡng, giống như một người tới ở trọ tốt tính, nhưng cũng không để ý tới tôi. Cả ngày chỉ lễ độ nói chào buổi sáng, chúc ngủ ngon, buổi sáng bố mẹ tôi đều không ở nhà, lúc tôi ngồi ở phòng khách coi ti vi thì hắn cũng coi cùng, thậm chí thỉnh thoảng còn giải thích này nọ. Đương nhiên, tôi làm bộ có tai như điếc, không thèm phản ứng, coi như hắn nói chuyện với không khí. Nếu như trước đây, mặt hắn sẽ xụ xuống, nhưng giờ hắn không bực, cũng không giận, nói xong lại xem tiếp với tôi, thấy có chỗ nào đó lại nói thêm một hai câu nữa. Tiếp tục số phận nói chuyện với không khí của mình.

Hắn tốt tính tới mức tôi không nhận ra nổi.

Hôm ấy, không hiểu sao cả đêm tôi trằn trọc không yên, cả người toát mồ hôi, mộng mị cứ xoắn xuýt hệt như bánh quẩy. Sáng sớm hôm sau, vừa vào nhà vệ sinh xem xem, quả nhiên là đã tới tháng. Tôi làm vệ sinh cá nhân rồi mệt mỏi vào phòng khách, co chân ngồi xếp bằng, vừa tính vươn tay cầm cốc nước trái cây, thì bỗng nghe tiếng hắn nói: "Đừng uống".

Tôi quay đầu lại nhìn, hắn đứng ở cửa, có vẻ mới đi ra ngoài về.

Tôi bĩu môi, không thèm nhìn hắn, cầm cốc nước đưa lên miệng.

Nhưng hắn bước tới giật lại, giọng như trách cứ: "Đừng uống cái này".

Tôi cứ để cho hắn lấy, không thèm nhìn hắn, biết cảnh giới cao nhất là gì không? Là dù cho anh có quá đáng thì tôi cũng không thèm nhìn, không thèm nói.

Tôi quán triệt phương châm này vô điều kiện.

Cụp mắt, tôi mệt mỏi ôm gối che bụng dưới, xem ti vi.

Nhưng lần này hắn vẫn nhằng nhẵng không tha: "Uống thuốc".

Trước mặt là một cốc nước ấm hãy còn bốc hơi, trong lòng bàn tay hắn là viên thuốc con nhộng màu vàng óng.

Tôi tự nhiên nhớ ra, trước đây lúc còn ở chung với hắn, có mấy buổi sáng hắn cũng như thế này, vừa thắt cà vạt, vừa lạnh lùng nói: "Uống thuốc". Lúc đó thuốc để trên bàn ở phòng khách, hắn không tự đưa cho tôi. Nghĩ xa hơn thêm chút nữa, từ lúc nghiệt duyên giữa chúng tôi bắt đầu, trừ lần đầu tiên tới tháng, tôi chưa từng phải nếm lại cái cảm giác ôm bụng quằn quại như thế này. Bởi lần nào cũng đều có người lạnh lùng ra lệnh cho tôi uống thuốc. Mỗi lần như thế, tôi đều thầm oán giận.

Nhìn năm ngón tay thon dài trước mặt, lòng bàn tay với những đường chỉ rõ ràng, như có một cọng lông vũ nhẹ nhàng quét qua trái tim, khiến trong lòng ngứa ngáy, lại có ý nghĩ muốn tránh xa nguy hiểm.

Giọng tôi bất giác cao hơn, khiêu khích: "Tổng giám đốc, anh không về, không sợ công ty sập à?".

Hắn cũng không giận: "Cảm ơn em quan tâm".

Tôi đáp lại: "Có thể không quan tâm sao? Mẹ tôi còn làm giàu nhờ anh cơ mà".

Hắn mỉm cười: "Yên tâm, anh sẽ không để cô phải thất vọng".

Tôi cũng cười: "Nhưng chỉ sợ tiền đó của anh như cái bánh bao thịt, một đi không trở về".

Nụ cười của hắn đầy ẩn ý: "Anh kinh doanh chưa bao giờ lỗ vốn".

Tôi nhìn hắn, lại nhớ ra hiện giờ hắn là bảo bối của mẹ tôi, còn cọng lông vũ vẫn treo trong tim, không khỏi rùng mình một cái, quyết định không thể phản kháng tiêu cực, mà phải phản ứng tích cực!

Hôm nay lúc tỉnh dậy đã hơn mười giờ trưa, trong nhà chỉ còn một mình bố tôi đang coi chương trình "Diễn đàn Bách Gia" chiếu lại. Bố con tôi không chỉ có tình cảm cha con thông thường, mà dưới ách áp bức lâu ngày của mẹ, đã vun đắp được một thứ tình nghĩa giai cấp rất sâu đậm. Giống hôm tôi đang ở spa, Tống Tử Ngôn tới gõ cửa, mẹ tôi đương tính cởi giầy ném thì bỗng nhiên có một cô bị viêm ruột thừa cấp tính, ôm bụng ngã lăn ra, Tống Tử Ngôn đưa cô ấy đi bệnh viện, sau đó thế chân chơi bài, bắt đầu bước trên con đường hối lộ, những chuyện này là do bố kể lại cho tôi. Nhưng hôm ấy, lúc tôi đang nấu mì, rốt cuộc Tống Tử Ngôn đã nói gì với bố mẹ, khiến mẹ quyết định giữ hắn ở lại nhà, còn bố lại không chịu tiết lộ cho tôi biết.

Tôi rót cốc nước, làm bộ lơ đãng hỏi: "Bố, mẹ với cái người kia đâu rồi?".

Bố đáp: "Ra ngoài mua đồ rồi".

Hóa ra là còn chưa đi, thừa cơ mẹ tôi không có ở nhà, tôi quyết định phải liên thủ với bố đuổi hắn ra khỏi nhà. Vừa rót cho bố chén nước, tôi nghiêm mặt ngồi xuống cạnh: "Bố, bố không thấy địa vị của mình trong cái nhà này đang bị uy hiếp sao?".

Bố quay qua nhìn tôi, hỏi: "Thế hóa ra ở nhà này bố có địa vị à?".

Bố, bố đúng là quá tự lượng sức mình rồi!! Tôi không nén được dòng lệ thông cảm đồng tình, chúng tôi càng bị áp bức bóc lột thì càng phải liên kết đứng lên chống lại cường quyền. Tôi nhẹ nhàng thủ thỉ: "Bố này, bố nghĩ coi, trước đây bố là người đàn ông duy nhất trong nhà, có sao thì vẫn là bảo bối độc nhất vô nhị của nhà ta. Nhưng giờ lại bị tụt hạng, giá trị con người giảm xuống còn một nửa, bố không thấy đau lòng, thất vọng, đau khổ à?".

Bố tôi buồn bực cúi đầu một lát, rồi ngẩng lên nhìn tôi, chậm rãi nói: "Bố hiểu rồi, con đang muốn mượn dao giết người".

Tôi đau đớn: "Con toàn tâm toàn ý nghĩ cho bố, sao bố lại nghĩ như thế được chứ?".

Bố tôi đáp: "Con gái này, cho dù con muốn mượn dao giết người thì cũng nên mượn lấy con dao sắc ấy, con nghĩ đời này bố có thể khiêu khích uy quyền của mẹ con được sao?".

Tôi nhìn chằm chằm vào mặt bố, thành thật lắc đầu, "Không ạ".

Bố nhìn tôi dịu dàng: "Tự túc là hạnh phúc đi con ạ".

Nhìn bố tôi lại bắt đầu chăm chú vào chương trình ti vi, tôi đau lòng lẫn cảm thông, nhưng càng áp bức càng phản kháng, lửa chiến đấu trong tôi dâng lên hừng hực, không mượn được dao thì tự tôi cũng có thể đuổi hắn đi được!

Trưa hôm ấy, tôi chuẩn bị một bàn ăn lớn.

Tống Tử Ngôn ngồi xuống bàn ăn, nhưng không thể nào động đũa được. Mẹ tôi nhìn Tống Tử Ngôn vẫn chưa chịu động đũa, gắp một miếng bỏ vào bát hắn: "Tiểu Tống, đừng khách sáo, cứ coi như người trong nhà, ăn nhiều chút đi".

Tôi chưa bao giờ cảm tạ sự săn sóc của mẹ với hắn như hôm nay, chỉ một lát sau, trong bát hắn đã có một ngọn núi nhỏ màu đỏ...

Đồ đạo đức giả! Coi tôi cho anh cay tới chết đi!

Tôi cũng giả vờ liên tục gắp rau vào bát hắn, môi còn nở một nụ cười rất dịu dàng: "Thực ra mọi người trong nhà tôi rất thích ăn cay, trước đây dạ dày của mẹ tôi không khỏe lắm nên ngừng ăn một thời gian, cũng may giờ đã chữa khỏi rồi. Nhà tôi tuy không ở vùng Hồ Nam, Tứ Xuyên, nhưng ai cũng như nghiện cay ấy, không cay không thấy ngon. Anh cũng nên nếm thử món ngon nhất ở nhà tôi đi, đảm bảo món nào cũng cay cho anh đã ghiền".

Tống Tử Ngôn không nói gì, chỉ ngẩng đầu nhìn tôi một cái, đôi mắt trầm tĩnh, đôi đũa của tôi khựng lại giữa chừng, rồi ngượng ngập thu về.

Hắn lại cười cười: "Cảm ơn cô, cảm ơn Tần Khanh".

Tôi tròn mắt nhìn hắn gắp một miếng đậu phụ đỏ rực, cảm giác như vừa châm một bánh pháo đỏ rực ngày tết Nguyên Đán, thấy dây dẫn cứ từ từ cháy thành tro, chỉ chờ tới lúc pháo đột nhiên nổ đùng một cái.

Động tác của Tống Tử Ngôn rất nhã nhặn, nhưng hiển nhiên là rất chậm. Tình trạng cơ thể hắn thế nào tôi hiểu rõ nhất, không ăn được lạnh, không ăn được cay, chỉ ăn được mấy món thanh đạm nhàn nhạt, lần trước chỉ ăn có mấy miếng mà đã vào viện. Nếu ăn hết cả cái bát này, chắc chắn chết thì chưa được, nhưng hắn cũng lãnh đủ… Vừa nghĩ như thế, trước mặt đột nhiên lại hiện lên gương mặt yếu ớt tái nhợt của hắn, mồ hôi chảy ròng ròng… cuối cùng biến thành viên thuốc con nhộng màu vàng óng trong tay hắn…

Thấy đôi đũa kia từ từ đưa tới miệng, trong lòng tôi đấu tranh đấm đá dữ dội, cuối cùng vỗ bàn đứng dậy, giống như móng hổ móc tim, vớt trăng đáy biển, giật lấy bát cơm trong tay hắn.

Tống Tử Ngôn sững sờ, nhìn tôi trân trối.

Bố mẹ tôi trợn tròn mắt, nhìn tôi kinh ngạc.

Tôi lúng túng nhìn bọn họ, tự phân bua: "Tự dưng con thấy bát cơm của anh ta rất ngon…".

Lý do này đúng là dở hơi, mặt ba người họ rất kỳ quái, tôi không dám nhìn nữa, vội vàng cúi đầu và cơm. Ăn nhanh quá, ăn hết đống ớt trong bát cay tới xé họng, tôi ho sặc sụa, ho tới chảy cả nước mắt.

"Phụt", mẹ tôi phì cười trước, "khụ khụ", bố tôi khổ sở nhịn cười, liếc nhìn Tống Tử Ngôn, mắt hắn cong lại như vầng trăng non, trán như được gió tháng tư thổi qua, thoáng vẻ mừng rỡ không nói nên lời.

Tôi nhìn lướt qua gương mặt nín cười của ba người bọn họ, phân tích kỹ càng vẻ mặt của mỗi người, cuối cùng cũng ra được đáp án, ba người họ hiểu hết, dùng ánh mắt mờ ám xem kịch hay, nhìn tôi giận dỗi, nhìn tôi tự chui đầu vào rọ.

Tôi thẹn quá hóa giận! Mặt đỏ tới mức ớt còn phải thua, đứng phắt dậy, đẩy bát cơm ra, chạy vội về phòng, sập mạnh cửa để tỏ rõ sự bực bội của tôi!!!

Tôi nằm sấp trên giường, tự giận mình.

Chẳng gì đau khổ hơn là trái tim không chịu nguội lạnh, lúc nãy là một thoáng mềm lòng của tôi sao? Kết quả là tự mình sa chân vào bẫy của mình. Nhẽ ra tôi nên kiên quyết để hắn bệnh cho chết, đau cho chết, bực cho chết! Lúc liếc mắt đưa tình với vợ, hắn có nghĩ tới tôi khó chịu không? Hắn để tôi một mình đáng thương trở về nhà, hắn có nghĩ tới tôi đau lòng không?

Tôi rúc đầu vào trong chăn, rút ra kết luận, nói cho cùng thì mình vẫn còn quá hiền lành…

Chăn bị người xốc lên, Tống Tử Ngôn bê cốc nước đứng cạnh giường. Tôi giật mình: "Sao anh vào được đây?".

Hắn đặt cốc nước lên đầu giường, "Đi vào".

Vớ vẩn, tôi lườm hắn: "Cửa phòng tôi khóa mà!".

Hắn lắc lắc chìa khóa trong tay: "Anh mở cửa".

Tôi nghi ngờ: "Sao anh lại có chìa khóa?".

Hắn cười đắc ý: "Cô đưa cho anh".

"Mẹ tôi sao lại đưa chìa khóa cho anh …". Câu này không cần hỏi, tôi bực bội cắn cái gối, coi nó là cái bụng ba mươi hai ngấn của mẹ già mà chà đạp!

Tống Tử Ngôn nhẹ nhàng vuốt tóc tôi, thủ thỉ: "Em làm loạn thì cũng làm rồi, tùy hứng thì cũng nên có giới hạn thôi, không lẽ em thực sự muốn anh ở đây mãi với em à?".

Tôi làm loạn, tôi tùy hứng? Tôi xoay người, lạnh lùng đáp lại: "Là tự anh ở lại đây, liên quan gì tới tôi?".

Như có cơn bão quét qua trong ánh mắt hắn, nhưng cuối cùng hắn cũng kiềm chế được, chỉ hỏi: "Rốt cuộc em muốn anh thế nào đây?".

Hỏi ngược lại à, tôi không nén được, cao giọng: "Cái gì mà muốn anh thế nào? Phải là anh muốn thế nào mới đúng chứ, muốn tôi ngoan ngoãn quay lại với anh, tiếp tục tự dối lòng làm người thứ ba à?".

Hắn giật mình, hỏi: "Cái gì mà người thứ ba?".

Nhắc tới lại khiến tôi sôi máu, vừa đau lòng lại vừa nhục nhã: "Anh đừng có giả ngây nữa, anh không phải là anh vợ của Tóc Vàng à? Không phải anh còn chưa ly hôn với chị cậu ta sao? Không phải anh ở trong nước một mình cô đơn buồn bực quá, anh đi tìm osin thì tìm được tôi à?".

Hắn giật mình, hỏi: "Là ai nói cho em biết?".

Tôi cười nhạt: "Muốn người ta không biết thì đừng có làm, là do tôi ngu ngốc, nếu hôm ấy Tóc Vàng không nói cho tôi biết, tôi vẫn còn mù quáng yêu anh".

Hắn nhìn tôi rồi thở dài: "Anh chưa kết hôn".

Đã qua bao đêm, đêm nào cũng trằn trọc khó ngủ, đã đủ khiến tôi nghĩ thông suốt hết mọi chuyện rồi: "Vậy anh nói tôi nghe, Tóc Vàng cùng lắm chỉ là một giám đốc ở công ty anh, tại sao anh lại để cậu ta ở trong nhà anh? Thế quan hệ của anh với chị cậu ta là gì, tại sao vừa về nước đã tìm anh? Tóc Vàng nói anh là anh rể cậu ta, không lẽ là vu oan giá họa cho anh chắc?".

Hắn im lặng, tim tôi cũng lặng theo sự im lặng của hắn, lúc này tôi mới phát hiện, hóa ra mình vẫn không hề hận hắn, vẫn muốn nghe hắn giải thích rằng tất cả đều chỉ là giả, dù cho hắn đã kết hôn thì cũng là vì có nỗi khổ trong lòng. Nhưng hắn chỉ lấy im lặng đan thành một cái lưới lớn, khiến tôi cứ sa dần vào đó.

Mãi lâu sau, hắn mới chậm rãi nói: "Anh và Triển Lộ suýt chút nữa đã cưới nhau".

Chuyện bắt đầu rất đơn giản, lúc mới đi du học ở nước ngoài thì Tống Tử Ngôn gặp được Hoa kiều Triển Lộ ở trường, Tống Tử Ngôn dù có tự lập tới đâu thì cũng là trẻ xa quê hương, hơn nữa Triển Lộ lại là người sôi nổi nhiệt tình hướng ngoại, hai người không khỏi thấy cuốn hút nhau. Đương nhiên lúc ấy còn có cả Triển Dương nữa, ba người bình thường vẫn hay đi picnic dã ngoại. Một người là công tử phóng khoáng, một người là mỹ nhân rực rỡ, hai người thường xuyên qua lại, cuối cùng sống chung, giữa bầu không khí tự do không bị ai ngăn cấm của nước Mỹ, sống chung có là gì, được một thời gian sau, bọn họ quyết định kết hôn. Dù hai nhà đều thấy phát triển hơi nhanh, nhưng bên nhà gái Tây hóa, không can thiệp vào nhiều; mà nhà trai, người trong nhà chẳng ai quản được, cho nên cũng thức thời, chuẩn bị hôn lễ.

Nói tới đây thì Tống Tử Ngôn ngừng lại, tim tôi như muốn ngừng theo hắn, bắt đầu cảm thấy từ lúc nghe câu chuyện này đã là sai lầm, nhưng tôi vẫn ngoan cố chưa chịu nhận thua, cố giấu tâm tình của mình, giả vờ hờ hững hỏi: "Sau đó thì sao? Tại sao hai người lại ly hôn?".

Tống Tử Ngôn nhìn tôi, lặp lại câu nói cũ: "Anh chưa cưới cô ấy".

Tôi không khỏi nghi ngờ, hắn nói tiếp: "Trên đường tới hôn lễ, bọn anh bị tai nạn ô tô".

Tôi tự động bổ sung thêm: "Sau đó cô ta mất trí nhớ, hoàn toàn quên anh, anh chán chường đau khổ, về nước chữa vết thương lòng, thế quái nào lại gặp được tôi. Nhưng không ngờ rằng cuộc sống mới của anh còn chưa bắt đầu thì người yêu cũ đã khôi phục trí nhớ, về nước tìm anh, sau đó...". Sau đó không phải là lúc hai người ôm nhau khóc, nắm tay nhau kết thúc tốt đẹp sao? Giờ anh chạy tới nhà tôi làm cái gì? Hay phải nói, chẳng biết từ khi nào tôi đã thay thế được vị trí của cô ta trong lòng anh, là kẻ đến sau, hiện thân cho suối nguồn chảy qua trái tim khô cần của anh hả?

Giờ quan trọng chính là, cuối cùng thì tất cả những chuyện này là một bộ phim về đôi nam nữ yêu nhau cuồng si trải qua đau khổ rồi lại về với nhau, hay là vở kịch về kẻ đến sau vô tình bất chiếm được trái tim của chàng trai đau khổ?

Người đóng vai nam chính - kẻ đang ở trước mặt tôi đây, tôi nhìn hắn nhưng lại bị bộ mặt kinh khủng của hắn dọa.

Hắn giận dữ trừng mắt nhìn tôi: "Vứt hết mấy thứ trong đầu em đi!". Rồi ngừng lại, sắc mặt dịu đi, bắt đầu kể lại chuyện: "Xe bọn anh đâm vào một gốc cây ven đường, đầu xe nát bét, may là không ai bị thương, chỉ hoảng loạn một chút. Anh xuống xe, rồi lôi Triển Lộ ra theo. Lúc đó anh mặc lễ phục, cô ấy mặc váy cưới, quần áo của ai cũng nhăn nhúm, trên đầu còn có vết thương vì va chạm, ai cũng thảm hại".

Dù trong lòng rất chua xót, nhưng hoàn cảnh này khiến tôi vẫn khó dằn lòng mà bổ sung thêm: "Gặp đại nạn mà chưa chết, hai người các anh nhìn nhau, trong lòng tràn ngập cảm động, yêu thương, cùng nhìn nhau thật lâu chứa chan tình cảm, rồi ôm hôn chứ gì?".

Hắn nghiến răng nghiến lợi: "Thực tế không đặc sắc như tưởng tượng trong đầu em đâu!".

Nghe câu nói của hắn, tôi như nhấc được hòn đá trong tim mình ra: "Sau đó thì sao?".

Hắn hít một hơi: "Lúc đó anh và cô ấy nhìn đối phương thê thảm, nhìn thật lâu rồi cùng mỉm cười, sau đó quyết định hủy hôn".

Tôi chớp mắt mấy cái, rồi lại chớp mắt thêm mấy cái, dựa vào sức tưởng tượng mạnh mẽ và logic phi thường, vẫn không thể nào đem tai nạn ô tô rồi nhìn nhau cười có quan hệ gì với hủy hôn, tôi bèn hỏi: "Tại sao?".

Hắn nghĩ một lát rồi nói: "Cũng chẳng hiểu nổi, lúc đó chỉ thấy bao nhiệt tình đều biến mất. Sau này về nước, mặc kệ gia đình phản đối, anh tự mở công ty riêng, dần dần mới hiểu rõ. Khi ấy anh với Triển Lộ còn quá trẻ, cái gì cũng thuận buồm xuôi gió, công việc, cuộc sống sự nghiệp cứ như đi trên đường rải thảm, tình cảm cũng thế. Lúc đó cho rằng, bản thân và những người xung quanh đều nghĩ là tốt thì chính là thứ mình muốn. Thực ra không phải, chỉ là không biết từ chối thế nào mà thôi".

Tim tôi thiếu điều nhảy ra vì một suy đoán nào đó, tôi hắng giọng hỏi: "Vậy bây giờ, con đường của anh... người bên cạnh anh, đều là những thứ anh muốn sao?".

Hắn nhìn chằm chằm vào tôi, gật đầu: "Phải".

"Rất tốt". Tôi gật đầu, Tống Tử Ngôn không tùy tiện đi giải thích, lại càng không nói dối, xem ra là thật lòng rồi. Thế nên, tôi cười thật tươi: "Giải thích cũng không tồi, nam nữ thụ thụ bất thân, giờ anh có thể ra ngoài chưa?".

Hắn ngây ra, không phản ứng.

Không ngờ tới chứ gì, đại tỷ là gì? Cảnh giới cao nhất của đại tỷ không phải là khí thế, mà là giẫm đạp trái tim yếu mềm rồi mà vẫn cười ngây thơ.

Thế nên, tôi cười rất hiền lành: "Tổng giám đốc, anh tới đây không phải là muốn giải thích với tôi sao? Giờ hiểu lầm đã hết, tôi tha thứ cho anh rồi, mời anh ra khỏi phòng tôi, tốt nhất là thu dọn đồ đạc đi khỏi nhà tôi".

Hắn nheo mắt: "Tần Khanh, em có ý gì?".

"Ý như trên mặt chữ đấy".

Hắn cao giọng: "Giờ chỉ vì cái chuyện tình từ tám trăm năm trước mà nhỏ nhen thế à?".

Tôi đớp lại ngay: "Tôi nhỏ nhen như thế thì đã làm sao nào? Lần này bỗng dưng nhảy ra một cô vợ cũ, ai biết được chừng nào đó lại nảy ra một cô hôn thê cũ, bạn gái cũ, chi bằng giờ cứ nhỏ nhen đi, ai đảm bảo sau này không bị người ta lừa chứ".

Sắc mặt hắn trở nên rất khó coi, giọng cũng lạnh đi mấy độ: "Chẳng ai có quá khứ là tờ giấy trắng cả, anh chưa từng yêu cầu điều đó ở em, thậm chí khi em bỏ đi rồi trở về, anh cũng chưa từng tính toán lấy một lần. Anh còn nghĩ chỉ cần tương lai thôi

485

cũng đủ rồi, giờ xem ra em không nghĩ như thế. Em kiếm cớ nhiều như vậy, đơn giản là không muốn tiếp tục. Chúng ta sống chung với nhau lâu tới như thế, người ta bịa chuyện, em không cần chứng cứ, đã ngay lập tức gán tội cho anh rồi bỏ đi. Tần Khanh, tới tận giờ này, em chưa từng tin tưởng anh. Giờ anh bỏ cả công ty tới tận đây, đã giải thích rồi, còn lấy lòng người nhà em, em gây sự anh cũng chịu đựng, em có tùy hứng thì cũng nên có giới hạn thôi!".

"Tùy hứng?". Tôi cười nhạt, "Tôi là đứa vừa tùy hứng vừa tự thương tiếc mình đấy, hôm nay người khác nói với tôi mấy câu, tôi có thể chạy đi, cứ cho là chạy về, người ta nói câu gì với tôi, tôi vẫn sẽ chạy đi như cũ thôi. Tống Tử Ngôn, lúc anh cứ ra rả nói tin tưởng với tôi, tại sao anh không nghĩ lại xem bản thân đã từng làm chuyện gì để tôi tin tưởng chưa, tại sao lòng tôi cứ bất an, tại sao tôi phải thấp thỏm như thế? Anh dựa vào cái gì mà bảo tôi phải tin tưởng anh?".

Hắn nhìn tôi trân trối, "Dựa vào cái gì sao? Vậy mấy ngày nay em nghĩ anh đang làm gì, lằng nhằng theo em à?".

Tôi nhìn thẳng vào hắn: "Anh có yêu tôi không?".

Hắn mím môi, không nói.

Tôi uể oải: "Cứ cho là không có hoa tươi điện thoại làm quen tán tỉnh, không có gì là lãng mạn cảm động, tuy tôi rất tiếc, nhưng cũng có thể chấp nhận được. Nhưng có ba chữ thôi mà anh cũng không nói ra được, thì tôi còn không bằng vật nuôi của nhà anh, ít ra lúc vui anh còn cười với nó. Anh có thể cho tôi một địa vị không? Là một con nhân tình để đùa vui hay là osin miễn phí?".

Miệng hắn há ra, nhưng vẫn không thốt ra được lời nào, im lặng rất lâu, lâu tới mức tôi nghĩ rằng hắn sẽ không nói nữa, nhưng hắn lại mở miệng, thanh âm trầm ấm: "Người yêu". Rồi lặp lại một lần nữa: "Anh coi em là người yêu".

Tim ngừng đập một giây, tôi nghe được tiếng thở của mình: "Vậy nói ra ba chữ tôi đang nghĩ đi".

Hắn cụp mắt, chỉ nói: "Anh sẽ cưới em".

Rốt cuộc tên đàn ông này keo kiệt tới cỡ nào hả, nói có ba chữ ấy thì hắn mất mạng chắc? Tôi là người yêu anh, anh tự nguyện bị tôi trói buộc cả đời, nhưng có mỗi ba chữ ấy thôi mà cũng keo kiệt à? Tôi hoàn toàn mất kiên nhẫn: "Không được, hôn nhân không có tình yêu thì chẳng khác gì nấm mồ, cái mặt này của tôi không cần phải in lên bia mộ đâu. Tống Tử Ngôn, tổng giám đốc, tôi với anh chẳng còn gì để nói với nhau nữa rồi, anh tới từ đâu thì về lại chỗ đó đi, nếu anh còn mặt dày ở lì nhà chúng tôi thì mai tôi đi du lịch. Trước đây cứ cho là tôi quá ngốc, quá ngây thơ, cứ nghĩ có thể làm tan băng giá, giờ tôi thông minh ra rồi, tôi không được hoàn toàn hết hy vọng ở anh sao? Xin anh nhanh lên chút đi, đỡ để tôi phải nhìn tới phát ghét".

Sắc mặt của hắn bây giờ đã không thể dùng từ khó coi để hình dung nữa, toàn thân toát lên sự tức giận không giấu diếm, tôi nhìn tay hắn cứ nắm rồi lại mở, mở rồi lại nắm chặt, cũng thấy hơi sờ sợ. Nhưng cuối cùng hắn vẫn kiềm chế được, vẫn là cái giọng trầm trầm phát ngán như trước: "Anh thừa nhận là anh yêu em, thế đã đủ chưa?".

Đủ cái đầu anh ấy! Cái kiểu nói như bố thí cho ăn mày này của hắn làm tôi chán nản ngay lập tức, nhưng tới cực điểm rồi nên chẳng tức được nữa, đành cười: "Cảm ơn tổng giám đốc, nhưng không cần anh phải tự hạ thấp mình thế đâu. Người ta nói được một câu như thế là đủ rồi, đổi lại là anh, đừng nói là ba từ ấy, dù có tặng hoa mỗi ngày, nửa tiếng gọi một cú điện thoại, chẳng có việc gì cũng quẩn quanh trước mặt tôi, cố sức theo đuổi tôi là chuyện không thể nào! Lời nói của anh quý giá, ngàn vạn lần đừng lãng phí vào tôi, không đáng, thật đấy!".

Nói xong tôi còn nghiêm trang gật gật đầu, tăng thêm tính hiệu quả. Hắn không nói gì, chỉ đứng yên nhìn tôi, tôi không nhận ra vẻ mặt đó là gì. Nhìn nhau hồi lâu, hắn quay người, bước đi, mở cửa phòng, ra ngoài.

Tiếng sập cửa rất mạnh, khiến chút bụi bị rơi xuống.

Một đứa trong lòng vốn đầy căm phẫn như tôi tự dưng lại gạt hết chí khí đi mà thấy ân hận. Thực ra đâu phải tôi không biết hắn lúng túng khó chịu, nói thì cũng bắt nói ra rồi, làm sao còn làm người ta phải tức tới mức phải bỏ đi chứ. Vốn dĩ định mang sổ tay ra ghi lại, rồi hàng năm khoanh tròn lên trên lịch thành một ngày lễ để chúc mừng, bị tôi đem danh dự ra đùa dai như thế, cuối cùng đùa cho người ta không chịu được, cúp đuôi đi mất. Tôi che mặt rên rỉ, cái đồ chết tiệt nhà mày, sống chung với hắn bao lâu rồi, chỉ số kiên nhẫn của hắn thấp tới mức nào mày còn không rõ hay sao.

Cứ phồng má giả làm người béo hết lần này tới lần khác, người bán thịt lợn cũng không tới nhà nữa rồi!

Nhìn cánh cửa phòng đóng chặt, tôi khóc không ra nước mắt, vội vàng xuống giường đi dép vào kéo người ta quay lại. Còn chưa động tới tay nắm mà nó đã chuyển động như có linh hồn, đúng là ông trời đã bị tình cảm sâu nặng của mình cảm hóa, tới đồ vật cũng thương mình sao? Còn chưa tự khen thì cửa đã mở ra, bên ngoài là người đã ra khỏi phòng khi nãy - Tống Tử Ngôn.

"Anh…".

"Em…".

Hai người chúng tôi cùng lúc cất tiếng, rồi cùng lúc ngừng lại.

Lại im lặng, tôi thầm khóc nức nở trong lòng, cầu khấn: đừng tới chào tạm biệt, đừng nói là chơi xong rồi…

Mới khấn được mấy lần thì đã nghe hắn hắng giọng, mặt mày lúng túng, mắt đảo lung tung mà không chịu nhìn tôi, nhìn sao cũng thấy có chút lo lắng, có chút hối lỗi…

Trong lúc tôi nơm nớp lo sợ, hắn đã mở miệng: "Em… thích hoa gì?". Không biết có phải tôi nhìn nhầm hay không, hình như mặt hắn hơi đỏ lên thì phải…

Tống Tử Ngôn bắt đầu chính thức theo đuổi tôi rồi!

Hôm sau, cô bé ở cửa hàng bán hoa đưa tới một bó hoa to, là hoa hồng nhung, ừm, cũng không tồi, tuy tôi chẳng khi nào quan tâm tới hoa cỏ, nhưng hoa này là tượng trưng cho tình yêu, tôi sung sướng nhận lấy. Đang xoay xoay bó hoa ngắm nghía thì thấy bên trong còn một tờ giấy, tôi tò mò lấy ra, trên giấy là nét chữ quen thuộc của Tống Tử Ngôn:

"Em yêu, em cứ bay chầm chậm, cẩn thận gai hoa hồng phía trước. Em yêu, em hãy mở miệng, từng làn hương hoa sẽ làm em say mê…".

Tôi có cảm giác bị một dòng điện từ trên trời đánh trúng người, chạy khắp tứ chi trăm huyệt, cả người tôi... cháy xém rồi... thật không ngờ, Tống Tử Ngôn ẩn trong cái xác rùa lại chính là Thiên Lôi!!!

Vừa hay hắn gọi điện tới, tôi run rẩy bắt máy: "Hoa nhận được rồi, nhưng mấy câu trên thiệp anh chép của ai đó?".

Hắn hỏi: "Không thích hả?".

Không chỉ là không thích, mà thực sự là quá không thích, tôi bắt đầu nghi ngờ tiêu chuẩn thẩm mỹ của hắn, hỏi: "Mấy ca từ này là anh chọn à, cũng chỉ có cái này thôi à?". Đúng là quá quái dị...

Bên kia có tiếng giở giấy sột soạt, một lát sau, hắn nói: "Còn có mấy cái nữa, một bài là tỏ tình của chuột với gạo, một cái là sói với dê, còn có một cái là cháu trai với ông nội nữa, chỉ có bài hai con bướm là đồng loại".

Tôi vừa nghe thấy thế hai mắt lóe sáng lên: "Cháu trai với ông nội?". Không lẽ xã hội chúng tôi đã cởi mở, chấp nhận tình yêu ông cháu rồi sao?

Hắn "ờ" một tiếng, lại tiếng giở giấy sột soạt, rồi khẽ đọc: "Đừng làm đau cháu lần nữa, ông ơi ông ơi ông ơi, đừng làm đau cháu lần nữa, ông ơi ông ơi ông ơi".

Cái gì mà ông ơi ông ơi ông ơi! Rõ ràng là yeah yeah yeah khí thế của người ta mà!

Dựa vào hiểu biết của mình về hắn, tôi cũng hiểu sơ sơ: "Không phải là anh đi mua đĩa nhạc trên đường, tự nghe rồi nhớ ca từ mà viết lên đó chứ".

Hắn thành thực trả lời: "Đây là loại bán chạy nhất".

Nghĩ tới cảnh hắn mặc Âu phục, đi giày da, phong độ đẹp trai, đeo headphone, vừa nghe nhạc thị trường, vừa ghi nhanh lên giấy để nhớ, rồi trước ánh mắt khinh bỉ của cô bé bán hoa, chép lại mấy câu buồn nôn này lên thiệp…

Khóe miệng tôi không kiềm được mà nhếch lên…

Hắn lại còn nghiêm túc nói với tôi: "Vừa khéo có bảy bài, mỗi ngày một bài, đủ hết một tuần".

"Không cần!". Tôi vội vàng ngăn lại, ngày nào cũng đọc thứ ca từ sét đánh tứ tung này, tôi tổn thọ mất!

Hắn kinh ngạc, hỏi: "Không cần?".

Tôi lau mồ hôi lạnh trên trán: "Không cần, không cần, tâm ý của anh em đã thấu hiểu rất sâu sắc rồi".

Bên kia truyền tới tiếng tờ giấy bị vo lại, tiếp đó là tiếng của hắn đáp lại: "Rất tốt".

Chuyện tặng hoa tạm thời coi như một phần, tôi ngập tràn vui sướng mong chờ đợt tiến công tiếp theo của Tống Tử Ngôn, hưởng thụ hư vinh như công chúa được hoàng tử hâm mộ.

Tôi ngồi ở bàn ăn, vừa lơ đãng gẩy gẩy cơm trong bát, vừa lén nhìn Tống Tử Ngôn ngồi đối diện, hắn sẽ làm gì tiếp đây? Chăng băng - rôn ở chung cư đối diện, thả bóng bay ngoài cửa sổ nhà tôi, hay là xếp nến hình trái tim ở sân dưới chung cư?

Đang sung sướng tưởng tượng, thì Tống Tử Ngôn ngồi ăn đối diện buông đũa, đứng dậy nói xin lỗi cả nhà, đi tới ban công. Mắt tôi không tự chủ được, vội nhìn theo hắn, không phải như trong

491

phim nước ngoài hoành tráng có máy bay thả băng - rôn tỏ tình đấy chứ... Di động trên bàn rung lên từng hồi, tiếp đó là tiếng chuông ầm ầm vang lên, trên màn hình hiển thị tên người gọi đến là Tống Tử Ngôn.

Nhìn người đứng ngoài ban công đang áp di động vào tai, tôi bắt máy: "A lô".

Nghe thấy tiếng tôi, hắn không thèm nói câu nào đã cúp máy, rồi vào nhà, ngồi xuống bàn ăn tiếp.

Hại tôi cứ mắt tròn mắt dẹt há hốc mồm ra nhìn hắn, tên này không phải bị mộng du đấy chứ...

Mãi tới lúc nhận được N cú điện thoại giống nhau, tôi mới phát hiện ra mình nhầm, hắn không phải bị mộng du, mà đang làm đúng phương châm của tôi, nửa tiếng gọi một cú điện thoại, không sớm cũng chẳng muộn, cứ đúng ba mươi phút là tiếng chuông di động lại vang lên. Không chịu được nữa, tôi tắt luôn di động, khó lắm mới ngủ được thì lại nghe bên ngoài có người đang gõ cửa phòng, tôi lờ đờ đi ra mở cửa, Tống Tử Ngôn đứng ở ngoài, vẻ mặt u ám: "Em tắt điện thoại".

Tôi tức: "Em muốn đi ngủ, đương nhiên là tắt máy!".

Hắn nghiêm túc: "Thế thì sao hợp với đề nghị của em được. Nửa tiếng một cú điện thoại, em không nhận thì sao mà tính được?".

Oh My God! Tôi thực sự đã bị hắn kê tủ đứng làm nghẹn chết rồi, tôi điên cuồng vò đầu, hét lên: "Không cần gọi, tắt máy thì cứ tính cho anh qua còn không được sao?".

Lúc này hắn mới chịu mỉm cười, vui mừng nói: "Rất tốt". Rồi lại xoa xoa đầu tôi, "Mau đi ngủ đi".

Rồi trong lúc tôi đang nhìn đờ đẫn, hắn sung sướng về phòng.

Tôi dựa người vào cửa thần người ra, hắn... là cố ý phải không... từ chuyện tặng người ta cái thiệp có thứ sét đánh chết người tới cuộc gọi kinh dị lúc nửa đêm, hắn không phải là đang theo đuổi, mà là trừng phạt tôi!!

Mỗi ngày một bó hoa, nửa tiếng một cuộc điện thoại, chẳng có việc gì cũng luẩn quẩn trước mặt tôi.

Hình như phương pháp tán gái tôi đã từng truyền thụ cho hắn là như thế, tôi cẩn thận suy đi tính lại, soi từng chữ như luật sư soi vụ án, rồi đặt ánh mắt xuống câu cuối cùng.

Nhiều nghĩa! Có quá nhiều nghĩa! Theo câu này, đảm bảo tôi cứ ngẩng đầu lên thì sẽ nhìn thấy cái mặt hắn!

Thêm mấy hành động và ý chí khó tưởng của Tống Tử Ngôn, tôi hoảng sợ vô cùng.

Lúc đi vệ sinh phải ngó nghiêng mãi mới dám vào, buổi tối đi ngủ còn phải kéo hai cái ghế ra chặn cửa, đặt thêm một chậu nước lên trên ghế, chỉ sợ mình không để ý một cái thì hắn bỗng nhiên trồi lên đứng cạnh. Rõ ràng ở ngay nhà mình, thế mà còn phải đề phòng gian khổ hơn cả phòng trộm cướp.

Không thể chối, cái này là do tôi tự làm tự chịu.

Nhưng con gà tức nhau tiếng gáy, còn nước còn tát.

Cứ tát như thế được vài ngày, ngày nào cũng phải nhìn thấy mặt hắn, đến khi dây thần kinh tôi căng ra hết cỡ, cảm giác như sắp đứt phụt tới nơi thì dì Tiểu Lý bên đằng ngoại gọi điện tới vớt tôi ra trong biển lửa.

Con gái dì sắp cưới, muốn tôi qua làm phù dâu, mẹ tôi đi tiễn khách.

Nói cách khác, trọn một ngày tôi không phải nhìn cái mặt kia nữa, tôi sung sướng hỉ hả, còn hỉ hả hơn cả cô dâu. Hôm đó tôi chạy qua nhà dì Lý thật sớm, đi làm tóc trang điểm với cô dâu. Không đi thì không biết, suýt chút nữa bị dọa nhảy dựng lên. Hoa cài đầu năm mươi tệ. Kem lót trang điểm năm mươi tệ, một cặp lông mi giả năm mươi tệ, ngay đôi găng tay cô dâu cũng tới hai trăm tệ. Vẻ mặt của tôi từ kinh ngạc, ngạc nhiên, bực mình tới cuối cùng là hoàn toàn xuôi xị, mẹ tôi đứng sau khẽ giọng mắng: "Ngày cưới của người ta mà cái mặt mày như đi đưa đám là sao hả?".

Tôi uể oải dựa đầu lên vai mẹ, thì thào: "Mẹ này, sợ là mẹ phải nuôi con cả đời rồi".

Mẹ tôi giật mình: "Mẹ lớn tuổi rồi, mày đừng làm mẹ sợ".

Tôi tấm tức khóc: "Con vốn dĩ không dễ kiếm, giờ trang điểm thế mà cũng tiêu một đống tiền, lại càng chẳng có ai tốn tiền cưới con đâu".

Mẹ dịu dàng xoa đầu tôi: "Yên tâm, chỉ cần mày có thể vơ được một thằng, tiền trang điểm mẹ cho".

Tôi chộp ngay lấy cơ hội, đứng thẳng lên: "Ầy, mẹ nói đấy nhé!".

Mẹ dịu dàng nhìn tôi, giọng như đùa: "Ai bảo mẹ là mẹ chứ". Tôi đang muốn lăn vào lòng mẹ lần nữa thì chợt nghe tiếng thì thầm của bà: "Dù sao thì lông dê lấy từ người dê, hôm nay về mình xén tiếp".

Chết! Sập bẫy rồi!

Cô dâu trang điểm xong rất nhanh, lúng túng ngượng ngùng đứng lên nhìn chúng tôi, bộ váy lụa trắng làm tôn thêm khuôn mặt nhỏ nhắn, thực là xinh đẹp. Hai mẹ con tôi đồng lòng nhất trí xuýt xoa khen em họ mới bớt căng thẳng, chúng tôi quay lại nhà dì chờ. Chừng chín giờ hơn, chú rể tới, trong tiếng pháo nổ râm ran, ồn ã, tiến vào nhà. Chú rể thực sự không đẹp trai lắm, bộ lễ phục làm nền cho nụ cười vừa ngượng vừa tự hào hạnh phúc, nhìn cũng rất được mắt. Lại thêm một lần từ chối, cuối cùng cô dâu bị chú rể ẵm lên, ôm vào xe hoa.

Đi được vài vòng thì tới khách sạn, lễ cưới vô cùng bình thường, nhưng khi thấy cô dâu nghẹn ngào cảm ơn bố mẹ, tôi không kìm được, mắt cũng ươn ướt. Lại sang mẹ, bà đang quay đầu nhìn lên sân khấu, tuy làm vẻ chăm chú bình tĩnh, nhưng không giấu nổi nếp nhăn nơi khóe mắt ánh lên dưới ánh sáng ngọn đèn chùm.

Tôi vội vàng ngoảnh mặt đi, không muốn để mẹ biết tôi đang nhìn bà.

Phụ nữ tới tuổi này là như thế đó, trong lòng chúng tôi ít nhiều cũng ngượng ngập, trước tình cảm quá sâu đậm lại xuất hiện khoảng cách.

Đôi vợ chồng trẻ vừa làm nghi lễ lạy cha mẹ xong chủ hôn liền trao cho hai người, mỗi người một tờ giấy màu đỏ[48].

Tôi cảm thán: "Chậc chậc, một tờ giấy đỏ đem thân đi bán".

(48) Ở đây chỉ giấy đăng ký kết hôn (BTV).

495

Bên cạnh có người nói tiếp câu của tôi: "Em cũng bán cho anh đi".

Tôi vừa quay lại nhìn đã thấy kinh hãi! Là cái gã photoshop hôm trước! Gã ngồi ngay cạnh tôi, đang vọc tay vào bốc hạt dưa trong đĩa.

Tôi ngơ ngơ: "Sao anh lại ở đây?".

Gã chỉ lên dì Lý đang ngồi ở trên sân khấu: "Đó là bác anh".

Giờ tôi mới nghĩ ra, người này là do dì Lý giới thiệu, phía sau ảnh chụp còn đính kèm lai lịch của gã, nhưng hội trường tiệc cưới này ít ra cũng có tới bốn mươi cái bàn, sao số tôi đen lại đụng phải gã ta chứ? Gã còn vừa cắn hạt dưa, vừa hỏi tôi: "Anh nhắn tin cho em, sao em không nhắn lại?".

Người này đúng là chẳng hiểu cái gì gọi là ngôn ngữ giao tiếp rồi, nhưng tôi cũng không khiến người ta không xuống thang được, bèn thảy một cái thang qua: "À, dạo này em cũng hơi bận".

Gã còn chưa chịu buông tha: "Thế à?".

Tôi nghiêm túc gật đầu, vẻ mặt vô cùng nghiêm túc: "Trạch nữ bận rộn nhiều chuyện lắm!".

Gã quay đi cắn hạt dưa, không đáp.

Tôi cúi đầu uống ngụm trà cúc thì gã ta quay lại nói tiếp: "Chuyện lúc nãy anh nói, thấy sao?".

Tôi ngơ ngơ: "Chuyện gì?".

Gã nhắc nhở: "Là chuyện kết hôn đó".

Thiếu chút nữa là ngụm trà cúc bị phun ra ngoài, nhưng phản ứng lại là không thể không đắc ý về sức quyến rũ của mình:

"Chúng ta mới gặp có một lần, anh đã quyết ý yêu em từ cái nhìn đầu tiên thế sao?".

Gã thật thà trả lời: "Từ lần đầu tiên nhìn thấy em, anh đã biết em là người thích hợp để lấy làm vợ".

Câu này... nếu không phải vì nhan sắc quá kinh dị của gã, tôi đã nhào qua đó hôn cho gã hai cái rồi, tôi che miệng khẽ cười, rất e thẹn: "Đừng khen em quá thế, dù anh có lấy lời khen làm vé, em cũng không lên cái thuyền nát nhà anh đâu".

Gã vẫn tự lẩm nhẩm: "Tính chất công việc của anh là hay phải đi công tác, nên muốn tìm một người vợ hiền lành biết giữ khuôn phép".

Tôi vẫn tiếp tục che miệng khiêm tốn: "Thực ra em cũng không được hiền lành như anh đã nghĩ đâu".

Gã không thèm tiếp nhận sự khiêm tốn của tôi: "Sao lại thế chứ, anh nhìn chuẩn lắm. Em như thế này, không những hiền lành mà còn biết tiết kiệm, cho dù em có tính lăng nhăng thì cũng chẳng có ai thèm ngó tới, cho nên anh rất yên tâm về em, muốn lấy người như em".

Tôi vẫn lấy tay che miệng, nhưng lần này khóe miệng không phải nhếch lên mà là hạ xuống.

Gã đả kích tôi, gã nghiêm túc đả kích tôi, gã nghiêm túc đả kích nhan sắc của một thiếu nữ tuổi thanh xuân là tôi!

Tôi muốn khóc vì mẩu đối thoại đầy nghiêm túc với gã.

Thực ra tôi cũng được coi là một mầm non anh dũng, nếu có người tận lực chửi mắng nói xấu tôi, tôi sẽ không thèm liếc tới tên đó tới nửa con mắt. Nhưng nếu có ngày, có một người đặc biệt công bằng, công khai, công chính chất vấn tôi, tôi sẽ lập tức giao nộp vũ khí, nhào vào lòng mẹ tôi.

May là mẹ đang ngồi cạnh tôi, tôi nhào vào lòng bà, không muốn nhìn cái mặt trơ trơ của gã photoshop kia lần nữa! Mẹ vừa vuốt lưng tôi, vừa tò mò hỏi: "Làm sao thế con?".

Có lẽ tiệc cưới ồn ào quá, nên bà không nghe thấy mẩu đối thoại đã được tôi và gã ta hạ thấp âm lượng xuống. Tôi rúc vào lòng mẹ, giọng nặng âm mũi: "Mẹ, mẹ mau đuổi cái người ngồi cạnh con đi! Đời này kiếp này con cũng không muốn nhìn thấy anh ta nữa!".

Tiếng mẹ tôi từ bên trên truyền tới: "Đây là cháu trai của dì Lý, chỉ hơn con có mấy tuổi thôi. Ở bàn này có mỗi con với cậu ta là xêm xêm tuổi nhau, sao lại vô ý thế hả".

Tôi lắc mạnh đầu trong lòng bà: "Không được, có anh ta thì không có con, có con thì không có anh ta!".

Gã kia cũng cuống lên, giọng cao lên mấy bậc: "Em làm sao thế? Lúc nãy anh cũng đã nói gì đâu, dù chúng ta đã cùng đi xem mặt, anh lại cầu hôn với em, nhưng em cũng đừng vì vui quá mà khóc thế chứ?".

Vốn dĩ tôi có khóc đâu, nhưng nghe gã nói xong, tôi lại muốn khóc thật.

Đương lúc nước mắt sắp trào ra thì một giọng nói lạnh lùng dưới ba mươi bảy phẩy sáu độ C vang lên: "Đi xem mặt?".

Giọng nói quen thuộc khiến người ta sợ hãi, tôi cứng cả người lại, chậm rãi ngẩng đầu lên thì thấy Tống Tử Ngôn đang đứng cạnh đó, cười rất dịu dàng, vô cùng dịu dàng, tới mức không thể dịu dàng hơn được nữa.

Chỉ liếc qua mặt hắn một cái thôi, tôi đã phải vội vàng cúi đầu… Quá quá quá quá quá đáng sợ! Lại chui vào lòng mẹ lần nữa, mẹ, đêm nay con phải ngủ với mẹ, không thì chắc chắn con gặp ác mộng mất!

Mẹ tôi còn ngây thơ vui vẻ hỏi: "Tiểu Tống, sao cháu lại tới đây?".

Tống Tử Ngôn đáp: "Cháu với chú phải ra ngoài, phát hiện ra hai người quên không đem theo chìa khóa nên mới đưa qua đây cho cô. Cũng may là cháu nhận lời đem chìa khóa qua đây, không thì sao có thể nghe được chuyện hay tới thế. Đi xem mặt, cầu hôn, anh có nên chúc mừng em không nhỉ, Tần Khanh".

Mấy từ cuối cùng, giọng của hắn mềm đi tới ba độ, nhưng tôi cảm thấy nhiệt độ sau lưng phải giảm tới ba mươi độ, băng đá kết lại ầm ầm, tôi gục trên đùi mẹ tôi, run hết cả người.

Cuối cùng mẹ tôi cũng nhận ra tình thế bây giờ là gì, liền giải thích: "Cháu đừng hiểu lầm, Tiểu Tống ạ, Tần Khanh nó có đi xem mặt lúc cháu đã tới đâu, ngay sau hôm nó về nhà là đi đấy chứ".

Hu hu, mẹ, xưa mẹ toàn làm người áp bức, nay đừng làm người trung gian chứ, thế này không phải là càng nói càng chết sao?

Quả nhiên, Tống Tử Ngôn vừa nghe thấy xong thì giọng cũng nhão ra tới mức vắt ra được nước: "Hôm sau? À, Tần Khanh, anh có nên khen em hành động nhanh không nhỉ?".

Mẹ tôi vẫn chưa thèm nhận ra tình hình bây giờ, còn xen vào giải thích: "Cái này cũng không thể trách nó được, lúc ấy nó còn nghĩ chia tay hắn với cháu, cả đời này không gặp lại nhau nữa cơ mà".

Mẹ! Mẹ hối hận năm ấy đẻ ra con nên giờ muốn mượn tay Tống Tử Ngôn giết chết con sao!!!

"Cả đời này không gặp lại nhau?". Tống Tử Ngôn nhắc lại lần nữa, mỉm cười! Hắn nở nụ cười kinh dị, "Rất tốt".

Tôi vội vàng bịt tai lại, quá quá quá quá quá quá đáng sợ! Mẹ, sau này con phải ngủ với mẹ mới được! Không thì không cần gặp ác mộng, chỉ cần thoáng nghe thấy hai chữ này thôi cũng đủ dọa con sợ chết khiếp rồi!!!

Cuối cùng mẹ tôi mới nhận ra thực chất mình càng giúp càng phá, im luôn.

Tống Tử Ngôn lễ phép hỏi: "Cô, cháu có chuyện muốn nói với Tần Khanh, có tiện không ạ?".

Tôi vội vàng ngẩng đầu lên, mắt rưng rưng nhìn mẹ, giọng run rẩy: "Mẹ, con là cục thịt hơn hai mươi năm trước mẹ đẻ ra đây mà…".

Mẹ nhìn tôi, rồi nhìn sang Tống Tử Ngôn, cuối cùng cười cười, nói với hắn: "Cứ tự nhiên".

Tôi thực không thể tin được, bà mẹ chuyên ngược đãi tôi đứng trước sự ngược đãi càng lúc càng nặng nề của Tống Tử Ngôn lại có thể bán con gái cầu vinh! Tống Tử Ngôn đưa tay kéo tôi đi, tôi kéo kéo áo mẹ như trẻ con, "Mẹ! Mẹ không thể đối xử với con như thế được! Con là con gái duy nhất của mẹ, là áo bông nhỏ thân thiết của mẹ đó!!!".

Mẹ tôi thoáng sững người, quả nhiên không đành lòng mở to mắt nhìn con gái bị người ta kéo đi, mẹ tôi… quay mặt sang chỗ khác…

Tôi như người chết đuối vơ bừa lấy một cọng rơm, quay sang cầu xin gã photoshop cứu mạng. Chẳng biết là muốn lấy tôi làm vợ thật, hay là muốn thể hiện phong độ đàn ông, gã ta không phụ lòng mong đợi của quần chúng, đứng bật dậy: "Chờ một lát!".

Sắc mặt Tống Tử Ngôn càng khó coi hơn, lạnh lùng liếc một cái: "Có chuyện gì?".

Khí thế bật người đứng dậy của gã đột nhiên nhũn xuống, vẻ mặt hùng hổ ban nãy vèo cái chuyển thành cười nịnh nọt, lắp bắp nói: "N… Nếu đã tới rồi, thì uống chén rượu mừng…. rồi hãy đi".

Xem ra không phải chỉ mình tôi là kẻ xu nịnh, mà là khí thế của Tống Tử Ngôn quá ép người, ai ở trước mặt hắn cũng tự động chuyển sang chế độ nịnh nọt!

Tôi bị kéo đi xềnh xệch, ra khỏi khách sạn thì dừng lại.

Đang trưa, ngoài trời nắng rất gắt, khiến người ta không mở mắt ra nổi. Tống Tử Ngôn đứng trước mặt tôi, quay lưng lại với hướng nắng, tôi nheo mắt vì chói, chỉ nhìn thấy đường viền mặt hắn…

Thật kinh dị!

Hắn ta còn bình tĩnh nói: "Chúng ta mang hết chuyện cũ ra xét lại lần nữa".

Tôi cười giả lả, vội vàng quan tâm: "Không cần phiền phức thế đâu, đời người có rất nhiều chuyện đầy ý nghĩa còn chờ chúng ta…".

Từ "làm" còn chưa kịp ra khỏi miệng thì đã bị tiếng cười nham hiểm của hắn dọa cho chết khiếp, nuốt ngay vào bụng.

Hắn chậm rãi nói: "Lúc đầu em chỉ nghe người ngoài nói lung tung đã tạt nước vào mặt anh, ném nhẫn anh tặng đi, rồi chạy về nhà".

Tôi cúi đầu.

Hắn lại kể tiếp: "Ngày hôm sau, lúc anh còn phải sắp xếp chuyện công ty để chạy tới đây thì em đã nhanh chân đi xem mặt".

Tôi cúi đầu xuống còn thấp hơn cả ngực.

Hắn vẫn chưa chịu tha cho tôi: "Lúc anh tới thì em tìm đủ cách làm khó anh, làm sao cũng không chịu quay lại".

Thực sự là tôi đã sắp quỳ xuống rồi.

Hắn cười nhạt, "Hóa ra đã tìm được người cầu hôn rồi, thảo nào sáng nay vui thế, bừng bừng khí thế ra khỏi nhà".

Tôi gần như quỳ rạp dưới đất…

Còn chưa đè nát hoa cỏ dưới chân đã bị hắn xách cổ lên, kéo ra phía cổng khách sạn.

Tôi hoảng hốt: "Gì đó?".

Hắn không thèm quay đầu lại: "Không phải em muốn kết hôn à? Anh đáp ứng ngay cho em". Tôi đơ người, hắn quay lại cười mờ ám: "Không muốn à?".

Đương nhiên là không rồi! Nhưng dựa vào công phu hiện giờ của tôi, đương nhiên là đành vuốt xuôi: "Không phải, không phải, chỉ là… tuy bố mẹ em đã gặp anh rồi, nhưng bên nhà anh, em còn chưa qua đó bao giờ mà".

Hắn thản nhiên ngắt lời tôi: "Không cần lo, đã gặp qua hết người trong nhà rồi".

Tôi nghĩ ngợi, ông bà nội hắn, bố mẹ hắn đúng là tôi đã vô tình gặp hết, nhìn lại bộ dạng thản nhiên, nắm chắc mọi chuyện trong tay của hắn, trong đầu tôi nảy ra một ý nghĩ: Không phải hắn đã có dự định trói người sớm tới thế chứ?

Ngồi trước bàn tiếp dân màu đỏ ở phòng dân chính, tôi càng thấm thía, càng giác ngộ. Nhìn tờ giấy trước mặt, tôi khóc, nhân lúc tôi chạy trốn hắn đã mang hết cả hộ khẩu với chứng minh thư tôi bỏ quên ở nhà hắn đến đây, có lẽ hôm nay tôi không thoát được số kiếp phải chuyển từ hoang dã sang bị nuôi rồi!

Vừa nghĩ thế đã không kìm được niệm một ngàn lần câu, trên đời này chẳng có gì vui.

Bà cô ngồi ở bàn tiếp dân đối chiếu chứng minh thư, hộ khẩu, lại xác nhận hai người trong ảnh, rồi nhìn lại giấy tờ đã điền xong xuôi, cầm dấu định đóng xuống, rồi lại nghi ngờ nhìn tôi đang nhăn nhó mặt mày, "Cháu gái này, cháu... là tự nguyện phải không?".

Tống Tử Ngôn cất giọng lạnh như băng đáp: "Cô ấy tự nguyện".

Tôi mếu máo không dám phản đối.

Bà cô đúng là có chút nhiệt tình của người đầy tớ nhân dân, đặt con dấu xuống, nghiêm túc nhìn tôi: "Nếu cháu không muốn thì cứ nói thẳng ra, không phải chịu sự uy hiếp của bất cứ ai cả, đã có pháp luật bảo vệ".

Tay Tống Tử Ngôn "nhẹ nhàng" đặt lên tay tôi, cười đến là "dịu dàng", "Nói cô ấy nghe, em tự nguyện".

Tôi run run, vội vàng gật đầu.

Bà cô kia chăm chú nhìn tôi, thở dài một cái, rồi lại cầm lấy con dấu. Nhìn con dấu cách tờ chứng nhận càng lúc càng gần, càng lúc càng gần, tới khi con dấu sắp chạm vào mặt giấy, tôi quyết vùng lên chống lại vì nửa đời còn lại của mình, hô to: "Cháu không kết hôn!".

Bà cô kia ngẩng đầu nhìn tôi bằng ánh mắt phụ nữ nhân dân được giải phóng.

Tống Tử Ngôn quay lại nhìn tôi bằng ánh mắt nếu không dọa chết tôi sẽ đền mạng liền.

Im lặng một lúc lâu, mặt hắn cứng đờ, hỏi: "Em không muốn kết hôn, hay là không muốn kết hôn với anh?".

Tôi cúi đầu lắp bắp: "Em chỉ là… không muốn kết hôn bây giờ thôi".

Cơ mặt hắn giãn ra, nhưng ánh mắt vẫn trói chặt tôi: "Là vì còn trẻ quá sao?".

Tôi lắc đầu.

Hắn lại hỏi: "Là vì không được chơi nữa?".

Tôi lại lắc đầu.

Bà cô kia cũng hỏi: "Hay là không nỡ rời xa bố mẹ?".

Tôi vẫn lắc đầu.

Bọn họ cứ hỏi mà chẳng câu nào đúng, tới cả lý do luyến tiếc thành phố cũng đem ra, tôi vẫn lắc đầu nguầy nguậy. Cuối cùng Tống Tử Ngôn không nhịn được: "Thế cuối cùng là vì cái gì?".

Tôi chọc chọc hai ngón tay vào nhau, phụng phịu: "Cô dâu hôm nay ăn mặc rất đẹp…".

"Thì sao?". Hai người kia cùng hỏi.

Tôi ai oán: "Giờ em béo thế này, mặc áo cưới vào chắc chắn là nhục lắm, hay chờ em giảm béo rồi hẳng kết hôn nhé?".

Nói xong, tôi ngẩng đầu lên nhìn hắn mong chờ thì thấy vẻ mặt hai người kia đã hoàn toàn thay đổi, mấy cái sọc đen cứ chảy dài trên mặt. Thật lâu sau, bà cô kia mới bình thường trở lại, nhưng ánh mắt nhìn Tống Tử Ngôn từ đề phòng chuyển thành cảm thương sâu sắc, cũng chẳng thèm nhìn tôi, lập tức mở tờ đăng ký ra, cộp cộp hai cái, đóng dấu chứng nhận lên luôn…

Đầy tớ của nhân dân đã chà đạp lên ước mơ của nhân dân lao động là tôi đây, cầm được chín tệ hối lộ của lũ tư bản, rồi dùng hai tờ giấy đỏ bán tôi đi!!!

Tôi gửi gắm toàn bộ hy vọng vào bố ruột, mẹ ruột của tôi, dù sao họ cũng sẽ không chịu nhìn đứa con gái đã cực khổ sinh ra thành vợ người khác như thế đâu. Tôi nham hiểm nghĩ tới bộ dạng của Tống Tử Ngôn khi bị vạch trần chân tướng, bị mẹ tôi đuổi thẳng ra khỏi nhà.

Nhưng về tới nhà, hắn chẳng nói tiếng nào. Hắn không nhắc tới chuyện gì thì tôi biết nói ra sao đây, cũng không thể nói huych toẹt ra với mẹ, rằng hôm nay sau khi chia tay mẹ được bốn mươi lăm phút ba mươi bảy giây thì con gái mẹ đã kết hôn rồi. Thế nên, tôi chỉ có thể "im lặng là vàng".

Nhìn Tống Tử Ngôn vẫn quyết ngậm miệng, bố mẹ vẫn bị che mắt, thấy sóng to mà chẳng sợ hãi, tôi không khỏi tự cảm thán. Trình tự khác không đúng thì bỏ đi, không ngờ ngay cả kết hôn mà cũng phải lén lút như thế này!!!

Tôi mang bộ mặt ai oán đi nấu cơm tối, ngồi vào bàn chậm rãi ăn từng miếng, từng miếng một. Mẹ tôi vẫn sắm vai thiên vị như trước, gắp thức ăn cho Tống Tử Ngôn. Tống Tử Ngôn vẫn lễ phép như cũ đáp lại: "Cảm ơn mẹ".

"Cạch!". Động tác thu đũa của mẹ tôi bị lỗi, tay bà trống trơn, đôi đũa lăn tròn trên bàn rồi rơi xuống đất. Tiếng vang đủ đánh thức mẹ tôi đang trong tình trạng hóa đá bình thường trở lại, bà chớp mắt mấy cái, lắc lắc đầu rồi mới run rẩy hỏi Tống Tử Ngôn: "Cậu... cậu vừa gọi tôi là gì?".

Tống Tử Ngôn vẫn bình tĩnh, bình tĩnh uống một ngụm nước, bình tĩnh nhìn ba người chúng tôi, cuối cùng bình tĩnh tuyên bố: "Con và Tần Khanh, chiều nay đã kết hôn rồi".

Mặt nước lặng sóng đột nhiên nổi trận phong ba, mẹ trợn tròn mắt nhìn tôi vẻ không tin nổi: "Con gái à! Xã hội trung thực, mẹ mày cũng rất đáng tin nha. Con chỉ vì mấy tệ tiền trang điểm mà bất chấp tất cả sao?".

Tôi bị ánh mắt đau khổ và câu hỏi đau đớn của mẹ hạ gục! Sao mẹ tôi có thể rút ra kết luận hùng hồn thế kia chứ?

Mãi tới khi tôi đã lấy lại được tinh thần thì bố mẹ đã bắt đầu hăng hái thảo luận với Tống Tử Ngôn cả đống việc, ví dụ như tiệc cưới, khách mời, nghi lễ.

Chẳng có tí tức giận vì con gái mình bị dụ dỗ cả! Thậm chí ngay cả đứa con gái bị dụ dỗ của mình tức giận cũng làm như không thấy!

Chết! **Sập bẫy rồi!**

Sau N lần phản đối yếu ớt không thành công, nhìn cảnh bọn họ bỏ lơ đương sự, tự tiến hành đàm phán ba bên, tôi không khỏi cảm thán…

Hóa ra tôi ở nhà lại không được yêu thương đến thế, cái "recycle bin" Tống Tử Ngôn vừa xuất hiện một cái, bố mẹ đã thẳng tay nhanh chóng "delete" tôi rồi.

Trải qua ba ngày thương lượng, "vi tính" của tôi và "recycle bin" cũng ký được thỏa thuận với nhau.

Nghi thức cưới được bên nhà trai tổ chức, còn ảnh cưới do bên nhà gái chụp. Mẹ tôi nói hồi trước chỗ ấy là nơi chụp bức ảnh chung đầu tiên của ông bà ngoại, bức ảnh cưới đen trắng hồi đó của bố mẹ cũng chụp ở đó, cứ cho là một di sản văn hóa tinh thần không thể quên hoặc thiếu của gia đình chúng tôi đi.

Hôm sau tới đó mới phát hiện, cửa hàng chụp ảnh bé tẹo ngày xưa giờ đã thành ảnh viện lớn, chọn được kiểu dáng váy áo ưng ý, chúng tôi mới bắt đầu chụp. Phần hậu kỳ có thể photoshop ảnh, thế nên không cần lo cho cái eo bánh mì của tôi, còn có mấy bộ váy rõ đẹp, tôi đành từ bỏ sự ấm ức không cam lòng qua một bên, lại thêm Tống Tử Ngôn chịu phối hợp trước ống kính, tôi chụp ảnh cũng khá là "happy".

Từ trong nhà tới ngoài trời, chụp hết ba ngày, khi tấm ảnh cuối cùng đã chụp xong, khi tôi vào phòng thay đồ thì bà chủ ảnh viện cũng đi theo. Nghĩ tới mấy con số long lanh trên bảng giá, tôi hùng hổ liếc bà ta một cái đầy oán giận, sao bà không đi ăn cướp. Không ngờ bà ta nhìn thấy, còn đi lại chỗ tôi.

Tôi toát mồ hôi hột, không lẽ bà ta định làm khó dễ cho phần chỉnh sửa hậu kỳ ảnh của tôi? Nhưng bà ta còn tươi cười vui vẻ, tay cầm mấy tờ giấy, bắt chuyện với tôi: "Cô Tống".

Kiểu xưng hô này có chút gượng gạo, tôi gật đầu cười.

Bà ta nói: "Chuyện là thế này, ảnh cưới của cậu Tống chụp nhìn rất đẹp, sắp tới ảnh viện chúng tôi định làm một bộ ảnh cưới mới, cho nên muốn...".

Câu đầu tiên khiến tính tự mãn của tôi bay cao bay xa, không kìm được sung sướng: "Nên muốn mời chúng tôi làm người mẫu, chụp thêm một bộ nữa phải không?".

Bà chủ nhìn tôi, mắt lóe lên, nói: "Phải, chúng tôi nhất định sẽ trả tiền thù lao".

Vừa có ảnh cầm tay, lại có tiền bỏ vào túi, quá tốt, tôi vội vàng gật đầu: "Được".

Bà ta hơi ngập ngừng: "Chúng tôi đã hỏi qua cậu Tống, nhưng cậu ấy không đồng ý".

Tôi ưỡn ngực, dõng dạc: "Tôi quyết là được".

Bà chủ lắc đầu: "Cái này cần chữ ký của đương sự".

"Không phải tôi cũng là một trong hai đương sự sao?"

Ánh mắt bà ta lại lóe lên một chút, đắn đo: "À... cái chính là cậu Tống đồng ý cơ".

Tôi cầm tờ hợp đồng trong tay bà ta, vỗ ngực đảm bảo: "Yên tâm, cứ để đó cho tôi".

Vào phòng chờ, tôi đặt tờ hợp đồng xuống trước mặt Tống Tử Ngôn, ngọt nhạt nói kiểu như dỗ trẻ con: "Ký đi, ký đi".

Hắn cau mày: "Mấy người ấy tìm em à?".

Tôi khoe khoang: "Đó là chuyện đương nhiên, ảnh của em độc đáo tuyệt đẹp khiến bọn họ đã nhìn qua ngàn người mà vẫn động lòng, cứ năm lần bảy lượt mời em làm người mẫu, tốn biết bao nước bọt em mới miễn cưỡng đồng ý đó".

Hắn liếc nhìn tôi, chậm rãi nói: "Có phải em hiểu nhầm gì không?".

Tôi trừng mắt nhìn hắn: "Em hiểu nhầm cái gì? Anh coi đây là chuyện tốt đi, chúng ta chụp ảnh, người ta lại trả tiền, em đang nghĩ cho anh đấy".

Hắn hờ hững: "Không cần".

Bực quá đi mất, tôi kéo tuột mặt nạ vợ hiền xuống, bày tỏ trắng trợn mong muốn của bản thân: "Bộ ảnh của bọn mình em mới được mặc có mấy bộ thôi, mà váy cưới trong đây nhiều thế này, bộ nào em cũng muốn mặc hết, em cũng đâu ép anh phải chụp với em đâu. Giờ vừa hay có cơ hội này, anh chiều em chút đi".

Phản ứng của hắn trước giọng nũng nịu và ánh mắt chờ mong của tôi là đứng bật dậy, nhìn ra bên ngoài rồi nói: "Cũng muộn rồi, về sớm đi".

Tôi bĩu môi, vươn tay định cầm túi, nhưng ánh mắt lại rơi trên những bộ váy cưới dưới ánh đèn rực rỡ mình còn chưa kịp mặc, nào đỏ, nào trắng, nào hồng. Chân tôi bước đi không nổi, lại ngồi xuống, lẩm bẩm như ma nữ: "Có người suýt chút nữa đã kết hôn một lần rồi, ảnh cưới cũng được chụp rồi, giờ sao lại là trong trắng kia chứ, làm sao hiểu được người cả đời chỉ kết hôn một lần duy nhất. Trước đây người ta đã chụp một lần rồi, giờ lại chụp lần nữa, làm sao đảm bảo được sau này không chụp lần thứ ba, thứ tư kia chứ, lễ phục cứ thay hết bộ này tới bộ kia, đương nhiên không chịu tốn công sức chỉ vì một lần này rồi, ừm, mình có thể hiểu mà, mình hiểu hết rồi...".

Tống Tử Ngôn quay lại, giọng hơi mất tự nhiên: "Em lại nói vớ vẩn cái gì đó?".

Tôi không nhìn hắn, giọng yếu ớt như u hồn quỷ nữ: "Đây chỉ là lo lắng khi kết hôn lần đầu thôi, nếu em có thể giống như người ta, coi kết hôn như trò chơi, cùng lắm là chơi lại từ đầu, thế thì đã không phải tính toán chi li chỉ vì mấy bộ váy rồi, dù sao cũng đâu phải chỉ chụp một lần...".

Hắn lại ngồi xuống, nghiến răng trèo trẹo: "Không phải anh đã nói cho em hiểu hết rồi à".

Tôi gật đầu: "Thì hiểu rồi đó, nhưng anh cũng biết mà, em là điển hình cho những con người nhỏ nhen khó chữa. Khó đảm bảo hôm nào đó sẽ không giở lại chuyện cũ, anh đừng để tâm, cứ để một mình em từ từ mục nát trong góc tối đi".

Hắn hung hăng trợn mắt nhìn tôi, tôi giả bộ như không thấy, tiếp tục quyết chí làm ma nữ chập chờn. Cuối cùng, hắn thở dài, cầm lấy hợp đồng, đọc qua mấy lần, rồi lại ngẩng đầu lên, ánh mắt bỗng trở nên tính toán: "Anh ký, nhưng sau này em đừng nhắc lại những chuyện này nữa".

Tôi giả ngơ: "Cái nào?".

Mặt hắn xị xuống.

Tôi cuống quýt gật đầu: "Được, được, được".

Tuy bị mất đi một điểm để có thể uy hiếp hắn, nhưng có thể chụp được ảnh đẹp, tôi cũng cảm thấy mãn nguyện rồi.

Tôi mặc lại bộ váy cưới ban nãy ngồi yên chờ, cả đống người trong phòng hóa trang đều vây quanh một cô người mẫu, chẳng ai thèm quan tâm tới tôi. Lát sau, có người đi vào kêu cô người mẫu kia ra chụp ảnh, tôi cũng tò mò chạy theo coi thì thấy Tống Tử Ngôn cùng cô ta đi vào chỗ chụp. Tôi kéo một người bên cạnh lại, hỏi: "Có... có phải nhầm rồi không? Người mẫu nam có phải là người đó không?".

Người kia lơ đãng đáp: " Cậu Tống đó không phải người mẫu bên chúng ta mới mời sao, tuy chỉ là khách thôi nhưng khí chất đúng là không tệ chút nào. Nhưng vợ anh ta cũng rộng lượng thật, chỉ vì tí tiền thôi mà để cho chồng mình chụp ảnh cưới với người khác".

Tôi hóa đá, mãi sau mới hiểu, chẳng trách ánh mắt bà chủ kia cứ lóe lên như thế, hóa ra bà ta chỉ muốn mời một mình Tống Tử Ngôn làm người mẫu, căn bản là tôi chẳng có miếng nào! Nhìn về chỗ chụp ảnh, cô người mẫu kia đang tựa vào người Tống Tử Ngôn, còn đặt một tay lên vai hắn nữa chứ. Tôi hừ một tiếng, chạy vọt vào, đẩy cô ta ra, bám lấy Tống Tử Ngôn như gà mẹ: "Không được chụp!".

Cả đám người dừng lại, nhìn tôi ngạc nhiên, chỉ có Tống Tử Ngôn là trưng bộ mặt sẽ biết tôi như thế này, cười khẽ với tôi. Phó nháy từ trong tấm vải đen ló đầu ra: "Cô là ai hả? Đừng có gây rối ở đây".

Tôi dang hai tay cố sức che lấy Tống Tử Ngôn, tuyên bố chiếm hữu: "Tôi là ai à? Tôi là vợ anh ta!".

Mắt Tống Tử Ngôn cong lên, vỗ nhè nhẹ lên bàn tay tôi còn bám trên cánh tay hắn. Được tiếp thêm sức mạnh, tôi chất vấn:

"Có người như các người sao? Tôi còn mặc váy cưới mà các người đã tóm lấy chồng tôi ghép đôi với người khác rồi!".

Phó nháy chẳng biết trả lời sao, tôi kéo tay Tống Tử Ngôn đi ra ngoài, chưa ra tới cửa, bà chủ đã đi tới, câu đầu tiên đã khiến tôi phải khựng lại:"Hai người không thể đi, hợp đồng đã ký rồi".

Đó là vì tôi bị mấy lời nhập nhèm của bà ta lừa, tôi nổi giận: "Phá hợp đồng thì làm sao?".

Bà ta thả lại hai từ: "Đền tiền".

Chỉ hai từ này thôi đã kéo tôi vào biển lửa ngùn ngụt ngay lập tức, hình ảnh cao lớn của tôi cứ từ từ co lại, co lại, co lại, thành một chấm đen. Tống Tử Ngôn bước lên trước, kéo tôi ra đằng sau, nói đều đều: "Tiền phá hợp đồng với tiền chụp ảnh thanh toán cả thể đi".

Lúc ra khỏi ảnh viện, tôi ầng ậng nước mắt, nghĩ tới mớ tiền phải bỏ ra đó, tôi e dè hỏi hắn: "Tống Tử Ngôn, anh không trách em chứ".

Hắn lắc đầu, chỉ nhắc nhở: "Sau này làm chuyện gì thì cẩn thận một chút".

Hắn vừa nói tôi liền nhớ ra, tôi lơ mơ không đọc hợp đồng, nhưng hắn thì đọc mà, kẻ cáo già như hắn sao có thể tùy tiện ký được, tôi hỏi lại:

"Có phải ngay từ đầu anh đã biết sẽ như thế không?".

Dưới ánh mắt hồ nghi của tôi, hắn thản nhiên gật đầu, chẳng trách sao hắn lại nghe lời tới thế, còn hại tôi nghĩ mưu đồ của mình thành công, hóa ra là bị người ta tính kế giăng bẫy, mất mặt thì không nói làm gì, còn hai tay dâng nhược điểm để hắn có thể nắm thóp… Nhìn Tống Tử Ngôn cứ nhơn nhơn, tôi thương cảm vô ngần, dựa vào chuyện chiều nay thì tới ngày nào, tháng nào, năm nào tôi mới có ngày lật ngược tình thế cơ chứ! Lúc về nhà, tôi cúi đầu suy nghĩ, đi thẳng vào phòng, mẹ tôi cũng đi theo, câu hỏi đầu tiên là: "Lại bị mắc bẫy hả?".

Tôi sụt sùi: "Mẹ, mẹ chắc chắn không định giữ con thêm hai năm để nâng cao đẳng cấp của con một chút à? Giờ mà gả con đi, con chắc chắn là tới khúc xương mẩu da cũng chẳng còn đâu".

Mẹ tôi than thở: "Mẹ với bố mày chẳng phải cũng sợ đêm dài lắm mộng sao".

Tôi không hiểu: "Giờ ly hôn dễ thế, chỉ cần hắn có ý gì khác thì có kết hôn hay không cũng có khác gì đâu".

Mẹ gõ đầu tôi: "Mẹ không lo Tiểu Tống, chủ yếu là địa vị của mày thôi".

Nhắc đến địa vị, tôi chỉ hận không thể ngồi thu lu trong góc mà vẽ vòng tròn: "Mẹ nghĩ giờ con có địa vị sao?".

Nhìn đôi mắt thất thần của tôi, mẹ cũng im lặng.

Chỉ còn một luồng gió nhẹ thổi qua, cuốn theo vài chiếc lá vàng, báo rằng đã tới mùa hoa tàn lạnh lẽo…

Một lát sau, mẹ tôi mới nói: "Dù có là thủ hạ của địa chủ thì người hầu với tá điền cũng khác nhau, tuy số phận bị áp bức là không tránh khỏi, nhưng chúng ta cũng nên nghĩ cách nâng địa vị của con lên cao một chút".

Bà hỏi: "Tỉ lệ sau này con có thể tóm được nhược điểm của cậu ta là bao nhiêu?".

Tôi nhe răng: "Không…".

Bà lại hỏi: "Tỉ lệ sau này con không sợ chết, cứ chạy về đây như lần này, lại còn làm khó cậu ta là bao nhiêu?".

Tôi nhếch mép: "Không…".

Mẹ xoa xoa đầu tôi: "Cho nên nói giờ là đỉnh cao nhất trong lịch sử của con rồi, giờ mà kết hôn thì còn có thể trá hình tá điền, để lâu thêm chút nữa thì chắc con biến thành người ở rồi".

Tôi ngẫm nghĩ, quả nhiên là thế, lập tức vứt bỏ luôn thành kiến vốn có với mẹ già, nhìn bà vô cùng sùng bái: "Mẹ, mẹ nghĩ xa thật đó".

Mẹ cười: "Ai cũng bảo đàn ông là cổ phiếu, nhưng thực ra phụ nữ mới là cổ phiếu. Làm một người phụ nữ hiểu người đương nhiên là quan trọng, nhưng quan trọng hơn là phải hiểu rõ mình, hiểu được khi nào giá trị mình lên cao nhất để tung ra".

Đợi tới khi ảnh chụp đã được rửa ra, chọn tấm ưng ý rồi gửi lại cho bên kia, cổ phiếu là tôi đây cam tâm tình nguyện theo cổ đông quay về. Ngày trở về, Tống Tử Ngôn vội vàng chuẩn bị hôn lễ, tôi vội vàng đi giảm cân, quyết tâm nhịn ăn thành một thục nữ yếu điệu trước lễ cưới. Hôm nay, đương lúc ngồi ôm bụng đói sôi sùng sục ở nhà coi ti vi thì di động đổ chuông, tôi lơ đếnh nhận điện thoại, bên kia là giọng nói của Tóc Vàng đã lâu không gặp: "Tần Khanh, tôi nghe nói cô đã về rồi, phải không?".

Vừa nghe đã thấy bực mình, tôi gom chút sức lực còn lại hét lên: "Này, cậu đúng là đồ xấu xa, hôm đó tôi hỏi cậu đã ly hôn chưa, cậu cứ nói chưa kết hôn thì không được à, hại tôi bây giờ từ thiếu nữ tuổi thanh xuân biến thành thiếu phụ, cậu phải chịu trách nhiệm đó! Tôi tin tưởng cậu thế, sao cậu lại đào hố cho tôi

nhảy vào chứ?". Điều đáng thương là, cuối cùng Tống Tử Ngôn đã lấp đất.

Im lặng một hồi lâu, cậu ta mới nói, nhưng cũng không phải câu trả lời: "Tôi gọi tới để tạm biệt cô".

Tôi sửng sốt: "Cậu muốn đi đâu?".

Dường như cậu cười khổ, tiếng thở rất nhẹ vang lên: "Về Mỹ, có lẽ sau này không quay lại đây nữa".

Đầu óc tôi chao đảo, vội vàng hỏi lại: "Khi nào bay?".

Cậu ta nói: "Ba rưỡi chiều nay".

Tôi ngẩng đầu nhìn đồng hồ, chỉ còn một tiếng mười phút nữa thôi, tôi sốt ruột: "Sao giờ cậu mới gọi điện chứ?".

Tóc Vàng cười: "Sợ cô đi tiễn tôi".

Tôi hét vào điện thoại: "Sợ cái đầu cậu ấy, cậu cứ chờ ở đó đi, giờ tôi phải đi đánh cho cậu một trận".

Vội vàng cúp máy, đi xuống lầu.

Ở sân bay không chỉ gặp Tóc Vàng, mà còn gặp cả Triển Lộ, làm tôi hơi mất tự nhiên. Trong suy nghĩ của Tống Tử Ngôn, họ đã chia tay rồi cũng không thể coi là bạn bè, hắn cũng sẽ không chủ động liên lạc với đối phương. Nhưng nếu có ngày đối phương có việc muốn nhờ giúp đỡ, nếu khả năng cho phép, không phiền hà thì chắc chắn hắn sẽ giơ tay cứu giúp.

Không thân thiện, nhưng cũng không thất lễ, đây là phong cách hành sự nhất quán của Tống Tử Ngôn. Nếu không phải những người mà Triển Lộ quen biết sau khi về nước không nhiều lắm mới tới tìm hắn thì có lẽ hắn chẳng thể nhớ ra cô ta.

Tuy cũng biết là thế, nhưng với Triển Lộ, tôi vẫn thấy khó chịu, vẫn có vọng tưởng cô ta sẽ biến mất tăm trong phút chốc. Thế nên chỉ cứng đơ chào hỏi một câu đơn giản. Tuy mắt cô ta to hơn tôi, nhưng lòng dạ cũng hẹp hòi như tôi, chỉ cười đáp lại rồi nói với Tóc Vàng: "Hai người nói chuyện đi, chị đi trước".

Tóc Vàng gật đầu, cô ta mỉm cười với tôi, ra hiệu chút nữa thì tới chỗ cửa đăng ký.

Cô ta vừa đi, tôi liền trừng mắt nhìn chiếc ba lô to trên lưng Tóc Vàng: "Sao cậu đi mà không nói trước một tiếng hả?".

Cậu ta chỉ cười, không đáp.

Tôi cũng không hỏi tiếp, bóng lưng chập chờn của Triển Lộ cứ ẩn hiện, nhớ tới chuyện Tống Tử Ngôn từng nói Tóc Vàng hơi có xu hướng thích chị gái, tôi càng lo lắng hơn: "Không thì đừng về đó nữa, chị cậu là người thân, còn ở đây cậu cứ coi tôi là người thân cũng được mà".

Cậu ta nhìn tôi một lát, cúi đầu: "Không giống đâu".

Tôi nhìn cậu ta cúi gằm mặt, mắt cụp xuống, đôi môi đỏ hồng, đây là khuôn mặt trẻ con tôi đã bắt nạt biết bao lần. Từ lúc tôi mới vào công ty tới nay, thực ra lúc nào cậu ta cũng ở bên tôi, từ bữa tiệc đón nhân viên mới dở khóc dở cười tới tận giờ phút này. Nghĩ kỹ lại, mỗi lần tôi ấm ức khổ sở, cậu ta đều ở bên tôi, từ lúc hung hăng bày tỏ ở bữa tiệc, tới lần gặp lại Tô Á Văn trong bệnh viện, cả lúc thảm hại chạy về từ Thanh Đảo và trong bữa tiệc rượu xa hoa cuối cùng.

Mỗi khi tôi khổ sở thảm hại, cậu ta đều ở bên, giơ khuôn mặt trẻ con chịu ức hiếp chà đạp. Cậu ta là người bạn đầu tiên khi tôi vào công ty, mắt tôi bỗng nhiên hơi ươn ướt, "Không đi được không? Sau này tôi sẽ không bắt nạt cậu nữa?".

Bỗng nhiên cậu ta nở nụ cười: "Tần Khanh, sao cô lại dễ bị lừa quá vậy chứ?".

Tôi tròn mắt nhìn cậu ta.

Dường như cậu ta rất vui: "Cô bắt nạt tôi ấy à? Tới giờ mà cô vẫn còn nghĩ mình bắt nạt tôi sao? Nói cho cô hay, là tôi lừa cô đó, mấy kiểu ngây thơ vô tội dễ bắt nạt là tôi giả bộ để lừa cô đó, tôi vẫn muốn thử xem người khiến Tống Tử Ngôn bỏ rơi chị tôi là người như thế nào. Cho dù cô không biết, nhưng cuối cùng tôi đã lừa cô, nói Tống Tử Ngôn là anh rể tôi, hại cô tức tới mức đó, cô không nhớ ra sao?".

Tôi nhìn cậu ta, chẳng biết phải làm thế nào. Gương mặt châm chọc thẳng thắn của cậu chẳng còn chút xíu thuần khiết vô hại ngày nào. Thấy tôi đờ người ra, cậu ta còn cố ý véo mặt tôi, kết luận: "Cô ngốc quá, ngay cả người lừa cô như tôi cũng chả thấy thỏa mãn chút nào, thế mới nói tôi ghét nhất là quen với người ngốc".

Người trước mặt, khuôn mặt quen thuộc, nhưng tính cách xa lạ biết bao, tôi không biết phải nói gì. Giọng nữ ngọt ngào giục người đăng ký vang lên trong sân bay, chúng tôi đều ngẩng đầu nhìn hàng chữ đang chạy liên tục trên bảng điện tử.

Đó là chuyến bay của cậu ta.

Nếu như bình thường, nếu khí thế cậu ta yếu ớt, tôi sẽ đánh cậu ta, nếu khí thế cậu ta mạnh, tôi sẽ thầm đánh cậu ta trong đầu, nhưng giờ đã sắp tới lúc chia tay, trong lòng tôi chỉ còn đầy thương cảm, nhìn qua bảng điện tử rồi dặn dò như trẻ con: "Không quan tâm, tới nơi rồi nhớ phải chăm sóc mình thật tốt nhé".

Cậu ta im lặng, chỉ cúi đầu khẽ thở dài, lát sau đột nhiên ngẩng đầu nhìn ra sau lưng tôi, sửng sốt kêu lên: "Tổng giám đốc?".

Tôi vội vàng quay người ra sau nhìn, bỗng nhiên tóc bị cậu ta kéo, đau, toàn thân ngã về phía trước, trên môi ấm áp. Đầu óc trống rỗng, tới lúc có phản ứng thì tên thủ phạm đã khoác ba lô đi tới cửa soát vé. Tôi nhìn theo ba lô của cậu ta lẫn vào trong đám người nhốn nháo, rất muốn nói lời tạm biệt, nhưng chẳng hiểu sao không thể cất nên lời.

Mãi tới khi cậu ta rẽ vào góc khuất, không còn nhìn thấy bóng, tôi mới quay người, chậm rãi đi về.

Lúc ngồi trên xe taxi, di động trong túi tôi rung lên, hóa ra là tin nhắn của Tóc Vàng.

"Có một câu nói thật chưa kịp nói cho cô biết.

Dù không xem phim kinh dị, tôi vẫn luôn muốn nắm tay cô.

Tạm biệt".

Suy nghĩ rối bời, không dám nghĩ tiếp, nhưng nước mắt đã rơi.

Lúc về nhà, Tống Tử Ngôn đã về, hỏi: "Đi đâu thế?".

Tôi thả túi xuống, nói: "Đi tiễn Tóc Vàng, hôm nay cậu ấy ra nước ngoài".

Hắn nhìn đôi mắt sưng đỏ của tôi, không hỏi nhiều, chỉ "ừ" một tiếng, rồi vào phòng ngủ. Trong lòng tôi bỗng xúc động, vội đi nhanh vào, ôm lấy hắn từ phía sau. Hắn không nhúc nhích, chỉ hỏi: "Làm sao thế?".

Tôi khịt mũi: "Không sao, chỉ muốn ôm anh một cái, thấy hạnh phúc lắm".

Hắn không nói, chỉ đặt tay lên bàn tay tôi đang ở bên hông hắn, từ từ siết chặt.

Tôi cúi đầu nhìn bóng hai chúng tôi ôm nhau trên sàn nhà, cảm động biết bao.

Khi tôi đã đến bước này, mới phát hiện hóa ra anh vẫn ở nơi đây.

Khi anh vô tình chờ tới ngày này, mới thấy tôi đã bước tới đó rồi.

Không sớm chẳng muộn, không tương lai chẳng quá khứ, cứ đi thẳng đến đó, đúng vào thời khắc tuyệt đẹp nhất.

May mắn biết bao, chúng ta kịp gặp nhau; khó khăn biết bao nhiêu, chúng ta đã kịp học được phải quý trọng, không để vuột mất.

Còn chuyện tổ chức hôn lễ ra sao, lần đầu tiên giữa tôi với Tống Tử Ngôn bùng nổ chiến tranh gia đình.

Theo chủ nghĩa thực dụng của hắn mà nói, ngày ấy là cho bản thân, chẳng cần cho ai coi cả.

Theo tư tưởng lãng mạn của tôi mà nghĩ, kết hôn là chuyện cả đời chỉ có một lần, cho dù làm xiếc khỉ, tôi đều hận một nỗi không thể khiến cho cả ngàn người đều đổ ra đường.

Tống Tử Ngôn chẳng chút mảy may đếm xỉa tới tâm tình của tôi, nhưng lúc ở nhà tôi, còn nể bố mẹ nên quyết định cử hành hôn lễ "đơn giản". Cứ theo hiểu biết của tôi về hắn, cái "đơn giản" đó tuyệt đối là tiêu chuẩn thấp nhất, vì thế, tôi bèn ra đòn sát thủ, hôm nào đó làm bộ vô tình gọi điện cho ông nội hắn. Hiệu quả ngay tức thì, ba tiếng sau, hai chiếc xe dừng ở dưới lầu, bốn vị phụ huynh hai đời nhà họ Tống cùng lên sân khấu, mưu sự bí mật trong phòng với Tống Tử Ngôn hồi lâu, ba tiếng sau mới kéo nhau đi ra. Khuôn mặt không giấu nổi niềm vui, ông nội quay sang hứa hẹn với tôi: "Tiểu Liên, hôn lễ của cháu cứ giao cho ông, đảm bảo là cháu sẽ không quên được".

Nhìn sang khuôn mặt u ám của Tống Tử Ngôn bên cạnh, tôi còn giả bộ chớp mắt ngây thơ: "Sao thế?".

Hề hề, gần mực thì đen, giờ đầu tôi quả nhiên cũng toàn ý nghĩ xấu xa.

Tống Tử Ngôn nhìn ông nội đang vui vẻ mặt mày rạng rỡ, nhìn tôi rồi lắc đầu tỏ vẻ thông cảm: "Em sẽ hối hận đó".

Tôi tiếp tục chớp mắt giả vờ vô tội: "Anh đang nói gì?".

Tống Tử Ngôn vỗ vỗ đầu tôi, rất thương xót: "Có câu, tự gây oan nghiệt không thể sống".

Mãi tới ngày tổ chức hôn lễ, tôi mới hiểu được tại sao hắn lại cảm thông như vậy, tại sao hắn lại nói ra câu ấy.

Nhìn bốn vị phù dâu "như hoa" bên cạnh, tôi đâu chỉ hối hận không thôi! Tôi hận không thể lao ra tóm lấy cái nơ ông cụ đeo, liều mạng hét to: "Cùng lắm là cưới nhau thôi mà, sao ông phải tìm tới bốn phù dâu, bốn phù rể hả? Nhiều người thế không tính, tuy cháu có nói phù dâu không thể cao hơn cháu, không thể gầy hơn cháu, không thể kiêu hơn cháu, mắt không thể to hơn cháu, môi không thể hồng hơn cháu, tóc không thể dài hơn cháu... nhưng ông có cần phải tìm tới bốn người xinh đẹp như hoa thế không hả?".

Tiếc là tôi không có dũng khí ấy, càng không có sức lực, bởi để giữ cho bụng trong ngày hôm nay phẳng lì, tôi đã nhịn ăn ba ngày rồi...

Cái này gọi là không nỗ lực giảm béo, hôn lễ sẽ bi thương.

Giờ tôi đã đói tới mức tay chân mềm nhũn, mắt thấy sao bay...

Thế nên lúc ông nội Tống Tử Ngôn bày ra đủ cách xuất hiện trên sân khấu như xuống từ khinh khí cầu, bay ra với cái xích đu..., tôi chỉ có thể cụp đôi mắt thất thần để ông cụ thấy khó mà lui, trong lòng thầm khóc lóc thảm thiết. Gia Cát Lượng vĩ đại không nghe lời hoàng thúc, hậu quả là Nhai Bình đại bại, Tống Tử Ngôn ơi, câu châm ngôn kia của anh thật đúng, tự gây oan nghiệt, không thể sống!!!

May là cuối cùng ông cụ cũng lược bỏ những tưởng tượng phim ảnh ấy, tôi lập tức kéo tay bố đi lên thảm đỏ. Nhưng chẳng có chút lãng mạn nào, vì cả người tôi đang dựa hẳn vào người bố, để ông kéo tôi đi. Tới trước bàn làm lễ, bố tôi làm xong nghi thức bàn giao cho Tống Tử Ngôn, tôi ngã thẳng vào lòng Tống Tử Ngôn, thực hiện triệt để tại gia "dựa" cha, xuất giá "dựa" chồng.

Người dẫn chương trình quả nhiên là do ông nội mời tới, cũng lải nhải như lên cơn, thấy tôi đang đói tới sắp chết, còn đề nghị muốn chơi mấy trò gì mà cắn táo ăn mì. Giữa tiếng người ồn ã, Tống Tử Ngôn cũng chẳng phản đối, chỉ nhìn anh ta mỉm cười nhẹ nhàng, tao nhã. Hắn cứ điềm đạm, nhẹ nhàng cười như thế một lát, người dẫn chương trình lau mồ hôi, tuyên bố: "Giờ tôi xin được tuyên bố, hôn lễ bắt đầu."

Lần này anh ta không dám nói nhiều nữa, chỉ hai ba câu đã vào đề, tôi toàn thân bủn rủn, đầu óc trống rỗng, chỉ cầu cho lễ cưới như hành hình này kết thúc nhanh chóng. Một chị phù dâu "như hoa" ở đằng sau biết điều đi qua, khéo léo đẩy đẩy, nói vào tai tôi: "Tới lượt cô phát biểu kìa".

Tôi nhìn lướt qua, thấy mẹ đang ngồi đối diện với mình nắm tay lại thì tỉnh táo ngay lập tức!

. Hôm qua, hai mẹ con ngủ cùng với nhau đêm cuối cùng. Mẹ tôi ân cần dạy bảo, lễ cưới lần này nhiều nhân vật nổi tiếng có mặt, muốn tôi nhất định phải nắm lấy thời cơ, nâng địa vị của mình lên một bậc. Mà biện pháp đơn giản nhất chính là tới lượt cô dâu phát biểu thì kể lại chuyện chú rể theo đuổi mãnh liệt làm rung động trái tim thiếu nữ ra sao, tôi cảm động trước tấm chân tình mới bằng lòng lấy anh ấy. Như vậy sẽ hạ uy chú rể, nâng uy cô dâu, là đòn phủ đầu thứ nhất sau lễ cưới của mỗi cô dâu!

Lần tâm sự ấy khiến con nòng nọc bé nhỏ là tôi đây như tìm được cuốn bí kíp võ công, nhanh chóng trở thành một con cóc to, bỗng thấy hưng phấn trong lòng, cùng mẹ già nghiên cứu cả đêm mới viết ra được mấy trăm từ giải phóng con người tôi.

Tôi vội vàng đứng thẳng, ưỡn ngực ngẩng đầu, lưng thẳng tắp, mắt sáng như sao nhìn Tống Tử Ngôn và khách mời phía dưới, hắng giọng bắt đầu đọc thuộc lòng: "Tôi và Tống Tử Ngôn gặp nhau ở trường đại học, nhưng anh ấy là giáo viên, tôi là sinh viên". Khách khứa ngồi dưới bắt đầu xì xào, dù sao chuyện tình thầy trò cũng hơi hiếm, mà thầy giáo như Tống Tử Ngôn lại càng đáng phải lên án. Nhưng Tống Tử Ngôn chỉ hơi kinh ngạc, rồi sau đó cứ tủm tỉm cười.

Tôi nói tiếp: "Sau đó Tống Tử Ngôn, lúc đó là thầy Tống hẹn tôi ra ngoài ăn, đi xem phim, còn lợi dụng thân phận của mình ép tôi sáng nào cũng phải dậy sớm đi gặp anh ấy (chạy bộ)". Tiếng xì xào bên dưới càng lúc càng to, ngay cả thị trưởng Tống cũng cau mày nhìn Tống Tử Ngôn bằng ánh mắt không đồng tình, còn hắn chỉ khẽ nghiêng đầu, mỉm cười nghe rất chăm chú.

Được bố chồng quan lớn ủng hộ, tôi sĩ khí ngất trời, tiếp tục tố cáo: "Sau này vào công ty, anh ấy lại lợi dụng quyền lợi của tổng giám đốc, ngày nào cũng sai tôi tới nhà rửa bát nấu cơm, còn tạo cơ hội cùng đi du lịch. Lúc tôi tạm nghỉ việc còn nhất quyết đi tìm, bắt tôi quay lại, còn dùng thủ đoạn ác độc ép tôi ở chung nhà. Tuy rõ ràng là anh giăng bẫy tôi, nhưng nhìn tấm chân tình thắm thiết nồng nàn không thể sống thiếu tôi của anh ấy, cuối cùng tôi cũng rung động, cứ để cho anh ấy bẫy".

Trước hàng loạt ánh mắt nhất trí "hóa ra anh là cầm thú" của quần chúng phóng vèo vèo về phía chủ bẫy, Tống Tử Ngôn vẫn không đổi sắc mặt, nụ cười vẫn dịu dàng, chỉ hỏi tôi: "Nói xong chưa?".

Tôi gật đầu: "Xong rồi".

"Rất tốt". Nụ cười trên môi hắn kéo rộng ra, "Đến lượt anh hỏi em vài chuyện".

Tôi nhìn hắn đề phòng, thầm nhủ những chuyện mình nói là sự thực, cây ngay không sợ chết đứng, nói: "Được."

Ánh mắt hắn như thầm bảo em là đồ không biết tự lượng sức: "Ở trường đại học, có phải em tỏ tình với anh trước không?".

Tôi phân bua: "Đó cũng vì bất đắc dĩ".

Hắn ngắt lời tôi: "Lúc vào công ty, có phải em ăn quá nhiều dọa đối tượng xem mặt của anh chạy mất không?".

"Em ăn nhiều…". Cũng do bị anh ép…

Hắn không cho tôi nói hết câu: "Lúc anh bệnh, có phải em là người duy nhất ở công ty chạy tới thăm anh, còn cố ý xuống bếp nấu cho anh ăn không?".

"Cơm em nấu…", nhưng là nấu cho em ăn cơ.

"Lúc vào phòng cấp cứu, có phải em thấy bệnh anh nghiêm trọng mà suýt khóc đúng không?".

"Em sợ…", anh sẽ truy cứu tội bỏ đầy ớt của em…

"Trước khi công ty đi du lịch, có phải em ủ rũ nói anh không đi thì em sẽ tiếc cả một đời không?".

"Có nói câu đó…", nhưng đó là nịnh nọt mà.

"Lúc đi du lịch, có phải em còn dành cả tháng lương mua áo sơ mi tặng anh không? Ừm, đúng rồi, còn có một cặp đồng hồ tình nhân nữa…".

"Áo sơ mi với đồng hồ là em mua…", nhưng không phải tặng, mà bị anh cướp lấy.

Hắn liên tục ngắt lời, lần này cũng không là ngoại lệ, nhưng ánh mắt lóe lên vẻ thâm trầm: "Ở khách sạn Thanh Đảo, có phải em là người cởi áo anh trước không?".

Những người phía dưới hít vào một hơi, mặt tôi đỏ bừng bừng, giật mình thon thót.

Vừa hoàn hồn, liếc mắt xuống dưới thì thấy những ánh mắt khiển trách đã chuyển từ người Tống Tử Ngôn sang tôi.

Tôi căm giận nhìn Tống Tử Ngôn, bóp méo sự thực, đúng là bóp méo sự thực! Tôi là người đàng hoàng, thế mà bị đá tới tận đảo Gia-va. Không phải anh sống ở nước ngoài suốt sao, sao lại học được lối "đoạn chương thủ nghĩa[49]" của tiếng Trung thế hả?

Không để ý tới ánh mắt giết người của tôi, hắn tiếp tục trình bày: "Em viết kịch bản chuyện tình Hoàng Thế Nhân và Bạch Mao Nữ, sau lại còn thừa nhận anh là Hoàng Thế Nhân trong lòng em". Ngừng lại một chút, miệng giãn ra, hắn tổng kết: "Cho nên, từ đại học tới công ty, vẫn là em muốn bẫy anh. Còn anh chỉ là cho em cơ hội này thôi".

Tôi không thể tin được, há hốc mồm nhìn gương mặt đại từ đại bi của hắn, sốc tới nỗi nói không nên lời.

Mà quần chúng không rõ chân tướng lại nhìn tôi bằng ánh mắt trang nghiêm, im lặng, khiến tay chân tôi cứng đờ, tra vào chiếc còng đạo đức.

Toàn hiện trường yên tĩnh, rất yên tĩnh.

Im lặng thật lâu, gã dẫn chương trình dở hơi cũng tỉnh tỉnh ra, đằng hắng giảng hòa: "Dù là chú rể bẫy cô dâu hay cô dâu bẫy

---

(49) "Đoạn chương thủ nghĩa": Ban đầu để chỉ lối cắt những câu thơ trong "Thi kinh" để bày tỏ ý kiến của mình mà không cần xem xét đến văn cảnh. Sau được chỉ cách lấy thơ, văn hoặc lời nói của người khác ra làm dẫn chứng mà chỉ cần lấy bộ phận ngữ nghĩa phù hợp với ý kiến của mình.

chú rể cũng được, càng bẫy càng khỏe, chúng ta hãy chúc phúc cho đôi vợ chồng này bẫy nhau mãi, bẫy đẹp như gấm, sức bẫy vô biên, càng bẫy càng say mê, bẫy tới đầu bạc răng long, mọi người có đồng ý không?".

Phía dưới hưởng ứng rầm rầm, nâng chén chúc mừng.

Tôi nhìn Tống Tử Ngôn, ánh sáng của chùm đèn phủ lên khuôn mặt như làn sương sớm mai, có cảm giác không chân thực. Lòng tôi thoáng rung động, chỉ cảm thấy rất quen, trong phút chốc bỗng nghi nghi hoặc hoặc như Giả Bảo Ngọc: Không biết đã gặp nhau ở đâu rồi? Ở thời điểm nào đó mà tôi đã quên, nhưng nghĩ thế nào cũng không thể nhớ ra.

Thấy tôi cau mày ngẫm nghĩ, hắn cúi đầu hỏi: "Sao thế?".

Rất muốn hỏi có phải vì cô ấy? Trước đây của trước đây, có phải chúng ta đã từng gặp nhau, nhưng lời tới miệng lại lười hỏi, nếu là tình sâu nghĩa nặng thì cần gì phải tính lần gặp gỡ ngày ấy, dù sao thì kết quả cũng ngay trước mắt rồi, chung quy chỉ có mấy từ long trời lở đất:

Chết! Sập bẫy rồi!

Ngoại truyện: Tại sao là cô ấy?

Nơi đây là năm giờ sáng hãy còn mộng đẹp, ở nơi khác trên trái đất mới bắt đầu cuộc sống về đêm.

Có những người cứ theo thói quen của mình, quên bằng mất thời gian làm việc, ngủ, nghỉ của đối phương.

Tuy chỉ là mấy câu ngắn gọn, nhưng cũng đủ khiến cơn buồn ngủ của một người bị đánh thức lúc sáng sớm bay biến hết.

Tống Tử Ngôn châm thuốc, rít mấy hơi rồi dụi tắt.

Bực mình.

Không chỉ vì bị di động đánh thức lúc sáng sớm, mà những chuyện rắc rối hỗn độn cứ chất chồng trong lòng. Bực mình chẳng nói nên lời.

Mặc xong quần áo, đóng cửa ra ngoài.

Có lẽ thói quen đã trở thành tự nhiên, tới khi hơi tỉnh táo, mới phát hiện ra mình vô tình lái xe tới trước cổng trường.

Chạy xe một hồi, tâm trạng cũng đỡ hơn, giai điệu blue vang lên trong xe. Hôm qua có hai tiết dạy, lại đọc tài liệu của công ty tới rạng sáng, giờ không khỏi thấy hơi mệt. Hắn nhắm mắt lại, gục đầu lên tay lái, chỉ định nghỉ một lát.

Không ngờ lại thiếp đi, mãi tới lúc có tiếng cộc cộc mới thức dậy.

Tống Tử Ngôn ngẩng đầu, ngoài xe, một cô bé đang gõ liên tục lên cửa sổ xe.

Trời đã sáng, mặt trời bên ngoài đã lên cao, qua cửa kính màu xám, cô gái ngoài xe cũng không xinh lắm, mặc trang phục học sinh, trông cũng hiền lành, mặt mày trông có vẻ nhanh nhẹn nhưng cứ lờ đà lờ đờ.

Điển hình cho việc ngủ không đủ giấc, nhưng tình trạng tinh thần lại hưng phấn quá mức.

Thoáng hiểu ra, bên ngoài trường có mấy quán internet, sinh viên thường ra ngoài online thâu đêm, chắc cô bé này cũng là một trong số đó. Tuy chuyện dạy học là việc bất đắc dĩ, nhưng nhìn thấy sinh viên như thế, Tống Tử Ngôn cũng cảm thấy chán ngán, chỉ khoát tay về phía cửa kính xe, không để ý tới.

Nhưng rõ ràng cô gái kia vô cùng nhẫn nại, tiếng cộc cộc cộc vẫn không ngừng vang lên bên tai.

Tống Tử Ngôn mất kiên nhẫn hạ cửa kính xe, còn chưa kịp nói thì cô bé đã chìa một tay ra, mắt híp lại ra vẻ nịnh nọt: "Anh này, cho tôi mượn chút tiền đi!".

Tống Tử Ngôn thoáng đờ người ra, lẽ nào cô này... không phải là sinh viên? Là mấy đứa lừa gạt ăn nói trắng trợn?

Chết! Sập bẫy rồi!

Cô bé nhìn hắn do dự, vội vã cướp lời: "Không cần nhiều lắm đâu, chỉ cần năm tệ là được rồi!".

Chỉ cần năm tệ...? Điều kiện kinh tế trong nước kém như thế sao? Tống Tử Ngôn nheo mắt lại.

Cô bé cuống quýt hạ giá: "Không cần năm tệ, thực ra ba tệ rưỡi là được rồi, ha ha, anh lái xe đẹp thế này, không lẽ không thể cho mượn chút tiền còm sao?".

Nhìn đôi mắt thâm quầng mệt mỏi, nhưng vẫn cố chớp chớp nịnh nọt. Tống Tử Ngôn lôi ví tiền, rút tờ một trăm tệ đưa qua.

Cô ta là ai cũng được, đừng tới làm phiền hắn nữa.

Cô bé nhận lấy tờ tiền, cảm ơn: "Cảm ơn anh, nhiều quá!". Còn giơ ngón tay cái lên với hắn rồi mới quay đi.

Nhìn bóng cô bé, Tống Tử Ngôn lắc đầu, đi lừa đảo đúng là phí cả khí chất trong sáng.

Nâng cổ tay lên nhìn đồng hồ, đã hơn bảy giờ rồi, vừa hay có tiết dạy đầu lúc hơn tám giờ sáng. Cũng chẳng cần quay về, cứ chờ thêm một lát rồi lên lớp luôn, Tống Tử Ngôn quyết định, lấy di động ra gọi cho giám đốc Điền, dặn dò mấy câu, vừa cúp máy thì bỗng có tiếng gõ bên cửa sổ xe.

Quay đầu lại nhìn, là cô bé kia.

Cô cầm trên tay mấy túi nhỏ vẫy vẫy hắn.

Cửa xe hạ xuống lần thứ hai, không cho hắn mở miệng, cô đã nhét hai chiếc túi vào trong xe. Hắn đành nhận lấy. Cảm giác nóng hổi trên tay khiến hắn phải nhăn mày: "Đây là gì thế?".

529

Cô bé như người vừa tặng vật quý: "Bánh rán cuộn trái cây và sữa đậu nành!".

Rồi đưa lại một đống tiền: "Bánh rán cuộn trái cây hai tệ, sữa đậu nành một tệ, tổng cộng là ba tệ. Chỗ này là chín mươi ba tệ, anh có muốn đếm lại không?"

Hắn mất kiên nhẫn: "Ý gì đó?". Cô bé kia vui vẻ: "Cứ coi như mấy thứ này là em mời đi, em tiêu của anh tổng cộng là bảy tệ".

Tống Tử Ngôn nhìn lại mấy cái túi y hệt của mình trong tay cô, ngắc ngứ: "Cô đứng trên đường mượn tiền mua bữa sáng à?".

Cô bé không nhận ra giọng điệu mỉa mai của hắn, gật đầu như gà con mổ thóc: "Hôm qua em quên đem tiền, hôm nay rõ là thảm, may có người hảo tâm cứu vớt trong lúc đói kém hoạn nạn, xây dựng chủ nghĩa xã hội khoa học hài hòa thật tốt!".

Nghe câu cảm khái xúc động của cô ta, Tống Tử Ngôn không còn gì để nói.

Cũng may cô bé không định nói chuyện nhiều: "Em cũng phải về rồi, hôm nay phải ngủ bù mới được, chắc tối mai cũng phải thâu đêm tiếp, mai anh có ở đây không? Em trả anh tiền".

Tống Tử Ngôn không muốn nói nhiều, gật đầu theo: "Ừ".

Thực ra hắn đã quẳng chuyện đó ra khỏi đầu ngay tấp lự. Mười ngày sau mới có một lớp tiết đầu, hắn tới sớm, khi đi qua con đường kia bỗng có tiếng người gọi, nhìn vào gương chiếu hậu thấy một cô gái đang đuổi theo, vừa vẫy tay vừa gọi hắn.

Hắn dừng xe, hạ cửa kính, cô bé vội vàng cúi thấp người xuống, thở hồng hộc: "Cuối cùng cũng đợi được anh!".

Tống Tử Ngôn ngạc nhiên: "Ngày nào cô cũng chờ ở đây à?".

Cô gái thành thật lắc đầu: "Không, hôm ấy tới nhưng anh không ở đó. Sau đó cứ cách hai ngày em mới tới một lần, còn nghĩ nếu nửa tháng mà không gặp được thì sẽ tham ô luôn số tiền ấy". Nói xong còn cười gian hai tiếng, rõ là bộ dạng tiểu nhân đắc ý, rồi gương mặt lại nhanh chóng ỉu xìu: "Hôm nay là ngày cuối cùng, ai dè rõ xui gặp lại anh".

Với tư cách là cái người "rõ xui gặp lại" của cô ta, khóe miệng Tống Tử Ngôn nhếch lên: "Thật không may".

Cô cười khổ, còn gật đầu theo, lại hỏi: "Anh có mười ba tệ không?".

Tống Tử Ngôn nghĩ một lát, lắc đầu.

Mặt cô càng ủ rũ hơn, rút từ trong ví tiền ra một tờ hai mươi tệ: "Em cũng không có tiền lẻ, giờ bánh rán cuộn trái cây đã bán hết rồi, cũng chẳng có chỗ nào đổi được".

Vẻ mặt cô ấy thật sự quá sinh động, nhìn bộ dạng đấu tranh của cô, tự nhiên Tống Tử Ngôn thấy rất muốn cười, nhưng vẫn làm mặt nghiêm không nói gì.

Cuối cùng, cô cắn răng, mắt sáng rực lên: "Vậy mười ba tệ còn lại coi như lãi là được rồi!".

Rồi chầm chậm, từ từ, chậm rãi, đưa tiền ra phía trước.

Tống Tử Ngôn nhìn cánh tay nhích từng phân một, lại nhìn ánh mắt cứ dán chặt vào tờ hai mươi tệ của cô, tự nhiên nổi lên ý xấu, muốn xem nếu mình nhận lấy tờ tiền này thì cô ấy... có khóc hay không?

Nhưng tính cách xưa nay lạnh lùng, càng không có thói quen đùa với người khác, hắn chỉ thản nhiên nói: "Không cần, cô cứ cầm đi".

Chỉ một câu này thôi, trong chớp mắt đã khiến cả gương mặt cô bé tỏa sáng, hai mắt mở to: "Thật chứ?".

Tống Tử Ngôn gật đầu.

Cô vội vàng đính chính: "Thế là giờ anh không cần, chứ không phải em không chịu trả phải không?".

Đã hám tiền thế mà còn cứ đuổi theo trả tiền mãi. Nhìn cô hai mắt mở to, Tống Tử Ngôn vừa muốn bắt nạt, lại vừa muốn trấn an cô, nhếch miệng cười: "Là cô muốn trả mà tôi không cần".

Cô vội vàng lấy lại tờ tiền, cười tới híp cả mắt, rồi giơ ngón tay cái lên với hắn: "Tốt quá!".

Nhìn đôi mắt cong lên của cô, Tống Tử Ngôn mới nhớ ra mình đã gặp cô ở đâu. Trí nhớ siêu hạng của hắn hình như được dùng ở chỗ khác, đối với người, với xe cộ, với những kiểu xã giao gì đó không gặp lại lần thứ hai hắn ít khi nhớ rõ. Nhưng vừa nhìn đã nhận ra có lẽ là vì đôi mắt cong lên khi cười của cô, cái điệu cười tự cho mình là thông minh khôn khéo.

Nhưng nhìn rõ ngốc, nhưng không hề khiến người ta thấy mất vui, mà vui tới mức rất muốn bắt nạt... để cô hiểu rằng thực ra mình rất ngốc...

Ý nghĩ khác thường xuất hiện khiến Tống Tử Ngôn thoáng giật mình, nhưng hắn lại ứng phó rất nhanh, vẫn thản nhiên: "Còn chuyện gì nữa không?".

Cô lắc đầu: "Không có, không có, anh mau đi đi". Rồi đứng thẳng người lên.

Tống Tử Ngôn cũng quay lại, vừa nâng cửa kính xe lên đã nghe thấy tiếng gõ cửa cộc cộc.

Quả nhiên, lại là cô.

Cô cầm một cái lọ nhỏ màu vàng, đưa vào, cười cười vẻ hối lỗi: "Em vẫn thấy khó chịu lắm, à... cái này là Xylitol, hôm trước em mới mua đấy, mới ăn có mấy viên thôi, coi như là trả tiền đi!".

Tống Tử Ngôn vốn ưa sạch sẽ, việc ăn uống càng kỹ tính hơn, nhưng nhìn cái lọ tròn tròn, rồi lại nhìn khuôn mặt thẳng thắn đầy vẻ chờ mong của cô, hắn gật đầu: "Để đó đi".

Cô thả cái lọ vào trong, lúc ấy mới yên tâm quay đi.

Tống Tử Ngôn chưa khởi động xe ngay, chỉ lặng lặng nhìn cái lọ nhỏ, cũng chẳng biết nghĩ gì, với tay, mở nắp, lấy một viên bỏ vào miệng.

Hương chanh nhè nhẹ ngọt ngào tràn đầy trong khoang miệng, mang theo vị cay cay mát lành là lạ của bạc hà...

Hắn cũng thấy hành động của bản thân rất khó hiểu, cười cười, thả cái lọ lại xe.

Vừa quay đầu đã thấy bóng người quen thuộc đang đi ngang qua đường, Tống Tử Ngôn mở cửa xuống xe, Tô Á Văn cùng chiến hữu chơi game cả đêm vừa thấy hắn thì vui vẻ lại gần: "Anh ba!".

Bấy giờ Tống Tử Ngôn mới nhớ ra trường của cậu ta ngay gần đó: "Cả đêm lên mạng à?". Tô Á Văn van vỉ: "Anh không được nói cho mẹ em nghe đấy, à phải, em nghe mẹ em nói, anh bị bà nội bắt làm giảng viên trong trường, không về Mỹ nữa à?".

Tống Tử Ngôn gật đầu: "Không về nữa".

Tô Á Văn trầm ngâm một lát rồi lại hỏi: "Người lúc nãy nói chuyện với anh là sinh viên lớp anh à?".

Tống Tử Ngôn bật cười: "Không phải, là người mượn tiền mua bữa sáng thôi".

Tô Á Văn ngẩn người ra rồi cũng cười: "Mượn tiền mua bữa sáng, có lẽ chỉ Tần Khanh mới làm được thôi".

Tần Khanh? Tống Tử Ngôn thoáng ngạc nhiên: "Em biết à?".

Tô Á Văn đáp: "Lần trước cùng đi leo núi với nhau". Giọng nói bất giác lộ ra vẻ tự hào và ưu ái: "Là một cô bé rất đặc biệt nhỉ?".

Nhớ tới gương mặt và bộ dạng thay đổi liên tục, thủ đoạn trẻ con, đôi mắt cong lên của cô, Tống Tử Ngôn cũng bất giác mỉm cười: "Phải, rất đặc biệt".

Nhân sinh chỉ như lần gặp đầu tiên.

Con đường bình thường, người tình cờ gặp, gặp gỡ tầm thường, khi ấy họ cũng không biết được mình sẽ sắm vai gì trong cuộc đời đối phương.

Cũng trên con đường này, hai năm sau, cô bé kia sẽ vì sự ra đi của một người mà ôm lấy bạn thân của mình gào khóc.

Cũng con đường này, ba năm sau, có người ngồi trong xe nhìn thấy cái tên Tần Khanh trong danh sách những sinh viên đăng ký học môn tự chọn thì những ký ức ngọt ngào lại dâng lên.

 Chết! Sập bẫy rồi!

Đường rải nhựa, bồn hoa, vạch vôi trắng, bọn họ chẳng thể nhớ cũng chẳng thể đoán ra được.

Rốt cuộc là ai đến ai đi, ai dừng ai bước tiếp.

Nhưng số phận biết, vẫn luôn biết.

Cho nên ba năm rưỡi sau, khi Tống Tử Ngôn đang thu dọn đồ đạc thì có một sinh viên từ từ tới trước mặt hắn: "Thầy, em là Tần Khanh lớp chín!".

Hắn không nói gì, nhưng trong ánh mắt ẩn chứa một nụ cười.

Tần Khanh nuốt nước bọt, nắm chặt tay như tráng sĩ: "Thầy, em yêu thầy!" Trong miệng dường như lại dâng lên vị ngọt ngào trong ký ức, nhìn gương mặt khiến người ta rất muốn bắt nạt kia, hắn hạ quyết tâm rõ ràng biết thừa màn kịch của cô, nhưng vẫn làm ra vẻ bừng tỉnh, trả lời: "À, ra thế". À, ra thế.

Giống con mèo đang chán muốn chết thì tìm được một cuộn len, cảm thấy rất thú vị, cứ lấy móng vuốt tạt qua tạt lại.

Thấy mình rất vui, tới lúc cúi đầu nhìn lại mới phát hiện trong lúc vô tình đã để len cuốn khắp người, giãy ra không được, rồi cứ thế quấn lấy nhau cả đời. Tôi đẩy em đi, em cuốn lấy tôi.

Thực ra, cũng chính là thế này.

HẾT

King Kong Barbie

Chết! **Sập bẫy rồi!**

(Lục Hoa - Lucy *dịch*)

NHÀ XUẤT BẢN DÂN TRÍ

Số 9 - ngõ 26 - Phố Hoàng Cầu - Hà Nội

ĐT: (04) 63280438 - Fax: (04) 35149839

Email: nxbdantri@gmail.com

Website: nxbdantri.com.vn

CHI NHÁNH NXB DÂN TRÍ TẠI MIỀN TRUNG VÀ TÂY NGUYÊN

63 Phan Đăng Lưu - P. Hòa Cường Nam - Q. Hải Châu - Tp. Đà Nẵng

ĐT: (051) 16254168\16254105 - Fax: (051) 16254101

Chịu trách nhiệm xuất bản: **Bùi Thị Hương**

Chịu trách nhiệm bản thảo: **Nguyễn Phan Hách**

Biên tập: Kim Yến - Thùy Linh

Vẽ bìa: Bảo Linh

Sửa bản in: Phương Linh

Chế bản: Hoàng Tú

In 1.000 cuốn, khổ 14.5x20.5 cm,

tại Công ty In và DVTM Phú Thịnh

Giấy phép xuất bản số: 112-2011/CXB/68-3/DT

In xong và nộp lưu chiểu năm 2011

LIÊN KẾT XUẤT BẢN

CÔNG TY CỔ PHẦN SÁCH VÀ TRUYỀN THÔNG QUẢNG VĂN

Trụ sở chính tại Hà Nội:
230, tổ 9, đường K3, Cầu Diễn, Từ Liêm, Hà Nội
Tel: (84-4)37633303 * Fax: (84-4)37633303
Văn phòng đại diện tại Tp. Hồ Chí Minh:
6/9 đường Đỗ Sơn, Phường 4, Quận Tân Bình, Tp. Hồ Chí Minh
Tel: (84-8)3 948 3385 * Fax: (84-8)3 948 3385

Homepage: www.quangvanbooks.com
Email: publication.qv@gmail.com
Wordpress: quangvan.wordpress.com
Facebook: www.facebook.com/ QuangVan.Book